प्रस्तावना

ज्या वेळी एखादी संघटना संपूर्ण समाजाकरिता तसेच समाजाचे नियमन करण्याकरिता (regulate) सुसंघटित केलेली असते, तेव्हा ती 'Polity' चे स्वरूप घेते. Polity चा अर्थ अशी संस्था / संघटना की, जेथे समाजाच्या नियंत्रणासाठी वेगवेगळे नियम केले जातात. संघटना, संस्था यांची सत्ता व अधिकार समाजातील प्रत्येक व्यक्तीवर चालतो. याचाच अर्थ ते 'सार्वजनिक असते, खाजगी व्यक्ती किंवा व्यक्तीगटाशीच केवळ संबंधित नसते. शेल्डन वोलिन म्हणतो, समाजातील सर्व संस्थांपैकी राज्यसंस्था ही एक अशी व्यवस्था असते की, जी समाजातील सर्वांशी निगडित असते. राष्ट्रीय संरक्षण, अंतर्गत सुरक्षा, न्यायव्यवस्था, आर्थिक नियंत्रणे यासारखी सर्व लोकांशी नित्य निगडीत असलेली कार्ये पार पाडणे ही या संस्थेची जबाबदारी असते.

ही संस्था जिला 'राज्य' (State) म्हणतात, ती सामाजिक संस्थांमध्ये एक विशिष्ट काम बजावीत असते. त्यामुळे ॲरिस्टॉटल म्हणतो की माणूस हा 'राजकीय प्राणी' (Political animal) आहे. प्रत्येक माणूस राज्यात वास्तव्य करतो. ज्याला राज्याची जरुरी नसते किंवा जो राज्यात राहत नाही, तो एक तर पशू किंवा देवदूतच मानावा!

'Polity' राज्य, Politics राजकारण आणि Political राजकीय या संज्ञा मूळ ग्रीक शब्द 'Polis' यापासून निर्माण झाल्या, अस्तित्वात आल्या. 'Polis' या शब्दाचा अर्थ प्राचीन नगर - राज्य. ही राज्ये आकाराने लहान, लोकसंख्येने कमी, सुसंघटित आणि एकमेकांपासून भौगोलिक दृष्ट्या वेगळी. प्रत्येक नगर - राज्याची सामाजिक जीवन आणि संस्कृती वैशिष्ट्यपूर्ण असे. त्यातील लोकांच्या विविध गरजा भागविण्यासाठी विविध संस्था असत, त्या एकमेकांना साहाय्य करीत आणि त्यांचा हेतू 'सामाजिक हित' (Common Good) हाच असे. हा हेतू साध्य करण्यासाठी कराव्या लागणाऱ्या कामाला व्यवहारास 'Politics' (राजकारण) असे संबोधित. परंतु सध्याचे राजकारण हे अशा तऱ्हेने एकजिनसी नसते. आपण सध्या मानवी जीवनाचे 'सार्वजनिक' आणि 'खाजगी' असे भाग कल्पितो. त्यांपैकी ज्या संस्था आणि कृती 'सार्वजनिकते'शी संबंधित असतात,

त्यांनाच आपण 'राजकारण' म्हणतो. संसद आणि मंत्रिमंडळ यांचे निर्णय, निवडणुका आणि तत्संबंधी कराव्या लागणाऱ्या चळवळी, सार्वजनिक हिताच्या योजना या सर्व 'सार्वजनिक' या सदरात मोडतात, त्या राजकारण या संज्ञेला पात्र असतात. व्यक्तीच्या धार्मिक श्रद्धा, शिक्षण, कला, संस्कृती इत्यादी बाबी या राजकारणाच्या क्षेत्रात येत नाहीत, पण त्यांच्या व्यवस्थापनेसाठी जर काही नियम केले, की जे सामाजिक स्वास्थ्य आणि शांतता यांना उपकारक आहेत, तर त्या बाबीही राजकारणात प्रविष्ट केल्या जातात.

'राजकीय' या शब्दाची व्याप्ती पाहिल्यानंतर आपण राजकीय सिद्धान्त, संकल्पना यांचा अर्थ आणि आवाका पाहू. सिद्धान्त म्हणजे, सुसंगत पद्धतशीर ज्ञान. म्हणजे कोणत्याही विषयाचे सुसंगत ज्ञान. अर्थातच राजकीय सिद्धान्त म्हणजे, राजकीय विषय, राजकीय प्रश्न यांचे सुसंगत ज्ञान.

राजकीय संकल्पनात तीन प्रकारची विधाने अंतर्भूत असतात. एक - अनुभवजन्य, जी निरीक्षण आणि इंद्रियगम्य ज्ञान यातून केली जातात. दोन - तार्किक विधाने, जी तर्कदृष्ट्या सिद्ध करता येतात आणि तीन - मूल्यधिष्ठित विधाने, जी अमूर्त स्वरूपातील मूल्यधिष्ठित विचारांवर आधारित असतात. अनुभवजन्य विधाने. उदा. अनुभवावर अवलंबून असलेली तसेच इंद्रियाद्वारे अनुभविता येतील अशी, तार्किक विधाने, उदा. दोन + दोन = चार. आणि मूल्याधिष्ठित विधाने उदा. माणसे जन्मत:च स्वतंत्र आणि समान असतात. राज्यशास्त्रातील संकल्पना / सिद्धान्त हे अनुभव आणि विवेक यांवर (reasoning) आधारित असतात.

राजकीय सिद्धान्तांचा आवाका (Scope of Political Theory)

जॉर्ज कॅटलिन हा विचारवंत आपल्या लिखाणातून ध्वनित करतो, की राज्यविषयक संकल्पना दोन भागांत विभागलेल्या असतात. एक - राज्यशास्त्र आणि दुसरे राजकीय तत्त्वज्ञान (Political Science and Political Philosophy). राज्याचा शास्त्रशुद्ध विचार हा राजकीय जीवनातील वास्तवाचा विचार असतो. तसेच तो व्यक्तीच्या प्रत्यक्ष कृतींचा आणि त्यावर नियंत्रण ठेवणाऱ्या नियमांचा विचार असतो. म्हणजेच समाजात प्रत्यक्ष घडणाऱ्या वस्तुस्थितीवर प्रकाश टाकतो; तर राजकीय तत्त्वज्ञान हे मूल्याधारित बाबींचे विवेचन करते उदा. चांगला समाज म्हणजे काय? अशासारख्या प्रश्नांची तात्त्विक विवेचने यात अंतर्भूत असतात.

राज्यशास्त्रात शास्त्रीय दृष्ट्या माहिती घेतली जाते. त्यात निरीक्षण, त्यावरून सर्वसाधारण अनुमान, त्यासंबंधी विवेचन आणि अखेर त्यावरून काही ठोकताळे (Prediction) किंवा उपाययोजना (Prescription) या पायऱ्यांनी निष्कर्ष काढले जातात. यात मानवी स्वभावधर्माविषयीचा (Behavioural) अभ्यासही अंतर्भूत असतो. विशिष्ट

महाराष्ट्रातील सर्व विद्यापीठातील राज्यशास्त्राचे अभ्यासक,
प्राध्यापक, पदवी, पदव्युत्तर विद्यार्थी, वृत्त पत्रकार
तसेच स्पर्धा परीक्षार्थी यांच्यासाठी अत्यंत उपयुक्त ग्रंथ!

राजकीय संकल्पना
आणि
सिद्धान्त

Political Concepts and Theory

डॉ. विजय देव
डॉ. शरद गोसावी
डॉ. संज्योत आपटे

डायमंड पब्लिकेशन्स

राजकीय संकल्पना आणि सिद्धान्त
डॉ. विजय देव, डॉ. शरद गोसावी, डॉ. संज्योत आपटे

Rajkiya Sankalpana ani Siddhant
Dr. Vijay Dev, Dr. Sharad Gosavi, Dr. Sanjyot Apte

प्रथम आवृत्ती : जुलै २०१५

ISBN : 978-81-8483-613-4

© डायमंड पब्लिकेशन्स

मुखपृष्ठ

शाम भालेकर

प्रकाशक
डायमंड पब्लिकेशन्स
२६४/३ शनिवार पेठ, ३०२ अनुग्रह अपार्टमेंट
ओंकारेश्वर मंदिराजवळ, पुणे-४११ ०३०
☎ ०२०-२४४५२३८७, २४४६६६४२
info@diamondbookspune.com

ऑनलाईन पुस्तक खरेदीसाठी भेट द्या
www.diamondbookspune.com

प्रमुख वितरक
डायमंड बुक डेपो
६६१ नारायण पेठ, अप्पा बळवंत चौक
पुणे-४११ ०३० ☎ ०२०-२४४८०६७७

राजकीय परिस्थितीत माणूस कसा वागेल, याचा अभ्यास यात समाविष्ट असतो. राज्यातील विविध राजकीय संस्थांचा अभ्यास त्यात अंतर्भूत नसतो. त्यात विशिष्ट परिस्थितीत राजकीय नेतृत्व, तसेच सामान्य लोकांच्या वागणुकीच्या तऱ्हा काय असतील, याचा अभ्यास असतो. या शास्त्रीय पद्धतींची विकसित अवस्था म्हणजे Post-behavioural approach किंवा वर्तनवादोत्तर दृष्टिकोन. या अभ्यासात शास्त्रीय अनुमानांना कोणत्याही तऱ्हेने धक्का न लावता, मूल्यव्यवस्थेच्या दृष्टिकोनातून प्रचलित सामाजिक प्रश्न कसे सोडविता, येतील याचा विचार केला जातो. थोडक्यात या अभ्यासात वास्तव परिस्थितीचा विचार करून, त्यातील सामाजिक प्रश्नांतून मूल्यव्यवस्था न डावलता कसा मार्ग काढता येईल, याचा प्रयत्न असतो.

काही वेळा असे म्हटले जाते की, राज्यशास्त्रात वास्तवाचा विचार केला जातो, तर राजकीय तत्त्वज्ञानात 'आदर्शा'चा विचार मांडला जातो. म्हणजेच राज्यशास्त्रात विशिष्ट राजकीय परिस्थितीत लोक कसे वागतात, याचे वास्तव चित्रण केले जाते, तर राजकीय तत्त्वज्ञानात 'लोकांनी' कसे वागले पाहिजे, याचा वस्तुपाठ दिला जातो. (What they ought to do). डी. डी. राफेल हा विचारवंत म्हणतो, काही प्राचीन राजकीय तत्त्वज्ञांनी आदर्शांची मांडणी जरूर केली आहे. परंतु त्यातसुद्धा अध्याहतपणे प्रचलित व्यवस्थेचे दोष दाखवून टीका केल्याचे दिसते. उदा. प्लेटोने आदर्श समाजव्यवस्थेचे स्मरणरंजन काताना तत्कालीन सामाजिक दोषांवर बोट ठेवले आहे. राजकीय तत्त्वज्ञानाचे आणखी एक महत्त्वाचे काम म्हणजे त्यात विविध राजकीय संकल्पनांचा उलगडा केला जातो. उदा. समाज, सत्ता, सामाजिक वर्ग, न्याय, स्वातंत्र्य, लोकशाही इत्यादी संकल्पना गुंतागुंतीच्या आणि संदिग्ध (vague) असतात. त्यांचे विश्लेषण राजकीय तत्त्वज्ञानात केले जाते.

राज्यशास्त्र आणि राजकीय तत्त्वज्ञान या दोन्हींमुळे आपणास वास्तव राजकीय परिस्थितीचे, तसेच विविध आदर्श संकल्पना आणि सामाजिक प्रश्न यांच्या आदर्श उपायांचे ज्ञान मिळते. प्राचीन काळापासून अद्यतन (आधुनिक) काळापर्यंत अनेक राजकीय विचारवंतांनी काही प्रश्नांवर आपली विविध उत्तरे मांडली. त्यामध्ये आपल्या पूर्वसुरींच्या तसेच समकालीन विचारवंतांच्या विचारावर टीकाही केली, परंतु ती टीका सकारात्मक असून, त्यातून त्या प्रश्नांचे विविध पैलू निदर्शनास आले व त्यानुसार विचारात सुधारणा होत गेली. त्याबद्दल कोणतेही पूर्वग्रह नव्हते, कारण अखेर राज्यशास्त्रातील किंवा राजकीय तत्त्वज्ञानातील चर्चा-वाद हे मुक्त वातावरणात होत असतात. त्या सनातन चालत राहणाऱ्या प्रक्रियेच्या स्वरूपात असतात. कारण कोणीही विचारवंत आपले मत हे अंतिम सत्य आहे, (Final Truth) असे म्हणू शकत नाही. ते परिस्थितीनुरूप बदलत असते. यातूनच माणूस इतरांच्या मताला मान देणे, म्हणजेच परमतसहिष्णुता शिकत असतो.

राजकीय संकल्पना / सिद्धान्त यांचा उपयोग राजकीय ध्येय-धोरणे यांचे पद्धतशीर ज्ञान मिळविण्याच्या दृष्टीने होतो. आणि हे गेली सुमारे अडीच हजार वर्षे चालत आले आहे. परंतु विसाव्या शतकाच्या मध्यावर नवे राजकीय शास्त्रज्ञ हे राजकीय संकल्पना / सिद्धान्त यांच्या या उपयोगाबाबतच प्रश्नचिन्ह उपस्थित करू लागले. डेव्हीड ईस्टन या अमेरिकन विचारवंताने असा प्रश्न उपस्थित केला की, अभिजात राजकीय विचार हे केवळ तर्काधिष्ठित (Speculative) आहेत. त्यामध्ये वास्तवाचा अभाव आहे. त्यामध्ये राजकीय निरीक्षणाचा लवलेशही नाही. अभिजात राजकीय विचार हा पूर्वीच्या सामाजिक परिस्थितीतील स्थित्यंतरातून घडून आला. तो प्लेटो-पूर्व काळातील ग्रीस, इटली, सोळाव्या शतकातील इंग्लंड आणि अठराव्या शतकातील फ्रान्स - अमेरिकन क्रांतीकाळातील सामाजिक उलथापालथीतून निर्माण झाला. त्याचा आणि आधुनिक सामाजिक व्यवस्थेचा तसे पाहता काहीही संबंध नाही. ईस्टन म्हणतो, मिल आणि विशेषत: कार्ल मार्क्स यांच्यानंतर राजकीय तत्त्वज्ञानात भर घालणारे राजकीय विचार विसाव्या शतकात निर्माण झाले नाहीत. अर्थतज्ज्ञ परंतु समाजशास्त्रज्ञ यांनी मानवी वर्तणुकीच्या अभ्यासात प्रगती केली. परंतु राजकीय विचारात मात्र तितकी प्रगती झाली नाही. शिवाय दुसऱ्या महायुद्धानंतर राष्ट्रांच्या निर्णयप्रक्रियेत अर्थतज्ज्ञ, मानसशास्त्रज्ञ, समाजशास्त्रज्ञ यांनी महत्त्वाची कामगिरी बजावली. त्यामुळे अभिजात राजकीय विचारवंतांनी जी मूल्याधिष्ठित समाजव्यवस्थेची मांडणी केली, त्याची आता गरज, नसून आधुनिक राजकीय विचारवंतांनी कार्य-कारण पद्धतीनुसार मानवी वर्तणुकीचा अभ्यास करावा, ह्याला तो Causal Theory असे म्हणतो. समाजात घडणाऱ्या विविध घटनांचा कार्य-कारण विषयक अभ्यास करावा. याचा अर्थ समाजात राजकीयदृष्ट्या घडणाऱ्या घटना का घडतात व तशी परिस्थिती निर्माण झाल्यास भविष्यकाळात तशाच घटना घडू शकतील का, या अंगाने मानवी स्वभावाचे विश्लेषण करावे.

हाच विचार कोहेन या विचारवंताने मांडला. तो म्हणतो, हेगेल किंवा मार्क्स यांनी आपले सिद्धान्त मांडले, तेव्हा मानवी जीवनाच्या एका विशिष्ट संकुचित क्षेत्राचा विचार करून, अर्थशास्त्राचा विचार करून त्याचे समाजव्यवस्थेवर काय परिणाम झाले व विशिष्ट उपाययोजना केल्यास काय परिणाम होतील, याचे विश्लेषण केले. पण आधुनिक मानवी जीवनाचा विचार करता, विविध क्षेत्रांचा समग्र विचार करून त्यांचे परस्परांवर होणाऱ्या परिणामांची दखल घ्यावी लागते. तशा तऱ्हेची संपूर्ण मानवी जीवनाच्या विविध क्षेत्रांचा विचार करणारी अशी विचारपद्धती अस्तित्वात आणावी लागेल, ज्याद्वारे सामाजिक शास्त्रातून ज्या मानवी प्रश्नांची उत्तरे मिळत नाहीत, ती उत्तरे शोधण्याचा प्रयत्न असेल.

सेमूर लिपसेट म्हणतो, राजकीय विचारातून केला जाणारा 'उत्तम समाजव्यवस्थे'चा (Good Society) शोध आता संपला आहे, कारण अमेरिकन समाजव्यवस्थेने उदारमतवाद

आणि समाजवाद यांतील चांगल्या तत्त्वांचा समन्वय साधून; एक सुखी, नवीन वास्तव अनुभविता येईल, अशी समाजव्यवस्था अस्तित्वात आणली आहे.

या सर्व कारणांमुळे आता अभिजात राजकीय विचारप्रणाली मृतवत झाली आहे, असा एक विचार प्रवाह प्रसृत झाल्याचे दिसते. ('The End of Ideology' या नावाने हा विचार मांडला जात आहे.

राजकारण म्हणजे काय?

राजकारण म्हणा अगर राज्यशास्त्र म्हणा, त्याची व्याप्ती मानवी कृतीसंदर्भात एका विशिष्ट क्षेत्रापुरतीच मर्यादित असते. ॲलन बॉल हा विचारवंत आपल्या 'Modern and Government' या पुस्तकात राजकारण किंवा राज्यशास्त्र या संदर्भात सर्वसाधारणत: दोन अर्थ काढले जातात, असे मत प्रदर्शित करतो. एक, ज्या कृतींचा संबंध सार्वजनिक क्षेत्राशी मर्यादित असतो आणि ज्यात संसदेचा कारभार, मंत्रिमंडळे आणि त्यांचे निर्णय यांचा अंतर्भाव होतो. इतर क्षेत्रांशी त्यांचा संबंध नसतो. दुसरे, कित्येक वेळा राजकारण म्हणजे 'पक्षीय राजकारण' असा अर्थ काढला जातो आणि त्याचा संबंध राजकीय मतप्रदर्शनाशी असतो, सर्वसाधारणत: सत्ताकेंद्रित पक्षीय राजकारणाबाबत सामान्य जनात घृणा असते. थोडक्यात राजकारणाचा संबंध राजकीय सभा, चळवळी, सामाजिक मागण्या, त्यासाठी निदर्शने, ती शमविण्यासाठी दमनयंत्रणेचा उपयोग या बाबींशी असतो. त्यात कालबद्ध निवडणुका, मध्यावधी निवडणुका, पोट निवडणुका, पक्षीय प्रचार, खोटी आश्वासने, जाहीरनामे यांचाही समावेश असतो. अशा तऱ्हेच्या काही भ्रामक समजुती, संदिग्ध माहिती राजकारणाबद्दल लोकांच्या मनात असतात.

पण त्याचे खरे स्वरूप पाहावयाचे झाल्यास Politics या शब्दाचा उगम ग्रीक शब्द 'Polis' यामध्ये आढळतो. Polis म्हणजे ग्रीक नगर-राज्ये. या नगर-राज्यांशी संबंधित नागरिकांच्या, त्यातील प्रशासन आणि इतर सामाजिक सहभागाला ग्रीक विचारवंतांनी 'Politic' हे नाव दिले. त्यामुळे राजकारणाचा संबंध 'राज्याशी' (State) जोडला गेला. पारंपरिक तत्त्वज्ञ राज्यशास्त्राचा संबंध 'राज्याचे शास्त्र' (Science of the State) असाच लावतात. त्यात त्यांनी राज्य आणि इतर संस्था आणि चांगले राज्य निर्माण करण्याच्या त्यांच्या कल्पनांचा समावेश केला. परंतु आधुनिक राज्यशास्त्राचे अभ्यासक राजकारण किंवा राज्यशास्त्र म्हणजे केवळ राज्य आणि संस्था यांच्या संदर्भात विचार करून थांबत नाहीत, तर ते संपूर्ण समाजाच्या कारभारावर काय परिणाम होतो (Whole Social Fabric), याचा अभ्यास समाविष्ट करतात.

राजकारण ही एक पद्धती म्हणून कार्यरत असते आणि एखाद्या विशिष्ट परिस्थितीचा 'राजकीय परिस्थिती' (Political Situation) असा उल्लेख केला जातो. या परिस्थितीत मत-मतांतरांचा संघर्ष आणि त्या संघर्षमय परिस्थितीत समन्वयाने काढलेला तोडगा हे

चक्र कायम चालू राहते. स्टीफन वॉस्बी (Stephen Wasby) म्हणतो, 'जेथे जेथे राजकारण तेथे, तेथे संघर्ष असतोच. जेथे चर्चा-वाद विषयच नसतील, तेथे राजकीय पक्षांचे काय काम?' जे. डी. बी. मिलर हा विचारवंत आपल्या 'The Nature of Politics' या पुस्तकात म्हणतो, 'राजकीय कृतींचा उगमच मुळी विसंवादातून (disagreement) होतो. राजकीय कृती ही स्वतंत्र कृती मानावयाची झाल्यास, तेथे पक्ष आणि व्यक्ती यांचे विसंवाद आलेच. आणि प्रशासनाचा उपयोगच मुळी या विसंवादांवर तोडगा काढणे हा असतो'. थोडक्यात, राजकीय कृती / कार्यपद्धती यांमध्ये विसंवाद हा गृहीत धरला जातो आणि त्यावरील उपाययोजना ज्या प्रशासनाच्या हाती सत्ता असते, अशा प्रशासनामार्फत केली जाते.

विसंवादातील पक्षांना प्रशासनाने काढलेल्या तोडग्याला / उपाययोजनेला मान्यता द्यावी लागते, याचे कारण केंद्रित सत्ता (authoritative) हे होय. अर्थात ही सत्ता म्हणजे पाशवी सत्ता नव्हे. या सत्तेद्वारा शांततापूर्ण उपाययोजना करण्याची / समन्वय साधण्याची अपेक्षा असते आणि त्यातून सत्तेचा वापर न करता शांततापूर्ण मार्गाने विसंवादी पक्षांनी मान्यता द्यावी, अशी अपेक्षा असते. डेव्हीड ईस्टन म्हणतो, 'राजकारण म्हणजे समाजात 'मूल्यांचे सत्ताप्रणीत वितरण' (authoritative allocation of values). तो म्हणतो, प्रत्येक समाजातील विसंवाद सोडविण्याकरिता कितीही प्राथमिक अवस्थेतील असो, सत्तेचे अधिष्ठान असलेल्या व्यक्ती किंवा संस्था कार्यरत असतात. या विसंवादावर काही उपाय काढणे आवश्यक असते, कारण त्यामुळेच समाजात शांतता व सुव्यवस्था नांदू शकते. आणि या उपायांना विसंवादी पक्षांनी मान्यता द्यावी, म्हणून काही संस्थात्मक रचना आवश्यक असते.

या चर्चा आणि वाद शेवटी कशाकरिता? तर जास्तीत जास्त लोकांनी सजग व्हावे, म्हणून. या चर्चा आणि वाद काही व्यक्तिनिष्ठ असतात किंवा विषयनिष्ठ / सार्वजनिक योजना स्वरूपात काम करताना त्यात जास्तीत जास्त लोकांचा सहभाग असणे, तसेच सहभाव असणे आवश्यक असते. यालाच 'राजकियीकरण' (Politicization) असे म्हणतात, अनियंत्रित राजेशाही जोपर्यंत अस्तित्वात होती, तोपर्यंत लोकांचा राजकीय निर्णयप्रक्रियेत कमीत कमी सहभाग होता. राजा आणि त्याचे सहकारी सार्वजनिक योजनांबाबत निर्णय घेत. ग्रीक नगर-राज्यात राजकारणातील निर्णय-प्रक्रियेत लोकांचा जास्तीत जास्त सहभाग होता. कारण लोकांनी प्रशासनात सहभागी व्हावे, ही अपेक्षा होती.

वरील सर्व विवेचनातून राजकारणाची किंवा राजकीय व्यवस्थेची काही अभ्यासाची क्षेत्रे पाहता येतील -

१) समाजातील विविध वाद-चर्चा यातून समन्वयवादी भूमिका घेऊन त्यावर उपाययोजना करणे.

२) राजकारण म्हणजे सामाजिक हिताचे दृष्टीने काही उद्दिष्टे डोळ्यासमोर ठेवून त्याबाबत योजना आखणे व त्या कार्यन्वित करण्याबाबत निर्णय घेणे.

३) राजकारणात काही निर्णय सत्तेचा उपयोग करून घ्यावे लागतात.

४) राजकारणात विविध हितसंबंधी गट असतात.

५) राजकारण हे सामाजिक प्रश्नांवरील तोडगा काढण्यासाठी उपयोगात आणलेले साधन होय.

राजकारणाकडे पाहावयाचे विविध प्रकार

राजकारण ही एक सतत चालणारी प्रक्रिया आहे. या प्रक्रियेत समाजात 'मूल्यांचे सत्ताधारित पद्धतीतून केलेले वितरण' हा अर्थ गर्भित असतो. कोणतीही प्रक्रिया म्हटली, की तेथे विशिष्ट पद्धती अनुस्यूत असते. राजकारण हा एक सामाजिक प्रक्रियेचा भाग आहे, असे म्हटल्यावर या प्रक्रियेत समाजातील कोणत्या घटकांचा संघर्ष, कोणत्या हितसंबंधी गटांचा संघर्ष आणि त्यावरील निर्णयात्मक कृती अभिप्रेत आहे, हा प्रश्न उद्‌भवतो. या प्रश्नाचे विश्लेषण निरनिराळ्या विचारधारांतील विचारवंतांनी निरनिराळ्या पद्धतीने केले आहे. त्यांपैकी उदारमतवादी, मार्क्सवादी आणि समुदायवादी (Communitarian) विचारधारा महत्त्वाच्या आहेत.

उदारमतवादाचे दृष्टीने राजकारण ही राज्य किंवा समाजातील हितसंबंधी गटांची विशिष्ट कृती असते (Pluralist view). या समाजात विविध हितसंबंधी गट कार्यरत असतात. एका हितसंबंधी गटाचे हितसंबंध दुसऱ्या हितसंबंधी गटाशी विरोधी असतात आणि त्यातून संघर्ष निर्माण होतो. यातील प्रत्येक हितसंबंधी गट आपल्याच गटातील लोकांचे हित जपण्याचा प्रयत्न करीत नसून, या संघर्षातून जी उपाययोजना होईल, तीही आपल्या गटाचे हित राखले जाईल, असे पाहत असते. उदा. कामगार संघटना या कामगारांचे हितसंबंध जोपासण्यासाठी कार्यरत असतात, तर मालकांचे हितसंबंध जोपासणाऱ्या संघटना त्यांचे हितसंबंध पाहतात. त्याचप्रमाणे समाजात काही परस्परविरोधी गट कार्यरत असतात. उदा. कामगार-मालक, विक्रेते-ग्राहक, शेतेमालक-शेतमजूर इत्यादी. त्या दृष्टिकोनातून राजकारण हे 'हितसंबंधी गटांची' प्रक्रिया असते. त्यांच्यातील संघर्ष किंवा वाद-विवाद हे शेवटी राज्य सोडवीत असल्याने, राजकारण याचा अर्थ 'राज्याची प्रक्रिया' (State activity) असे म्हटले जाते.

उदारमतवादी विचारांत राज्य हे या परस्परविरोधी हितसंबंधी गटांमध्ये समन्वय साधून त्यांच्या जास्तीत जास्त हिताचे रक्षण करण्याचे काम करीत असते. अर्थात अशा वेळी सामाजिक हितसंबंध जपले जातील, हेही पाहिले जाते. यातूनच कल्याणकारी राज्याची आधुनिक संकल्पना उदयास आली. यामध्ये केवळ परस्परविरोधी गटांतील संघर्षाचा समन्वय साधला जातो असे नसून, समाजातील सर्व स्तरातील लोकांचे हितसंबंध

जोपासले जातात. विशेषत: समाजातील मागासवर्गीयांना यात प्रोत्साहन देऊन त्यांचे जीवनमान कसे उंचावेल, याबद्दल योजना आखल्या जातात.

मार्क्सवादी विचारांप्रमाणे भांडवलशाही अर्थव्यवस्थेत सर्व सामाजिक संबंध हे आर्थिक विचाराभोवती घोटाळत असतात, फिरत असतात. जरी लोकशाही व्यवस्था कार्यरत असली, तरी भांडवलशाही अर्थव्यवस्थेत दोन परस्परविरोधी भांडवलदार आणि कामगार - हे अस्तित्वात असतातच. भांडवलदार वर्गाचे प्रशासनावर वर्चस्व असून प्रशासनामार्फत केवळ श्रीमंत भांडवलदारांचे हितसंबंध जोपासले जातात. आर्थिकदृष्ट्या दुर्बल लोकांचे शोषण केले जाते आणि त्याकडे प्रशासनाचे फारसे लक्ष नसते. त्यामुळे या व्यवस्थेत राज्य हे भांडवलशाहीच्या हातातील कामगारांचे शोषण करणारे हत्यार आहे, असे मानले जाते. मुख्यत: भांडवलदार आणि कामगार यांमध्ये आर्थिक हितसंबंधावरून संघर्ष होत असतात. आणि ते संघर्ष न मिटणारे असतात. जोपर्यंत ही वर्गव्यवस्था अस्तित्वात राहील, तोपर्यंत राज्य आणि राजकारण हे समाजातील आर्थिक दृष्ट्या सधन लोकांच्या हातातील दुर्बल लोकांचे शोषण करण्याचे साधन राहील. अशा लोकांचा राजकारणावर कायम प्रभाव राहील. त्याकरिता उपाय म्हणून कार्ल मार्क्स सामाजिक क्रांतीचा मार्ग सुचवितो. त्यातून 'कामगारांची हुकूमशाही' प्रस्थापित होईल आणि ही अंतरिम व्यवस्था शेवटी वर्गरहित समाजाची प्रस्थापना करून, अंती राज्याची गरज संपेल. अशा रीतीने समाजात वर्गरहित अवस्था निर्माण होऊन, 'राज्य विरून जाईल', असे स्वप्न कार्ल मार्क्स पाहतो.

समुदायवादी विचारवंतांच्या दृष्टीचे राज्य आणि राजकारण हे समाजातील परस्पर सहकार्यावर भर देते. त्यामुळे त्यांचे मते परस्पर सहकार्य हा राजकारणात पाया असतो. राज्य हे सुखी जीवनाकरिता अपरिहार्य साधन आहे, असे मानले जाते. म्हणून प्रत्येक व्यक्तीने चांगल्या सुखी जीवनाकरिता परस्पर सहकार्याची कास धरली पाहिजे असे आधुनिक समुदायवादी विचारवंतांना वाटते. व्यक्तीचा विकास, तिचे व्यक्तित्व हे समाजातच घडत असते. त्यामुळे अशा समाजातील आपले स्थान व्यक्तीने निर्माण करावे. स्वत:चे हित साधताना ते हित हा समाजहिताचा एक भाग झाला पाहिजे, असा विचार व्यक्तीने केला पाहिजे.

राजकारण हे असे सामूहिक सुखी जीवन निर्माण करण्याचे साधन आहे, असा समुदायवादी विचार आहे.

आधुनिक उदारमतवादात व्यक्ती ही समाजहित पाहण्यास बांधील नसते. तिने आपले ध्येय निश्चित करावे, आपल्या क्षमतांचा विकास करावा आणि त्यातूनच राष्ट्रीय विकासात हातभार लागतो. पण हा अतिरेकी स्वतंत्रतावादी विचार शेवटी सामाजिक मूल्यव्यवस्थेला घातक ठरतो. जर समाजातील 'अशा समाजाशी असंबंधित' (Socially disconnected) व्यक्तींना आपापले मार्ग चोखाळण्याचे स्वातंत्र्य दिले, तर समाजाचे विघटन व्हावयास

वेळ लागणार नाही. कोणावरही कोणाचेही बंधन नसल्यामुळे त्यातून नैतिक अध:पतन होईल. या परिस्थितीला सुरुवात झालेलीच आहे. वाढणारी गुन्हेगारी, बेरोजगारी, भ्रष्टाचार, मोडकळीस आलेली एकत्र कुटुंबव्यवस्था आणि अतिरिक्त ड्रग्जच्या सवयी ही या नैतिक अध:पतनाची आणि सामाजिक विघटनाची उदाहरणे सांगता येतील.

राजकीय सिद्धान्त आणि संकल्पना यांच्या अभ्यासात सर्व प्रकारचे सिद्धान्त, संकल्पना आणि विचार प्रवाहांचा अंतर्भाव होतो. सिद्धान्त आणि संकल्पना पुष्कळ आहेत. विचारप प्रवाहांनाही तोटा नाही. आपण मात्र या ग्रंथात मोजक्या बारा संकल्पना महाराष्ट्रातील सर्व विद्यापीठे व महाविद्यालयांच्या राज्यशास्त्राचे विद्यार्थी स्पर्धा परीक्षांचे उमेदवार, वृत्तपत्रकार तसेच राजकीय नेते व कार्यकर्ते यांना उपयोगी पडतील अशा निवडल्या आहेत. सर्व संबंधित वाचकांना हा ग्रंथ उपयुक्त ठरावा.

डॉ. विजय देव
डॉ. शरद गोसावी
डॉ. संज्योत आपटे

विषय ओळख

Concept या इंग्रजी शब्दाचा नेमका मराठी अर्थ सांगता येणे तसे अवघडच आहे. सर्वसाधारणतः मराठीत आपण Concept या शब्दासाठी 'संकल्पना' हा प्रतिशब्द वापरतो. हा शब्द कसा निर्माण झाला, हे पाहता असे लक्षात येते, की संकल्प आणि संकल्पना या दोन शब्दांचा काही एक संबंध असावा. Concepts या शब्दाचा अर्थ 'Idea of Class of Objects' किंवा 'a General notion' असा केला जातो. आणि 'संकल्प' म्हणजे मनोरथ, मनातील विचार, इच्छा, अमुक एक गोष्ट केलीच पाहिजे, असा निश्चय - विचार किंवा निर्धार. तुकाराम गाथेत 'सत्य संकल्पाचा भगवान' असे जे म्हटले आहे, त्याचा अर्थ संकल्प आपण करावयाचा आणि त्याची पूर्ती करावयास ईश्वर समर्थ आहे, असा विश्वास ठेवावयाचा. या दृष्टीने संकल्प हा शब्द संकल्पना या अलीकडे वापरात आलेल्या शब्दाशी जवळीक साधताना दिसतो. मात्र सामाजिक शास्त्रामध्ये आपण वापरत असलेला संकल्पना हा शब्द इंग्रजीतील Concept या शब्दाला प्रतिशब्द म्हणून वापरतो.

प्रस्तुत ग्रंथामध्ये 'संकल्पना' हा शब्दप्रयोग आपण त्याला 'राजकीय' हे विशेषण जोडून वापरत आहोत. याचा अर्थ असा, की संकल्प जसे अनेक कारणांसाठी अनेक अर्थ घेऊन मांडले जातात, तसेच राजकीय विचारांचे संकल्प हे वेळोवेळी विचारवंतांच्या मनात आलेल्या विचारांचेच मूर्त स्वरूप कसे असावे, याची सुसंगत कल्पना यावी म्हणून मांडले जातात.

राजकीय संकल्पनांचा विचार करतांना ते संकल्प राजकीय विचारवंतांचा विचार आणि लेखन यांमध्ये आढळून येण्याची शक्यता स्वाभाविकपणे अधिक असते. शब्द, शब्दांच्या संकल्पना, संकल्पनांची मांडणी, त्यातून निर्माण होणारी विचारप्रणाली आणि सिद्धान्त यांची पद्धतशीर गुंफण करणे हे शास्त्राच्या निर्मितीसाठी आवश्यक असते. राजकीय विचारक्षेत्रात राजकीय शब्द, संकल्पना, विचारप्रणाली आणि सिद्धान्त हे स्वतंत्रपणे विचारात घ्यावे लागतात.

अनेक शब्द आणि त्यांतून निर्माण होणाऱ्या कल्पना किंवा प्रत्येक शब्दाने सूचित केलेली कल्पना ही संकल्पनाच असते, असे नाही. तसे झाले; तर जेवढे शब्द, तेवढ्या संकल्पना असे होईल. राजकीय विचारांच्या क्षेत्रात त्यामुळे प्रत्येक राजकीय शब्दाला संकल्पनाच म्हणावा लागेल. परंतु तसे होत नाही. विचार पुढे नेणे, त्यातून विचारांची मालिका निर्माण होणे या प्रक्रियेसाठी उपयुक्त असलेले विशिष्ट शब्द हेच 'संकल्पना' या शब्दाला पात्र ठरतात. त्यानुसार सामाजिक शास्त्रांतर्गत सर्व विषयांच्या विशेष वैशिष्ट्यांना अशा संकल्पना असतात. याच दृष्टिकोनातून आपल्याला राजकीय संकल्पनांचा विचार करावा लागतो. त्या दृष्टीनेदेखील राजकीय संकल्पनांची संख्या ही शेकड्यांनी भरेल. परंतु ज्या राजकीय संकल्पनांचा उपयोग विचार पुढे नेण्यासाठी, विचारप्रणालींची रचना करण्यासाठी किंवा सिद्धान्त मांडण्यासाठी होऊ शकते, अशा संकल्पना या निवडक आणि मोजक्या असतात.

प्रमुख राजकीय संकल्पनांचा विचार करताना कोणत्या राजकीय संकल्पनांना 'प्रमुख' म्हणता येईल, हे दखील त्या विषयाच्या अभ्यासकांच्या व्यक्तिगत दृष्टिकोनावर अवलंबून असते. कोणत्या राजकीय संकल्पनांना 'प्रमुख' किंवा 'निवडक' म्हणावे, हे समजण्याचा साधा, सरळ आणि सोपा मार्ग आहे. तो म्हणजे, सावित्रीबाई फुले, पुणे विद्यापीठाच्या राज्यशास्त्राच्या अभ्यासक्रमात कोणत्या राजकीय संकल्पनांना विशेष महत्त्व दिलेले आहे, याचा मागोवा घेणे. असा सारासार विचार केल्यानंतर असे दिसून येते, की 'स्वातंत्र्य', 'समता', 'बंधुता', 'हक्क किंवा अधिकार', 'सार्वभौमत्व', 'संपत्ती (संपदा)', 'कायदा', 'नागरिकत्व', 'राज्य' इत्यादी संकल्पना या सार्वत्रिक आहेत.

काही प्रमुख राजकीय संकल्पना

'संकल्पना' या शब्दाची साधी सोपी आणि सरळ व्याख्या करणे अवघड आहे. परंतु ती केल्याशिवाय संकल्पनेला 'राजकीय' हे विशेषण लावून ती वेगळी करणे हे तर अधिकच अवघड बनेल. संकल्पनेची एक व्याख्या अशी : 'संकल्पना म्हणजे एखाद्या वस्तूविषयी एका शब्दात किंवा एका लहान शब्दसमूहात मांडलेली कल्पना होय.'

संकल्पना या नेहमी सर्वसाधारण अर्थाने वापरल्या जातात. त्या वस्तू, कल्पना, विषय यांच्यासंबंधी सर्वसाधारण माहिती देतात.

संकल्पना, प्रारूपे आणि सिद्धान्त यांचा उपयोग राजकीय अभ्यास आणि विश्लेषण यांची साधने म्हणून केला जातो. त्या दृष्टीने अलीकडच्या काळात डेव्हीड ईस्टन या राज्यशास्त्राच्या अभ्यासकाने मांडलेले राजकीय व्यवस्थेचे प्रारूप लक्षात घेता येईल. त्या प्रारूपांत संकल्पना, त्यातून निर्माण होणारी सूक्ष्म सैद्धान्तिक प्रारूपे, मोठी सैद्धान्तिक प्रारूपे, विचारप्रणालीच्या परंपरा आणि त्यांचे निकष स्पष्ट केल्याचे आढळते. त्या दृष्टीने

डेव्हीड ईस्टन संकल्पनांची उदाहरणे सत्ता (Power), सामाजिक वर्ग (Social Class), अधिकार किंवा हक्क (Rights) आणि कायदा म्हणजे (Law) अशी दिली जातात. सूक्ष्म सिद्धान्ताच्या प्रारूपांची उदाहरणे म्हणून ईस्टनला व्यवस्था विश्लेषण (System Analysis), लोकमत (Public Opinion) आणि क्रीडासिद्धान्त (Game Theory) ही उदाहरणे द्यावीशी वाटतात Macro - Theory किंवा ढोबळ सिद्धान्ताची उदाहरणे म्हणून तो अनेकता (Pluralism), श्रेष्ठीवाद (Elitism) आणि कार्यवाद (Functionalism) यांची उदाहरणे देतो. विचारप्रणालीच्या परंपरेतील संकल्पना म्हणून तो उदारमतवाद (Liberalism), मार्क्सवाद (Marxism) आणि स्त्रीवाद (Feminism) यांची उदाहरणे देतो. राजकीय विश्लेषणांची साधने म्हणून डेव्हीड ईस्टनने राजकीय व्यवस्थेचे प्रारूप विकसित करताना आणखी काही संकल्पना प्रचलित केल्या आहेत. प्रारूपान्वये संपूर्ण राजकीय प्रक्रियेचे आणि महत्त्वाच्या राजकीय विचारवंतांच्या कार्याचे विश्लेषण करून संपूर्ण राजकीय व्यवस्थेविषयी विस्ताराने सांगता येते.

संकल्पना या राजकीय विश्लेषणात नेहमीच महत्त्वाच्या राहिल्याचे दिसून येते. त्याची तीन कारणे सांगता येतील. पहिले, राजकीय विश्लेषण हे सर्वसाधारण विधाने करण्यासाठी उपयुक्त असते. दुसरे, राजकारण आणि राजकीय प्रक्रिया यांच्याशी संबंधित असलेल्या नेत्यांच्या भाषेत राजकीय विषयाच्या परिभाषेचा नेमकेपणा आणि सुसंगतपणा यांचा अभाव असतो. आणि तिसरे, परंतु महत्त्वाचे कारण म्हणजे, राजकीय संकल्पना किंवा सर्वसाधारण संकल्पना या विचार-प्रणालीविषयीच्या नेत्यांच्या आकलनात अस्पष्टपणे अडकलेल्या असतात.

वरील तीन कारणांतून राजकीय विश्लेषणासाठी उपयुक्त असलेल्या संकल्पनांचे दोन वर्ग करता येतात. पहिला वर्ग म्हणजे तात्त्विक संकल्पना (Normative Concepts). अशा संकल्पना बहुधा मूल्याधिष्ठित असतात. त्या आदर्श नैतिकतत्त्वांचे वर्णन करतात. त्यांची उत्तम उदाहरणे म्हणून स्वातंत्र्य (Freedom) आणि न्याय (Justice) ही दिली जातात.

मूल्याधिष्ठित संकल्पनांपेक्षा वेगळ्या संकल्पना म्हणून वर्णनात्मक आणि सकारात्मक संकल्पनांची उदाहरणे देता येतील. अशा संकल्पना या वास्तवाशी संबंधित असून त्या प्रत्यक्षात प्रयोग स्वरुपावर परिणाम घडवून आणताना दिसतात. उदा. सत्ता (Power), अधिकार (Authority), कायदा आणि सुव्यवस्था (Law and Order). या संकल्पना प्रत्यक्षात अनुभवास येतात किंवा नाही, असे सांगता किंवा विचारता येते. सत्तेला दोष दिला जातो. अधिकाराविषयी पृच्छा केली जाते आणि कायदा आणि सुव्यवस्था आहे किंवा नाही, असे प्रत्यक्ष पाहाता येते.

संकल्पनांचे मूल्यात्मक आणि वर्तनात्मक अर्थ काढले, तरी त्यांना मूल्याधिष्ठतेपासून

बाजूला काढून पूर्णपणे वस्तुनिष्ठ बनविता येत नाही. संकल्पना या नेहमीच व्यक्तिनिष्ठता आणि वस्तुनिष्ठता यांचे मिश्रण असते.

काही संकल्पना या वादग्रस्त असतात. त्यांच्याविषयीच्या वादातून-चर्चांतून विचारप्रणाली आणि तत्त्वज्ञान विकसित होऊ शकते. हे संस्कृतमधील 'वादे वादे जायते तत्त्वबोध:।' या वचनासारखे आहे. राजकीय तत्त्वचिंतक हे संकल्पना निर्माण करून त्या राजकीय परिभाषेत मांडण्याचा प्रयत्न करतात. त्यातून निर्माण होणाऱ्या बऱ्यावाईट तत्त्वांचा सामान्य जनतेकडून कधी स्वीकार होतो, तर कधी धिक्कार केला जातो. राजकीय पक्षांच्या प्रचारांमध्ये अशी परिभाषा नेहमीच वापरली जाते. सत्ता, स्वातंत्र्य आणि न्याय या संकल्पनामधील जी विसंगती दिसून येते, त्याचा गॅली (W.B. Gallie) या राजकीय अभ्यासकांने विश्लेषणात्मक अभ्यास केला आहे. त्याच्या मतानुसार न्याय, स्वातंत्र्य आणि सत्ता प्राय: वादग्रस्त संकल्पना म्हणून लक्षात घेतल्या पाहिजेत.

संकल्पनांविषयी आणखी एक प्रश्न उपस्थित केला जातो. तो म्हणजे, शब्द हे संकल्पना असल्या, तरी सगळेच शब्द संकल्पना ठरत नाहीत. संकल्पनांना शब्दांपेक्षा वेगळे आणि निश्चित अस्तित्व असते. त्यांचा वापर मानवी मन आणि विचार यांवर परिणाम घडवून आणतो. थोडक्यात कोणत्याही व्याकरणाप्रमाणे शब्द हे वस्तुनिर्देशक असून त्या वस्तूविषयी आकलन घडवून आणणारे असतातच, असे नाही. याचाच अर्थ असा की, विशिष्ट शब्द आणि शब्दसमूह यांना आपण संकल्पना म्हणतो आणि त्या जेव्हा निश्चितपणे राजकीय अर्थ स्पष्ट करणाऱ्या असतात, तेव्हा त्यांना 'राजकीय संकल्पना' असे म्हणतो.

राजकीय संकल्पनांनादेखील विचार आणि परंपरा असते. त्यांचा इतिहास राजकीय विचारांचा इतिहास बनतो. याचे उत्तम ऐतिहासिक उदाहरण म्हणजे गेल्या दोन शतकांत घडून आलेल्या क्रांतींचे देता येईल. अमेरिकन क्रांतीमुळे स्वातंत्र्य (Liberty) ही संकल्पना नव्याने उदय पावली. रशियन राज्यक्रांतीतून 'साम्यवाद' ही विचारप्रणाली विकसित झाली. झेकोस्लोव्हाकियाच्या मखमली क्रांतीतून साम्यवादाचे काही निराळे अर्थ निश्चित झाले. इंग्लंडच्या रक्तशून्य क्रांतीतून 'जनतेचे सार्वभौमत्व' किंवा 'लोकसत्ता' ही संकल्पना पुढे आली. आपण ज्या संकल्पनांना प्रमुख राजकीय संकल्पना म्हणत आहोत, त्या सर्व संकल्पनांना आधुनिक काळात नवा अर्थ प्राप्त होऊन, त्या राजकीय विचारांच्या अभ्यासात महत्त्वाच्या ठरल्या. डेव्हीड ईस्टन किंवा मॅक्स वेबर या आधुनिक राजकीय विचारवंतांनी त्यामुळेच काही राजकीय संकल्पना या मूलभूत स्वरूपाच्या आहेत असे सांगून त्यांची उदाहरणे म्हणून शासन (Government), मानवी स्वभाव (Human nature), कायदा (Law), सत्ता (Power), सार्वभौमत्व (Sovereignty) आणि राज्यसंस्था (The State) यांचा निर्देश केल्याचे दिसते. प्रस्तुत ग्रंथात आपण निवडलेल्या बारा संकल्पनांमध्ये

ईस्टन किंवा वेबर यांनी पुरस्कृत केलेल्या संकल्पनांचा अंतर्भाव झालेला आहे. मात्र त्याच्या जोडीला आपण स्वातंत्र्य (Liberty), समता (Equality), न्याय (Justice) आणि संपत्ती (Property) यांनाही विशेष महत्त्व दिले आहे. थोडक्यात, संकल्पना म्हणजे काय, राजकीय संकल्पनांचे वेगळेपण कोणते, यांच्या विश्लेषणात येणाऱ्या राजकीय संकल्पना कोणत्या यांचा विचार करून, 'प्रमुख राजकीय संकल्पना' हा विषय अधिक व्यवस्थितपणे मांडण्याचा प्रयत्न केला आहे.

राजकीय सिद्धान्त (Political Theory)

'राजकीय सिद्धान्त' म्हणजे माणसाने आपल्या समूहजीवनाचे व संघटनेचे प्रश्न जाणीवपूर्वक समजावून घेण्याचा व ते सोडविण्याचा केलेला प्रयत्न. राजकीय सिद्धान्त ही एक बौद्धिक परंपरा आहे. पिढ्यानूपिढ्या हस्तांतरित होत जाणाऱ्या संस्कृतीचा राजकीय सिद्धान्त हा एक अविभाज्य भाग आहे. प्रा. सबाईन यांचे मते, राजकारणाविषयीचे किंवा राजकारणाशी प्रस्तुत असलेले सगळेच चिंतन राजकीय सिद्धान्तात समाविष्ट करता येत नाही, तर राजकीय प्रश्नांचा शिस्तबद्ध शोध म्हणजे राजकीय सिद्धान्त होय. राजकीय सिद्धान्त समकालीन परिस्थितीचे विश्लेषण करण्यासाठी जसे उपयुक्त ठरतात, तसेच ते अनेक प्रसंग आणि घटना समजण्यासाठीही मार्गदर्शक ठरू शकतात. प्रा. सबाईन यांचे मते राजकीय सिद्धान्तात वस्तुनिष्ठ, कार्यकारणात्मक आणि मूल्यमापनात्मक अशा तीन बाबींचा अंतर्भाव होतो. ऐतिहासिक काळात जे राजकीय व सामाजिक पेचप्रसंग निर्माण होतात, त्यातूनच राजकीय सिद्धान्तांचा जन्म होत असतो. ख्रिस्तपूर्व चौथ्या शतकात प्लेटो आणि ॲरिस्टॉटल यांनी मांडलेले सिद्धान्त व सतराव्या शतकात इंग्लंडमध्ये हॉब्ज आणि जॉन लॉकने मांडलेले सिद्धान्त हे त्याचे उदाहरण होय. कारण हे सिद्धान्त समाजाच्या गरजेतून उद्भवतात आणि त्या काळातील चिंतनशील व्यक्तींच्या मनावर त्याचा प्रचंड प्रभाव पडलेला असतो.

राजकीय सिद्धान्त ही एक शास्त्रीय संकल्पना असून या संकल्पनांद्वारे नवीन सिद्धान्त मांडले जातात ते वारंवार पडताळून सार्वजनिक स्पष्टीकरणाच्या आधारे त्यांचे नियमांत रूपांतर केले जाते. तसा प्रयत्न राज्यशास्त्रज्ञ हे राजकीय सिद्धान्ताची गृहीते मांडताना करतात. गृहीते मांडणे, ती पडताळून पाहणे, त्यांचे सार्वजनिक स्पष्टीकरण करणारे नियम बनविणे या राजकीय सिद्धान्तातील महत्त्वाच्या बाबी होत. कार्ल मार्क्सचा वर्गसंघर्षाचा सिद्धान्त हे त्याचे उदाहरण सांगता येईल. माणसाला जगण्यासाठी विज्ञान, कला वगैरेंची जेवढी गरज असते, तेवढीच राजकीय सिद्धान्ताचीही असते. राजकीय सिद्धान्ताच्या संदर्भात अर्नाल्ड ब्रेइन म्हणतो, समाजाच्या राजकीय जीवनाचे तात्कालिक संभाव्य प्रश्न इतरांपेक्षा चटकन आकलन करणे आणि इतरांपेक्षा त्याचे अधिक सखोल विश्लेषण

करणे हे राजकीय सिद्धान्ताचे कार्य आहे. तसेच क्रियाशील राजकारणाला कृतीचे पर्यायी मार्ग पुरेसा अवधी ठेवून आणि आधीच त्या कृतींच्या संभाव्य परिणामांचा विचार करून उपलब्ध करून देणे आणि केवळ विद्वत्तापूर्ण स्वगत नव्हे, तर ज्यावर राजकारण्यांना इमले उभारता येतील, असा ज्ञानाचा भरभक्कम पाया उभा करणे ही कार्ये राजकीय सिद्धान्त करतात. त्यामुळे मानवी विकासाला चालना मिळते.

राज्यशास्त्र (Political Science)

राज्यशास्त्र हे राजकीयदृष्ट्या संघटित समाजाने, स्वतःला बंधनात्मक करण्याच्या प्रयत्नाच्या प्रक्रियेचा अभ्यास करणारे शास्त्र होय. राज्यशास्त्र म्हणजे राज्याविषयीचे शास्त्र, ज्यात राज्य हा अभ्यासाचा प्रमुख विषय असतो. त्यात राजकीय संबंधांचा अभ्यास केला जातो. प्लेटोपासून ते हॅरॉल्ड लास्कीच्या वेळेपर्यंत अनेक पारंपरिक व आधुनिक राज्यशास्त्रज्ञांनी राज्यशास्त्राच्या व्याख्या दिल्या आहेत. त्या सर्व व्याख्यांचा सारांश विचारात घेतला, तर 'व्यक्तीच्या राजकीय वर्तनाचा अभ्यास करणारे शास्त्र', अशी राज्यशासनाची व्याख्या करता येईल. त्यात राज्यसंस्था, शासनसंस्था, जनता व राजकीय नेते यांचे संबंध, प्रत्यक्ष व्यवहारात केले जाणारे राजकारण इ. बाबींचा समावेश होतो.

Politics हा शब्द राजकारण या अर्थानेदेखील वापरला जातो. म्हणजेच दैनंदिन व्यवहारात होणाऱ्या घडामोडींत घेतले जाणारे निर्णय या बाबतीत राजकारण हा शब्द-प्रयोग केला जातो. परंतु शास्त्रीय परिभाषेत तो अर्थ अभिप्रेत नसतो. राज्यशास्त्राची व्याप्ती दिवसेंदिवस वाढत असून, जेथे जेथे निर्णय घेण्याची प्रक्रिया घडते, तिथपर्यंत त्याची व्याप्ती असू शकते. व्यक्तीचे वर्तन, विविध संस्थांचे संबंध, शासनसंस्था व तिची अंगे, राजकीय पक्ष व दबाव गट, राष्ट्रा-राष्ट्रांचे संबंध, जागतिक राजकारण इ. बाबींचा त्यात समावेश होऊ शकतो. आधुनिक अभ्यासपद्धतींचा अवलंब करून राज्यशास्त्र या सामाजिक शास्त्रास जास्तीत जास्त शास्त्रीय स्वरूप देण्याचा प्रयत्न केला जात आहे.

विचारप्रणाली (Idealogy)

विचारप्रणाली ही एक मूल्यव्यवस्था असते. राजकीय व्यवस्था, त्या व्यवस्थेची ध्येये आणि उद्दिष्टे व ती प्रत्यक्षात कशा पद्धतीने अमलात आणता येतील, या संबंधीचा हा वैचारिक आराखडा होय. (Blue Print) ही विचारप्रणाली मांडताना त्यात व्यक्त करण्यात आलेली मूल्यव्यवस्था साकार करण्यासाठी भूतकालीन संदर्भ, वर्तमानकालीन स्पष्टीकरणे आणि भविष्यासंबंधीचे चित्र रंगविण्याचा प्रयत्न केला जातो. विचारप्रणालीद्वारा सैद्धान्तिक मांडणी करून त्यात तात्त्विक आधार देण्याचा प्रयत्न केलेला असतो. विचारप्रणालीत व्यक्त केलेल्या भूमिकेनुसार तिचे समर्थन करणारे अनुयायी तिला लाभतात. विचारप्रणालीद्वारे तर्कसंगत मांडणी करण्यात येऊन एका विशिष्ट व्यवस्थेची रचना स्पष्ट

केलेली असते. या वैचारिक व्यवस्थेद्वारा वास्तवता आणि तात्त्विकता या दोन्ही बाबींमध्ये समन्वय साधण्याचा प्रयत्न केलेला असतो. विचारप्रणालीद्वारा अनेक प्रश्नांची उत्तरे आणि स्पष्टीकरणे दिली जातात. लोकांना कृतिप्रवण करण्याचे काम विचारसरणी करते, तेव्हा तिचे रूपांतर चळवळीत होते. समाजवाद, मार्क्सवाद, उदारमतवाद, गांधीवाद ही विचारसरणींची काही उदाहरणे आहेत. या विचारसरणीवर आधारित ग्रंथ, जाहीरनामे, घोषवाक्ये प्रसिद्ध करून तिला जनमान्यता मिळविण्याचा प्रयत्न तिचे समर्थक करतात. त्याचबरोबर बदलत्या परिस्थितीनुरूप विचारसरणीत भर घातली जाते, नवीन कार्यक्रम जोडले जातात, नवीन अन्वयार्थ शोधले जातात; मात्र विचारप्रणालीत मूलभूत बदल होत नाहीत. उदा. नवसमाजवाद, नवमार्क्सवाद इत्यादि पुढे येतात. स्वत: मार्क्सदेखील अशा बदलांचे महत्त्व मान्य करतो, तर इटालियन विचारवंत ग्रामसी विचारप्रणालींद्वाराच परिवर्तन घडू शकते, अशी भूमिका मांडताना दिसतो.

प्रस्तुत ग्रंथात काही अत्यंत महत्त्वाच्या अशा राजकीय संकल्पनांचा ऊहापोह केला आहे. जगातील सर्व विश्वविद्यालयात 'Key Concepts in Politics' - 'प्रमुख राजकीय संकल्पना' पदवी-पदव्युत्तर विद्यार्थ्यांना शिकविल्या जातात. महाराष्ट्रातील सर्व विद्यापीठांत राजकीय संकल्पनाविषयक पाठ्यक्रम कोणत्या ना कोणत्या स्वरूपात अभ्यासक्रमांमध्ये अंतर्भूत केला जातो असे दिसते.

पारिभाषिक शब्द, संकल्पना, सिद्धान्त, विचारप्रणाली या क्रमाने राज्यशास्त्र या विषयाच्या अभ्यासाची बाजू सांभाळली जाते. सामाजिक शास्त्रे ही संकल्पनांनी भरून गेलेली दिसतात. विद्यार्थ्यांना संकल्पना जितक्या समजतील, तितके ते सामाजिक शास्त्रांतर्गत विषयांच्या आकलनासाठी सक्षम बनत जातील.

राज्यशास्त्राचे अध्यापक, प्राध्यापक तसेच विद्यार्थी यांना तर या पुस्तकाचा उपयोग होईलच होईल; शिवाय जिज्ञासू सामान्य व्यक्तींनादेखील सामाजिक-राजकीय भान येण्याच्या दृष्टीने या पुस्तकाचा उपयोग होईल.

आम्ही तिघांनी मिळून गत वर्षी एक उत्तम ग्रंथ 'पाश्चात्त्य राजकीय विचारप्रणाली' प्राध्यापक-विद्यार्थी यांचेसाठी लिहून प्रकाशित केला. डायमंड प्रकाशनचे श्री. दत्तात्रेय पाष्टे यांच्या जागत्या प्रयत्नामुळेच हे शक्य झाले. आम्ही तिघांनी एकविचाराने त्यांच्या प्रयत्नांना यश देण्याच्या दृष्टीने सर्वतोपरी प्रयत्न केले आणि आता हा दुसरा ग्रंथ - 'राजकीय संकल्पना आणि सिद्धान्त' जो राज्यशास्त्राचे विद्यार्थी, अध्यापक यांना जसा उपयुक्त वाटेल तसाच स्पर्धा परीक्षार्थी पत्रकारितेच्या अभ्यासकांनाही तितकाच उपयुक्त वाटेल असा भरवसा वाटतो.

अनुक्रम

१ राज्य

State

राज्य (The State)

राज्य ही संकल्पना राज्यशास्त्रात मध्यवर्ती संकल्पना म्हणून मानली जाते. निरनिराळ्या विचारवंतांनी ह्या संस्थेच्या विविध तऱ्हेने व्याख्या केल्या आहेत. 'राज्यशास्त्र हे राज्य या संस्थेचे शास्त्रशुद्ध विवेचन', असे Politics Science या आपल्या पुस्तकात गेटेल हा विचारवंत मानतो; तर राज्यशास्त्र हे राज्य या संस्थेपासून सुरू होते व राज्य ह्या संस्थेपाशी थांबते. म्हणजेच राज्यशास्त्र हे राज्य या संस्थेच्या उगमापासून सुरू होते आणि राज्याचे समग्र विश्लेषण करते, असे 'Political Science' या आपल्या पुस्तकात गार्नर म्हणतो. आधुनिक राज्यशास्त्राच्या विचारांत राज्याचे महत्त्व निरनिराळ्या प्रकारे सांगितले आहे. काही विचारवंतांचे म्हणणे असे आहे की, परंपरागत राज्यशास्त्र हे राजकीय वास्तव किंवा राजकीय कार्यपद्धती समजावून येण्याच्या दृष्टीने कुचकामी आहे. कारण 'संस्थात्मक राज्य ही संघटना आणि तिचे विश्लेषण हे वास्तव राजकारणापासून फारच दूर आहे.' दुसरे, राज्य ह्या संस्थेचे विश्लेषण हे राज्याचे तांत्रिक प्रयोजनाचे विवरण करते व त्यामुळे ते अमूर्त नैतिक तत्त्वज्ञानाकडे झुकते आणि वास्तवाकडे तिचे दुर्लक्ष होते. डेव्हिड ईस्टन हा आपल्या Political Systems : An Inquiry into the state of Political Science या ग्रंथात म्हणतो, राज्यशास्त्राच्या विश्लेषणातील 'राज्य' ह्या संस्थेसंबंधी विविध विचारवंतांत इतकी पराकोटीची संदिग्धता आहे की, 'राज्य' ह्या संस्थेचा विचारच सर्वस्वी त्याज्य आहे.

राज्य ह्या संस्थेसंबंधीची उदासीनता ही विशेषत: अमेरिकन उदारमतवादी विचारवंतांत दिसून येते. परंतु मार्क्सवादी राज्याचे विवरण हे सुरुवातीच्या काळात 'राज्य' या संस्थेभोवती फिरत राहते. मार्क्सवादात अंतरिम काळाकरिता राज्याचा विशिष्ट प्रकार कल्पिला असून, त्या राज्याच्या प्रकाराला ते 'सोशॅलिस्ट मार्क्सिस्ट स्टेट' किंवा 'कामगारांची अधिसत्ता' (Dictatorship of the Proletariat) असे संबोधतात व

समाजवादी समाजरचनेचे अंतिम ध्येय हे 'राज्यविरहित समाज' (Stateless Society) प्रस्थापित करणे हे मानतात. अलीकडील विचारवंत हे राज्याचे केवळ संस्थात्मक स्वरूप बदलून, राज्य हे समाजाच्या विकासाचे एक साधन आहे, असे मानतात आणि राज्याची मध्यवर्ती संकल्पना म्हणून पुनर्स्थापना करण्याचा प्रयत्न करतात. टी. स्कालपोल हा विचारवंत म्हणतो, समाजाला विविक्षित स्वरूप देण्याचे कार्य राज्य करीत असते आणि समाजाच्या विकासाला हातभार लावून समाजधारणेचे एक महत्त्वाचे कार्य राज्य करते. या सर्व विवेचनावरून एक गोष्ट लक्षात येईल, की विविध काळात राज्याचे महत्त्व कमी-जास्त होत गेले, तरी राज्य ही संस्था पूर्णपणे बाद करणे, हे कधीच शक्य झाले नाही. राज्यशास्त्राच्या अभ्यासात 'राज्य' ही संकल्पना पुन:पुन्हा मध्यवर्ती म्हणूनच मानली गेली. मग 'राज्य' म्हणजे काय?

राज्य ही संज्ञा सर्वसमावेशक असल्याचे दिसून येते. त्यात विविध संस्था व त्यांचा कारभार यांचा अंतर्भाव होतो. विशिष्ट भूभागाचे स्वामित्व, एक तात्त्विक अधिष्ठान आणि नैतिक अधिष्ठान असलेले अस्तित्व, दंडसत्ता असलेली संस्था आणि इतर अनेक घटकांचा त्यांत समावेश होतो. आदर्शवादी विचारसरणीतून राज्य हे तीन घटकांनी बनले असल्याचे त्या विचारधारेचा अध्वर्यू जॉर्ज हेगेल सांगतो. ते तीन घटक म्हणजे - कुटुंब, नागरी समाज आणि राज्य. कुटुंबात मुलांच्या आणि ज्येष्ठांच्या हितासाठी स्वत:चे हित बाजूला ठेवण्याची कृती निर्माण होते. समाजामध्ये व्यक्ती स्वत:चे हित बाजूला ठेवून सामाजिक हिताला प्राधान्य देते. यालाच (universal egoism) असे म्हणतात. हेगेल राज्याकडे परस्परांच्या सहकार्यातून निर्माण झालेले एक नैतिक अस्तित्व (ethical entity), (universal altruism) म्हणून पाहतो. त्यातूनच राज्याकडे पाहण्याचा आदरयुक्त श्रेष्ठत्वाचा भाव निर्माण होतो. पण या विचारात राज्याचे कार्यक्षेत्र सर्वसमावेशक असल्याचे मांडले जाते.

दुसरा विचार हा आधुनिक मार्क्सवाद्यांचा विचार. त्यात राज्याच्या कार्यक्षेत्राबद्दल विचार केल्याचे आढळते. वर्गसंघर्षाचे शमन करण्यासाठी भांडवलशाही पद्धतीचे रक्षण करणारी व्यवस्था म्हणजे राज्य. या विचारांत राज्य आणि त्या अंतर्गत सर्व संस्था या राज्यात अंतर्भूत होतात. हा या विचारांचा सर्वसाधारण दुवा आहे.

आधुनिक राष्ट्र-राज्यांचा एक महत्त्वाचा घटक म्हणजे दमनशक्तीचे संघटन करण्याची त्यांची क्षमता आणि वेळ येताच त्याचा वापर करण्याची सिद्धता हा होय. उदा. सैन्यदले, नाविक दले, विमानदले, पोलीस दले इ. लष्करी तंत्रज्ञान आणि साहित्य मिळविण्यासाठी आधुनिक राज्ये फार मोठ्या प्रमाणात खर्च करतात. लोकशाही राज्ये, राष्ट्र-राज्ये निर्माण होण्यातला आणखी एक घटक म्हणजे राष्ट्रवाद (Nationalism) हा होय. एका विशिष्ट भू-भागावरील लोकांमध्ये अस्मिता जागृत करून, त्यांना एक

संघटित व्यक्तित्व प्राप्त करून देण्यामुळे त्या समुदायाची शक्ती वाढते आणि त्याचा आंतरराष्ट्रीय क्षेत्रात दबदबाही वाढतो. राष्ट्राची वैधता वाढण्यासाठी आणि सामाजिक अभिसरणाची प्रक्रिया सुरू होण्याचे दृष्टीनेही हे संघटित व्यक्तित्व (Organized identity) कार्यरत असते. आर्थिक दृष्ट्या व्यापार आणि कारखानदारी हे घटकही आधुनिक राष्ट्र-राज्यांच्या उभारणीस हातभार लावतात. केंद्रीभूत राजकीय शासनाचे विस्तारित अधिकार, प्रचंड लष्करी सामर्थ्याची उभारणी ही आधुनिक राज्यांची वैशिष्ट्ये असली, तरी त्यांचा मूळ गाभा सोळाव्या शतकातील युरोपीय राज्यांत शोधावा लागेल आणि त्याचेच विकसित आणि वैश्विक स्वरूप ही आधुनिक राज्ये आहेत, असे म्हणावे लागेल.

युरोपीय राजांनी साहसी परराष्ट्रीय शोधमोहिमांना दिलेल्या प्रोत्साहनात या विकासाची बीजे दडली आहेत. प्रथम स्पॅनिश आणि पोर्तुगीज लोकांनी या शोधमोहिमांना सुरुवात केली आणि नंतर इंग्लिश आणि डच लोकांनी त्यांत भर घातली. अठराव्या शतकाच्या उत्तरार्धात तंत्रज्ञानदृष्ट्या आणि आंतर्देशीय व्यापाराच्या दृष्टिकोनातून इंग्लंड वैभवाच्या शिखरावर होता. त्याला कारण औद्योगिक क्रांती होय. एकोणिसाव्या शतकात तर औद्योगिक विकासाच्या क्षेत्रात इंग्लंड जागतिकदृष्ट्या प्रथम क्रमांकावर होते. लंडन हे व्यापार आणि अर्थव्यवहार यांचे केंद्र होते. या व्यापारवृद्धीमुळे व तंत्रज्ञानाच्या विकासामुळे विविध देशांचे परस्परांशी संपर्क आले आणि त्यातूनच आधुनिक राष्ट्र-राज्यांचा उदय झाला. या औद्योगिक क्रांतीतून आधुनिक राज्य, आधुनिक व्यापारी संघटना आणि तंत्रज्ञान- विषयक संशोधन प्रगत झाले. या घडामोडीमुळे भांडवलशाहीला प्रोत्साहन मिळाले, कारण कारखानदारी किंवा व्यापार यांना भांडवलाची गरज भासत असते. या भांडवलशाहीने जगाच्या सर्व कानाकोपऱ्यात प्रवेश केला. भांडवलशाहीच्या विकासाला राज्यांची बंधने अडवू शकत नव्हती. त्या काळातील प्रमुख राज्ये फ्रान्स, स्पेन, पोर्तुगाल, ब्रिटन, पवित्र रोम साम्राज्यातील देश (जर्मनी, इटली, बाल्कन, ऑस्ट्रिया, हंगेरी), स्कँडेनेव्हिया आणि नेदरलँड हे होते.

वॉलरस्टीन नावाचा राजकीय विचारवंत म्हणतो, भांडवलशाहीचा व्यवहारच मुळापासून वैश्विक पातळीवर चालला. त्याला देशांची बंधने नव्हती. आपल्या जागतिक विश्लेषणपद्धतीत तो दोन प्रकारच्या जागतिक पद्धती मानतो - एक साम्राज्ये आणि दुसऱ्या अर्थसत्ता. पहिल्या प्रकारच्या पद्धती या राजकीय संघटना असून साम्राज्याचे शासन, त्यांचे कर, खंड, सारावसुली अधिकार इत्यादि प्रमुख घटक असत. त्यांचे यश त्यांच्या राजकीय आणि लष्करी सामर्थ्यावर अवलंबून असे. या साम्राज्यांचा ऱ्हास अर्थसत्तांनी घडवून आणला, कारण ही साम्राज्ये परिदृढ (inflexible) व्यवस्थेवर आधारित होती. या साम्राज्यांना सोळाव्या आणि सतराव्या शतकात उदयास आलेल्या, अत्यंत

राक्षसी महत्त्वाकांक्षा असलेल्या, संपत्तीसंचयाचा लोभ असणाऱ्या अर्थसत्तांनी जोरदार धक्के दिले. वॉलेरस्टीनच्या मते, जागतिक अर्थसत्ता ही राज्यांच्या बंधनात अडकून पडणारी व्यवस्था नव्हती. तिला राज्याचे बंधन नव्हते, उलट राज्यावरच तिचा प्रभाव असे. वॉलेरस्टीन अशा अर्थसत्तेचे तीन प्रकार कल्पितो. केंद्रीभूत, (सुरुवातीला पश्चिमोत्तर आणि मध्य युरोप), परिघावरील देश (वासाहतिक देश) आणि सेमी-परिघावरील देश (Mediterranean Zone) (भूमध्य पट्टा). प्रत्येक प्रकारातील देशात एक विशिष्ट पद्धतीची अर्थव्यवस्था प्रचलित असते. राज्याचे प्रकार आणि कामगार नियंत्रणपद्धती अस्तित्वात असते. भांडवलशाही पद्धतीमुळे एक वेगळीच जागतिक श्रमव्यवस्था अस्तित्वात आली. वासाहतिक देशांचे अस्तित्व नाहीसे झालेले आहे. तरीदेखील भांडवलशाहीमध्ये, त्यातील अर्थकारणामुळे जगात मोठ्या प्रमाणावर आर्थिक असमतोल निर्माण झालेला दिसतो. आणि त्याचे परिणाम राज्यांमधील अर्थकारणावर झालेले दिसतात. सुरुवातीला भांडवली अर्थव्यवस्थेचा विस्तार हा कच्च्या मालाचा पुरवठा व उत्पादनाच्या विविध घटकांपुरताच मर्यादित होता. जागतिक बाजारपेठेचा विस्तार आणि त्याकरिता वाढत्या उत्पादनाच्या गरजेतूनच कच्च्या मालाची आणि उत्पादनाच्या विविध घटकांची मागणी वाढली. उत्पादनाकरिता लागणाऱ्या कच्च्या मालाच्या पुरवठ्याकरिता विविध देशांत अशा मालाचा शोध घेण्यात येऊ लागला. त्या कच्च्या मालाच्या मागणीतूनच विविध देशांत वसाहतींची स्थापना झाली आणि साम्राज्यांची निर्मिती झाली. त्याकरिता जे संघर्ष झाले, त्यांचे स्वरूप केवळ लष्करी न राहता, त्या संघर्षाचे स्वरूप आर्थिकही बनले. या सर्व व्यवहारांत प्रत्येक देशातील समाज आणि अर्थकारण यांचेवर परिणाम झाला.

राज्य या संकल्पनेचा अर्थ (Meaning of the State)

प्राचीन काळापासून 'राज्य' या संस्थेसारखी कोणती तरी संस्था कार्यरत होती. उदा. ग्रीक City States किंवा Roman Empire. तरीही 'राज्य' ही सध्या अस्तित्वात असलेली संस्था त्या मानाने आधुनिक आहे. राज्याच्या आधुनिक स्वरूपाची संकल्पना मॅकियाव्हेली मांडताना दिसतो. तो म्हणतो, 'अशी एक शक्ती, की जिचे हाती लोकांवर सत्ता गाजविण्याचे अधिकार आहेत.' ही संकल्पना मॅकियाव्हेलीने सोळाव्या शतकात मांडली. 'Prince' या त्याच्या ग्रंथात राज्याचे स्वरूप त्याने स्पष्ट केले व तेव्हापासून 'राज्य' या संस्थेबाबत राजकीय विचारवंत व विश्लेषक यांचे लक्ष वेधले गेले. 'राज्य' या संस्थेबद्दल समाजशास्त्रीय दृष्टिकोनातून मॅक्स वेबर या विचारवंताने 'राज्या'चा समाजिक अंगाने विचार केला. समाजशास्त्रीय दृष्टिकोनातून राज्य म्हणजे 'एका विशिष्ट भूभागावर वास्तव्य करणाऱ्या लोकांच्या समुदायावर कायदेशीर रीत्या नियंत्रण

गाजविण्याची शक्ती असलेल्या 'मक्तेदारी असलेल्या लोकांचा गट' (A state is a human community that claims the monopoly of the legitimate use of physical force within a given territory - R.C. MacIver). हा लेखक राज्य आणि इतर संस्था यांत फरक करतो. राज्यात एखाद्या भूभागावरील सर्व लोकांचा समावेश होतो, तर इतर संस्था विशिष्ट उद्दिष्टाने अस्तित्वात येतात आणि त्यामध्ये त्या उद्देष्टांशी संबंध असलेल्या व्यक्तींचा समावेश होतो. राज्य हे सामाजिक शांतता प्रस्थापित करण्याचे महत्त्वाचे कार्य करते. आणि हे कार्य राज्य आपल्या प्रतिनिधीमार्फत करते. प्रशासन किंवा सरकार हे राज्याचे प्रतिनिधित्व करते आणि ते कायद्याच्या भाषेत आपले म्हणणे प्रतीत करते.

राज्य व इतर संस्था यांमध्ये आणखी एक महत्त्वाचा फरक राज्यशास्त्राचे विचारवंत करतात. इतर संस्था या स्वेच्छाधारित संस्था असतात. ज्या व्यक्तीला त्या संस्थेच्या कार्यात रस असेल, ते तिचे सभासद असतात/होतात. त्यांचे सभासदत्व हे सक्तीचे नसते, ऐच्छिक असते. उलट एका विशिष्ट भूभागावर वास्तव्य करणारी व्यक्तीही त्या राज्याची सदस्य असतेच व तिला त्या राज्याचे आदेश पाळावेच लागतात. याचाच अर्थ 'राज्य' ही संस्था इतर सर्व संस्थाच्या तुलनेत अत्युच्च शिखरावर (apex body) असते आणि ती इतर संस्थांच्या तुलनेत सर्वश्रेष्ठ असते.

फ्रेडरिक वॅटसन हा विचारवंत राज्याची व्याख्या वेगळ्या पद्धतीने करतो. तो म्हणतो, 'विशिष्ट भूभागाने सीमित लोकांचा समाज-समुदाय, जो एका सार्वभौम सत्तेच्या आज्ञेत अधिवास करीत असतो.' वॅटकिन्स हा सार्वभौमत्व ह्या घटकाला प्राधान्य देतो. वॅटकिन्सने ही व्याख्या International Encyclopedia of Social Sciences ह्या ग्रंथात नमूद केल्याचे आढळते.

काही प्रमाणात समावेशक अशी व्याख्या रॉबर्ट्स Geoffrey Roberts आपल्या 'A Dictionary of Political Analysis' या पुस्तकात नमूद करतो. तो म्हणतो, 'एका विशिष्ट राजकीय सत्ताधाऱ्यांचे नियंत्रणात असलेला, विशिष्ट भूभागाने सीमित असलेला जनसमुदाय म्हणजे राज्य. या सत्ताधारी गटाने केलेल्या कायद्यांचे पालन हा जनसमुदाय करीत असतो आणि हे आज्ञापालन त्या सत्ताधारी गटांत एकवटलेल्या शक्तीमुळे शक्य होते.'

राज्याचे घटक

वर उद्धृत केलेल्या विविध व्याख्यांवरून दिसते की, राज्याचे काही महत्त्वाचे घटक असतात. त्यांचा पुढीलप्रमाणे विचार केला जातो.

१) लोकसंख्या (Population)

राज्य ही एक मानवी संस्था आहे, असे म्हटल्यावर, लोकसंख्या हा राज्याचा प्रमुख घटक बनतो. लोकसंख्या म्हणून राज्यात लोकसंख्येच्या किती लोक असणे आवश्यक आहे, याबाबत विचारवंतांत एकमत नाही. रुसोच्या मते १०,००० ही लोकसंख्या पुरेशी आहे. ॲरिस्टॉटलच्या मते राज्य स्वयंपूर्ण आणि सुशासित असू शकेल, इतकी लोकसंख्या असावी. परंतु नगर-राज्यांच्या विलयानंतर राज्याच्या लोकसंख्येबाबत फारशी चर्चा आढळून येत नाही. आधुनिक राज्ये लष्करी सामर्थ्याच्या दृष्टिकोनातून जास्त लोकसंख्येची असावीत, अशीच धारणा बनत गेली. अर्थात कोणत्याही देशाच्या लोकसंख्येचा विचार त्या देशातील उपलब्ध साधनसामुग्रीशीच निगडीत असला पाहिजे.

लोकसंख्येच्या बाबतीत दुसरा प्रश्न म्हणजे, लोकसंख्या एकजिनसी असावी की त्यात बहुविधता चालेल. एकजिनसी (homogeneous) म्हणजे भाषा, धर्म हे राज्यातील सर्व लोकांचे एकच असावेत, की त्यांत विविधता असावी. लोकसंख्या एकजिनसी असल्यास राजकीय प्रशासनाच्या दृष्टीने संघर्षाचे प्रसंग उद्भविण्याची शक्यता कमी असते व त्यामुळे चांगले प्रशासन शक्य होते. परंतु बहुविधता असेल, तेथे राजकीय सहमती अवघड होऊन बसते. वास्तवाचा विचार करता एकजिनसी लोकसंख्या असलेल्या राज्यांत संघर्ष कमी होतील किंवा राजकीय सहमती होईलच, असे दिसत नाही. कारण राजकीय प्रश्न हे भाषा, धर्म, संस्कृती इत्यादि भेद सोडले तरी वेगळ्याच स्तरांवरील विविधता निर्माण करतात आणि त्यामुळे एकजिनसी लोकसंख्येचे रूप बहुविधतेत रूपांतरित होते.

२) भूप्रदेश (Territory)

जॉन सिली याचे मतानुसार निश्चित भूप्रदेश हा राज्याचा आवश्यक घटक होऊ शकत नाही. परंतु सध्याच्या परिस्थितीत हे मत ग्राह्य धरता येत नाही. कारण आंतरराष्ट्रीय कायद्यानुसार कोणत्याही राज्याला निश्चित भूप्रदेश असणे हा आवश्यक भाग मानला गेला आहे. तांत्रिक आणि शास्त्रीय प्रगतीमुळे, आंतरराष्ट्रीय समुदायांमध्ये परस्परांच्या सहकार्याची आणि कर्तव्यांची जबाबदारी घटक राज्यांपुरती निश्चित केली असल्यामुळे, प्रत्येक घटक राज्याची सुस्पष्ट ओळख असण्याच्या दृष्टीने, राज्यांच्या सीमा निश्चित असल्या पाहिजेत, असे मत विचारवंतांनी मान्य केले आहे.

भूभाग, नद्या आणि हवाई कक्षा यांवरून कोणत्याही राज्यातील समाविष्ट भूप्रदेशाच्या कक्षा निश्चित होतात. किनाऱ्यापासून तीन मैल सागरातील प्रदेश हा त्या राज्यात समाविष्ट असतो. परंतु त्यापुढील High Seas चा भाग ही आंतरराष्ट्रीय मालमत्ता समजली जाते. प्रत्येक राज्यातील भूभागावरील हवाईक्षेत्र हे त्या त्या राज्यात समाविष्ट असते. सध्या या हवाई क्षेत्राबाबत आणि एकूणच भूप्रदेशाबाबत प्रत्येक राज्य काटेकोर बनले आहे.

काही राज्यांचे भूप्रदेश सलग आहेत, तर काही राज्यांचे भूप्रदेश विभागलेले असतात. उदा. भारताचा भूभाग सलग आहे, तर पाकिस्तानचा भूभाग पूर्वी दोन भागांत विभागलेला होता. पूर्व पाकिस्तान आणि पश्चिम पाकिस्तान म्हणून तो ओळखला जाई. ज्या राज्यांचे भूभाग विभागलेले असतात, त्यांच्या सीमांबाबत प्रश्न उद्भवू शकतात. मग ते प्रश्न नैसर्गिक सीमारेषा निश्चित करून सोडविले जातात.

काही राज्ये छोटी, तर काही मोठी असतात. राज्याचा भूप्रदेश लहान असल्यामुळे त्या राज्यांतील सरकारे आपल्या नागरिकांशी योग्य तऱ्हेने संपर्क साधून चांगल्या प्रकारे प्रशासन चालवू शकतात. तसेच लोकांनाही राज्यकर्ते जवळचे वाटत असल्यामुळे त्यांच्या कार्यावर अंकुश ठेवणे सोयीचे जाते. लहान राज्यांत लोकशाही व्यवस्था चांगल्या तऱ्हेने विकसित होऊ शकते, असे मत प्रदर्शित केले जाते. परंतु आधुनिक काळात दळणवळणाच्या अद्ययावत सोयींच्या उपलब्धतेमुळे छोट्या राज्यांचे फायदे महत्त्वाचे राहिलेले नाहीत. तसेच मोठ्या भूप्रदेशाच्या राज्यातील विविध भाग सोयीस्कर रीतीने जोडल्यामुळे एकमेकांशी संपर्क सहजसुलभ झाला आहे. शिवाय वृत्तपत्रे, छापील व इलेक्ट्रॉनिक, दूरदर्शन, भ्रमणध्वनी आणि संपर्काच्या अनेक साधनांच्या उपलब्धतेमुळे आता लोकांमधील परस्परसंपर्क हा सुलभ झाला आहे. प्रशासन आणि सामान्य नागरिक यांच्यातील संपर्कामुळे तसेच राजकीय पक्षांमुळे परस्परसंपर्क उत्तम प्रकारे प्रस्थापित केला जातो. परंतु अनुभवान्ती असे नजरेस आलेले आहे, की लहान राज्यांमध्ये काही गैरसोयी असतात. मोठ्या राज्यांपेक्षा लहान राज्ये असुरक्षित असतात, कारण त्यांच्यावर मोठ्या राज्याचे आक्रमण होऊ शकते. दुसऱ्या महायुद्धात युरोपातील छोटी राष्ट्रे जर्मनी गिळंकृत करू शकला. परंतु त्यांचा सामना रशियाशी झाला, तेव्हा त्यांना अनेक अडचणी निर्माण झाल्या. दुसरे, लहान राज्ये आर्थिक दृष्ट्या स्वयंपूर्ण होणे दुरापास्त असते. मोठ्या राज्यांमध्ये अनेक प्रकारची आणि विपुल प्रमाणात नैसर्गिक साधनसंपत्ती उपलब्ध असल्यामुळे, त्यांचा आर्थिक विकास जलद होऊन ती स्वयंपूर्ण होणे शक्य असते. लॉर्ड ॲक्टन या विचारवंताच्या म्हणण्यानुसार, लहान राज्ये ही मानवी विकासाला अडथळा बनू शकतात, कारण ती राज्ये आपल्या राज्यातील लोकांच्या मनावर नियंत्रण आणू शकतात. लहान राज्यांत मतवैविध्याला फारसा वाव नसतो. तशात समाज एकजिनसी असल्यामुळे त्यात सांस्कृतिक वैविध्यही नसते.

सारांश, राज्याच्या भूप्रदेशाबाबत निश्चित असे निष्कर्ष काढता येत नाहीत. भूप्रदेशाचा प्रकार हा लोकसंख्येच्या आकारावर ठरतो. लोकसंख्या आणि भूप्रदेश यांचा असमतोल असेल, तर त्याचा विपरीत परिणाम त्या राज्यांवर होतो. जर भूप्रदेश आणि आर्थिक स्थिती यांच्या मानाने लोकसंख्या जास्त असेल, तर 'अतिरिक्त - लोकसंख्ये'चा प्रश्न निर्माण होतो व अशा राज्यांचा विकास खुंटतो. याउलट आर्थिक स्थिती आणि साधन-संपत्ती यांचा पूर्ण उपयोग न झाल्यामुळे 'अपुऱ्या लोकसंख्येचा' (under population) प्रश्न निर्माण होतो.

३) प्रशासन (Government)

राज्याचे संघटनात्मक स्वरूप म्हणजे प्रशासन संस्था. राज्याची कर्तव्ये प्रशासन संस्थेमार्फत पार पाडली जातात. समाजाच्या नियमनासाठी आणि सुव्यवस्थेसाठी ही संस्था काही नियमांच्या आधारे कार्यरत असते. प्रशासन ही अशी एक संस्था असते, की जिच्यामार्फत जनहितार्थ योजना आखल्या जातात आणि कार्यवाही केली जाते. प्रशासन संस्थेखेरीज समाजात सुसूत्रता आणि सुव्यवस्था निर्माण होणार नाही. तो एक गोंधळलेल्या माणसांचा समुदाय होईल. प्रशासनाची रचना अशी असली पाहिजे, की त्यामुळे लोकांच्या मनात कायदा व प्रशासक यांच्याबाबत आदर निर्माण झाला पाहिजे, तसेच आंतरराष्ट्रीय कर्तव्याचे आणि कायद्याचे पालन झाले पाहिजे.

४) सार्वभौमत्व (Sovereignty)

राज्याचे सार्वभौमत्व हा राज्याचा अत्यंत महत्त्वाचा घटक आहे. सार्वभौमत्वात राज्याची सर्वश्रेष्ठ सत्ता अभिप्रेत आहे. ही सत्ता एका व्यक्तीत किंवा व्यक्तिगटांत केंद्रित झालेली असते. सार्वभौमत्व हे दोन प्रकारचे असते. एक अंतर्गत आणि दुसरे बाह्य. अंतर्गत सार्वभौमत्व म्हणजे राज्याच्या भूभागावर राहणाऱ्या लोकांवर आणि विविध संस्थांवर असलेली सर्वश्रेष्ठ सत्ता. अशा तऱ्हेचे सार्वभौम राज्य वैधानिकदृष्ट्या कायदे करण्यास सक्षम असते व हे कायदे पाळण्याचे बंधन त्या राज्यातील लोकांवर व संस्थात्मक संघटनांवर असते. या कायद्याविरुद्ध वर्तन केल्यास ते दंडनीय असते. बाह्य दृष्टिकोनातून पाहिल्यास, सार्वभौम राज्य हे कोणत्याही बाह्य नियंत्रणापासून मुक्त असते. ते स्वतंत्र असते. अंतर्गत सार्वभौमत्व हे बाह्य घटकांपेक्षा परिपूर्ण असते, कारण सार्वभौम राज्य हे कोणत्याही बाह्य हस्तक्षेपापासून मुक्त असते. परंतु ते राज्य स्वतंत्र असले, तरी त्यावर आंतरराष्ट्रीय कायदे आणि करार यांची बंधने असतातच, आणि त्यामुळे काही प्रमाणात सार्वभौमत्व नियंत्रित होते. अर्थात अंतर्गत दृष्ट्यादेखील राज्य परिपूर्णरीत्या सार्वभौम असतेच, असे नाही; कारण सामाजिक रूढी आणि परंपरा यांचे बंधन राज्यालादेखील पाळावेच लागते. तसेच धार्मिक, सामाजिक नीतिमत्ता आणि राज्यात कार्यरत असणारे

सामाजिक आणि राजकीय गट यांचेपासून राज्य संपूर्णपणे अलिप्त राहू शकत नाही. काही प्रमाणात त्यांचा दबाव पडत असतोच. त्यामुळे परिपूर्ण सार्वभौमत्व हा विचार आधुनिक काळात मागे पडू लागला आहे. त्याऐवजी नियंत्रित राज्यसत्ता अस्तित्वात येत आहेत.

राज्याचे इतर घटकांशी संबंध

राज्य आणि समाज (State and Society)

अनेकदा राज्य आणि समाज या दोन संज्ञा समानार्थी मानल्या जातात. राज्यशास्त्राच्या अभ्यासकाने या दोन संज्ञांमधील सूक्ष्म फरक ध्यानात घेणे आवश्यक आहे.

माणूस निसर्गत:च समाजप्रिय असतो. मानवी व्यक्तित्वाचा विकास विविध गट आणि संस्था यांच्या माध्यमातून होत असतो. हे गट आणि संस्था यांच्या परस्परसंबंधांतून समाजाची निर्मिती होते. अर्थात हे संबंध अतिशय गुंतागुंतीचे असतात. सामाजिक संबंध हे मुळात मानसिक स्तरावर असतात, कारण हे संबंध माणसाच्या 'सामाजिक जाणिवे'वर (social awareness) अवलंबून असतात. या सामाजिक जाणिवेखेरीज सामाजिक संबंध प्रस्थापित होणे शक्य नसते, तसेच समाजही अस्तित्वात येऊ शकत नाही. त्यामुळे समाज म्हणजे माणसांच्या जाणीवपूर्वक परस्परसंबंधांचा आविष्कार म्हणता येईल. वेगळ्या भाषेत सांगावयाचे; तर निरनिराळे मानवी समुदाय, त्यांचे गट, त्यांच्या संस्थात्मक रचना यांतून समाजाची निर्मिती होते. अशा या विविध संस्थांपैकी राज्य ही एक संस्था असून, तिची उत्पत्ती विशिष्ट कारणांकरिता झाली. एरवी कुटुंब, चर्च यांसारखीच राज्य ही एक संस्था होय.

काळाच्या दृष्टिकोनातून समाजाची निर्मिती राज्याचे आधी झाली. प्राचीन काळी लोक समुदायाने राहत असत. पण त्या समुदायांना राज्याचे संघटित स्वरूप नव्हते. ऐतिहासिक दृष्ट्या विचार केला, तर राज्य या संघटित संस्थेची उत्पत्ती नंतरच्या काळात झाल्याचे दिसते. दुसरे म्हणजे राज्य आणि समाज यांच्या कार्यकक्षा भिन्न आहेत. समाजाकरिता कायद्याची नियमबद्ध चौकट बनविणे हे राज्याचे काम. सुव्यवस्था व सुशासन प्रस्थापित करणे हे राज्याचे कार्य आहे. लोकांच्या इच्छा-आकांक्षा फलद्रूप होतील, तसेच जीवन सुखी होण्याचे दृष्टीने समाजात अनेकविध कामे पार पाडली जातात. कुटुंबव्यवस्था, मंदिर, कामगार संघटना अशा विविध संस्था विविध समाजोपयोगी कामांच्या दृष्टिकोनातून कार्यरत असतात. बौद्धिक, मनोरंजनात्मक, नैतिक, आर्थिक अशा विभिन्न क्षेत्रांत या संस्था काम करीत असतात.

तिसरे, संघटनात्मकदृष्ट्या समाज आणि राज्य यांच्यात फरक असतो. त्यांच्या कार्यक्षेत्रावरून त्यांची संघटनात्मक रचना ठरते. कायदेशीरदृष्ट्या पाहिले असता, एकाच

कायद्याने बद्ध असलेले सर्व सदस्य एकाच संघटनेचे सदस्य असतात व ती संघटना म्हणजे राज्य होय. याउलट समाजातील विविध घटकांच्या विविध उद्दिष्टपूर्तीसाठी एकच व्यक्ती समाजातील बहुविध संघटनांची सदस्य असते / होऊ शकते.

चौथे, राज्य आणि समाज यांची कार्यपद्धती भिन्न असते. शक्ती आणि सत्ता यांच्या आधारे राज्याचे काम चालते, तर समाजातील संघटनांचे कामकाज स्वेच्छेने व निष्ठेने चालते. समाजातील विविध संघटना सदस्यांच्या स्वयंस्फूर्त इच्छेने कार्यरत असतात, त्यात कोणताही सक्तीचा अभिनिवेश नसतो. अर्थात एक गोष्ट लक्षात ठेवणे आवश्यक आहे की, लोकशाही व्यवस्थेखालील राज्यांमध्ये संवाद, चर्चा, वाद-विवाद या सातत्याने चालणाऱ्या निर्णयप्रक्रियेमुळे सक्तीचा भाग कमी होत असतो आणि सहकार्य आणि स्वेच्छा यांचा सहभाग जास्त असतो. याउलट समाजातील काही क्रांतिप्रवण संस्थांमधून सक्तीचा वापर अधिक प्रमाणात आढळून येतो.

पाचवे, समाजामध्ये कार्यरत असणाऱ्या अनेक संस्था, संघटना या स्वेच्छेने निर्माण झालेल्या असतात. त्यांच्या निर्मितीत राज्याचा सहभाग असत नाही. त्या समाजातील लोकांच्या उत्स्फूर्त सहभागातून निर्माण होतात. उदा. कुटुंब, चर्च, निरनिराळे क्लब्स, मनोरंजनात्मक मंडळे, ही राज्याने निर्माण केलेली नसतात. अर्थात काही रूढी आणि परंपरा यांतून काही संस्था आणि संघटना यांची निर्मिती होते. ती निर्मिती राज्य करीत नसते.

राज्य आणि समाज यांच्या भेदातील मुद्दे लक्षात घेणे राज्यशास्त्राच्या अभ्यासकांच्या दृष्टीने महत्त्वाचे आहे. राज्याचे कार्य, कार्यक्षेत्र, त्याची नियंत्रित सत्ता, समाजातील राज्याचे स्थान या गोष्टी लक्षात घेणे आवश्यक ठरते. आदर्शवादी आणि मार्क्सवादी विचारसरणीतील राज्य आणि समाज यांच्या समन्वयामुळे राज्याला अनियंत्रित सत्ता प्राप्त होते, हेही लक्षात घेणे आवश्यक ठरते. त्यातूनच राज्याची समाजावरील अनियंत्रित सत्ता प्रस्थापित होते आणि व्यक्तीचे स्वतंत्र अस्तित्व झाकोळले जाते. याउलट समाजाला प्राधान्य देऊन व्यक्ती आणि त्यातील संस्थांना स्वायत्तता देऊन त्यांचा राज्याच्या कार्यातील सहभाग स्वयंप्रेरणेने निर्माण करणे या गोष्टी लोकशाही विचारसरणीचा अवलंब केलेल्या राज्यात आढळतात. व्यक्तीवर राज्याची नियंत्रित सत्ता असल्यामुळे अशा पद्धतीत व्यक्तिविकासाला वाव मिळतो.

राज्य आणि प्रशासन (State and Government)

प्रा. हॅरॉल्ड लास्की आणि जी.डी.एच्.कोल यांचेसारखे विचारवंत राज्य आणि प्रशासन किंवा सरकार हे शब्द किंवा या संज्ञा समानार्थीच मानतात. लास्की म्हणतो, समाजाच्या सर्व व्यावहारिक बाबतींत राज्य म्हणजेच प्रशासन होय. तसेच कोल म्हणतो, समाजात राजकीय व्यवस्था राबविणारे राज्य आणि प्रशासन हे एकच होय. अर्थात या

मतात एक महत्त्वाचा भाग दुर्लक्षिला जातो. प्रशासन ही काही थोड्या लोकांची संस्थात्मक रचना असते, तर राज्यात सर्व लोकांचा अंतर्भाव असतो, मग ते प्रशासकीय सहभागात कितीही उदासीन असोत. हुकूमशाही पद्धतीच्या राजवटींमध्ये राज्य आणि प्रशासन एकच असले, तरी त्यात महत्त्वाची बाब ही असते, की त्यातील प्रशासनात राज्याचे विलीनीकरण झालेले असते आणि प्रशासकीय व्यवस्था सर्वसत्ताधीश असते.

परंतु सर्वसाधारणत: राज्य आणि प्रशासन या दोन वेगळ्याच संज्ञा मानल्या जातात. प्रशासन ही राज्याने निर्मिलेली एक स्वतंत्र संस्था आहे. या संस्थेद्वारा राज्य आपले समाजाविषयीचे उत्तरदायित्व पार पाडत असते. त्याकरिता प्रशासनाच्या हाती काही सत्ताही सुपूर्द केलेली असते. राज्याची सत्ता ही मूलभूत आणि प्रमुख असते, तर प्रशासनास नियंत्रित सत्ता राज्याकडून सोपविली जाते. दुसरे, राज्यात सर्व लोक सामावलेले असतात, तर प्रशासनात त्यांपैकी काही लोकांचाच सहभाग असतो. उदा. भारत हे राज्य त्यात राहणाऱ्या सर्व लोकांनी मिळून बनलेले असते. परंतु भारतीय प्रशासनात मंत्रिगण, अधिकारी यांचाच समावेश असतो. तिसरे, एक प्रशासन जाऊन त्या जागी दुसरे प्रशासन दुसरे लोक ते राबवू शकतात. याउलट राज्याचे अस्तित्व हे कायमस्वरूपी असते. प्रशासनाच्या बदलाचा राज्यावर तसा काहीही परिणाम होत नाही.

राज्य आणि इतर विविध संस्था (State and Other Associations)

समाजामध्ये विविध प्रकारच्या संस्था कार्यरत असतात. लोकांच्या विविध गरजा पूर्ण करण्यासाठी, तसेच विविध आशा-आकांक्षांच्या परिपूर्तीसाठी या संस्था निर्माण झालेल्या असतात. अशा विविध संस्थांच्या विकासाकडे प्रथमत: विशेष लक्ष दिले गेले नाही. निरंकुश सत्तावादी तत्त्वज्ञांचे तर असे म्हणणे होते, की समाजाच्या सर्व जीवनावर राज्य या संस्थेचाच पगडा असतो. फ्रेंच राज्यक्रांतीनंतर अनियंत्रित लोकशाही व्यवस्थेतील अशा सर्वच खाजगी संस्थांवर बंदी घालण्यात आली आणि राज्याची अनियंत्रित सत्ता घोषित केली गेली. परंतु, हळूहळू असे लक्षात येऊ लागले; की कुटुंब, कामगार संघटना इत्यादिंचा विकास हा स्वाभाविक असून, त्यांची वाढ आपोआप होत असते. त्यामुळे राज्याची कार्यकक्षा आणि या संस्थात्मक रचनांची कार्यकक्षा यांत फरक करण्यात येऊ लागला. असाही एक मतप्रवाह होता की, या संस्था दीर्घ काळपर्यंत अस्तित्वात राहू शकत नाहीत आणि त्या राज्यामध्ये विलीन होतात. Ihering सारखा विचारवंत म्हणतो, इतिहासाच्या विकासक्रमांत या संस्थांचे कार्य हे राज्याचेच कार्य बनून जाते आणि या संस्था अस्तित्वहीन होतात; तर मॅक्आयव्हरने असे मत मांडले आहे, की या संस्थांची काही कार्ये राज्यात विलीन झाली, तरी या संस्थांचे स्वायत्त अस्तित्व अबाधित असते.

'संस्था' या संज्ञेची व्याख्या करावयाची झाल्यास; काही विशिष्ट समान हेतुपूर्तीकरिता एकत्र आलेल्या संघटित झालेल्या लोकांचा गट (a group organized for the pursuit of an interest or a group of interests in common). या संस्था काही विशिष्ट हेतुपूर्तीकरता निर्माण झालेल्या असल्यामुळे सर्व मानवी जीवनावर त्या प्रभाव पाडू शकत नाहीत. राज्य ही सुद्धा एक संस्था आहे. राज्यामध्येही सर्व मानवी हितसंबंध जोपासले जाऊ शकत नाहीत. त्यामुळे राज्य आणि विविध संस्था यांमध्ये साम्य आढळते. अर्थात राज्य आणि इतर संस्था यांमध्ये काही भेद ही असतात.

पहिला भेद म्हणजे राज्याचे सदस्यत्व हे आवश्यक अनिवार्य असते, तर संस्थेचे सदस्यत्व हे व्यक्तीच्या स्वेच्छेवर अवलंबून असते. एखाद्या राज्याचा सदस्य असणे, हे व्यक्तीकरिता अनिवार्य असते. परंतु कोणत्याही संस्थेचा सदस्य होणे अगर न होणे हे व्यक्तीच्या स्वतंत्र इच्छेवर अवलंबून असते. एखाद्या संस्थेचे सदस्यत्व सोडून देणे देखील व्यक्तीला शक्य असते. दुसरे, एक व्यक्ती अनेक संस्थांचा सदस्य असू शकेल. परंतु एकाच वेळी एकापेक्षा अधिक राज्यांचे सदस्यत्व व्यक्तीला स्वीकारता येत नाही. तिसरे, एखादी विशिष्ट भूमी किंवा भूभाग हे राज्याचे वैशिष्ट्य असते. परंतु संस्थांच्या बाबतीत असे भूमितत्त्व लागू नसते. त्या राज्याच्या सीमा ओलांडून आंतरराष्ट्रीय पातळीवर कार्यरत असतात. चवथे, राज्याचे कार्यक्षेत्र हे संस्थांच्या कार्यक्षेत्राहून खूप विस्तीर्ण असते. प्रत्येक संस्थेचे एक सुविहित कार्य असते आणि हे साध्य करण्याच्या दृष्टीने ते कार्यक्षेत्र मर्यादित असते. उदा. चर्चचे कार्यक्षेत्र हे धार्मिक क्षेत्रापुरते मर्यादित असते. परंतु राज्याला मात्र अनेक कामांत भाग घ्यावा लागतो. समाजाच्या विविध गरजा भागविण्यासाठी राज्याला विविध क्षेत्रांत काम करावे लागते. पूर्वी शिक्षण ही राज्याची जबाबदारी समजली जात नव्हती. परंतु अलीकडे लोकशाही व्यवस्थेच्या विकासाबरोबरच शिक्षणाची जबाबदारी राज्य स्वीकारू लागले आहे. पाचवे, राज्य ही कायमस्वरूपी राजकीय संघटना आहे. पण संस्थांचे तसे नसते. ज्या कार्याकरिता संस्थांची उभारणी झालेली असते, ते कार्य साध्य झाल्यावर संस्थांचे अस्तित्व संपुष्टात येते किंवा काही संघटनात्मक अंतर्विरोधामुळेही संस्था नष्ट होतात. एखाद्या राज्यात अंतर्गत गोंधळ माजला, म्हणून काही राज्याचे अस्तित्व धोक्यात येत नाही. सहावे, सार्वभौमत्व हे राज्याचे अविभाज्य अंग आहे. राज्याजवळ दंडसत्ता असते, परंतु संस्था या मुळातच ऐच्छिक स्वरूपाच्या असल्यामुळे संस्थांमध्ये प्रत्यक्ष दंडसत्ता असू शकत नाही. राज्याचे नियम पाळले नाहीत, तर व्यक्तीला शिक्षेला सामोरे जावे लागते. परंतु संस्थेचे नियम न पाळल्यास कायद्याच्या संहितेनुसार शिक्षेची तरतूद नसते.

कोणत्याही लोकशाही राज्यात संस्थांची स्वायत्तता जोपासली जाते. त्यांच्या अंतर्गत बाबतीत ढवळाढवळ केली जात नाही. परंतु, तरीही संस्थांच्या कामकाजावर राज्याचे

पक्के नियंत्रण असणे आवश्यक असते. प्रा. बार्कर हे विचारवंत म्हणतात, 'व्यक्तीच्या सामाजिक जीवनात विविध संस्थांचे समन्वयक म्हणून राज्य काम बजावत असते. तसेच संस्था आणि तिचे सदस्य यांच्या संदर्भातील सौहार्दपूर्ण संबंध जोपासते.'

राष्ट्र आणि राज्य (Nation and state)

आधुनिक राज्ये ही साधारणत: राष्ट्र-राज्येच असतात. राज्याच्या सीमांना 'राष्ट्रीय सीमा' असेच संबोधले जाते. राज्याचे हितसंबंध हे राष्ट्रीय हितसंबंध म्हणून मानले जातात. राज्यातले लोकांचे चारित्र्य किंवा विशेष गुणधर्म हे राष्ट्रीय चारित्र्य मानले जाते. आणि विविध राज्यांच्या परस्परांतील संबंधांस आंतरराष्ट्रीय संबंध म्हटले जाते.

राष्ट्र आणि राष्ट्रीयत्व या दोन वेगळ्या संकल्पना मानल्या जातात. एकच धर्म, वंश, सांस्कृतिक एकता, भौगोलिक एकसंघता (Compactness), समान राजकीय इच्छा-आकांक्षा यांनी प्रेरित झालेल्या लोकांना एका राष्ट्रीयत्वाचे मानले जाते. हे बहुतांश घटक जन्माधारित असल्यामुळे त्याच्या सामाजिक कक्षा वाढू शकत नाहीत. ही राष्ट्रीयत्वाची भावना एका गटाच्या राष्ट्रीयत्वाच्या भावनेपेक्षा दुसऱ्या राज्यातील लोकांच्या राष्ट्रीयत्वाच्या भावनेपेक्षा अलग असते. कधी कधी एका राष्ट्रीयत्वाचे लोक दुसऱ्या राष्ट्रीयत्वाच्या लोकांना आपल्यापेक्षा हीन समजतात आणि त्यातूनच संघर्ष आणि संहारक युद्धे किंवा संघर्ष निर्माण होतात. तसे म्हटले, तर राष्ट्रीयत्वाची भावना ही एका अर्थाने संकुचित म्हणावी लागेल.

काही विचारवंत राष्ट्रीयत्वाच्या भावनेवरच आधारित राष्ट्र ही संकल्पना मांडतात. आणि प्रत्येक राष्ट्रीयत्वासाठी स्वतंत्र राज्याची संकल्पना मांडतात. परंतु आता मात्र या कल्पना कालबाह्य होत आहेत. राष्ट्राची संकल्पना बऱ्याच प्रमाणात विकसित झाली आहे. राष्ट्रीयत्व ही कल्पना भौगोलिक सीमांनी बद्ध असते. त्यातील सर्व लोक, तेथे त्या भूभागावर वास्तव्य करणारे सर्व लोक जर एकात्मता, समान राजकीय विचार, समान हितसंबंध, समान ऐतिहासिक पार्श्वभूमी यांनी प्रेरित झाले असतील; तर ते समान राष्ट्रीयत्वाचे मानले जातात, जरी अशा लोकांच्या जन्माधारित धर्म, वंश इत्यादी घटकांत भेद असले तरी. म्हणजेच विविध वंश, धर्म, भाषा, संस्कृती आणि इतर घटक वेगळे असलेले लोक एकाच भूभागावर राहू शकतात आणि त्या राज्याचे नागरिक म्हणून आपल्या श्रद्धा त्या राज्याला अर्पित करतात. याचाच अर्थ आधुनिक काळातील राष्ट्रीयत्व जन्माधारित न राहता ते एखाद्या राज्याच्या कायमस्वरूपी वास्तव्यावर आधारित झाले आहे. अर्थात याचे परिणामस्वरूप म्हणून राष्ट्र या संकल्पनेत विविध राष्ट्रांतील समानता, विविध राष्ट्रांचे एकमेकांशी संबंध प्रस्थापित करणे व सहकाराने राहणे हे ओघानेच येते. सन १९२० सालापासून प्रत्येक राष्ट्राचे स्वयं-निर्णयाचे तत्त्व जागतिक स्तरावर मान्य केले

गेले आणि त्यातूनच राष्ट्र - राज्यांची (Nation state) निर्मिती झाली.

आशिया, आफ्रिका आणि लॅटिन अमेरिकेतील जे देश साम्राज्यशाहीच्या जोखडात होते, ते स्वतंत्र होऊन दुसऱ्या महायुद्धानंतर त्याची स्वतंत्र राष्ट्रराज्ये झाली. राष्ट्रीय संघटनेचा ज्वलंत प्रश्न या राष्ट्र - राज्यांसमोर उभा राहिला. तसेच आर्थिक विषमता व गरिबी हे प्रश्नही त्या राष्ट्रराज्यांना सतावत आहेत. त्यातच जे देश आर्थिक दृष्ट्या मागास आहेत, त्यांना मदत करण्याच्या मिषाने प्रगत देश त्यांचे शोषण करीत आहेत. त्यांना राजकीय स्वातंत्र्य मिळाले, तरी अजूनही हे देश आर्थिक पारतंत्र्यात आहेत.

राष्ट्रराज्याच्या घडणीची एक प्रदीर्घ प्रक्रिया- आहे. राज्याची उत्पत्तीच मुळी अनेक घटकांच्या परस्परसंबंधांतून झाली. त्यांत वंश, धर्म, मालमत्ता, युद्ध, तांत्रिक विकास आणि राजकीय जाणिवा यांचा समावेश होतो. त्याच्या मुळाशी कुटुंब ही संस्था, त्यातून परस्पर घटकांची सौहार्दाची भावना, कर्तव्य शिस्त, संरक्षण या जाणिवा प्रस्थापित झाल्या. पुढे टोळ्या, नंतर समाज, शहर राज्ये (City States) रोमन साम्राज्य, सरंजामशाही राज्ये आणि शेवटी आधुनिक राष्ट्र - राज्य या प्रक्रियेतून राष्ट्रराज्याची निर्मिती झाली.

सरंजामशाही पद्धतीच्या विनाशानंतर आणि धर्मसत्तेचा ऱ्हास झाल्यानंतर हळूहळू व्यक्तिस्वातंत्र्याचा उदय झाला. आणि त्याला अनुसरून नव्या राज्यव्यवस्था उदयास आल्या. भौगोलिक सीमा आणि सांस्कृतिक अस्मिता यांतून राष्ट्र-राज्ये उदयास आली. ती त्या त्या भूभागावर संघटित झाली. त्यांच्यात राष्ट्रीयत्वाचे बंध निर्माण झाले. ही स्वतंत्र राष्ट्र - राज्ये निर्माण झाल्यावर त्यांच्यात सौहार्दाचे संबंध राहवेत, म्हणून आंतरराष्ट्रीय कायदेकानू निर्माण केले गेले, सार्वभौमत्वाची कल्पना रुजली आणि सर्व राष्ट्र-राज्ये एकाच पातळीवर कायदेशीर दृष्ट्या स्वतंत्रपणे कार्यरत झाली.

सुरुवातीची राष्ट्र-राज्ये ही राजेशाही (Monarchy) पद्धतीची होती. सुमारे अठराव्या शतकाच्या सुरुवातीपासून त्यात बदल घडून, अनियंत्रित राजेशाहीचे जागी नियंत्रित राजेशाही आणि तिचे रूपांतर लोकशाहीत झाले. इंग्लंडसारख्या काही देशात हे परिवर्तन शांततापूर्ण झाले. परंतु फ्रान्ससारख्या देशांत असे रूपांतर जनक्रांतीद्वारा झाले. ही सर्व स्थित्यंतरे युरोपातील राष्ट्र-राज्यांत घडून आली. हे परिवर्तन युरोपात जरी सुरू झाले, तरी ते जगाच्या सर्व लोकांत पसरले नाही. औद्योगिक क्रांतीनंतर निर्माण झालेल्या अर्थव्यवस्थेत युरोपीय देशांना उद्योगांसाठी कच्च्या मालाचा पुरवठा, स्वस्त दरात मानवी श्रम आणि प्रचंड प्रमाणात उत्पादित होणाऱ्या तयार मालाला बाजारपेठ यांची गरज भासू लागली. त्यांनी आपला मोहरा अशिया, आफ्रिका आणि लॅटिन अमेरिकेतील मागास देशांकडे वळविला. तेथे वसाहती (Colonies) स्थापन केल्या आणि आपल्या साम्राज्याचा विस्तार केला. त्या देशांतील लोकांवर सत्ता स्थापन करून त्यांचे आर्थिक शोषण केले. या

वसाहती देशांतील लोकांना हे वास्तव लक्षात येण्यास काही कालावधी लागला. त्यातच फ्रान्सच्या राज्यक्रांतीतून निर्माण झालेल्या स्वातंत्र्य, समता आणि बंधुता या नव्या मूल्यव्यवस्थेची जाणीव वासहातिक लोकांना झाली. आणि त्यांनी स्वातंत्र्यासांठी शांततामय मार्गाने अगर क्रांतिकारी मार्गाने लढे उभारले. दुसऱ्या महायुद्धानंतर भारत, पाकिस्तान, म्यानमार, इजिप्त, नायजेरिया, घाणा, फिजी इत्यादी स्वतंत्र राष्ट्र-राज्ये निर्माण झाली. या सर्व राष्ट्रांचा अविकसित किंवा विकसनशील राष्ट्रांचा गट विसाव्या शतकाच्या मध्यावर निर्माण झाला. - तो 'Third world' म्हणून ओळखला जाऊ लागला.

याच कालखंडात मार्क्सवादी विचारधारा आर्थिक समतेच्या तत्त्वावर मांडली गेली. तिचा आधार घेऊन पहिल्या महायुद्धानंतर रशियात जनक्रांती झाली आणि रशियन संघटित राष्ट्रराज्याची निर्मिती झाली. त्याच वेळी याच विचारसरणीस अनुसरून चीनमध्ये घडामोडी होत होत्या. परंतु चीनमध्ये क्रांती होण्यास मात्र दुसऱ्या महायुद्धाची अखेर झाली आणि १९४९ मध्ये चीन हा देश स्वतंत्र संघटित राष्ट्र म्हणून अस्तित्वात आला. रशिया आणि चीन ही दोन्ही राष्ट्रराज्ये मार्क्सवादी समाजवादी समाजव्यवस्था स्थापण्याचे प्रयत्न करीत होती, तर इतर वासाहतिक देश लोकशाही प्रस्थापित करण्याच्या प्रयत्नात होते. अशा रीतीने आधुनिक, सांप्रत काळातील राष्ट्र-राज्ये अस्तित्वात आली.

राज्याची कर्तव्ये (Duties of the State)

संयुक्त राष्ट्रसंघाच्या महासभेने २१ नोव्हेंबर, १९४७ रोजी आंतरराष्ट्रीय विधी आयोगाची स्थापना केली. त्यात २१ सभासद होते. आंतरराष्ट्रीय विधी आयोगाने राज्याची कर्तव्ये कोणती असावीत, या संदर्भात पुढील विषय तयार केले.

१) राज्याने दुसऱ्या राज्याच्या अंतर्गत आणि बाह्य घडामोडींत कोणत्याही प्रकारचा प्रत्यक्ष वा अप्रत्यक्ष हस्तक्षेप करू नये. २) दुसऱ्या राज्यात गृहयुद्धाला प्रोत्साहन देऊ नये. ३) प्रत्येक राज्याने आपापल्या राज्यात शांतता व सुव्यवस्था प्रस्थापित करावी. ४) युद्धाच्या मार्गाचा अवलंब करू नये. ५) कोणत्याही राज्याने आपल्या सीमावर्ती आणि शेजारी असलेल्या राज्याविरुद्ध आतंकवादाला प्रोत्साहन देऊ नये, उलट आतंक वाद निर्मूलनास मदत करावी. ६) बंडखोर घोषित केलेल्या राष्ट्राला प्रत्यक्ष वा अप्रत्यक्ष मदत करू नये. ७) दुसऱ्या राज्याच्या प्रादेशिक एकतेला आणि स्वातंत्र्याला धक्का पोचवू नये. ८) आंतरराष्ट्रीय कायद्याच्या परंपरागत नियमांचे पालन करावे. ९) आंतरराष्ट्रीय वाद व संघर्ष शांततेच्या मार्गाने मिळवावेत. १०) मानवी अधिकार प्रदान करताना धर्म, वंश, जात, भाषा, स्त्री-पुरुष असा भेदाभेद करू नये.

राष्ट्रांनी आपला व्यक्तिगत स्वार्थ बाजूला ठेवून आंतरराष्ट्रीय हिताचाच विचार करून आपले राजकीय उत्तरदायित्व पार पाडावे. हीच आजच्या काळाची गरज आहे. हेग

कन्व्हेन्शनमध्ये, तसेच जिनेव्हा कन्व्हेन्शनमध्ये हॉवर्ड रिसर्च ड्राफ्टने वरील कर्तव्यांना मान्यता दिली. तसेच युनोच्या महासभेनेही वरील कर्तव्यांना मान्यता दिली.

राज्याची जबाबदारी (State's Responsibility)

ओपेनहाईमच्या मते आंतरराष्ट्रीय कायद्याशी संबंधित असणारे राज्याचे कर्तव्यपालन न केल्यास राज्यांच्या समूहामध्ये शांतता नांदणार नाही. आंतरराष्ट्रीय कायद्याच्या अंतर्गत राज्याला जी कर्तव्ये पार पाडावी लागतात, त्यालाच फ्रीडमन हा 'राज्याची जबाबदारी' असे म्हणतो.

ओपेनहाईम राज्याच्या जबाबदारीचे दोन प्रकार मानतो. १) मूलभूत जबाबदारी राज्याने प्रत्यक्षपणे केलेल्या कार्याची जबाबदारी ही मूलभूत जबाबदारी होय. २) **प्रातिनिधिक जबाबदारी :** राज्याच्या प्रतिनिधीने किंवा नागरिकाने पार पाडावयाच्या जबाबदारीला प्रातिनिधिक जबाबदारी म्हणता येईल. राज्याचा नागरिक किंवा प्रतिनिधी आपल्या वागणुकीने दुसऱ्या राज्याला नुकसान पोहोचवितो, तेव्हा त्याला त्याच्या कृत्यापासून रोखणे व वाईट कृत्याबद्दल शिक्षा करणे आणि संबंधित राज्याचे जे नुकसान झाले असेल, त्याची भरपाई करणे, याला 'राज्याची प्रातिनिधिक' जबाबदारी म्हटले गेले.

आंतरराष्ट्रीय कायद्याची अवहेलना करणे किंवा त्याचे उल्लंघन करणे, तसेच असे उल्लंघन राज्याने अगर राज्याच्या प्रतिनिधीने किंवा नागरिकाने केले असेल, तर त्याला 'आंतरराष्ट्रीय कर्तव्यच्युती' असे म्हणतात. अशा आंतरराष्ट्रीय कर्तव्यच्युतीच्या अपराधासाठी राज्याला जबाबदार धरले जाते, उदा. राजप्रमुखाची कृती, विधिमंडळाने संमत केलेला कायदा आंतरराष्ट्रीय दृष्ट्या चुकीचा असणे, राज्यशासनाचे सदस्यांकडून झालेली विपरीत कृती, राज्याच्या प्रतिनिधींकडून झालेले गैरकृत्य, सैन्याकडून झालेले गैरकृत्य वा न्यायालयातील न्यायाधीश यांना जाणूनबुजून परकीय ठरविणे. त्यात व्यक्तीला दोषी न ठरविता राज्य दोषी ठरविले जाते व राज्याला ती नैतिक जबाबदारी म्हणून तिचा स्वीकार करावा लागतो. परंतु अलीकडे ही नैतिक जबाबदारी वादग्रस्त ठरत आहे, कारण आंतरराष्ट्रीय विधी आयोगाद्वारे तिचे संहितीकरण अजूनही झाले नाही.

अलीकडे नवनवीन राज्ये स्वतंत्र होत आहेत. अर्धविकसित, अविकसित आणि विकसनशील राज्यांची संख्या वाढत आहे. आपल्या राज्याच्या विकासासाठी आपल्या राज्यातील परदेशी लोकांची संपत्ती ताब्यात घेणे, व्यापार आणि उद्योग यांचे राष्ट्रीयीकरण करणे, विदेशी व धनवान लोकांचे नागरिकत्व काढून घेणे व त्यांना देश सोडण्यास भाग पाडणे अशी कृती होताना दिसते. उदा. बर्मा, श्रीलंका, पाकिस्तान, केनिया, फिलिपाईन्स, युगांडा येथे राहणाऱ्या भारतीयांना असाच अनुभव आला.

राज्याची उत्पत्ती - विविध विचारप्रवाह

राज्याच्या उत्पत्तीसंबंधी विचार करून काही निश्चित निर्णयाप्रत पोहोचणे हे अतिशय अवघड काम आहे. तरीही राज्यशास्त्रातील विविध विचारवंतांजवळ तसा कोणताही मानवशास्त्रीय किंवा ऐतिहासिक पुरावा उपलब्ध नसतानाही, त्यांनी एका कल्पनेतून दुसऱ्या कल्पनेकडे अनुमान करीत आपले राज्याच्या उत्पत्तीविषयक सिद्धान्त मांडले. काहींनी राज्य ही दैवी इच्छा आहे, अशी कल्पना मांडली; तर काहींनी समाजातील लोकांनी आपापसात करार केल्याने राज्य निर्माण झाल्याचे अनुमान काढले. काही विचारवंतांनी राज्याचा उदय बळातून झाला, तर काहींना कुटुंब, समाज आणि संघटित समाज म्हणजे राज्य असा राज्याच्या उत्पत्तीचा प्रवास वाटला. आधुनिक काळातील ज्ञानाधारे ही सर्व अनुमाने जरी नाकारली गेली असली, तरी ती समजावून घेणे राज्यशास्त्राच्या अभ्यासकाला आवश्यक असते.

राज्याच्या दैवी उत्पत्तीची मीमांसा

राज्याच्या दैवी उत्पत्तीचा सिद्धान्त हा राज्याइतकाच जुना आहे. राज्याच्या विकासकाळात राज्य हे देवाने निर्माण केले, असाच समज प्रचलित होता आणि राजे हे देवाचे भूतलावरील प्रेषित आहेत, असे मानले जाई. फार प्राचीन काळी राजा आणि धर्मगुरू एकच असे आणि ती दोन्ही कामे एकालाच पार पाडावी लागत. मनूला देवाने आपला प्रेषित म्हणून नेमला, ही आख्यायिका हिंदू पुराणात प्रसिद्ध आहे. ज्यू लोकांचीही हीच समजूत होती. बायबलमध्ये म्हटले आहे, 'Let every soul be subject unto the higher powers, for there is no power but of God; the powers that be are ordained by God.' (आपण त्या एका सर्वश्रेष्ठ शक्तीची आज्ञा पाळू या. अशी ही सर्वश्रेष्ठ शक्ती म्हणजे परमेश्वर-देव. या भूतलावर जी काही सृष्टी आहे, ती देवाने विधिपूर्वक निर्मिलेली (ordained) आहे.)

मध्ययुगीन कालखंडात जो धर्मसत्ता विरुद्ध राजसत्ता हा संघर्ष निर्माण झाला, तो चर्चचे अध्वर्यू आणि Old Testament ची शिकवण यांतून निर्माण झाला. राज्याच्या दैवी उत्पत्तीची मीमांसा ही हळूहळू राज्याच्या दैवी सत्तेचे अधिष्ठान बनली. इंग्लंडमध्ये तर पहिला जेम्स आणि राबर्ट फिल्मर यांनी या राजाच्या दैवी अधिष्ठानाचे जोरदार समर्थन केले. तीच गोष्ट फ्रान्समध्ये चौदाव्या लुईच्या बाबतीत घडली.

या दैवी सिद्धान्ताचे एक महत्त्वाचे गमक होते, की राजाची आज्ञा पाळणे हे जसे राजकीय कर्तव्य आहे, तसेच ते धार्मिक कर्तव्यही आहे. त्यातून राज्याचे दैवी अधिष्ठान आणि राजा हा देवाचा प्रेषित ह्या कल्पनांनी मूळ धरले. राजाच्या विरुद्ध जाणे म्हणजे साक्षात देवाच्याच विरोधात जाणे मानले जाऊ लागले. राजाची अवज्ञा म्हणजे देवाची

अवज्ञा. पहिला जेम्स आपल्या The Law of Five Monarchies या पुस्तकात म्हणतो. 'As it is atheism and blasphemy to dispute what God can do so it is presumption and high contempt to a subject to dispute what a king can do or to say that the king cannot do this or that.'(ज्याप्रमाणे देवाच्या कर्तुमाकर्तुम शक्तीला आव्हान करणे हा पाखंडीपणा आणि भ्रष्टता आहे, त्याचप्रमाणे राजाच्या कर्तुमाकर्तुम शक्तीबद्दल शंका घेणे हे राजाला गृहीत धरण्यासारखे आहे. उपमर्द करण्यासारखे आहे.) अर्थात या मीमांसेची निर्मिती जनमानसावरील चर्चच्या अध्वर्यूंनी निर्माण केलेल्या पगड्याला छेद देण्यासाठीच झाली व त्याचेच रूपांतर पुढे लोकांमधील राजकीय जाणीव बोथट करण्यासाठीच झाली.

या राज्याच्या दैवी सिद्धान्ताला आधुनिक राजकीय विचारात स्थान नाही. ही मीमांसा अमूर्त गृहीतकांवर आधारलेली असून ती सिद्ध करता येणे शक्य नाही.

देवाने राजांना अशा तऱ्हेने प्रतिनिधित्व दिल्याचा दाखला दूरान्वयानेही सिद्ध होण्यासारखा नाही. जे.एन्.फिग्गीस हा विचारवंत म्हणतो, सध्याचे युग हे बुद्धिप्रामाण्य व अनुभवसिद्धता यांच्या आधारे व्यवहार करते. आणि ही मीमांसा अध्यात्माच्या, अमूर्तत्वाच्या अंगाने जात असल्यामुळे श्रद्धेला व्यवहारात जागा नाही. अशा तऱ्हेच्या मीमांसेपुढे, राजाचे प्रजेबाबत कोणतेही विहित उत्तरदायित्व मान्य केले जात नाही. उलट लहरी व जुलमी राजसत्तेचे त्यातून समर्थन केले जाते. तिसरे म्हणजे ही मीमांसा तर्कदुष्ट आहे, कारण यात जुलमी राजाविरुद्ध काहीही उपाय करणे शक्य नसते. देव हा सद्गुणांचा आविष्कार असतो आणि त्याचा प्रतिनिधी राजा हाही सद्गुणीच असला पाहिजे, असे चुकीचे गृहीत धरले जाते. शेवटी या मीमांसेत राजसत्ता हा एकच शासनप्रकार गृहीत धरल्याचे दिसते. या व्यवस्थेत जनसंमतीला कोणतीही किंमत नसल्यामुळे ही मीमांसा लोकशाही व्यवस्थेच्या विरोधात आहे.

राज्याचा मूलस्रोत कोणा एका विशिष्ट घटकात शोधता येणार नाही. राज्य ही संस्था अनेक घटकांद्वारे निरनिराळ्या कालखंडात विकसित झाली असून, तिचे सध्याचे स्वरूप हे उत्क्रांत आहे, असे दिसते. त्यामुळे राज्याच्या मूलस्रोताची उत्क्रांतीवादी मीमांसा ही आता सर्वमान्य झालेली आहे.

बेजहॉट (Bagehot) आणि स्पेन्सर (Spencer) यांच्यासारखे समाजशास्त्रज्ञ राज्याची उत्क्रांती, सामाजिक उत्क्रांतीप्रमाणेच, असंस्कृत मानवी समूहापासून सुरू होऊन आताच्या परिपक्व अवस्थेप्रत परिणत झाली आहे, असे मानतात बेगहॉट आपल्या Physics and Politics या पुस्तकात उत्क्रांतीच्या तीन पायऱ्या कल्पितो : १) प्रशासनविरहित रूढीनिष्ठ रचना २) टोळ्या किंवा जमाती यामधील अंतर्गत संघर्ष आणि प्रशासनाची अत्यंत प्राथमिक कल्पना असलेली रचना आणि ३) एकमेकांशी परस्परसंवाद साधून निर्माण झालेली

परिपक्व प्रशासनाची रचना. बेजहॉटप्रमाणे स्पेन्सरही आपल्या पुस्तकात आदिम टोळ्या, संरक्षण आणि औद्योगिकीकरण या राज्याच्या तीन उत्क्रांतीच्या अवस्था मानतो. गिडिंग्ज (Giddings) सारखे विचारवंत संरक्षक - धार्मिक, उदारमतवादी - वैधानिक आणि आर्थिक - नैतिक अशा तीन पायऱ्या मानतात; तर हॉबहाऊस राज्याच्या उत्क्रांतीचे नातेसंबंध, सत्ता आणि नागरिकत्व हे तीन टप्पे मानतो.

परंतु लोवी (Lowie) सारखे विचारवंत असे मानतात की, प्रत्येक समाजात कोणत्या ना कोणत्या प्रकारात प्रशासनपद्धती अस्तित्वात होती आणि ती पद्धती व्यक्ती-व्यक्तींमधील तसेच व्यक्ती आणि समूह यांमधील संबंधांचे दोहोंना हितकारक ठरेल असे नियमन करीत असे. हळूहळू राज्याचा विकास एका साध्या संस्थेपासून तो गुंतागुंतीच्या व्यवस्थेपर्यंत झाला. गेटेल म्हणतो, की इतर सामाजिक संस्थांप्रमाणेच राज्याचा विकासही अनेक घटकांमुळे, निरनिराळ्या परिस्थितीत, हळूहळू नकळत होत गेला. राज्याच्या विकासाचे संदर्भात समाजाची मूळ स्थिती व होणारी स्थित्यंतरे यांमध्ये कोणत्याही तऱ्हेची निश्चित सीमारेषा आखता येणार नाही. कारण ही विकासाची प्रक्रिया अत्यंत धूसर होती.

राज्याच्या उत्पत्तीचा शक्तिसिद्धान्त (The force theory of origin of the state)

शक्ती किंवा बळजबरी हाच राज्याचा मूलाधार आहे, असे मानणारे विचारवंत आपली विचारांची मांडणी मानवी स्वभावामुळे करतात. सत्ताभिलाषा आणि इतरांवर अधिकार गाजविण्याची लालसा हे दोन मानवी स्वभावाचे मूलभूत घटक आहेत, असे हे विचारवंत मानतात. आदिम काळात संघर्ष हाच माणसाचा स्थायीभाव होता आणि त्याच्या उपजत प्रवृत्तींचे दर्शन या संघर्षमय परिस्थितीतून दिसून येत असे. 'बळी तो कान पिळी' हाच निसर्गाचा धर्म होता. समुदायातील शक्तिमान व्यक्तीचे प्रभुत्व प्रस्थापित होऊन तो टोळी किंवा समूह यांचा नेता बनला. टोळ्यांमधील आपापसातील संघर्ष ही मानवी जीवनाची पुढील पायरी होय. या टोळ्यांमधील युद्धातून टोळीच्या प्रमुखाची सत्ता प्रस्थापित झाली. प्रत्येक टोळी एका विशिष्ट भूभागावर वास्तव्य करीत असल्यामुळे प्रत्येक टोळीच्या प्रमुखाची सत्ता त्या त्या विशिष्ट भूभागापुरती मर्यादित राहिली. आणि यातूनच पुढे राज्याची उत्पत्ती झाली. या संकल्पनेचा प्रमुख प्रवक्ता विचारवंत जेन्क्स (Jenks) म्हणतो की, 'ऐतिहासिकदृष्ट्या पाहता, सर्व अधिकारी राज्यांची उत्पत्ती अशीच युद्धांमधून झाली, असे म्हणण्यास हरकत नाही.'

एकदा का राज्य स्थापन झाले, की त्या राज्यांतर्गत लोकांची उपजत लालसा नियंत्रणात ठेवण्यासाठी शक्तीचा उपयोग करणे अपरिहार्य ठरते. त्याचप्रमाणे इतर राज्यांच्या आक्रमणापासून संरक्षण करणे हेही शक्तीशिवाय शक्य नसते. म्हणजेच

अंतर्गत शांतता आणि बाह्य आक्रमणापासून संरक्षण यांकरिता कायमस्वरूपी शक्तीची / सैन्याची आवश्यकता असते. त्यामुळेच शक्ती हाच राज्याचा पाया आहे, हा विचार मांडला गेला. बोसांके हा विचारवंत म्हणतो, 'राज्य म्हणजे दुसरेतिसरे काहीही नसून शक्ती होय.'

राज्याच्या उत्पत्तीची ही मीमांसा वेगवेगळ्या विचारवंतांनी आपल्या विचारांच्या समर्थनार्थ वापरली. मध्ययुगीन कालखंडात चर्चच्या अध्वर्यूंनी धर्माचे श्रेष्ठत्व प्रस्थापित करण्यासाठी या मीमांसेचा उपयोग केला. धर्मसत्ता ही राजसत्तेहून श्रेष्ठ आहे, असा त्यांचा दावा होता. राज्य हे संघर्षातून निर्माण झाले, परंतु चर्चची उत्पत्ती दैवी आहे आणि त्याची उत्पत्ती परमेश्वराकडून झाली आणि त्यामुळे चर्च हे राज्यापेक्षा श्रेष्ठ आहे; अशा विधानांमुळे सामान्य जनांची चर्चवर श्रद्धा निर्माण होत असे.

मार्क्सवादी विचारवंतांनी राज्याची उत्पत्ती समाजातील एका गटाचे वर्चस्व दुसऱ्या गटावर लादून त्या गटाचे शोषण करण्यासाठी झाली, असा विचार मांडला. आधुनिक भांडवलशाही व्यवस्थेत भांडवलदार वर्ग राज्याचा उपयोग कामगार वर्गाच्या शोषणासाठी करून घेतो. कार्ल काट्स्की म्हणतो, राज्य हे भांडवलदार वर्गाचे हितसंबंध जोपासण्याचे काम करीत असते. त्याचप्रमाणे ज्या वेळी कामगारांची हुकूमशाही अस्तित्वात येईल, त्या वेळीही राज्याचा उपयोग पूर्वीचा शोषणकर्ता वर्ग-भांडवलदारांचा वर्ग - नाहीसा करून कामगारांची लोकशाही व्यवस्था प्रस्थापित करण्यासाठी केला जाईल. त्यामुळे सत्ता आणि शक्ती हीच राज्याच्या उत्पत्तीची कारणे मार्क्सवादी मीमांसेतही आढळतात.

हीच विचारप्रणाली काही जर्मन विचारवंतांच्या विचारांत मांडलेली आढळते. सोरेल, नित्शे, ट्रॉट्स्की यांच्यासारखे हुकूमशाही विचारांचे समर्थक याच मीमांसेला दुजोरा देतात. हेगेलच्या पठडीत तयार झालेले हे विचारवंत जर्मन राष्ट्राची अस्मिता आणि वर्चस्व वाढविण्यासाठी शक्ती आणि जुलूम जबरदस्ती हेच राज्याच्या उत्पत्तीची मीमांसा असल्याचे मानतात. नित्शे आणि सोरेल यांनी तर बलवान लोकांना क्रांतीचा हक्क असल्याचे नमूद करून, असे सामर्थ्यसंपन्न लोकच राष्ट्राचे धुरिणत्व करावयास लायक आहेत, असे मानले. हे सामर्थ्याचे तत्त्वज्ञानच पुढे नाझीवादाचे आणि फॅसिस्टवादाचे समर्थन ठरले.

वस्तुत: ही सामर्थ्याची मीमांसा फारच अल्पजीवी ठरली आणि तिच्यावर कडक टीका झाली. पहिले - या मीमांसेत मानवी जीवनातील एकाच घटकावर अतिरिक्त भर दिल्याचे दिसते. वस्तुत: मानवाने एकत्र येऊन नागरी समाजाची केलेली स्थापना मानवातील सहकार्याच्या भावनेलाच प्राधान्य देते. त्यात संघर्षाची भावना नाही. परंतु मानवी स्वभावातील सहकार्याच्या भावनेचा यात पूर्णपणे अभाव दिसून येतो.

दुसरे - संघर्ष या प्रवृत्तीला राज्याच्या उत्पत्तीत पूर्वी महत्त्वाचे स्थान होते आणि

नेतृत्वगुण हे युद्धजन्य परिस्थितीतूनच सिद्ध होत असत. परंतु याच घटकाला एकमेव कारण मानणे योग्य नव्हे. राज्याची उत्पत्ती ही एक ऐतिहासिक प्रक्रिया आहे आणि अनेक घटकांचा राज्याच्या उत्पत्तीत हातभार लागलेला असतो.

तिसरे - दमन (Coercion) हा राज्याचा आवश्यक घटक आहे. अंतर्गत विनाशकारी शक्तींचा बीमोड करण्यासाठी राज्याजवळ दमनशक्ती हवी. परंतु ते काही राज्याच्या उत्पत्तीचे कारण होऊ शकत नाही. शिवाय राज्याकडे असलेल्या या दमनशक्तीचा उपयोग जनसामान्यांच्या संमतीशिवाय होऊ शकत नाही. लोकमत ही फार मोठी शक्ती असते. राज्याचा व्यवहार योग्य तऱ्हेने चालावा, या हेतूने सामर्थ्याचा उपयोग समर्थनीय असतो. शेवटी सामाजिक कल्याण हाच राज्याचा प्रधान हेतू आणि फार तर तो साध्य करण्यासाठी आवश्यक तर बलाचा उपयोग हे साधन होय.

चवथे - सामर्थ्याची ही मीमांसा लोकशाही व्यवस्थेच्या विरोधी आहे. लोकशाहीत चर्चा-संवाद यांतून प्रश्न सोडविले जातात. राजकीय प्रश्नांची उत्तरे चर्चा आणि संवाद यांतून मिळतात. अगदी अपरिहार्य परिस्थितीत दमनशक्तीचा वापर केला जातो. त्यामुळे ही मीमांसा लोकशाही व्यवस्थेच्या विरोधी आहे.

शेवटी, आधुनिक काळातील आंतरराष्ट्रीय कायदा आणि विविध आंतरराष्ट्रीय संघटनांमुळे सामर्थ्य हा आंतरराष्ट्रीय संबंधांतील प्रश्न सोडविण्याचा मार्ग होऊ शकत नाही.

राज्याचा सेंद्रिय उत्पत्तीचा सिद्धान्त (Organic Theory of origin of the State)

सुरुवातीच्या काळात काही विचारवंतांनी हा राज्याचा सेंद्रिय उत्पत्तीचा सिद्धान्त मांडल्याचे दिसते. परंतु कालमानानुसार त्यात बदल घडून आला आहे. या सिद्धान्तात राज्याची तुलना सजीव मानवी शरीराशी केली आहे. शरीराच्या निरनिराळे अवयवांचे राज्यातील निरनिराळ्या घटकांशी साधर्म्य असल्याचे या विचारांत नमूद केले आहे. यातून दोन निष्कर्ष निघतात. एक - ज्याप्रमाणे मानवी शरीराच्या अस्तित्वामुळे हे सर्व अवयव कार्यरत असतात, त्याचप्रमाणे व्यक्तींचे अस्तित्व हे राज्यावर अवलंबून असते. यात राज्याला व्यक्तीच्या तुलनेत सर्वोच्च स्थान दिले आहे. दुसरे - विविध अवयव निरनिराळे कार्य पार पाडीत असतात. त्यातील काही इतर अवयवांपेक्षा महत्त्वाचे काम पार पाडतात. आणि ही क्षमता निसर्गत:च त्यांना बहाल झालेली असते. त्याचप्रमाणे समाजामध्ये विविध वर्ग आणि संस्था त्यांच्या समाजोपयोगी कार्यामुळे किंवा समाजहितेशी कार्यामुळे कार्यरत असतात.

हा सिद्धान्त हर्बट स्पेन्सर आणि Bluntschli (ब्लंटशेली) या विचारवंतांनी मांडला. ज्याप्रमाणे राज्याचे वेगवेगळे घटक, म्हणजे, व्यक्ती यांना स्वतंत्र अस्तित्व नसते,

त्याचप्रमाणे मानवी शरीरातील अवयवांना मानवी शरीराशिवाय स्वतंत्र अस्तित्व नसते. अर्थात निर्जीव राज्यसंस्थेस सजीव प्राण्याप्रमाणे मानणे हे अव्यवहार्य आहे, अशी टीका या सिद्धान्तावर झाली. परंतु आदर्शवादी विचारसरणी व नाझी-फॅसिस्ट विचारसरणीत राज्याला जे व्यक्तीहून श्रेष्ठ स्थान बहाल केले आहे, त्याचा आधारभूत विचार हा राज्याचा सेंद्रिय सिद्धान्त असावा असे म्हणता येते.

राज्याबद्दल विविध दृष्टिकोन (Different perspectives of the state)

१) अनेकतावादी राज्य (Pluralist Perspective of State)

या मीमांसेच्या विचारवंतांच्या मते राज्य या संस्थेचे महत्त्व कमी गणले गेले आहे. राज्यात अनेकविध संस्था अस्तित्वात असतात आणि राज्य त्या सर्व संस्थांवर पंच (Referee) म्हणून काम करीत असते. या मीमांसेत प्रशासनाला महत्त्वाचे स्थान दिलेले असते. न्यायसंस्था, नागरी प्रशासन आणि लष्करी व्यवस्था या स्वतंत्र संस्था मानल्या जाऊन त्या त्यांचे काम करण्यास सक्षम असतात, अशी धारणा यात व्यक्त केली आहे. यात राज्य ही संस्था तटस्थ असते, पण त्याचबरोबर ती इतर सर्व संस्थांच्या मानाने श्रेष्ठ असते.

विसाव्या शतकात राज्याच्या अनेकतेची (Pluralist State) संकल्पना मांडली गेली. अनेकतावादात (Pluralism) उदारमतवादी समाजात जसे सत्तेचे विकेंद्रीकरण केले जाते, तसे या संकल्पनेत राज्य ही एक तटस्थ (neutral) संस्था असून, समाजातील गट व समूह आणि संस्था यांच्यावर त्याचा प्रभाव असत नाही. राज्याचा कोणताही विशिष्ट गटाशी हितसंबंध नसतो, तसेच राज्य हे समाजाहून वेगळे असल्यामुळे त्याचा स्वत:चा असा कोणताही स्वतंत्र हितसंबंध नसतो. Schwazmantal हा विचारवंत म्हणतो, 'राज्य हे समाजातील लोकांचे नोकर असते, मालक नसते.' या विचारात दोन घटकांचा समावेश होतो. राज्य हे प्रशासनाचे अंकित असते. राज्यातील निवडणुकांशिवाय अस्तित्वात असलेल्या घटक-संस्था (नागरी प्रशासन, न्यायव्यवस्था, पोलीस, लष्कर इत्यादि) या पूर्णत: तटस्थ असतात आणि त्यांच्यावर त्यांच्या राजकीय श्रेष्ठींची सत्ता असते / प्रभाव असतो. राज्याचे काम सार्वजनिक हित जोपासणे आणि राजकीय उत्तरदायित्व यांपुरतेच मर्यादित असते. दुसरे, लोकशाही व्यवस्था त्यामुळे प्रभावीपणे राबविता येते. वेगळ्या शब्दात सांगावयाचे झाल्यास, पक्षीय स्पर्धा आणि हितसंबंधी गटांच्या प्रभावाने चालणारे राज्य ही केवळ जनमतानुसार चालणारी एक संस्था असते.

आधुनिक अनेकतावादी विचारवंत रॉबर्ट डाहल (Robert Dahl), चार्ल्स लिंडब्लोम (Charles Lindblom) आणि गॅलब्रेथ (Galbraith) हे स्वत:स neo-Pluralists म्हणवून घेतात. त्यांच्या मते आधुनिक औद्योगिक राज्ये ही जनमताच्या बाबतीत फारच संवेदनशील आहेत आणि त्यांचे व्यवहारही फार गुंतागुंतीचे होत चालले आहेत. त्याच्या मते इतर संस्थांच्या मानाने 'औद्योगिक जगत' फारच जास्त प्रभावी बनले आहे. आपल्या Politics and Markets या पुस्तकात Lindblom म्हणतो, उद्योगक्षेत्र हे समाजातील मोठे गुंतवणूकदार आणि नोकऱ्यांची उपलब्धता प्राप्त करून देणारे क्षेत्र असल्यामुळे, त्या क्षेत्राचा फार मोठा प्रभाव सरकार आणि प्रशासनावर राहतो. कोणतीही विचारधारा असो अगर नसो, या औद्योगिक क्षेत्राचा प्रभाव निर्विवादपणे प्रशासनावर असतो. हे नव-अनेकतावादी विचारवंत म्हणतात की, समाजातील काही मान्यवरांचे हितसंबंध राज्य जपत असते. उदा. वरिष्ठ नागरी अधिकारी - न्यायाधीश, पोलीस प्रमुख, लष्करी अधिकारी, इत्यादि. हे वर्ग स्वतंत्रपणे आपले हितसंबंध जपतात किंवा विविध गट करून ते हितसंबंध साधत असतात. अर्थात राज्य हे जर राजकीय व्यवहारांत भाग घेणारे समजले, तर ती सर्वांत प्रभावी संस्था होऊ शकते. अशा तऱ्हेच्या विचारांतून आधुनिक उदारमतवादी लोकशाही व्यवस्थेत लोकशाही राज्याची स्वायत्तता अधोरेखित केली जाते.

राज्याचा उदारमतवादी व्यक्तिवादी दृष्टिकोन (Liberal Perspective of the state)

सतराव्या शतकातील युरोपामध्ये शरीर-वैज्ञानिक शास्त्रामध्ये अनेक नवनवे शोध लागले व निसर्गाच्या अनेक गूढ गोष्टींवर प्रकाश पडला. ज्याप्रमाणे तांत्रिक क्षेत्रात प्रगती झाली, त्याचप्रमाणे राज्य आणि समाज यांच्या कल्पनांतही बदल झाले. ज्याप्रमाणे निसर्गाचा कारभार काही नैसर्गिक नियमांप्रमाणे चालतो, त्याचप्रमाणे समाज आणि राज्य यांचा कारभारही विशिष्ट नियमानुसार यंत्रवत चालतो. यात समाजव्यवस्था ही एखाद्या 'नैसर्गिक व्यवस्थे'नुसार मानून, कोणताही हस्तक्षेप हा तिच्या कार्यात बिघाड निर्माण करू शकतो, असे मत मांडले आहे. हे अहस्तक्षेपाचे धोरण तत्कालीन समाजाच्या मध्यमवर्गीयांचे, तसेच व्यापारी आणि कारखानदार यांचे हिताचे होते. त्यातूनच मुक्त अर्थव्यवस्थेची कल्पना विकसित झाली.

या विचारानुसार राज्य हे त्यातील लोकांनी स्वेच्छेने निर्माण केलेले असते. राज्य म्हणजे समाजातील विविध व्यक्तींचे हितसंबंध सौहार्दपूर्णतेने जपणारी संस्था. परंतु आधुनिक भांडवलदारी व्यवस्थेत असे दिसून येते, की काही आर्थिकदृष्ट्या संपन्न व सुसंघटित गट राज्यावर प्रभाव टाकून केवळ आपले हितसंबंध जोपासतात. त्यातूनच

आर्थिक विषमता व सामाजिक अन्याय यांसारखे क्लिष्ट प्रश्न उभे राहतात.

परंतु हा सिद्धान्त मांडला गेला, तो काळ सरंजामशाहीच्या अस्ताचा व भांडवलशाहीच्या उदयाचा होता. सरंजामशाहीची मुळे रूढीप्रधानतेत खोल रुजली होती. भांडवलशाही व्यवस्था ही व्यापारी करारमदारांवर आधारित होती. त्याकरिता आर्थिक स्वातंत्र्य आणि करार-स्वातंत्र्य, तसेच मुक्त बाजारव्यवस्था यांची आवश्यकता होती. त्या आवश्यकतांना उदारमतवादी विचारांतील व्यक्तिस्वातंत्र्याच्या विचाराने पाठबळ मिळाले.

मुक्त आर्थिक स्वातंत्र्यवादी-व्यक्तिवादी विचार (Laissez Faire Individualism / Classical Liberalism)

अठराव्या शतकात ही विचारधारा उगम पावली आणि तिचा विकास पद्धतशीररीत्या एकोणिसाव्या शतकात झाला. हीच अभिजात व्यक्तिवादी उदारमतवादी विचारसरणी. ह्या विचारसरणीत व्यक्ती ही केंन्द्रस्थानी असते. प्रत्येक व्यक्तीला विचार करण्याची क्षमता असते व त्यामुळे ती स्वत:चे हित कशात आहे, हे जाणू शकते. त्यामुळे अभिजात उदारमतवादात व्यापाराचे स्वातंत्र्य (Freedom of trade), करार स्वातंत्र्य (Freedom of contract), परस्पर देवघेवीचे स्वातंत्र्य (Freedom to bargain) आणि कोणताही उद्योग करण्याचे स्वातंत्र्य हे व्यक्तीचे हक्क अनुस्यूत आहेत. व्यक्तीची प्रत्येक कृती ही तिच्या विचार करण्याच्या क्षमतेवर अवलंबून असल्यामुळे, स्वत: हितकारक रीतीने कृती करून मालमत्ता मिळविणे व त्याकरिता परस्परांत निकोप स्पर्धा करणे या बाबी सामाजिक विकासाला उपकारक आहेत, असे मानले आहे. त्यामुळे व्यक्तीची विविध स्वातंत्र्ये रक्षिणे, परस्परांशी केलेले करारमदार पाळले जातात हे पाहणे, तसेच व्यक्तीच्या मालमत्तेचे रक्षण करणे आणि समाजात शांतता व सुव्यवस्था नांदत आहे, हे पाहणे यांपुरतेच सरकारचे कार्यक्षेत्र सीमित असते.

व्यक्ती हा केंद्रबिंदू असल्यामुळे अभिजात उदारमतवादात 'Laissez Faire' (Leave us alone ही फ्रेंच परिभाषेतील उक्ती) अभिप्रेत आहे. व्यक्तीच्या कोणत्याही आर्थिक कृतीत राज्याचा हस्तक्षेप नसावा, हा याचा अर्थ आहे. १९ व्या शतकातील इंग्लंडमध्ये हा वाक्प्रचार व्यक्तीचे औद्योगिक आणि व्यापारी क्षेत्रातील अहस्तक्षेपी स्वातंत्र्य या अर्थाने सर्रास वापरला जात होता. मुक्त आर्थिक स्वातंत्र्यवादी व्यक्तिवादी विचारसरणीत व्यक्तीचा मालमत्तेचा हक्क एक स्वातंत्र्य म्हणून जपला जातो. तसेच व्यापारी क्षेत्रातील सरकारी हस्तक्षेप सीमित केला जातो. या विचारांत सरकार किंवा प्रशासन हे necessary evil (आवश्यक अडचण) आहे, असे म्हटले जाते. व्यक्तीच्या स्वातंत्र्यावर ते बंधन घालते,

म्हणून evil वाईट, अडचण आणि त्याची आवश्यकता आहे, म्हणून necessary, कारण त्याच्याशिवाय व्यक्तिस्वातंत्र्याचे रक्षण केले जाऊ शकणार नाही.

या विचाराचे प्रवर्तक म्हणून ॲडम स्मिथ यांचे नाव घ्यावे लागते. आणि त्याचे समर्थक म्हणून जेरेमी बेंथॅम, जेम्स मिल आणि हर्बर्ट स्पेन्सर या विचारवंतांची नावे येतात. मुळात हा विचार फ्रेंच आर्थिक विचारवंतांच्या Physiocrats या गटातून घेतला गेला. या आर्थिक विचारवंतांनी मुक्त आंतरराष्ट्रीय व्यापाराचे तत्त्वज्ञान मांडले. जोपर्यंत व्यक्ती दुसऱ्या व्यक्तीच्या स्वातंत्र्यात हस्तक्षेप करीत नाही, तोपर्यंत सरकार किंवा प्रशासनाने शांतताप्रिय आणि कायद्याने वागणाऱ्या लोकांच्या कृतीत हस्तक्षेप करता कामा नये. यातूनच मुक्त व्यापार आणि निकोप स्पर्धा या बाबींत व्यक्तींना पूर्णपणे स्वातंत्र्य असले पाहिजे, हा विचार मांडला गेला.

ॲडम स्मिथने यातून 'आर्थिक माणूस' (economic man) हा विचार मांडला. प्रत्येक व्यक्तीत व्यापाराची देवघेवीची एक क्षमता असते. जर ह्या विशेष क्षमतेला मुक्त स्वातंत्र्य दिले, तर तिचा उपयोग उत्पादनवाढीसाठी होऊ शकतो. उत्पादनाचा हेतू हा नफा मिळविणे असतो, कारण स्वहित पाहणे ही स्वाभाविक कृती असते. त्यामुळे जास्तीत जास्त उत्पादन, त्यातून जास्तीत जास्त फायदा, यांमुळे एकूण सर्वांचेच हित साधले जाईल. त्यातूनच राष्ट्राचे हित साधले जाऊन राष्ट्र संपन्न होईल. या विचारावर अर्थातच टीका झाली. कारण केवळ नफेखोरीकरिता उद्योग करावयाचा झाल्यास माणूस किती अवनत पातळीवर पोहोचेल, हे सांगता येत नाही. या टीकेचे वास्तव स्वरूप भांडवलशाही व्यवस्थेत पाहावयास मिळते.

जेरेमी बेंथॅम याने आपल्या व्यक्तिवादी विचारसरणीतून या विचाराचे समर्थन केले. 'चांगले' अगर 'वाईट' या अमूर्त संकल्पनांनी मानवी कृतीचे विश्लेषण करू नये. तर एखादी कृती मानवाला किती सुख देते, आनंद देते, यावर त्या कृतीची समर्थनीयता ठरविली पाहिजे, अशा आशयाची Pleasure and Pain संकल्पना बेंथॅम मांडतो. कोणत्याही कृतीचे फळ किती आनंददायी किंवा दु:खदायक आहे, या निकषावर त्या कृतीची समर्थनीयता ठरवावी लागेल. राज्यानेदेखील हेच वास्तव लक्षात घेऊन आपल्या समाजोपयोगी योजना आखताना 'Greatest happiness of the great number of people' - 'बहुतांचे बहुत सुख' हे लक्षात घेतले पाहिजे. अर्थात या विचारावर सडकून टीका झाली. सुख म्हणजे काय? सुखाची मोजदाद कशी करावी? सुख कसे मोजावे? सुख हे गुणात्मक मोजावे की संख्यात्मक मोजावे? अशा तऱ्हेचे अनेक मुद्दे टीकाकारांनी उपस्थित केले.

या विचारात राज्य हे मानवाने सामाजिक विकासासाठी निर्माण केले आहे, हा विचार असून, त्यात सामाजिक सुख केंद्रस्थानी असते, तरीही राज्याला हस्तक्षेप करण्यास फारसा वाव असू नये, असे मत मांडले आहे. बेंथॅम म्हणतो, प्रत्येक मानवी कृतीमागे जास्तीत जास्त सुख मिळावे व दु:ख कमी व्हावे, ही प्रबळ भावना असते. तसेच प्रत्येक व्यक्तीला आपले हित व सुख कशात सामावले आहे, याची पूर्ण जाणीव असते, ज्ञान असते. त्यामुळे कायदे करताना अशा तऱ्हेने कायदे केले पाहिजेत, की ज्या योगे व्यक्तीच्या कृतीवरील सर्व बंधने दूर झाली पाहिजेत. लोकांना त्यांची स्वतंत्र कृती करू द्यावी व तिची नैतिकता त्यांनाच ठरवू द्यावी. कारण प्रत्येक व्यक्ती ही आपल्या कृतीची नैतिकता ठरविण्यास सक्षम असते. ज्या वेळी एखादी व्यक्ती किंवा व्यक्तिगटाच्या एखाद्या कृतीने इतर व्यक्तींच्या सुख किंवा आनंद मिळविण्यात अडथळा उत्पन्न होत असेल, तेव्हाच राज्याने हस्तक्षेप करावा. गुन्हेगारांना शिक्षा करणे हे राज्याचे काम आहे, हे विचार मांडून बेंथॅम याने स्वातंत्र्यवादी व्यक्तिवादी राज्याच्या उत्पत्तीस आणखी एक वेगळा आयाम देऊन त्याचे समर्थन केले.

जेम्स मिल या विचारवंताने जेरेमी बेंथॅमच्या उपयुक्ततावादी-व्यक्तिवादी तत्त्वज्ञानाचा (Utilitarian Individualism) प्रसार केला. त्याने तत्कालीन इंग्लंडमधील राजकीय सामाजिक वास्तवाचे विश्लेषण केले आणि तो अशा मताप्रत आला, की विविध संस्था व्यक्तीच्या कृतिस्वातंत्र्यावर बंधने आणतात. आपल्या 'Essays on Government' या पुस्तकात तो आपल्या विश्लेषणाचे निष्कर्ष मांडतो. तो म्हणतो, राजेशाही पद्धतीत केवळ सत्ताधीशाचे हितसंबंधच जोपासले जातात आणि त्या पद्धतीत सत्ता केंद्रित असल्याने भ्रष्टाचाराला वाव असतो. हे टाळावयाचे असल्यास लोकशाही व्यवस्थेची स्थापना केली पाहिजे. कालबद्ध निवडणुकांद्वारे, सार्वत्रिक मतदानाचा हक्क बहाल करून, गुप्त मतदान पद्धतीने निवडून आलेल्या प्रतिनिधींद्वारे, राज्याचा कारभार लोकशाही पद्धतीने केल्यास, व्यक्तीचे कृतिस्वातंत्र्य आणि इतर स्वातंत्र्ये अबाधित राहतील; कारण लोकांच्या स्वातंत्र्याचे रक्षण करणे हेच राज्याचे काम असेल.

हर्बर्ट स्पेन्सर या इंग्लिश राजकीय विचारवंताने समाजशास्त्राच्या अंगाने या मुक्त स्वातंत्र्यवादी-व्यक्तिवादी विचारसरणीचा ऊहापोह आपल्या 'Social Statics : The Man versus the State' आणि 'The Principles of Ethics' या पुस्तकांद्वारे केला. जगाचा उत्क्रांतीवादी सिद्धान्त मांडून तो म्हणतो, माणूस नैसर्गिक दृष्ट्या सामाजिक परिस्थितीशी जुळवून घेत असतो. ही क्षमता पिढ्यान् पिढ्या चालत आलेली असते. या उत्क्रांतीच्या प्रक्रियेत राज्याचे कार्यक्षेत्र मर्यादित असते. ते म्हणजे लोकांमध्ये समान

स्वातंत्र्याची भावना निर्माण करणे. स्पेन्सर म्हणतो, राज्याने आरोग्य किंवा गरिबी नाहीशी करणे आदि कार्याकरिता नागरिकांच्या कृतिस्वातंत्र्यात हस्तक्षेप करू नये, कारण त्यामुळे उत्क्रांतीच्या नैसर्गिक प्रक्रियेत हस्तक्षेप केल्यासारखे होईल. त्याच्या मते 'बळी तो कान पिळी' (Survival of the fittest) हे तत्त्व नैसर्गिक निवडीवर (natural selection) आधारलेले आहे. त्यामुळे राज्याने वास्तव परिस्थितीत कोणताही हस्तक्षेप करू नये. व्यक्तिस्वातंत्र्याबाबत तो इतक्या टोकाला जातो, की उत्क्रांतीच्या या नैसर्गिक प्रक्रियेत दुर्बळ व्यक्तींचे अस्तित्व नाहीसे झाले, तरी चालेल, असे तो म्हणतो.

एकोणिसाव्या शतकाच्या मध्यानंतर जागतिक स्तरावरील सामाजिक, आर्थिक आणि राजकीय घडामोडींमुळे ह्या मुक्त स्वातंत्र्याच्या उदारमतवादी तत्त्वज्ञानात बदल करण्याची आवश्यकता भासू लागली. या बदल केलेल्या उदारमतवादी तत्त्वज्ञानास नव उदारमतवाद नव-अभिजात उदारमतवाद (neo-classical liberalism) हे नामाभिधान मिळाले.

या वेळेपर्यंत मार्क्सवादी आणि समाजवादी तत्त्वमानाची जगभर मांडणी झाली होती. मुक्त स्वातंत्र्यवादी-उदारमतवादी तत्त्वज्ञानात बदल करणे आवश्यक वाटू लागले. आर्थिक शोषणामुळे निर्माण झालेला भांडवलशहांचा छोटा वर्ग समाजातील बहुसंख्य कामगार, शेतमजूर इत्यादी दारिद्र्यात पिचणाऱ्या लोकांचे कमालीचे शोषण करीत होता. हे सर्व आर्थिक स्वातंत्र्य आणि करार स्वातंत्र्य यांतून निर्माण झाले होते. काही सहृदय विचारवंतांनी या परिस्थितीचे निरीक्षण करून हे शोषण थांबले पाहिजे, मानवी जीवनाची अस्मिता जागवली पाहिजे, असे विचार मांडण्यास सुरुवात केली. त्यात कार्ल मार्क्स सारख्या तत्त्वज्ञांनी आपले मानवकेंद्रित तत्त्वज्ञान मांडून, एक वेळ व्यक्तिस्वातंत्र्यास मुरड घालावी लागली तरी चालेल, पण आर्थिक समतेस प्राधान्य दिले पाहिजे व तदनुसार क्रांतिकारी बदल घडवून समाजवादी समाजरचना प्रस्थापित केली पाहिजे, असे विचार मांडले. या सर्व घडामोडींचा उदारमतवादी विचारांवर परिणाम झाला व उदारमतवादी विचारवंतांनी नव-उदारमतवादी विचाराची व त्यातून त्यांनी राज्याच्या बदललेल्या भूमिकेची मांडणी केली. या नव-उदारमतवादी विचारांत राज्याला व्यक्तिस्वातंत्र्यात सकारात्मक हस्तक्षेप करण्याची मान्यता देण्यात आली. या विचारांचे द्वारा राज्याने व्यक्तीच्या आर्थिक स्वातंत्र्यात हस्तक्षेप करून, गरीब आणि शोषित जनतेला आर्थिक दृष्ट्या दिलासा द्यावा, अशी मांडणी केली आहे. स्वातंत्र्य या मूल्याबरोबरच समता व सामाजिक न्याय या मूल्यांचाही राज्याच्या योजनांत समावेश केला पाहिजे, अशी मांडणी या विचारांच्या प्रवर्तकांनी केल्याचे दिसते. याच नव-उदारमतवादी विचारांच्या राज्याला

'Welfare state' - सामाजिक न्यायावर आधारित राज्य (कल्याणकारी राज्य) असे म्हटले गेले. या विचारसरणीचे प्रवर्तक टी. एच. ग्रीन, एल. टी. हॉबहाऊस आणि हॅराल्ड लास्की हे समजले जातात.

परंतु, विसाव्या शतकाच्या उत्तरार्धात नवउदारमतवादातील काही विचारवंतांना हा विचार व्यक्तिस्वातंत्र्याला मारक आहे, असे वाटून त्यांनी पुन्हा मुक्त आर्थिक स्वातंत्र्यवादी तत्त्वज्ञानाची मांडणी केली. उदारमतवादातील हा विचारप्रवाह नवउदारमतवादाइतकाच महत्त्वाचा ठरला. याला 'स्वतंत्रतावाद' (Libertarians) असे म्हटले गेले. या विचारांत व्यक्तिस्वातंत्र्याला आणि व्यक्तीच्या स्वायत्ततेला अतिशय महत्त्व दिले आहे. मानवी जीवनात, त्याचे व्यक्तिमत्त्वात, स्वभावात, विचारांत आणि कृतीत केवळ परिस्थितीनुरूप बदल घडत नाहीत - तर माणूस हा स्वत:चे भवितव्य स्वत: घडविणारा एक सर्जनशील अस्तित्व आहे. त्यामुळे त्याच्यावर राजकीय व सामाजिक दृष्ट्या कोणतीही बंधने घालणे योग्य नाही. स्वतंत्रतावादात विशेषकरून व्यक्तीच्या आर्थिक कृतींवर बंधने घालण्यास विरोध आहे. कारण त्यामुळे व्यक्तीचा विकास किंवा विजिगिषु विकासक्षमता कुंठित होते. त्यामुळे राज्याने व्यक्तिस्वातंत्र्यावर कोणतीही बंधने घालणे समर्थनीय नाही.

या विचारधारेतील अतिरेकी विचारवंतांचे तर असे म्हणणे आहे की, 'राज्य ही बेकायदेशीर संस्था आहे.' त्यांचे विचार काहीसे 'अराजकता' (anarchism) या अवस्थेप्रत जातात. अराजकतावादात दंडशक्तीचा उपयोग निषिद्ध मानला आहे, तर अतिरेकी स्वतंत्रतावादी विचारांत सामाजिक संरक्षणाची जबाबदारी 'खाजगी संरक्षण संस्थेवर' सोपविली जाते. काही स्वतंत्रतावादी विचारवंत प्रशासनाने करारपद्धतीने पोलीस संरक्षणाची व्यवस्था करावी, असे म्हणतात. सरकारने बाह्य आक्रमणापासून संरक्षणाचे काम करावे, पण त्यापेक्षा अधिक काहीही नाही, म्हणजेच राज्याने 'night watchman' चे काम करावे. या अंतर्गत परचक्रापासून करावयाच्या संरक्षणाकरिता येणारा खर्च भागविण्यासाठी राज्याने लोकांवर कर बसवावेत. या विचाराची मांडणी करणारे विचारवंत F. A. Hayek, इसाय बर्लिन, मिल्टन फ्रिडमन आणि रॉबर्ट नोजिक हे होत.

कल्याणकारी राज्य (Welfare State)

उदारमतवादी विचारसरणी सुरुवातीला नकारात्मक स्वातंत्र्याच्या विचाराने मांडली गेली होती. राज्याने कोणतीही बंधने व्यक्तीच्या कृतीवर घालू नयेत, हा तो विचार होता. परंतु औद्योगिक क्रांतीनंतर बदललेल्या परिस्थितीत उदारमतवादात सकारात्मक स्वातंत्र्याचा (Positive liberty) बदल झाला. नागरिकांच्या कल्याणासाठी व विशेषकरून आर्थिक विषमतेमुळे शोषित जनतेला दिलासा मिळावा, त्यांचे जीवन सुकर व्हावे, म्हणून राज्याने

व्यक्तीवर आर्थिक निर्बंध घालून सामान्य नागरिकांचे हित जोपासावे, अशी विचारसरणी उदारमतवादात मांडली गेली.

एकोणिसाव्या शतकातील मुक्त अर्थव्यवस्थेमुळे समाजातील धनिक भांडवलशाही वर्गाचे महत्त्व वाढले. त्यांनी समाजातील कामगार, शेतमजूर, गरीब यांचे शोषण करून त्यांचे जीवन असह्य केले. प्रचंड आर्थिक विषमता निर्माण झाली. वस्तुत: मुक्त आर्थिक स्वातंत्र्यातील करारस्वातंत्र्यामुळे समाजातील सर्व लोक एकाच पातळीवर येऊन आपल्या हिताचे करार करतील, अशी अपेक्षा होती. पण तसे घडले नाही. विविध क्षमता असलेले लोक करार करताना एका पातळीवर येऊ शकले नाहीत आणि परिणामत: पराकोटीची आर्थिक विषमता निर्माण झाली.

जॉन स्टुअर्ट मिल हा विचारवंत सकारात्मक उदारमतवादाचा (Positive Liberalism), पुरस्कर्ता समजला जातो. सुरुवातीस तो मुक्त अर्थव्यवस्थेचा, आर्थिक स्वातंत्र्याचा पुरस्कर्ता होता. परंतु तत्कालीन सामाजिक आर्थिक परिस्थितीचा विचार करता, त्याने समााजिक विषमता नष्ट करण्याकरिता राज्याने व्यक्तिस्वातंत्र्यात हस्तक्षेप करण्यास हरकत नाही, हा विचार अतिशय प्रभावीपणे मांडला. त्याने राजकीय आणि आर्थिक क्षेत्रात उदारमतवादातील भिन्न विचार मांडले. राजकीय क्षेत्रात तो व्यक्तिस्वातंत्र्याचा खंदा पुरस्कर्ता मानला गेला हे खरे. मात्र त्याने आर्थिक क्षेत्रात 'कल्याणकारी राज्याची' संकल्पना मांडली. राजकीय क्षेत्रात त्याने घटनात्मक आणि प्रातिनिधिक सरकारला पाठिंबा दिला, तर आर्थिक क्षेत्रात त्याची प्रवृत्ती काहीशी समाजवादी विचारांकडे झुकली.

जॉन स्टुअर्ट मिल हा व्यक्तिस्वातंत्र्याचा पुरस्कर्ता होता. त्याने विचारस्वातंत्र्य, अभिव्यक्तिस्वातंत्र्य आणि कृतिस्वातंत्र्य यांची प्रभावी मांडणा केली. त्याचा On liberty हा ग्रंथ जगन्मान्य झाला. कृतिस्वातंत्र्याचा विचार मांडताना तो 'स्व-संबोधित कृती' (Self regarding Action) आणि अन्य संबंधित कृती (Others - regarding actions) असा फरक करतो. ज्या कृतींमुळे इतरांच्या हितसंबंधांस बाधा येत असेल, अडथळे येत असतील, अशा कृतींवर निर्बंध घालण्यासाठी राज्याने हस्तक्षेप करावा, असे मत मांडतो. अभिजात उदारमतवादी विचारातील व्यक्तिस्वातंत्र्याहून तो वेगळी मांडणी करतो, असे दिसते. आर्थिक विषमता कमी करण्याकरिता राज्याचा हस्तक्षेप त्याला आवश्यक वाटतो. इतर व्यक्तींच्या हितसंबंधांस बाधा येत असल्यास, व्यक्तीच्या कृतिस्वातंत्र्यात हस्तक्षेप करावा असे त्याला वाटते. त्याने मानवतावादी समाजरचनेची मुहूर्तमेढ रोवली असे दिसून येते.

टी. एस. ग्रीन हा ब्रिटिश आदर्शवादी विचारवंत सकारात्मक स्वातंत्र्य आणि

नकारात्मक स्वातंत्र्य यांच्या अर्थासंबंधी आणि त्याबाबत राज्याच्या कार्यकक्षेविषयी वेगळाच विचार मांडतो. नकारात्मक स्वातंत्र्य म्हणजे स्वत:च्या इच्छेनुसार वागून आपल्या इच्छांची परिपूर्ती करणे. या विचारांत व्यक्ती स्वेच्छेनुसार वागू शकते (मन:पूतं समाचरेत!). परंतु सकारात्मक स्वातंत्र्य म्हणजे व्यक्ती आपल्या विवेकानुसार कृती करते व त्यातून स्व- जाणिवा विकसित करून पूर्णत्वाकडे वाटचाल करते. सकारात्मक स्वातंत्र्याच्या विचारांत व्यक्ती आपल्या आदर्शाप्रत पोहोचण्याचा प्रयत्न करते.

ग्रीन म्हणतो, राज्य है नैतिक जाणिवेतून (Moral consciousness) निर्माण होते. (The state is the product of moral consiousness). ग्रीनच्या मते मानवी जाणिवेतून स्वातंत्र्य निर्माण होते. स्वातंत्र्यात हक्क अनुस्यूत असतात आणि हक्कांच्या संरक्षणाकरिता राज्याची आवश्यकता असते. त्यामुळे राज्य हे पूर्णत्वाकडे जाण्याचे साधन असते. हेगेल या आदर्शवादी विचारवंतांप्रमाणे ग्रीन देखील राज्याला व्यक्तीपेक्षा श्रेष्ठ मानतो. ग्रीनच्या मते राज्य हक्कांचे संरक्षण करते आणि हक्कांच्या मागे नैतिक जाणिवांचा पाठिंबा असतो. परंतु राज्य हक्कांची निर्मिती करू शकत नाही. तसेच राज्य नैतिक जाणिवेची निर्मितीही करू शकत नाही. पण राज्य एक गोष्ट करू शकते. ती म्हणजे व्यक्तींमध्ये नैतिक जाणिवा विकसित होतील, असे वातावरण, अशी सामाजिक परिस्थिती. त्या दृष्टिकोनातून समाजात काही अडथळे निर्माण होत असतील, तर ते अडथळे दूर करणे हे काम राज्य करू शकते. व्यक्तींच्या आदर्शाप्रत पोहोचण्याच्या मार्गातले अडथळे दूर करणे हे काम राज्य करू शकते. व्यक्तींच्या आदर्शाप्रत पोहोचण्याच्या मार्गातले अडथळे दूर करणे व त्याकरिता आवश्यक तो हस्तक्षेप करणे हे सकारात्मक स्वातंत्र्याचे लक्षण आहे.

आपल्या प्रदीर्घ अनुभवांचे आधारे प्रा. लास्की या विचारवंताने राज्याच्या उदारमतवादी विचारांत मोलाची भर घातली. वस्तुत: तो भांडवलशाहीचा टीकाकार होता. परंतु त्याच्या लोकशाहीवरील टीकेमुळे त्याने भांडवलशाही व्यवस्थेत आवश्यक ते बदल करून, राज्य हे कल्याणकारी स्वरूपाचे बनविण्यासाठी उपाययोजना करावी, असे मत मांडले. भांडवलशाही व्यवस्थेत काही क्रांतिकारी बदल केले नाहीत, तर मानवी अस्तित्वालाच धोका पोहोचेल, अशी भीती तो व्यक्त करतो आणि हे बदल घडविण्याची क्षमता आधुनिक राज्यांत असल्याचा आशावाद प्रकट करतो. समाजातील शोषित आणि अविकसित वर्गांमध्ये काही सकारात्मक बदल घडवून, त्यांचे जीवनमान सुखी करण्याची क्षमता आधुनिक राज्यात आहे. आतापर्यंत राज्याने आरोग्य, शिक्षण, गृहनिर्माण, सामाजिक विमा योजना, औद्योगिक क्षेत्रातील किमान वेतन व खुशबक्षिसीची निश्चिती, औद्योगिक क्षेत्रांवर नियंत्रण, गरीब विद्यार्थ्यांना माध्यान्ह भोजनाची सोय यांबाबत केलेली

कामगिरी ही शोषित आणि अविकसित वर्गात आशा निर्माण करणारी आहे. या सुधारणा हा प्रगल्भ सामाजिक जाणिवेचाच परिपाक असल्याचे तो मानतो. हीच बाब लास्की यांच्या उदारमतवादी विचारांत सकारात्मक स्वातंत्र्यात भर घालणारी आहे. शोषितांची दु:खे दूर करण्यासाठी तो मार्क्सवादी 'राज्यविरहित' समाजव्यवस्थेकडे वळत नाही. तो राज्य आणि समाज यांची गल्लत न करता, राज्याच्या सकारात्मक कार्याची प्रशंसा करतो. त्याच्या मते राज्य हे दंडशक्तीचे प्रतीक किंवा समाजात वर्गविग्रह करून एखाद्या विशिष्ट वर्गाच्या हितासाठी आपली दंडशक्ती वापरण्याचे साधत नव्हते, तर राज्य हे जनसामान्यांचे जीवन सुखी करणारे साधन होते. थोडक्यात, प्रा. लास्की यांच्या मते प्रचलित भांडवलशाही राज्य लोकशाहीच्या अंगाने आर्थिक सुधारणा घडवून, पराकोटीच्या आर्थिक विषमतेला छेद देऊन, करपद्धतीच्या योजनांचा, शोधितांच्या कल्याणाकरिता उपाय योजून, शांततामय मार्गाने लोकशाही व्यवस्था स्थापन करू शकते. त्याकरिता समाजात हिंसक क्रांती करण्याची आवश्यकता नाही.

विसाव्या शतकात सकारात्मक उदारमतवादाचा प्रणेता म्हणून रॉबर्ट मॅक्आयव्हर या विचारवंताचे नाव घ्यावे लागते. राज्य आणि समाज यांत फरक करून, राज्य हे समाजातील व्यक्तींच्या समग्र गरजा भागवू शकत नाही, तर समाजातील कार्यरत असलेल्या अनेक संस्था व्यक्तींच्या विविध गरजा भागवीत असतात व अशाच तऱ्हेची राज्य ही एक संस्था आहे, असे मत तो मांडतो. व्यक्तीच्या विविध गरजा, उदा. आर्थिक, बौद्धिक, धार्मिक, नैतिक मानसिक गरजा विविध संस्था भागवितात. राज्य केवळ समाजातील व्यक्तींचे पालक या नात्याने कायद्याचे पालन करवून घेऊन शांतता प्रस्थपित करणे व संरक्षण करणे ही कार्ये करते. व्यक्तीच्या सर्जनशीलतेला वाव देऊन विकास करणे, तसेच नैतिक आणि लौकिक शिक्षण, कला आणि सांस्कृतिक बाबी यांचे जतन करणे इत्यादी बाबी समाजात कार्यरत असणाऱ्या इतर संस्थाच करतात. राज्याने केवळ जनसामान्यांच्या इच्छेतून निर्माण झालेले कायदे राबविण्याचे काम करावे, कारण राज्य स्वत:च कायदे बनवीत नसते. म्हणजेच राज्यावर जी कायदे राबविण्याची शांतता प्रस्थापित करण्याची आणि परचक्रापासून संरक्षण करण्याची जबाबदारी आहे, ती त्याने पार पाडावीत आणि राज्याची जबाबदारी त्याच मर्यादेत असावी. मॅक्आयव्हर 'सर्व्हिस स्टेट' ची कल्पना मांडतो.

समाज हाच श्रेष्ठ आहे व राज्याच्या आज्ञा / कायदे सर्वांना बंधनकारक असतात, कारण राज्य समाजाची सेवा करीत असते. राज्य हे विविध व्यक्तींचे आणि विविध संस्थांचे हितसंबंध जपत असतानाच, त्यांच्यातील वाद - संघर्षावर उपाय योजून त्यांच्यात

समन्वय साधत असते. राज्याची सत्ता आणि विशेषाधिकार हे राज्य ज्या गुणवत्तेची सेवा आपल्या नागरिकांना देते, त्यावर अवलंबून असते.

मॅकआयव्हरला भांडवलशाही व्यवस्थेपासून समाजात काही धोका आहे, असे वाटत नाही. कारण जोपर्यंत राज्य लोकशाही पद्धतीने चालविले जाते, तोपर्यंत भांडवलशाही व्यवस्थेपासून समाजाला काहीही धोका संभवत नाही. त्याच्या मते समाजातील विविध गटांची व विविध संस्थांची निर्मिती आणि त्यामध्ये समन्वय साधण्याची क्षमता हे राज्याच्या विकासप्रक्रियेचे फलित आहे. आधुनिक उदारमतवादी विचारवंत तर असे मत प्रदर्शित करू लागले आहेत, की राज्यातील भांडवलशाहीचे सत्ताकेंद्र हळूहळू बदलून ते समाजातील इतर गटांच्या हातात जात चालले आहे, उदा. 'व्यवस्थापक वर्ग' आणि हळूहळू राज्यात विविध सत्ताकेंद्राची निर्मिती होत आहे.

राज्याचा वर्गाधारित दृष्टिकोन किंवा मार्क्सवादी दृष्टिकोन (Marxist Perspective / Class Perspective of State)

राज्य हे मानवाने निर्माण केले असून ते कृत्रिम (artificial) आहे, असे हे मार्क्सवादी विचारवंत मानतात. राज्य हे जनसामान्यांच्या इच्छेतून किंवा समाजातील विविध वर्गांचा समन्वय साधण्याचे साधन नसून, जेव्हा समाजाची दोन प्रतिस्पर्धा वर्गांत विभागणी होते, तेव्हा राज्य अस्तित्वात येते. यातील एक वर्ग सामाजिक उत्पादनाच्या साधनांचा मालक असतो आणि दुसरा कामगारांचा वर्ग असतो, जो आपल्या श्रमांवर जगत असतो. याचाच अर्थ खाजगी मालमत्तेची उत्पत्ती हाच राज्याचा मूलस्त्रोत आहे. कारण त्यामुळेच समाजाची दोन परस्परविरोधी वर्गांत विभागणी होते. यातील मालक वर्ग हा केवळ आर्थिक क्षेत्रातच प्रभुत्व गाजवित नाही, तर तो जीवनातील सर्व क्षेत्रात प्रभुत्व गाजवितो, सत्ता गाजवितो.

'खाजगी मालमत्तेच्या' उदयाबरोबरच समाजाची दोन विरोधी वर्गांत विभागणी झाली. सत्ताधीश वर्ग, प्रभावी वर्ग आणि दुसरा त्यांवर अवलंबून असणार वर्ग. समाजातील सर्व क्षेत्रांत आपली सत्ता चालावी, आपला अधिकार गाजवावा, या हेतूने या मालकवर्गाने राजकीय सत्ता उभी केली आणि ही सत्ता राज्याला बहाल केली. त्यामुळे राज्य ही संस्था अर्थसत्तेच्या अंकित राहिली. राज्य हे आर्थिक सत्ताधीशांनी निर्मिलेले एक साधन आहे. आणि हे साधन समाजातील श्रीमंत, भांडवलशाही वर्गाचे हितसंबंध जोपासण्याकरिता समाजावर लादले गेले आहे. राज्य ही अनंत काळापासून चालत आलेली संस्था नसून, इतिहासाच्या प्रक्रियेत एका विशिष्ट परिस्थितीत राज्याची निर्मिती झाली. समाजातील या वर्गाचे प्रभुत्व असलेल्या धनिक लोकांनी प्रथम सामाजिक उत्पादनाच्या साधनांवर मालकी हक्क प्रस्थापित केला आणि नंतर राजकीय सत्तेची निर्मिती करून राज्याची प्रतिष्ठापना केली.

राज्याची ही वर्गाधिष्ठित संकल्पना राज्य आणि समाज यांत फरक करते. समाज हे नैसर्गिकरीत्या ऐतिहासिक विकासप्रक्रियेत उदय पावलेले अस्तित्व आहे, तर राज्य ही मानवनिर्मित कृत्रिमरीत्या अस्तित्वात आलेली संस्था - 'राजकीय संस्था' आहे. समाज हा नैसर्गिक आहे, कारण मानवाच्या भौतिक गरजांच्या उत्पादनासाठी समाजाची गरज असते आणि हे उत्पादन मानवी जीवनासाठी आवश्यक असते. मानवी कृतींत उत्पादनकृती ही सर्वांत श्रेष्ठ कृती आहे. संघटित मानवी शक्ती ही एका अलग माणसापेक्षा जास्त उत्पादन करू शकते. त्यामुळे त्याकरिता समाज ही आवश्यक अशी संस्था आहे. मानवी विकासाच्या प्रत्येक टप्प्यावर उत्पादन विविध प्रकाराने होत गेले आणि त्यानुसार उत्पादनाची साधने बदलत गेली आणि त्याला अनुसरून समाजातील लोकांचे परस्पर संबंधांचे आयाम बदलत गेले. प्राचीन काळी जेव्हा राज्याची निर्मिती झाली नव्हती, त्या वेळी उत्पादनाची साधने कमीत कमी होती आणि निर्माण होणाऱ्या उत्पादची मालकी सामूहिक होती. या काळापर्यंत खाजगी मालमत्ता या संकल्पनेचा उदय झाला नव्हता. त्यामुळे समाजाची विरोधी वर्गांत विभागणी होण्याचा प्रश्नच नव्हता.

विकासाच्या पुढील प्रक्रियेनुसार ज्या वेळी उत्पादनाच्या साधनांची (हळूहळू) निर्मिती झाली - म्हणजेच मासेमारी, शिकार आणि फळांवर गुजराण करणारी मानवी आर्थिक स्थिती बदलून स्थिर होत गेली. त्यातून कृषिप्रधान आणि लघुउद्योग प्रधान समाजस्थिती निर्माण झाली, त्या वेळी अतिरिक्त उत्पादन होऊ लागले आणि त्यातून होणारा फायदा हा समाजातील उत्पादनाच्या साधनांची मालकी असणाऱ्या वर्गाने आपल्याकडेच ठेवला. त्याचा परिपाक म्हणजे 'मालक' वर्ग म्हणजेच 'प्रभावी वर्ग' (Dominant Class) आणि 'नोकर' वर्ग म्हणजेच 'परावलंबी वर्गा' यांची निर्मिती झाली. समाजाचे संघटन (Structure) हे नेहमीच तत्कालीन उत्पादनपद्धतीवर अवलंबून असते. हातगिरणीचा (Handmill) चा शोध लागला, तेव्हा सरंजामशाही व्यवस्था अस्तित्वात आली. तसेच वाफेवरील इंजिनाचा शोध लागला, तेव्हा औद्योगिक क्रांती होऊन भांडवलशाही व्यवस्था प्रचलित झाली. समाजातील सैद्धान्तिक, राजकीय, बौद्धिक, धार्मिक रचना ही त्या त्या काळातील भौतिक परिस्थितीवर अवलंबून असते. त्यानुसारच समाजव्यवस्थेतील राज्याचा ढांचा समाजातील प्रभावी वर्गाचे हितसंबंध जपण्याचे साधन या दृष्टीने बनत असतो.

समाजातील प्रभावी वर्ग हा राज्याचा उपयोग आपले हितसंबंध रक्षण व्हावे, या दृष्टीने करीत असतो, आणि त्यांच्या हितातच गरीब, परावलंबी वर्गाचे शोषण अनुस्यूत असते. त्यामुळे राज्य हे जुलमी आणि शोषणाचे साधन बनते, म्हणजेच अन्याय्य बनते.

सेंद्रिय सिद्धान्ताप्रमाणे ते नैतिकतेच्या आधारावर स्थित नसते, की ते समाजातील विविध घरांच्या हितसंबंधाचा संघर्ष थांबवून समन्वय प्रस्थपित करण्याचे साधन नसते. तर ते, वर्गविग्रहाच्या संकल्पनेनुसार शोषितांवर जुलूम करण्याचे एक साधन असते. राज्य समाजात शांतता प्रस्थपित करू शकते, ती राज्याला लोकांनी स्वेच्छेने मान्यता दिलेली असते, म्हणून नव्हे, तर राज्य आपल्या दंडशक्तीचा उपयोग करून शोषितांना गप्प करते. काही प्रसंगी राज्य आपल्या तात्त्विक विचारधारेच्या आधारे लोकांची मान्यता मिळविण्यात यशस्वी होते.

राज्याचा वर्गसिद्धान्त कार्ल मार्क्स, फ्रेडरिक एंजल्स आणि लेनिन मांडतात. ते म्हणतात, राज्य हे प्रभावी वर्गाचे हितसंबंध राखण्याचे व शोषितांवर जुलूम करण्याचे एक साधन आहे. या विचाराची मांडणी जगप्रसिद्ध Communist Manifesto (कामगारांचा जाहीरनामा) या छोट्या पुस्तिकेद्वारा केली गेली आहे. आपल्या The Origin of the Family, Private Property and State या पुस्तकात एंजल्स म्हणतो, प्राचीन राज्य हे गुलामांच्या मालकांचे हितसंबंध जपून गुलामांना ताब्यात ठेवण्याचे साधन होते. पुढे सरंजामशाही व्यवस्थेत सरदार, दरकदार, सरंजामदाराचे हितसंबंध जपून शेतमजूर आणि शेतकरी यांना ताब्यात ठेवण्याचे साधन बनले, आणि आधुनिक प्रातिनिधिक राज्य हे भांडवलदारांचे हितसंबंध जपून गरिबांचे शोषण करण्याचे साधन बनले. कामगारवर्गाला ताब्यात ठेवण्याचे साधन आहे. कार्ल मार्क्स म्हणतो, राज्य हे समाजातील प्रभावी वर्गाचे, भांडवलदार वर्गाचे हितसंबंध जपून कामगारवर्गाचे शोषणाला मदत करण्याचे साधन आहे. या शोषित वर्गावर जबरदस्ती करून ते वर्गसंघर्ष मिटविण्याचा प्रयत्न करते.

राज्याच्या वर्गसिद्धान्ताच्या कल्पनेत राज्य हे शोषित वर्गाविरुद्ध दंडसत्तेचा उपयोग करते. राज्य ही संस्था समाजाच्या दृष्टीने अनावश्यक आहे. राज्यविरहित समाजसंस्थेचे उद्दिष्ट मार्क्सवादात मांडले आहे, पण हे उद्दिष्ट गाठण्यासाठी मार्क्सवादालाही अंतरिम कालावधीत राज्य या संस्थेची आवश्यकता भासते. हे राज्य भांडवलशाही नष्ट करण्यासाठी आपल्या दंडसत्तेचा उपयोग करते. याला मार्क्स कामगारांची हुकूमशाही (Dictatorship of the proletariat) असे म्हणतो. एकदा भांडवलशाही व्यवस्था नष्ट झाली, की उत्पादनाचे स्त्रोत सामाजिक मालकीचे होतील, उत्पादनक्षमतेला गती येईल, प्रत्येक सुदृढ व्यक्तीस काम करावेच लागेल आणि सर्व लोकांच्या मूलभूत गरजा भागविल्या जातील. या कालावधीत लोकशिक्षणाद्वारे आपापल्या कर्तव्याची जाणीव करून दिली जाईल. आता समाजात दोन वर्ग अस्तित्वात असणार नाहीत, त्यामुळे वर्गसंघर्षाचा प्रश्नच राहणार नाही आणि राज्याची आवश्यकता असणार नाही. अशा तऱ्हेने

राज्यविरहित समाजव्यवस्था निर्माण होईल. मार्क्स म्हणतो, 'राज्य विरून जाईल' (The State will wither away).

पण अजूनतरी राज्यविरहित समाजव्यवस्था हे स्वप्नरंजनच आहे. पहिल्या महायुद्धानंतर रशियन क्रांतीद्वारे रशियात मार्क्सच्या तत्त्वज्ञानानुसार 'कामगारांचे हुकूमशाही राज्य' स्थापन झाले. दुसऱ्या महायुद्धानंतर चीनमध्येही क्रांतीद्वारे अशीच 'कामगारांची लोकशाही' (Democracy of Proletariat) निर्माण झाली. पण अद्याप कोणत्याही देशांत राज्यविरहित समाजव्यवस्था प्रस्थपित झालेली नाही. अर्थात या तत्त्वज्ञानाने जगातील बहुसंख्य लोक प्रभावित झाले, ही बाब या तत्त्वज्ञानाच्या विरोधकांनाही अमान्य करता येणार नाही.

या तत्त्वज्ञानावर लोकशाही आणि भांडवलशाही वर्गाकडून प्रचंड टीका झाली. रशियामध्ये आणि चीनमध्ये ही 'कामगारांची हुकूमशाही' व्यवस्था प्रस्थापित करण्याकरिता प्रचंड नरसंहार झाला व त्यानंतरही विरोधकांना किंवा विरोधी मतप्रदर्शन करणाऱ्यांना कंठस्नान घातले गेले. या देशातील एकाधिकारशाहीत व्यक्तिस्वातंत्र्याची गळचेपी होते. शिवाय भांडवलशाही व्यवस्थेत कामगार हिताचे अनेक निर्णय घेतले गेल्यामुळे जगभरात या तत्त्वज्ञानाचा प्रभाव कमी होत आहे. दुसऱ्या महायुद्धानंतर नव्याने स्वतंत्र झालेल्या देशांमध्ये झालेल्या विचारमंथनातून, भारतासारख्या देशात लोकशाही व समाजवादी तत्त्वज्ञानांचा समन्वय साधून सामाजिक न्यायावर आधारित समाजव्यवस्था प्रस्थापित केली जात आहे.

राज्यविरहित समाज (Stateless Society)

एकोणिसाव्या शतकातील साम्यवादी विचारवंत कार्ल मार्क्स याने समाजातील खाजगी मालमत्ता नष्ट झाल्यावर वर्गविग्रह नाहीसा होईल व उत्पादनाची साधने समाजाच्या मालकीची होतील व तेव्हा राज्यसंस्थेची आवश्यकताच उरणार नाही, अशी कल्पना मांडली होती. मार्क्सच्या मते साम्यवादी समाजरचनेमध्ये 'राज्यसंस्था विरून जाईल' - म्हणजेच 'राज्यविरहित समाज' निर्माण होईल. परंतु साम्यवादी चीन आणि रशिया यांच्या राजकीय परिस्थितीचा विचार करता, मार्क्सचा हा तर्क त्याचा कल्पनाविलासच ठरला.

राज्यविरहित समाजाच्या पुरस्कर्त्यांच्या मते - व्यक्ती व गट यांच्या स्वातंत्र्याचे सत्ता व बळ वापरून राज्य अपहरण करते. म्हणून त्यांचा राज्याला विरोध असतो. व्यक्तिवादी व समाजवादी या दोन्ही प्रणालींच्या विचारवंतांचे या मुद्द्यावर एकमत झालेले दिसते.

२ | सार्वभौमत्व
Sovereignty

सार्वभौमत्व (Sovereignty)

सार्वभौमत्व या घटकामुळे राज्याचा इतर संघटनांपासून / संस्थांपासून फरक केला जातो. सार्वभौमत्व हा शब्द लॅटिन शब्दापासून व्युत्पन्न झाला असून, त्याचा अर्थ 'सर्वश्रेष्ठ' असा आहे. याचा अर्थ प्रत्येक स्वतंत्र राज्यात एक अशी सर्वश्रेष्ठ सत्ता असते, की जिचा निर्णय अंतिम असतो आणि तो निर्णय बंधनकारक असतो. 'ही सत्ता निर्णय करणारी सर्वश्रेष्ठ सत्ता असते. ही एक व्यक्ती किंवा व्यक्तिगटाचे हाती असते. या सत्तास्थानाच्या हाती सर्व प्रकारचे राजकीय सत्तेतील उतरंडीबाबत (वरिष्ठांपासून ते कनिष्ठांपर्यंत) च्या वादात, तसेच राज्यातील सर्वसाधारणवादात अंतिम निर्णय करण्याची कामगिरी सोपविलेली असते. याचाच अर्थ असा, की हे सत्ताकेंद्र राज्यातील इतर संस्थांहून स्वतंत्र असते, तसेच ते कोणत्याही बाह्यशक्तीपासून स्वतंत्र असते आणि राज्यांतर्गत संस्थांमध्ये सर्वश्रेष्ठ असते. सार्वभौमत्वाचे चार घटक असतात. पहिला घटक स्थान किंवा जागा. राजकीय किंवा कायदेशीर संघर्षाबाबत निवाडा / निर्णय करणारी ही सर्वोच्च संस्था असते. दुसरा घटक परंपरा किंवा क्रम. राजकीय श्रेणीपद्धतीत हे सर्वोच्च स्थान असून, त्यामध्ये निर्णय करण्याची सत्ता एकवटलेली असते. तिसरा घटक म्हणजे राज्यात घडणाऱ्या सर्व घटनाक्रमांवर या सत्तेचा प्रभाव असतो. आणि चौथा घटक म्हणजे आंतरराज्य संदर्भात किंवा अंतर्गत संबंधांत या सत्तेची असलेली स्वायत्तता आणि स्वतंत्रता.

आधुनिक राज्याचे वैशिष्ट्यपूर्ण स्वरूप म्हणजे त्या राज्याचे सार्वभौमत्व होय. सरंजामशाही कालखंडातील परिस्थितीचे स्वरूप यापेक्षा भिन्न होते. त्या वेळी राज्याचा कायदा हा वैश्विक किंवा शाश्वत कायद्याच्या दृष्टीने गौण मानला जात असे. हा कायदा राजकीय सत्तेच्या संदर्भातही गौण असे. राजकीय सत्ता ही त्या काळी दमनशक्ती होती. प्राचीन काळी ग्रीक लोक राज्य आणि समाज असा फरक करीत नव्हते. 'त्या काळी

सत्ताधीश हे नागरिक असत आणि तेच राज्याच्या आज्ञा पाळणारे आणि सार्वजनिक कायदा आणि नियम यांचे निर्माते होते.' रोम ही जरी केंद्रीभूत सार्वभौम अधिकारी सत्ता असली, तरी तिची निर्माती सर्वसामान्य लोकांची इच्छाशक्ती हीच मानली जाई. परंतु रोमचे साम्राज्य निर्माण झाले, तेव्हा ही संकल्पना नष्ट झाली. मध्ययुगीन कालखंडात आदर्श कायदा किंवा वास्तवातील वैधता, सार्वजनिक आणि व्यक्तिगत हक्क, धार्मिक नैतिकता आणि वैधता (कायदेशीरपणा) यांबाबतीत फरक आढळून येत नसे. दैवी अधिसत्तेच्या आज्ञेनुसार चालणारा समाज हा वैश्विक पूर्णतेचा एक भाग असतो, अशीच कल्पना होती आणि हा सर्व कारभार परमेश्वरी इच्छेनुसार चालतो, अशी धारणा होती. प्रॉटेस्टंट पुनरुज्जीवनाच्या चळवळीमुळे धर्माचे खरे स्वरूप लोकांसमोर आले आणि धर्मसत्तेची विभागणी धर्मसत्ता आणि राजसत्ता अशी झाली. आणि त्यातूनच राज्याच्या सार्वभौमत्वाची कल्पना उदयास आली. परंतु सतराव्या शतकात पुन्हा एकदा लॉकने नैसर्गिक कायदा हा मानवी कायद्याचा मूलाधार असल्याचा सिद्धान्त मांडून, सार्वभौमत्वाला वैश्विक स्वरूप दिले.

सार्वभौमत्व हे राज्यसंस्थेच्या चार मूलभूत घटकांपैकी एक घटक मानला जातो. सार्वभौमत्वाच्या संकल्पनेत राज्यसंस्थेची सत्ता सर्वंकष व सर्वव्यापी असते, हे गृहीत तत्त्व असते. राज्य ही राज्यांतर्गत सर्वश्रेष्ठ व बाह्यनियंत्रणापासून जवळजवळ मुक्त अशी सत्ता होय. या सत्तेच्या अंतर्गत काही संस्था आणि संघटना यांना अधिकार बहाल केलेले असतात. प्रसंगी ते अधिकार काढून घेण्याचा राजसत्तेला अधिकार असतो. सार्वभौमसत्ता ही सीमेच्या अंतर्गत प्रभावी असते. सार्वभौम सत्तेचा वापर एक व्यक्ती, काही व्यक्ती किंवा जनप्रतिनिधी करीत असतात. या व्यक्ती बदलत असतात. परंतु राज्यसंस्था मात्र कायम असते. त्यामुळे तिचे सार्वभौमत्वदेखील कायम राहते. शासनव्यवस्था बदलू शकते. मात्र सार्वभौमत्व हे राज्याप्रमाणे कायम असते. सार्वभौमसत्ता ही अविभाज्य आणि निरंकुश मानली जाते.

सार्वभौम सत्तेच्या संदर्भात हॉब्ज,लॉक, रुसो, ऑस्टीन, लास्की इत्यादि अनेक विचारवंतांनी आपले विचार मांडले आहेत. राज्य या संस्थेच्या निर्णायक व अनियंत्रित सत्तेला विरोध करणारे अनेकसत्तावादी विचारवंत राज्याच्या सार्वभौमत्वावर मर्यादा घालतात. कारण समाजात राज्याबरोबरच आर्थिक, शैक्षणिक, धार्मिक स्वरूपाच्या अनेक संस्था व संघटना काम करीत असतात. त्या संस्थादेखील आपापल्या क्षेत्रांत महत्त्वाची कामगिरी करीत असतात. म्हणून राज्याइतक्याच या संस्था महत्त्वाच्या आहेत. एकट्या राज्यसंस्थेला अनावश्यक अतिरिक्त महत्त्व दिले जाऊ नये, म्हणून अनेकसत्तावादी राज्यसंस्थेच्या निरंकुश सार्वभौमत्वाला विरोध करतात.

सार्वभौम सत्ता निरंकुश, अविभाज्य, अमर्याद मानली गेली असली; तरी विविध

आंतरराष्ट्रीय कायदे, आंतरराष्ट्रीय करार आणि आंतरराष्ट्रीय संघटना, परराष्ट्राच्या वकिलाती यांमुळे राज्याच्या सार्वभौम सत्तेवर अनेक मर्यादा आल्याचे दिसते. अमेरिकेसारख्या महासत्तांचा वाढता हस्तक्षेप, आर्थिक साम्राज्यवादाचा प्रभाव, बहुराष्ट्रीय कंपन्यांचा वाढता विस्तार, दहशतवादाचे स्वरूप यांमुळे एका राज्याला दुसऱ्या राज्यावर वेगवेगळ्या कारणांसाठी अवलंबून राहावे लागते. त्यामुळे राज्यावर काही मर्यादा लादल्या गेल्या. विज्ञानाच्या क्षेत्रांत लागलेले नवीन शोध, माहिती - तंत्रज्ञानात आलेली परिवर्तने, वैश्विकीकरण, परस्परावलंबन, विविध जागतिक संघटना यांचेमुळे प्रत्येक देशाला आपले परराष्ट्रीय धोरण ठरविताना अनेक मर्यादा येतात. या सर्व आधुनिक बदलांमुळे सार्वभौमत्व या संकल्पनेची नव्याने मांडणी करण्याची आवश्यकता भासू लागली आहे.

Legal Sovereignty (वैध सार्वभौमत्व)

सार्वभौम सत्तेचे प्रकार केले जाऊ शकत नाहीत, तरी त्याच्या स्वरूपावरून जे प्रकार केले जातात, त्यांपैकी हा एक प्रकार. लोकशाहीत जनता सार्वभौम असते, असे मानले जात असले, तरी प्रत्यक्षात सार्वभौम सत्ता ही एखाद्या व्यक्ती किंवा व्यक्तिगटाद्वारे व्यक्त होत असते. उदा. भारतीय लोकशाही सार्वभौम आहे, असे जेव्हा आपण म्हणतो, तेव्हा ती सार्वभौम सत्ता राष्ट्रपती व संसद यांच्याद्वारा व्यक्त होत असते. त्यास 'वैध सार्वभौमत्व' असे मानले जाते. याचा अर्थ राज्यसंस्थेच्या वतीने कायदेशीर सार्वभौम सत्ता त्यांच्या ठायी असते, असा होतो. राष्ट्रपती व संसद यांना राज्यघटनेत दिलेल्या पद्धतीने सत्ता प्राप्त होते, म्हणून हे सार्वभौमत्व वैध असते.

सार्वभौमत्वाची वर्गवारी (वैधानिक आणि राजकीय सार्वभौमत्व)
Classification of Sovereignty : Legal and Political Sovereignty

सार्वभौमत्वाविषयीच्या चर्चेत वैधानिक आणि राजकीय सार्वभौमत्व या मूलभूत फरक असलेल्या संज्ञा आहेत. वैधानिक सार्वभौमत्व राज्यातील सामान्य कायद्याच्या बाबतीत असते. प्रत्येक राज्यात एक व्यक्ती किंवा व्यक्तिगट असा असतोच, की ज्याच्या आज्ञा वैधानिकदृष्ट्या सार्वभौम म्हणून ओळखल्या जातात. वैधानिक सार्वभौमाला कायदेशीर मान्यता असून, त्याने केलेल्या आज्ञा आणि कायदे हे विशिष्ट क्षेत्रातील / भूभागावरील लोकांना बंधनकारक असतात. त्याच्या अवज्ञेस शिक्षेची तरतूद असते. सामाजिक मते किंवा नैतिक रूढी या कायद्याच्या निकषावर ठरवून, त्या बाजूला सारण्याचा अधिकारही वैधानिक सार्वभौमाला असतो. वैधानिक दृष्ट्या न्यायसंस्थाही वैधानिक सार्वभौमत्वाचे उत्तम उदाहरण म्हणून ब्रिटनचा संसदेतील राजा (King-in-Parliament) हे देता येईल. राज्याच्या सर्वोच्च आज्ञा ब्रिटिश संसद राजाच्या मान्यतेने देण्यास सक्षम असते.

वैधानिक सार्वभौमत्व सर्वसाधारणतः कायद्यांवर आधारित असते. राजकीय वास्तवाचा त्याच्याशी संबंध नसतो. परंतु डायसी हा विचारवंत म्हणतो त्याप्रमाणे, प्रत्येक वैधानिक सार्वभौमाच्या मागे आणखी एक सार्वभौम असतो. त्याच्यापुढे वैधानिक सार्वभौमत्व दुय्यम ठरते. त्याला राजकीय सार्वभौम (Political Sovereign) असे म्हणतात. प्रत्येक राज्यात कोणतेही निर्णय करताना वैधानिक सार्वभौमाला या राजकीय सार्वभौमाचा दबाव व हस्तक्षेप सहन करावा लागतो.

'राजकीय सार्वभौम' ही संज्ञा तसे पाहता संदिग्ध आहे. राजकीय सार्वभौमत्वाचा आधार केवळ मतदार असा मानल्यास सर्वमत तयार होण्यास जे अनेक घटक कारणीभूत असतात, ते वगळले जातात. याचे उदाहरण द्यावयाचे झाल्यास बहुसंख्य विद्यार्थी जे मतदार नसतात, त्यांचीही मते काही महत्त्वाच्या प्रश्नावर निर्णायक ठरू शकतात. आणि त्यामुळेच समाजातील कोणते घटक राजकीय सार्वभौमत्व या संज्ञेत मोडतात, हा अत्यंत विवाद्य मुद्दा आहे.

राजकीय सार्वभौमत्व (Political Sovereignty)

सार्वभौम सत्तेला जेव्हा लोकमान्यता प्राप्त होते, तेव्हा त्या सार्वभौमत्वाच्या प्रकाराला राजकीय सार्वभौमत्व असे म्हटले जाते. वास्तविक सार्वभौम सत्तेचे प्रकार अमान्य केले जातात. परंतु जेव्हा सार्वभौम सत्तेला जनइच्छेचा आधार प्राप्त होतो व ती सत्ता जनतेच्या इच्छा-आकांक्षांचे प्रतिनिधित्व करते, तेव्हा त्या सार्वभौम सत्तेस 'राजकीय सार्वभौमत्व' असलेली सत्ता म्हणून ओळखले जाते. लोकशाही व्यवस्थेत अंतिम सत्ता ही जनतेची असते व जेव्हा सत्तेला असा जनाधार प्राप्त होतो, तेव्हा हा शब्दप्रयोग वापरला जातो.

वास्तविक सार्वभौमत्व (Real Sovereignty) आणि नामधारी सार्वभौमत्व (Titular Sovereignty)

सार्वभौम सत्ता ही कोणत्या स्वरूपात वापरली जाते, यावरून नाममात्र आणि वास्तविक सार्वभौमत्व असा फरक केला जातो. सार्वभौम सत्तेद्वारा प्राप्त होणारे कायदेशीर अधिकार प्रत्यक्षात ज्याच्यामार्फत वापरले जातात, त्यास 'वास्तविक सार्वभौम' असे म्हटले जाते. उदा. भारतीय राज्यघटनेनुसार सर्व सत्ता ही राष्ट्रपतीच्या हाती एकवटलेली आहे. प्रत्यक्ष व्यवहारात मात्र वास्तविक सत्ता ही मंत्रिमंडळाच्या हातात आहे. या ठिकाणी मंत्रिमंडळ वास्तविक सार्वभौम, तर राष्ट्रपती नाममात्र सार्वभौम ठरतो. अमेरिकेत या दोन्ही सत्ता राष्ट्राध्यक्षाच्या हातात एकवटलेल्या असतात, तेथे असा फरक केला जात नाही. इंग्लंडमध्ये राजा हा नाममात्र प्रमुख मानला जातो, तर सर्व सत्ता कायदेमंडळाचा विश्वास असलेल्या मंत्रिमंडळाच्या हाती असते. त्यासाठी 'वास्तविक सार्वभौमत्व' असा प्रयोग केला जातो.

कायदेशीर सार्वभौमत्व (De Jure Sovereignty) :

हा सार्वभौमत्वाचा असा प्रकार, की ज्यास कायदेशीर मान्यता असते. या प्रकारानुसार ज्यांच्या हाती अंतिम सत्ता असते, त्या सत्तेला परंपरागत मान्यता असते किंवा राज्यघटनेद्वारा त्यांनी सत्ता प्राप्त केलेली असते. तसेच त्या सत्तेस इतर देशांनी मान्यता दिलेली असते. एकंदरीत परंपरा, कायदा यांची मान्यता असलेली व इतर देशांनी स्वीकारलेली सत्ता म्हणजे कायदेशीर सार्वभौमत्व होय. वास्तविक सार्वभौमत्व असलेली व्यक्ती किंवा संस्थादेखील कायदेशीर सार्वभौमत्व प्राप्त करण्यासाठी प्रयत्नशील असते. कारण कायदेशीर सार्वभौमत्वाद्वारे जनमान्यता व स्थिरता प्राप्त होत असते.

सार्वभौमत्व आणि जागतिकीकरण (Soverignty and Globalisation)

जागतिकीकरणाच्या या युगात सार्वभौमत्व ही संकल्पना काहीशी क्षीण झाल्यासारखी दिसते. हेल्ड (Held) हा विचारवंत आधुनिक काळातील परिस्थिती विचारात घेऊन सार्वभौमत्व या संकल्पनेतील त्रुटी दाखवितो. तो म्हणतो, आर्थिक क्षेत्राचा विचार केल्यास जागतिक अर्थव्यवहाराच्या घडामोडींत राष्ट्र-राज्यांचे सार्वभौमत्व क्षीण करणारे विविध प्रवाह आहेत. जागतिक बाजारपेठा, बहुराष्ट्रीय कंपन्या, दळणवळणाच्या अद्ययावत साधनांमुळे कामगारांची सहज उपलब्धता आणि अर्थनीतीवर तंत्रज्ञानाचा प्रभाव यांमुळे कोणतेही राष्ट्र-राज्य आपले हितसंबंध निश्चितच जपत असणार. राष्ट्राची अर्थनीती ठरविताना या बाबींचा निश्चित विचार केला जातो. परंतु सर्व परिस्थिती दृष्टीआड करून आंतरराष्ट्रीय आर्थिक परिस्थितीचा विचार न करता, आपली अर्थनीती ठरविणे राष्ट्र-राज्यांना शक्य होईल, असे वाटत नाही. आंतरराष्ट्रीय अर्थव्यवहारामुळे त्यांच्या आर्थिक सार्वभौमत्वाला मर्यादा पडतात. आर्थिकदृष्ट्या कमकुवत राष्ट्रांना आपली अर्थनीती ठरविताना अंतर्गत आणि आंतरराष्ट्रीय स्थितीचा विचार करावाच लागतो. कारण त्यांची अर्थनीती आर्थिक दृष्ट्या प्रबळ देशांशी निगडीत असते. 'आंतरराष्ट्रीय आर्थिक निधी' (International Monetory Fund) सारख्या अर्थसाहाय्य करणाऱ्या आंतरराष्ट्रीय संस्था आहेत. पण त्यांचेही नियम असतात आणि आर्थिकदृष्ट्या प्रबळ देशांचा त्यावर प्रभाव असतो. जागतिक बाजारपेठेच्या संकल्पनेमुळे स्पर्धात्मकता वाढीस लागली. आणि कोणतेही राष्ट्रातील उत्पादन दुसऱ्या देशांत विक्रीस जाऊ लागले. त्यामुळेही या बाबीचा विचार करून आंतरराष्ट्रीय अर्थनीती ठरविण्यावर बंधने आली.

दुसऱ्या महायुद्धापर्यंत राज्य ही संरक्षणात्मक कार्य करणारी संस्था होती. दुसऱ्या महायुद्धानंतर जगाची विभागणी दोन गटांत झाली. एक अमेरिकाप्रणीत आणि दुसरा रशियाप्रणीत. दोन्ही गटांनी आपापल्या समर्थक राष्ट्रांशी सामूहिक करार केल्यामुळे व्यक्तिगत राष्ट्र-राज्यांचा संरक्षणात्मक दबाव कमी झाला. याच वेळी जागतिक स्तरावर मानवी हक्क

संरक्षण संस्थेसारख्या (Human Rights Association) आंतरराष्ट्रीय संघटना मानवी हक्क संरक्षणाच्या दृष्टीने, राष्ट्र-राज्यांमध्ये कार्यरत झाल्या. दुसऱ्या महायुद्धानंतर दोस्त राष्ट्रांनी नेमलेल्या न्युरेंबर्ग येथील आंतरराष्ट्रीय न्यायालयाने (International Tribunal) असे प्रतिपादन केले, 'जर मानवतेच्या दृष्टिकोनातून केलेल्या आंतरराष्ट्रीय कायद्याचे नागरिकाने अशा राज्याच्या कायद्याचे उल्लंघन केले, तर कायद्याचे बंधन नागरिकांनी मानू नये.' (अशा तऱ्हेचे प्रतिपादन मानवी इतिहासात प्रथमच करण्यात आले.) या तत्त्वावरच आंतरराष्ट्रीय संबंधांतील संघर्षाचे प्रसंग सोडविले गेले. यामुळे अंतर्गत स्वायत्तता संकुचित झाल्यासारखे दिसते आणि राज्याचे सार्वभौमत्व जे बहुजनहिताय असते ते आंतरराष्ट्रीय दृष्टीने क्षीण होते.

अर्थात या सर्व वाद-चर्चेनंतरही एक निष्कर्ष निश्चित आहे, की राष्ट्र-राज्यांतर्गतदृष्ट्या अजूनही राज्य हेच सार्वभौम आहे. अर्थात जागतिकीकरण, युद्धानंतरच्या काळात शांतता प्रस्थापित करण्याच्या दृष्टिकोनातून निर्माण झालेला आंतरराष्ट्रीय कायदा, विविध अ-शासकीय संस्था आणि आंतरराष्ट्रीय मानवाधिकार संस्था यांच्या बाबतीतील उत्तरदायित्वामुळे हे सार्वभौमत्व सीमित झालेले दिसते.

सार्वभौमत्व या संकल्पनेची उत्क्रांती (Evolution of Sovereignty)

सार्वभौमत्व या संकल्पनेची मांडणी बोडीन (Bodin) या विचारवंताने केली होती, तरीही ॲरिस्टॉटलपासून या संकल्पनेची चर्चा होत असल्याचे दिसते. ॲरिस्टॉटलने सार्वभौमत्वाचे 'सर्वश्रेष्ठ सत्ता' असे वर्णन केले होते. मध्ययुगीन काळात व सरंजामशाहीच्या कालखंडात या संज्ञेचा वापर अथवा विकास होऊ शकला नाही, कारण सार्वभौम अथवा एकाधिकारी सत्ता त्या काळात अस्तित्वात नव्हती. विविध सरंजामदारांमध्ये ही सत्ता विभागली गेल्यामुळे 'सार्वभौम सत्ता' या संज्ञेला अर्थ नव्हता.

सोळाव्या शतकात राष्ट्र-राज्याच्या उदयानंतर सार्वभौमत्व ही संज्ञा पुन्हा वापरात आली. चर्चची धर्मसत्ता आणि राजाची राज्यसत्ता यांच्या संघर्षातून राज्याच्या सार्वभौम सत्तेचा उदय झाला. राजाने आपल्या सर्वोच्च श्रेष्ठत्वाकरिता धर्मसत्तेशी प्रखर संघर्ष केला आणि अखेर सार्वभौमत्वाच्या आधुनिक संकल्पनेची मांडणी झाली. या संघर्षात कायदेपंडितांनी राजसत्तेला पाठिंबा दिला आणि राजाचे सार्वभौमत्व ही संकल्पना उचलून धरली.

बोडीनने मांडणी केली, ती सार्वभौमत्व हा राज्याचा विशिष्ट घटक म्हणून मांडणी केली आणि हे सार्वभौमत्व राजामध्ये पाहिले. सार्वभौमत्व म्हणजे नागरिक आणि इतर रहिवाशांवर कायद्याचेही बंधन नसलेली सर्वश्रेष्ठ सत्ता. ग्रोशियसने सार्वभौम राज्ये ही समान आहेत, असे प्रतिपादन केले आणि त्यांचे कोणत्याही बाह्य प्रभुत्वाशिवाय स्वतंत्रता

प्रतिपादिली. पुढे हॉब्ज, बेंथॅम आणि ऑस्टीन यांसारख्या विचारवंतांनी राज्याच्या सार्वभौमत्वाचा कायदेशीर विचार मांडला; तर रुसो, हेगेल आणि बोसांके यांनी राज्याच्या सार्वभौमत्वाचा तात्त्विक विचार मांडला. वैधानिक दृष्ट्या (Juristic Standpoint) राज्य हे कायदेशीर दृष्ट्या सर्वश्रेष्ठ असून, त्याची सत्ता सर्वश्रेष्ठ असते. रुसो आणि हेगेल यांच्यासारखे विचारवंत म्हणतात, राज्य हे 'सामूहिक ईहा' किंवा 'ईश्वरी इच्छा' (Divine will) यांचे सारतत्त्व आहे आणि ते राज्याची अनियंत्रित सत्ता मान्य करतात. तात्त्विक आणि वैधानिक दृष्टिकोनातून राज्य हे एक संघटित अस्तित्व असते.

अनेकतावादी विचारवंत (Pluralists) राज्याच्या सर्वश्रेष्ठतेला आव्हान देतात. त्यांच्या मते सार्वभौमत्व हे एकजिनसी नसून ते विभागता येते आणि ते राज्य आणि इतर संस्था यांमध्ये विभागले जाते.

सर्वसाधारणत: पाहिले, तर सार्वभौमत्व या संज्ञेचे प्रमुख घटक : निरंकुशता, सातत्य, वैश्विकता, अविभाज्यता आणि अहस्तांतरणीयता हे होत.

१) निरंकुशता (Absoluteness)

वैधानिकदृष्ट्या पाहिले, तर राज्याचे सार्वभौमत्व हे निरंकुश असते. त्याला कोणतीही बंधने नसतात आणि राज्यातील ती एकमेव सर्वश्रेष्ठ सत्ता असते. त्या राज्याच्या सर्वश्रेष्ठत्वाला कोणीही आव्हान देऊ शकत नाही, तसेच ते कोणी डावलू शकत नाही. परंतु हा झाला वैधानिक दृष्टिकोन. म्हणतात, की, हॅरॉल्ड लास्कीसारखे अनेकतावादी म्हणतात, वास्तवात हे सत्य आढळत नाही. सामाजिक रूढी आणि परंपरा हा सार्वभौमत्वावर नियंत्रण घालणारा घटक आहे, असे मेन या विचारवंताचे मत आहे. मतदानाच्या पद्धतीमुळेही सार्वभौमत्वाला मर्यादा पडतात. मतदात्यांच्या इच्छा-आकांक्षा आणि गरज यांचा सार्वभौमाला विचार करावा लागतो व त्यामुळे सार्वभौमाच्या अनियंत्रित श्रेष्ठत्वाला त्या प्रमाणात मर्यादा पडतात. या इच्छा-आकांक्षांचा सार्वभौमाला विचार करावाच लागतो. गिलख्रिस्तच्या म्हणण्यानुसार राजकीय वास्तवाच्या दृष्टिकोनातून सार्वभौमाला नागरिकांच्या परिस्थितीचा विचार करावा लागतो. ज्या वेळी ही परिस्थिती नागरिकांच्या सहनशीलतेच्या बाहेर जाईल, त्या वेळी नागरिक सार्वभौमाविरुद्ध बंड करून उठतील.

वैधानिकदृष्ट्याही सार्वभौमाला काही बंधने असतात, असे काही विचारवंतांचे मत दिसते. सार्वभौमत्व हे सर्वश्रेष्ठ असल्यामुळे केवळ धोरणात्मक मुद्देच त्याच्यापुढे विचारार्थ येतात. इतर लहान-सहान मुद्दे त्याच्या कक्षेत येत नाहीत. शिवाय ही वैधानिक सत्ता असल्यामुळे, सामाजिक महत्त्वाचे असे संविधानिक प्रश्न सार्वभौमाच्या कक्षेत येऊ शकत नाहीत. समाजात अनेक प्रकारचे विविध तऱ्हेचे प्रश्नोप्रश्न असतात, की जे सार्वभौमाच्या कक्षेबाहेर येतात.

२) शाश्वतता (Permanence)

सरकारे येतील आणि जातील. परंतु राज्याचे अस्तित्व कायम असते. याच नियमास अनुसरून त्या राज्याचे सार्वभौमत्व हीदेखील सातत्याने टिकणारी बाब असते. सरकारच्या बरखास्तीचा किंवा तात्पुरत्या रद्द होण्याचा राज्याच्या सार्वभौमत्वावर काहीही परिणाम होत नाही.

३) वैश्विकता (Universality)

राज्याचे सार्वभौमत्व सर्वसमावेशक आणि वैश्विक स्वरूपाचे असते. राज्याच्या कार्यक्षेत्रात गणल्या जाणाऱ्या प्रत्येक व्यक्तीला आणि संस्थेला हे सार्वभौमत्व मान्य करावे लागते. अर्थात राज्यात राहणाऱ्या परदेशी वकिलातीतील लोक आणि परदेशी राजकीय मुत्सद्दी (diplomats) यांना त्या बाबतीत संरक्षण असते. त्यांना त्यांच्या देशाचे कायदेकानून लागू असतात. ही तरतूद आंतरराष्ट्रीय करारानुसार असून त्याचा राज्याच्या सार्वभौमत्वावर परिणाम होत नाही.

४) अहस्तांतरणीयता (Inalienability)

सार्वभौमत्व हा राज्याचा अविभाज्य घटक असल्यामुळे कोणत्याही कारणाने त्यापासून विभक्त होणे, बाजूला जाणे राज्याच्या अस्तित्वाला हानिकारक ठरते. राज्याची सत्ता ही हस्तांतरित होऊ शकते, परंतु लोकांची 'सामूहिक ईहा' ही हस्तांतरित होऊ शकत नाही, असे रुसोचे मत होते. लायबर हा विचारवंत म्हणतो, सार्वभौमत्व राज्यापासून विभक्त होऊ शकत नाही, कारण तसे करणे म्हणजे व्यक्तीचे जीवन आणि व्यक्तित्व त्या व्यक्तीपासून विभक्त करण्यासारखे आहे किंवा एखाद्या झाडाचा विकसित होण्याचा त्याचा नैसर्गिक हक्क सोडण्यासारखे आहे.

परंतु एखाद्या राज्याचा काही भाग तोडून दिला जातो, तेव्हा त्या तोडून दिलेल्या भागावरील सार्वभौमत्व मूळ राज्याने गमाविलेले असते. परंतु याचा अर्थ मूळ राज्याचे सार्वभौमत्वही गमावले जाईल, असा नव्हे. परंतु जेव्हा सरकार बदलते, तेव्हाही सार्वभौमत्वात बदल होत नाही. राज्याचे सार्वभौमत्व अबाधित राहते.

सोळाव्या आणि सतराव्या शतकात सार्वभौमत्व या विषयावर राजकीय विचारवंतांत पुष्कळ चर्चा झाली. अनियंत्रित राजसत्तेचा पाठपुरावा करणारे हॉब्ज आणि ग्रोशियस यांच्या मते, प्रथम जनसामान्यांमध्ये सार्वभौमत्व वास करीत असे, परंतु कालांतराने लोकांनी हे सार्वभौमत्व राजाला बहाल केले. अनियंत्रित राजसत्तेच्या विरोधकांनी हा मुद्दा खोडताना असे मतप्रदर्शन केले की, सार्वभौमत्व हे मूलत: अहस्तांतरणीय असल्यामुळे लोक ते राजाला बहाल करू शकत नाहीत व म्हणून सार्वभौमत्व जनसामान्यांमध्येच वास करते.

राज्य हेच सार्वभौम असू शकते आणि ते सर्वश्रेष्ठ सत्ता असते. तिचा अंमल राज्यातील

नागरिकांवर चालतो. राज्याहून दुसऱ्या कोणत्याही संस्थेचे सार्वभौमत्व मान्य करणे, हे राज्याची एकसंधता भंग करण्यासारखेच आहे.

५) अविभाज्यता (Indivisibility)

मूलत:च सार्वभौमत्व ही संकल्पना अविभाज्य असते. राज्यामध्ये विविध सार्वभौम केंद्रे निर्माण झाल्यास त्यामुळे त्या सार्वभौम केंद्रांमध्ये आपसातील संघर्ष उद्भवू शकतो. त्यामुळे प्रत्येक राज्यात वैधानिकदृष्ट्या सार्वभौम अशी एकच संस्था असली पाहिजे आणि तिच्या आज्ञा सर्व लोकांवर बंधनकारक असल्या पाहिजेत. त्यामुळे विकेंद्रित सार्वभौमत्व (Divided sovereignty) ही संकल्पनाच विसंगत ठरते.

परंतु ही संकल्पना सर्वांमान्य नाही. ही अविभाज्य सार्वभौमत्वाची संकल्पना ज्या ठिकाणी संघराज्य (federal) अस्तित्वात असते, तेथे वास्तवात येत नाही. संघराज्यात केंद्र सरकार आणि स्वायत्त राज्ये यांचे संबंध व त्यांची कार्यक्षेत्रे यांबाबत स्वातंत्र्य असते. काही क्षेत्रात ती पूर्णत: स्वतंत्र असतात, तर काही विषयांबाबत केंद्र आणि स्वायत्त राज्ये परस्परसंबंधित असतात. त्यामुळे संघराज्य व्यवस्थेत सार्वभौमत्व विभागलेले दिसते. अमेरिकेच्या सुप्रीम कोर्टाने असे म्हटले आहे, की ज्या बाबतीत राज्याने केंद्राला आपले अधिकार बहाल केले आहेत, त्या बाबतीत संघराज्य हे सार्वभौम आहे, परंतु संघराज्यातील प्रत्येक राज्य हे स्वतंत्रदृष्ट्या सार्वभौम आहे. ही 'दुहेरी सार्वभौमत्वा'ची कल्पना डी टॉक्विल, व्हीटन इत्यादि विचारवंतांच्या लिखाणात दिसून येते.

दुहेरी सार्वभौमत्वाची कल्पना मांडणारे विचारवंत काहीसे गोंधळलेले दिसतात. वस्तुत: सार्वभौमत्वातून निघणारे अधिकार हे विभाज्य असतात. परंतु तसे सार्वभौमत्वाचे बाबतीत नाही. स्वाभाविकच संघराज्यामध्ये सार्वभौमत्व कोठे वास करते, हा प्रश्न निर्माण होतो. या संदर्भात सामूहिक विचार असा दिसतो, की जी संस्था घटना बदलू शकते किंवा ज्या संस्थेत घटनेत बदल करण्याची सत्ता आहे, ती सार्वभौम समजावी; कारण ती एकमेव अशी संस्था असते, की जी घटनेत बदल घडवून आणू शकते. परंतु भारतीय राज्यघटना किंवा अमेरिकन घटनेत घटना-दुरुस्ती करण्याचा अधिकार असणारी एकच संस्था नसल्यामुळे, लास्की हा विचारवंत म्हणतो त्यानुसार, 'संघराज्यांच्या बाबतीत सार्वभौमत्वाचा शोध घेणे हे एक अशक्य धाडस आहे.' (The discovery of sovereignty in a federal state is practically an impossible adventure).

सार्वभौमत्वाचा एकसत्तावादी सिद्धान्त (Monistic Theory of Sovereignty)

सार्वभौमसत्ता हे राज्यसंस्थेचे अभिन्न अंग मानले जाते. सार्वभौमत्व ही राज्यसंस्थेची सर्वश्रेष्ठ सत्ता असून; ती अमर्याद, अदेय, अविभाज्य, कायमस्वरूपी आणि सर्वसमावेशक असते. सार्वभौमत्वाचे प्रकार किंवा विभागणी केली जाऊ शकत नाही. ते एकमेव व

एकात्म असते; असा विचार बोदँ, हॉब्ज, रुसो यांच्या लेखनात आढळतो. ऑस्टिन या इंग्रज कायदेपंडितानेही सार्वभौमत्वाचा एकसत्तावादी सिद्धान्त मांडला. या विचाराला विरोध करणारा अनेकसत्तावादी विचार मात्र राज्यसंस्थेच्या अंतिम सर्वश्रेष्ठ सार्वभौम सत्तेला विरोध करतो. अराज्यवादीदेखील राज्य ही समाजातील अनेक संस्थांपैकी एक आहे, असे मानून राज्याचे अधिकार मर्यादित करतात. एकसत्तावादी मात्र राज्याचे सार्वभौमत्व हे सर्वश्रेष्ठ निरंकुश मानतात. मानवतावादीदेखील राज्याचे सर्वश्रेष्ठत्व अमान्य करतात.

वैधानिक आणि राजकीय सार्वभौमाचे परस्परसंबंध (Relation between Legal and Political Sovereignty)

गेटेल हा विचारवंत म्हणतो, त्यानुसार चांगले प्रशासन (good governance) हे वैधानिक आणि राजकीय सार्वभौमाच्या परस्परसंबंधावर अवलंबून असते. थेट लोकशाहीत वैधानिक आणि राजकीय सार्वभौमांचे परस्परसहकार्य असते. सर्व नागरिक हे कायदा करण्याच्या प्रक्रियेत सहभागी असतात. कायदा हा सर्व नागरिकांच्या इच्छा-आकांक्षांचे प्रतिबिंब असतो. त्यामुळे वैधानिक आणि राजकीय सार्वभौमामध्ये संघर्ष होण्याचा प्रयत्न उद्भवत नाही. परंतु प्रातिनिधिक लोकशाहीमध्ये वैधानिक व राजकीय संबंध हे विशिष्ट प्रकारचे असतात. या पद्धतीत वैधानिक सार्वभौमत्व हे संसदेत वास करते, तर राजकीय सार्वभौमत्व हे मतदारांमध्ये वास करते. वैधानिक सार्वभौमाची निवड राजकीय सार्वभौमाद्वारे केली जाते. जेव्हा या दोहोंमध्ये संघर्षाचा प्रसंग येतो, त्या वेळी प्रशासनाचा मोठा गोंधळ उडतो. कारण वैधानिक सार्वभौम ही राजकीय सार्वभौमाची कृतिशील संस्था असते. त्यामुळे उत्तम प्रशासनाच्या दृष्टिकोनातून या दोहोंमध्ये सामंजस्य असले पाहिजे आणि लोकशाही व्यवस्थेच्या दृष्टीने कायदा हा लोकांच्या इच्छा-आकांक्षांचे प्रतिबिंब असावे, या अपेक्षेनुसार, वैधानिक सार्वभौम ही राजकीय सार्वभौमाच्या इच्छा-आकांक्षा आदर करून कायदा करणारी दुय्यम संस्था असते.

प्रातिनिधिक लोकशाहीत वैधानिक आणि राजकीय सार्वभौम यांचे परस्परसंबंध हा महत्त्वाचा प्रश्न असतो. जागरूक लोकमत आणि लोकांच्या इच्छा-आकांक्षांचे प्रतिबिंब लक्षात घेतले नाही, तर जनक्षोभाला तोंड द्यावे लागेल, ही सततची भीती असते. यामुळेच वैधानिक सार्वभौम हा राजकीय सार्वभौमाच्या अंकित राहू शकेल, आणि त्यातून या दोहोंमधील संघर्ष टळू शकेल असे म्हटले जाते.

जन-सार्वभौमत्व (Popular Sovereignty)

घटनात्मक लोकशाही व्यवस्थेच्या संकल्पनेतून जन-सार्वभौमत्वाची संज्ञा उदयास आली. सार्वभौमत्व जनसामान्यात वास करते, हे आधुनिक लोकशाहीचे मूलभूत तत्त्व

असते. जन-सार्वभौमत्व हे तत्त्व प्रथम सिसेरो या विचारवंताने प्राचीन रोममध्ये मांडले. या तत्त्वाला स्टॉईकपंथीयांचा समतावाद आणि मानवी समता यांचा आधार होता. तो म्हणतो, 'गणराज्याचा व्यवहार हा लोकाभिमुख असला पाहिजे. तो लोकांचाच असतो.' परंतु हे तत्त्व रोमन साम्राज्याच्या पचनी पडू शकले नाही, कारण त्या काळात अनियंत्रित राजसत्तेचे वारे होते. परंतु सोळाव्या आणि सतराव्या शतकातील अनियंत्रित राजसत्तेविरोधातील जनमतामुळे पुन्हा एकदा जन-सार्वभौमत्वाच्या तत्त्वाने उचल खाल्ली. लॉकसारख्या विचारवंतांनी दैवी राजसत्तेचा सिद्धान्त (Divine Right of King) खोडून काढला आणि जन-सार्वभौमत्वाच्या तत्त्वाचा पाठपुरावा केला. फ्रेंच आणि अमेरिकन क्रांतींमुळे या तत्त्वाला बळकटी आली. रुसो, जेफरसन या विचारवंतांनी आपल्या लिखाणातून आणि वक्तव्यांतून या तत्त्वाचा पाठपुरावा केला आणि आधुनिक काळात जन-सार्वभौमत्व हे तत्त्व लोकशाहीचे आधार-तत्त्व बनले.

साधारणत:, जन-सार्वभौमत्वाचे तत्त्व दोन घटकांवर आधारलेले असते. एक, हे सार्वभौमत्व नागरिकांच्या प्रत्यक्ष सहभागाने विविध प्रश्नांवर निर्णय करते. पण आधुनिक लोकशाहीत हे तत्त्व प्रचंड लोकसंख्या, मोठा भूभाग यांमुळे राबविणे शक्य होत नाही. तसेच जनसार्वभौमत्व म्हणजे लोकांनी सातत्याने जागरूक राहून सरकारी कामकाजावर लक्ष ठेवून दबाव निर्माण करणे. हेही सध्या सरकार हाताळत असलेल्या बहुविध कामकाजामुळे शक्य होत नाही. परंतु या अवस्थेतही सरकारवर काही संस्थात्मक रचनेनुसार दबाव निर्माण करण्याचे आणि जनसार्वभौमत्वाचा उपयोग करण्याचे प्रयत्न आधुनिक लोकशाहीत शोधून काढले जात आहेत. गिलख्रिस्त हा विचारवंत या संदर्भात एक वेगळा विचार मांडतो. तो म्हणतो जन-सार्वभौमत्व म्हणजे लोकांचे अधिपत्य, लोकांचे नियंत्रण. आधुनिक लोकशाही व्यवस्थेत सरकार या संस्थेवर लोकांचे मोठ्या प्रमाणावर नियंत्रण असते. येथे एक स्पष्ट करावयास हवे, की वैधानिक सार्वभौमत्व ही जी कायदेशीर संकल्पना आहे, तिची आणि नैतिक प्रभावाची गल्लत होता कामा नये.

राज्याच्या सार्वभौमत्त्वाची न्यायिक संकल्पना (The Legal Theory of Sovereignty of State)

ही संकल्पना आधुनिक आहे. प्राचीन ग्रीकांच्या काळात राज्य सर्वश्रेष्ठ होते. पण ते कायद्यापेक्षा श्रेष्ठ नव्हते. दैवी कायदा किंवा मानवांनी निर्मिलेला कायदा हा कोणत्याही सत्ताधीशापेक्षा वरच्या दर्जाचा असल्याचे सर्वसाधारणत: ग्रीक लोक मानीत. मानवी अस्तित्वाकरिता आवश्यक असणाऱ्या सर्व संस्थांमध्ये राज्य ही सर्वश्रेष्ठ संस्था आहे, असे ग्रीक लोक मानीत असत. ॲरिस्टॉटल म्हणतो, 'राज्य ही सर्वोच्च संस्था आहे' (The state is highest of all associations). मध्ययुगीन कालखंडात एकाच भूप्रदेशात

बहुविध संस्थांमध्ये सत्तावाटप झाल्याचे दिसते. ग्रीक आणि रोमन लोकांच्या काळातील एकसंध राज्याची कल्पना मध्ययुगीन काळात मागे पडली, कारण त्या काळात कोणतीही एक नाव घेण्याजोगी प्रबळ सत्ता अस्तित्वात नव्हती. सामान्य लोकांवर विविध घटकांची सत्ता होती, उदा. रोमन चर्च, रोमन एम्पायर / साम्राज्य, राजा, सरंजामदार ही सत्ताकेंद्रे आपापसांत संघर्ष करीत होती. कायद्याचे स्वरूप 'नागरी' होते. म्हणजेच निधर्मी किंवा एखाद्या भूप्रदेशाला लागू असणारा कायदा असे होते. विविध सरंजामदारांचे विविध कायदेही अस्तित्वात होते. अकराव्या ते तेराव्या शतकात चर्चच्या हाती मोठ्या प्रमाणावर सत्ता एकवटली. ही सत्ता केवळ धार्मिक अगर नैतिक बाबींशी संबंधित नव्हती; तर तिची व्याप्ती शिक्षण, व्यापार, शांतता, सुव्यवस्था, युद्ध, शांतता व या बाबींनाही लागू होती. या कालावधीत राज्य आणि चर्च यांच्यात सत्तासंघर्ष चालूच होता आणि मध्ययुगाच्या अखेरीस या संघर्षाची परिणती राज्याच्या सत्तासामर्थ्यात एकवटली. युरोपच्या बऱ्याच भागांत निरनिराळे सत्ताधीश उदयास आले.

सतराव्या आणि अठराव्या शतकापासून केंद्रीभूत राजसत्ता हा पाश्चात्त्य देशांतील राजकीय विचारांचा पाया ठरला. वस्तुत: मॅकियाव्हेलीने राज्य हे स्वतंत्र धर्मनिरपेक्ष आणि नैतिकदृष्ट्या तटस्थ अस्तित्व असल्याचे मानले. सोळाव्या शतकात बोडीन आणि सतराव्या शतकात हॉब्ज याने राज्याच्या सार्वभौमत्वाचा विचार मानला. बोडीन म्हणतो, 'राज्य ही नागरिकावर सत्ता गाजविणारी सर्वश्रेष्ठ शक्ती आहे.' (The highest power over citizens and subjects unrestrained by laws') राज्याची व्याख्या करताना 'राज्य म्हणजे विविध कुटुंबे आणि त्यांचे परस्परव्यवहार यांच्यावर नियंत्रण ठेवणारी सर्वोच्च संस्था', असे तो म्हणतो. (The state is described as 'an association of families and their common affairs, governed by a highest power.') सार्वभौमत्व म्हणजे 'सर्व नागरिकांकरिता एकसमयावच्छेदेकरून कायदे करण्याची क्षमता असणारी एकमेव शक्ती.' ही सार्वभौम शक्ती / सत्ता केवळ सर्वश्रेष्ठच नाही, तर ती सातत्याने गतिमान (Perpetual) असली पाहिजे. सार्वभौमत्वाशिवाय राज्याचे अस्तित्वच असू शकत नाही. कायदे न्याय्य असोत अगर अन्याय्य, ते करण्याची सत्ता म्हणजे सार्वभौमत्व होय. बोडीन म्हणतो, कायदा म्हणजे सार्वभौमाची आज्ञा. नागरिकांनी, राज्यातील सर्व लोकांनी, तिचे पालन केलेच पाहिजे. त्या आज्ञेला मान्यता देणे अथवा न देणे हे नागरिकांच्या अखत्यारीत नसते. यातूनच सम्राट आणि अनियंत्रित राजसत्ता (Monarch and absolute monarchy) उदयास आल्या. याचे उदाहरण फ्रान्सचा चौदावा लुई याचे देता येईल. सार्वभौमाचे अधिकारावर फक्त दैवी आणि नैसर्गिक कायद्यांचे बंधन असते. मात्र या आधारांवर सार्वभौमाने लोकांचे खाजगी मालमत्तेचे अपहरण किंवा ज्या कराराशी सार्वभौम संबंधित आहे, त्यांचे उल्लंघन करता कामा नये. अर्थात यालाही

अपवाद आहे - अशा तऱ्हेच्या करारांमुळे राज्याच्या सार्वभौमत्वालाच धोका पोहोचत असेल, तर त्यांचे उल्लंघन करावयास हरकत नाही.

हॉब्ज, लॉक आणि रुसो हे तीन करारवादी विचारवंत केवळ राज्याचा उदय कसा झाला, हे विशद करीत नाहीत, तर ते सार्वभौमत्वाची कल्पनाही मांडतात. हॉब्जच्या दृष्टीने कायदा म्हणजे राजकीय सार्वभौमाची आज्ञा होय. याचाच अर्थ असा, की सार्वभौमावर कायदेशीर बंधने येत नाहीत. या सार्वभौमाची उत्पत्ती एका करारान्वये होत असते. या करारान्वये सर्व व्यक्ती आपल्या शक्ती सार्वभौमास समर्पित करतात आणि सार्वभौमाने त्यांचे रक्षण करणे व शांतता प्रस्थापित करणे हे अपेक्षित असते. हॉब्जच्या मते सार्वभौमत्व हे अनियंत्रित, अविभाज्य, अपरिवर्तनीय आणि कायमस्वरूपी असते. सार्वभौमच कायद्यांचा कारक असतो व तोच कायद्यांचा अर्थ लावणारा असतो, कारण कायदे करण्याची सर्व सत्ता सार्वभौमात एकवटलेली असते. सार्वभौमाची आज्ञा हाच कायदा असल्यामुळे त्याला सार्वभौम बंधनकारक नसतो, तसेच तो न्याय्य आणि योग्य असतो. व्हॉल्टेअर हादेखील अनियंत्रित, अविभाज्य सार्वभौमाला मान्यता देतो, परंतु त्याचा सार्वभौम जुलमी नाही. परंतु व्हॉल्टेअर हा लॉकप्रमाणे स्वातंत्र्याचा पुरस्कर्ता असल्यामुळे, तो जरी अनियंत्रित राजसत्तेला मान्यता देत असला तरी तो न्याय्य आणि प्रागतिक (Progressive) राज्याची कल्पना मांडतो.

लोकांचे रक्षण करणे, जनहिताच्या दृष्टीने योजना आखणे, लोकांचे स्वातंत्र्य नियंत्रित करणे, लोकांच्या मालमत्तेचे नियंत्रण करणे, न्यायदान करणे इत्यादि बाबी ह्या सार्वभौमाचे हक्क आणि कर्तव्ये समजली जातात. याकरिता विविध मंत्रिगण व अधिकारी यांची नेमणूक करणे, इतर देशांशी युद्ध अगर मैत्री करणे, न्यायदानाकरिता सक्षम अधिकारी नेमणे ही सर्व कामे; व्यक्तीचे रक्षण आणि सुव्यवस्था या दृष्टिकोनातून करण्याचा सार्वभौमाला हक्क असतो. सार्वभौमाने दिलेल्या निर्णयाविरुद्ध दाद मागण्याचा लोकांना अधिकार नाही. व्यक्तींनी एकमेकांशी करार करून या सार्वभौमाची निर्मिती केली असल्यामुळे, कोणाही व्यक्तीस सार्वभौमाच्या आज्ञेचे उल्लंघन करता येणार नाही.

अशा तऱ्हेची सार्वजनिक सत्ताकेंद्राची (public power) कल्पना मांडणारा हॉब्ज हा पहिला राजकीय तत्त्वज्ञ होय. हे सत्ताकेंद्र सार्वभौम, प्रभावी, कायमस्वरूपी आणि लोकांनी अनुज्ञा दिलेले प्रातिनिधिक स्वरूपाचे आहे. त्यामुळे समाजाचे केवळ संरक्षणच होणार नाही, तर त्यांच्या विकासाला चालना मिळेल. सार्वभौम हा सर्व व्यक्तींना एकत्र आणून त्यांच्या इच्छाशक्तीत सुसूत्रता आणण्याचा प्रयत्न करेल. लोकांचे रक्षण करणे हे सार्वभौमाचे कर्तव्य असते.

रुसोचे सार्वभौमत्व सामूहिक इहेत वास करीत होते. त्याला कायद्याचे कोणतेही बंधन नव्हते. व्यक्तींच्या परस्परहितसंबंधांतून सार्वभौमाची निर्मिती होते, असे त्याचे मत

होते. जनसामान्यांचे कल्याण व हित कशात सामावलेले आहे, याची या सार्वभौमाला जाण असे, कारण त्याचा उदयच मुळी सामान्यांच्या हिंतातून झाला होता. त्यामुळे विशिष्ट लोकांचे किंवा गटाचे हित ही कल्पनाच त्यात अंतर्भूत नव्हती. व्यक्तीने आपली सर्वसत्ता कोणा इतर व्यक्तीच्या स्वाधीन करणे, ही कल्पनाच त्याला मान्य नव्हती. कारण त्यामुळे व्यक्ती त्या सत्ताधीशाच्या पूर्णत: अंकित होईल. केवळ शांतता आणि संरक्षण यासाठी व्यक्तीने आपल्या स्वातंत्र्याचा त्याग करावा, हे बरोबर नाही, असे त्याचे मत होते. 'अंधारकोठडीतही शांतता असते, म्हणून आपण अंधारकोठडीत राहणे पसंत करीत नाही.' व्यक्तीने आपल्या सर्व शक्ती समर्पित कराव्यात, असे तो हॉब्जप्रमाणे मानतो, पण त्या एखाद्या तिऱ्हाईत व्यक्तीला किंवा व्यक्तिसमूहाला नव्हे, की जो त्या लोकांपासून वेगळा आहे, भिन्न आहे. तो सार्वभौम लोकांमधीलच असावा. रुसोला व्यक्तिगत अविभाज्य असा सार्वभौम हवा. यातूनच लोकप्रिय सार्वभौमत्वाची (Popular sovereignty)कल्पना उदयास आली. सार्वभौमत्व हे लोकांमध्येच असते, या कल्पनेमुळे सार्वभौमत्व हे हस्तांतरित होण्याची कल्पनाच त्याला मान्य नाही.

लॉकच्या मते, सार्वभौमत्वाच्या कल्पनेतून अनियंत्रित सत्ता उदयास येते. त्याची धारणा नियंत्रित राजसत्ता आणि व्यक्तीचे हक्क यांवर आधारित आहे. त्यामुळे तो म्हणतो, जनसामान्य हेच सार्वभौम असले, तरी जोपर्यंत शासन सत्ताधिष्ठित आहे, तोपर्यंत संसद (legislature) हीच सार्वभौम आहे. तोपर्यंत लोकांचे सार्वभौमत्व तात्पुरते तहकूब केले जाते, केलेले असते. लॉकच्या मते शासनाचे सार्वभौमत्व हे प्रातिनिधिक स्वरूपाचे असते आणि ते एखाद्या विश्वस्त-मंडळासारखे असते. जोपर्यंत लोकांचा विश्वास असेल, तोपर्यंत ते अबाधित असते आणि शासनाने लोकांचे हित किंवा हक्क यांना बाधक निर्णय घेतल्यामुळे त्यावरील विश्वास ढळला, तर ते सार्वभौमत्व नष्ट होऊ शकते.

राज्य हे सार्वभौम असते, कारण ती एक कायदे करणारी आणि राबविणारी संस्था आहे, असे बेंथॅमचे मत दिसते. हा एक व्यक्तिसमूह असतो. त्यात विशिष्ट संख्येने लोक असतात. हे लोक एका व्यक्तीच्या किंवा व्यक्तिसमूहाच्या आज्ञांचे पालन करताना दिसतात. आणि ते आज्ञा करणारे व आज्ञा पाळणारे सर्व लोक मिळून राज्य झालेले असते. सार्वभौमत्व हे आज्ञापालन करणाऱ्या लोकांच्या राज्यांत वसत असते. बेंथॅम म्हणतो, कायदा म्हणजे तरी काय? तर या सार्वभौमाची आज्ञा. हे सार्वभौमत्व अविभाज्य, अमर्याद,अनियंत्रित आणि अपरिवर्तनीय असते.

ऑस्टिनची सार्वभौमत्वाची संकल्पना (Austin's Theory of Sovereignty)

जॉन ऑस्टिन हा एकोणिसाव्या शतकातील न्यायशास्त्रातील प्रख्यात विचारवंत होता. त्याने सार्वभौमत्वाची अभिजात संकल्पना मांडली. आपल्या 'The Province of

Jurisprudence Determined' या ग्रंथात त्याने वैधानिक सार्वभौमत्वाचा ऊहापोह केल्याचे आढळते. जॉन ऑस्टिनने आपली सार्वभौमत्वाची संकल्पना खालील शब्दांत मांडली. 'एखादा श्रेष्ठ मानव आपल्यासारख्याच इतर श्रेष्ठ माणसाच्या आज्ञा मान्य करीत नाही, पण स्वत: आज्ञा देऊन त्या आज्ञांचे पालन करवून घेतो, तो माणूस समाजात सार्वभौम समजला जातो. आणि असा सार्वभौम व तो समाज राजकीय समाज आणि स्वतंत्र समाज म्हणून ओळखला जातो. अशा समाजातील इतर सदस्यांचे त्या सार्वभौमाशी असलेले नाते हे पराधीनतेचे (Subjection)असते. कायदा म्हणजे अशा सार्वभौमाने दिलेल्या आज्ञा होत.'

ऑस्टिनच्या या सार्वभौमत्वाच्या विश्लेषणाचे अनेक संदर्भ संभवतात. या व्याख्येमुळे लास्की म्हणतो, राज्य ही एक वैधानिक संस्था असून सार्वभौम ही नियोजित सत्ता सर्वश्रेष्ठ म्हणून काम करते. त्यामुळे जनसामान्य किंवा सामूहिक ईहा यांना सार्वभौमत्वाचे स्थान मिळू शकत नाही, कारण जनसामान्य हे नियोजित म्हणता येत नाहीत आणि सामूहिक ईहा ही व्यक्तिनिरपेक्ष असते. दुसरे, ऑस्टिनच्या सार्वभौमाची सत्ता ही अनियंत्रित असते. लोकांनी त्याच्या आज्ञा पाळल्या पाहिजेत, पण तो कोणाच्याही आज्ञा पाळण्यास बांधील नाही. तिसरे, कायदा म्हणजे आज्ञा. कायदा व्यक्तीला काय करावे आणि काय करू नये, याबाबत आज्ञा देतो. त्या बाबतीत कोणतेही उल्लंघन झाल्यास संबंधित व्यक्ती वा संस्था शिक्षेला पात्र ठरते. चवथे, सार्वभौमत्व हे अविभाज्य असते. दोन किंवा दोहोंपेक्षा अधिक व्यक्तींत त्याची विभागणी करणे म्हणजे ते नियंत्रित करणे होय. परंतु सार्वभौमाची सत्ता ही मूलत: अविभाज्य असते. जर ती विभागली गेली, तर ती सर्वश्रेष्ठ सत्ता होऊ शकत नाही.

ऑस्टिनच्या सार्वभौमत्वाच्या व्याख्येवर बरीच टीका झाल्याचे दिसते. या टीकेचा मूळ रोख असा आहे, की ऑस्टिनची ही व्याख्या लोकशाही व्यवस्थेला विरोधी असल्याचे दिसते. त्याच्या दृष्टीने सार्वभौमत्व हे श्रेणीयुक्त व परंपरागत असून, तो सर्वश्रेष्ठ असतो व इतर सर्व त्याचे अंकित असतात. परंतु लोकशाही व्यवस्थेत संस्थात्म वा समतेची ग्वाही दिलेली असते. त्यामुळे ऑस्टिनची व्याख्या लोकशाही व्यवस्थेला विरोधी आहे. दुसरे, ऑस्टिनच्या सार्वभौमत्वाच्या व्याख्येत केवळ वैधानिक सार्वभौमाचाच विचार केल्याचे आढळते. परंतु त्यात राजकीय सार्वभौमत्वाला स्थान नाही. त्यात मतदारांचा विचार केलेला दिसत नाही. हेन्री मेन हा विचारवंत म्हणतो, की अनेकदा सार्वभौमत्व हे व्यक्तिगटाकडे असते. नियोजित किंवा नियुक्त (determinate) व्यक्तीकडे नसते. तिसरे, ऑस्टिनच्या सार्वभौमत्वाच्या व्याख्येत सर्व रूढी आणि परंपरागत कायदे यांचा विचार केल्याचे आढळत नाही. असे कायदे जनमानसाच्या इच्छा-आकांक्षातून निर्माण होत असतात. त्यांचा मूलस्त्रोत हा समाज असतो, राज्य तर नसतेच नसते. या संदर्भात राज्याची

भूमिका नगण्य असते. सामाजिक रूढी आणि परंपरा यांचा प्रभाव फार मोठा असतो आणि हे सत्ताधारी आणि नागरिक सामाजिक रूढी आणि चालीरीती यांची बंधने झुगारून देऊ शकत नाही, कारण त्यांची रुजवण समाजामनात खोलवर झालेली असते. चवथे, सामाजिकदृष्ट्या ऑस्टिनची संकल्पना ग्राह्य धरता येत नाही. 'सार्वभौमाच्या आज्ञा म्हणजे कायदा किंवा कायदा म्हणजे सार्वभौमाच्या आज्ञा' हे विधान ग्राह्य धरता येत नाही. डुगाईट हा विचारवंत म्हणतो, राज्याने घोषित केला, म्हणून कायदा सर्वांना बंधनकारक नसतो, तर सामाजिक संघटनाच्या दृष्टिकोनातून कायदा महत्त्वाचा असतो, म्हणून तो पाळला जातो. स्प्रिग म्हणतो, लोकांना न्याय-अन्यायाची रास्त जाणीव असते, त्यामुळे व्यक्तिगत विवेक हाच कायद्याचा मूलाधार असतो.

पाचवे, लास्कीच्या म्हणण्यानुसार गणराज्य पद्धतीत ऑस्टिनची सार्वभौमत्वाची व्याख्या लागू पडत नाही. केंद्रसरकार किंवा राज्यसरकार यांपैकी कोणीही एक सार्वभौम असू शकत नाही, कारण दोहोंचीही सत्ता राज्यघटनेद्वारा नियंत्रित केलेली असते, आणि ती सत्ता परस्परपूरक असते. त्यामुळे गणराज्यपद्धतीत घटनादुरुस्तीचा अधिकार असलेली संस्था ही सार्वभौम असते. परंतु ही बाब अत्यंत संदिग्ध आहे, कारण प्रत्येक राज्यात घटनादुरुस्तीचे अधिकार एक किंवा अधिक संस्थांकडे सुपूर्द केल्याचे आढळते. अमेरिकेच्या घटनेत घटनादुरुस्तीची पद्धत खूप क्लिष्ट आहे आणि तीच परिस्थिती भारताबाबतही आहे.

सहावे, अनेकतावादी (Pluralists) राज्याच्या सार्वभौमत्वाला आव्हान देतात. ते म्हणतात, प्रत्येक राज्यात बहुविध संस्था कार्यरत असतात आणि राज्य ही त्यांपैकीच एक आहे. त्यामुळे राज्याला सार्वभौम मानता येणार नाही. सार्वभौमत्व हे राज्य आणि इतर संस्था यांमध्ये विभागलेले असते. त्यामुळे ऑस्टिन म्हणतो त्याप्रमाणे सार्वभौम हा 'Determinate Superior' नसतो.

शेवटी, राज्याची सत्ताही अंतर्गतदृष्ट्या घटनात्मक कायदेशीर तरतुदी आणि बाह्यदृष्ट्या आंतरराष्ट्रीय कायदा यांनी नियंत्रित केलेली असते. अंतर्गतदृष्ट्या घटनात्मक तरतुदींमध्ये समाजाच्या इच्छा-आकांक्षांचे प्रतिबिंब असते व त्यातूनच राज्याची निर्मिती होत असल्यामुळे या तरतुदी राज्यावरही बंधनकारक असतात. आंतरराष्ट्रीयदृष्ट्या संयुकत राष्ट्रसंघटनेसारख्या UNO संघटनांद्वारे व्यक्त केल्या जाणाऱ्या राष्ट्रांच्या समूहाचे नियंत्रणही प्रत्येक राज्यावर असते.

सारांश, ऑस्टिनने मांडलेली सार्वभौमत्वाची संकल्पना ही अनेक बाजूने संदिग्ध आणि अपुरी आहे. त्यामध्ये सामाजिक - राजकीय मतप्रवाहांचा सार्वभौमावर पडणाऱ्या प्रभावाचा विचार केलेला दिसत नाही, कारण याचेच प्रतिबिंब कायदेशीर तरतुदीत दिसून येते.

आपली सार्वभौमत्वाची कल्पना मांडतांना टी.एच्.ग्रीन हा विचारवंत रुसोची 'सामुहिक ईहा' ही संकल्पना आणि ऑस्टीनची 'नियोजित व्यक्ती किंवा व्यक्तिसमूहाची सार्वभौमत्वाची कल्पना' या संकल्पनांचा समन्वय साधण्याचा प्रयत्न करतो. राज्याचे बाह्य अस्तित्व हे त्याच्या दंडशक्तीत असते आणि काही प्रसंगी दंडसत्तेचा वापर करणे योग्यही ठरते. परंतु त्याच वेळी तो असे म्हणतो की, दंडसत्तेच्या बळावर फार-काळ सार्वभौमत्व टिकवून धरता येणार नाही. तो रुसोच्या मताशी सहमत होऊन असे म्हणतो की, सार्वभौमत्व हे व्यक्तीच्या हितसंबंधातच वसत असते. व्यक्तीची-हिताची प्रेरणा हीच मूलभूत होय.

हायेक (Hayek) हा विचारवंत म्हणतो, ऑस्टिनची नियोजित व्यक्ती अगर व्यक्तीसमूहाची सार्वभौमत्वाची कल्पना शेवटी एकचालकानुवर्ती राज्याच्या कल्पनेस आधारभूत ठरते. कारण त्या कल्पनेत सर्व समाजच एक संघटना बनून सार्वभौमत्त्व एखाद्या व्यक्तीच्या हातात एकवटते. एकसत्ताक राज्यपद्धतीत सरकार आणि समाज समान असतात. स्वतंत्र समाजात ऑस्टीन किंवा हॉब्ज मानतो त्याप्रमाणे कायद्याची निर्मिती सार्वभौमाकडून होत नसते, कारण अशा समाजांत सार्वभौम हा ऑस्टीन म्हणतो तसा नसतो. कायद्याची निर्मिती संसदेकडून (Parliament) कडून तरी होते किंवा समाजात चालत आलेल्या आणि उत्क्रांत झालेल्या रूढींमधून होते.

अनेकतावाद्यांची सार्वभौमत्वाची कल्पना (Pluralist Theory of Sovereignty)

प्रथम अनेकतावाद म्हणजे काय, हे समजून घेतले पाहिजे. एकतावादी (Monists) विचारवंत राज्याला एकमेव सर्वश्रेष्ठ सत्ता मानतात, तर अनेकतावादी विचारवंत असे मानतात की, राज्यात अनेक संस्था कार्यरत असतात आणि त्या प्रत्येक संस्थेचे ध्येय आणि नियम हे त्या त्या संस्थेच्या उद्दिष्टपूर्तीच्या दृष्टीने महत्त्वाचे असतात. हा आधुनिक विचार असून ते असाही विचार मांडतात की, 'राज्यशास्त्राच्या दृष्टिकोनातून सार्वभौमत्व हा विचार वगळून टाकल्यास बरे!

एकतावाद्यांच्या दृष्टिकोनातून राज्य ही एक सर्वश्रेष्ठ सार्वभौम सत्ता असते. समाजाला संघटित स्वरूपात एकत्रित ठेवण्याचे काम राज्य करीत असते. समाजात कार्यरत असणाऱ्या विविध आणि काही प्रसंगी परस्परविरोधी व्यक्तिहितांची जोपासना राज्य कायद्याद्वारे करते. त्यामुळे वैधानिकदृष्ट्या राज्य हे एकमेव सर्वश्रेष्ठ सार्वभौम असते. कोकर हा विचारवंत म्हणतो,'कायद्याची निर्मिती करणारे राज्य हे आपल्या भूक्षेत्रांतील इतर कोणत्याही संस्थेपेक्षा वैधानिकदृष्ट्या 'सार्वभौम अस्तित्व' असते.

अनेकतावाद्यांनी एकतावाद्यांच्या या विचारावर कडाडून हल्ला केला आहे. त्यांच्या म्हणण्यानुसार, 'राज्य हे एकमेव सार्वभौम नसते, राज्यात सत्ता केंद्रित झालेली नसते. तर

सत्ता ही विविध गटांमध्ये विभागलेली असते.' त्यांच्या दृष्टीने प्रत्येक व्यक्तीच्या आयुष्यात वेगवेगळे हितसंबंध असतात आणि ते सर्व महत्त्वाचे असतात. हे हितसंबंध साध्य करण्याकरिता समान उद्दिष्ट्ये बाळगणाऱ्या व्यक्तींच्या विविध संस्था मर्यादित असतात. आधुनिक समाज हा अशा तऱ्हेच्या बहुविध संस्थांचे जाळेच असते. या संस्थांची निर्मिती राज्याने केलेली नसते. त्या संस्था नैसर्गिक आणि स्वाभाविकदृष्ट्या अस्तित्वात येतात. ते आपापल्या क्षेत्रांत आपापल्या उद्दिष्टांच्या परिपूर्तीसाठी कार्यरत असतात. त्यांचा राज्याशी काहीही संबंध नसतो. त्यामुळे ह्या संस्थांनाही आपापल्या क्षेत्रांत काम करण्यासाठी स्वातंत्र्य दिले पाहिजे. राज्य ही अशा तऱ्हेचीच एक संस्था आहे. त्यामुळे राज्याला सार्वभौम सत्ता मानण्याची गरज नाही. अनेकतावादी विचारवंत विविध संस्थांना आपापल्या कार्यक्षेत्रात पूर्ण स्वातंत्र्य द्यावे, या मताचा पुरस्कार करतात.

गर्क (Gierke) आणि मेटलँड (Maitland) यांनी या बहुविध संस्थांच्या स्वातंत्र्याचा विचार मांडला. त्यांच्या मते प्रत्येक संस्थेचे उद्दिष्ट वेगळे, त्यांना आवश्यक असलेले नियम / कायदेकानू वेगळे असतात. या नियमांच्या किंवा कायद्यांच्या मांडणीमध्ये राज्याचा प्रभाव हा प्रमुख होय. परंतु तो सार्वभौम किंवा एकमेव (exclusive) असता कामा नये. प्रत्येक संस्थेचे काही स्वतंत्र व त्या त्या संस्थांनाच लागू असणारे विशेषाधिकार किंवा कर्तव्ये असतात आणि ती राज्याच्या नियंत्रणापासून वेगळी असावीत, असे त्यांना वाटत असते.

वरील विचारांपेक्षा वेगळा विचार डर्खिम (Durkheim) हा समाजशास्त्रज्ञ मांडतो. त्याच्या विचारांचा केंद्रबिंदू आर्थिक संस्थांमध्ये आहे. मानवी जीवनाच्या समग्र आर्थिक व्यवहारांचा आवाका येणे हे राज्याला शक्य नसते, म्हणून राज्यातील विविध उद्दिष्टांकरिता कार्यरत असणाऱ्या आर्थिक संस्थांना त्यांच्या कार्यक्षेत्रात स्वायत्तता द्यावी. फिगिस (Figgis) हा विचारवंत चर्च, कामगार - संघटना, स्थानिक - संस्था अशा बहुउद्देशीय संस्थांना त्यांच्या कार्यक्षेत्रात स्वायत्तता द्यावी, असे मत मांडतो.

बार्करच्या मते कोणत्याही तऱ्हेच्या वैधानिक दृष्ट्या नोंदणी किंवा अस्तित्वा अगोदरही संस्था कार्यरत असतात. लिंडसे म्हणतो, संस्थांच्या एकजिनसीपणामुळे त्यातील सभासदांमध्ये त्या संस्थांबाबत राज्यापेक्षाही जास्त निष्ठा निर्माण झालेल्या असतात व म्हणून त्या संस्थांना स्वायत्तता दिली पाहिजे. लास्की म्हणतो, राज्य आणि इतर संस्था यांचे अस्तित्व सारखेच खरे असते. परंतु त्याच्या विचारांत व्यक्तिगत विवेकाला स्थान आहे. संस्थात्मक कार्यात व्यक्तिगत विवेकाला तो महत्त्वाचे स्थान देतो. मॅक आयव्हर याचे विचारांत राज्य आणि संस्था एकमेकांशी स्पर्धात्मक संबंधांत असतात. त्यामुळे राज्याला सार्वभौमत्व देण्यास त्यांची मान्यता नाही.

एकतावाद्यांच्या मते राज्य हे केंद्रीभूत सत्तेभोवती फिरत असते आणि सत्ता ही

राज्याला बहाल केलेली असते. अशा तऱ्हेचे केंद्रीकरण हे कार्यक्षमतेला मारक असते, कारण त्यामध्ये अनेक टप्पे असतात आणि कोणताही निर्णय हा या सर्व टप्प्यांमधून घेतला जात असल्याने तो अतिशय संथ पद्धतीने होतो. केंद्रीभूत सत्तेमध्ये जी निर्णयप्रक्रिया असते, त्यात नागरिकांचा व्यक्तिगत सहभाग असत नाही. अशा तऱ्हेच्या संस्थात्मक निर्णयांच्या विकेंद्रीकरणावर व्यक्तिगत राजकीय सहभाग शक्य होईल, असे अनेकतावाद्यांचे मत आहे.

अनेकतावाद्यांच्या दृष्टिकोनांत अंतर्गत विरोध आढळतो. गर्क म्हणतो, संस्थांना पूर्ण स्वायत्तता दिली पाहिजे; पण त्याचबरोबर तो असेही म्हणतो, की ज्या ठिकाणी सर्वसाधारण हिताचे प्रश्न असतील, तेथे राज्य हीच सार्वभौम सत्ता असली पाहिजे.

दुसरे, कोकरच्या मते अनेकतावादी विचारवंत राज्यातील कोणत्या क्षेत्रात संस्थांना स्वायत्तता द्यावी, याबद्दल संदिग्ध असतात तसेच केवळ स्वायत्तता प्रदान केल्यामुळे व्यक्तींचा राज्यकारभारातील सहभाग आपोआप वाढेल, असे म्हणणेही बरोबर नाही. संस्था किंवा गट जितका लहान, तितकी त्या संस्थेची सभासदांवर बंधने जास्त.

लास्की पुढील काळात आपला अनेकतावादी विचार पूर्ण बदलतो आणि त्या विचारांच्या मर्यादा सांगतो. तो म्हणतो सार्वभौम सत्तेची गरज आहेच. जोपर्यंत उत्पादनाच्या साधनांचे सामाजिकीकरण होत नाही, तोपर्यंत सार्वभौम सत्तेची गरज आहे. जोपर्यंत वर्गविरहित समाजव्यवस्था अस्तित्वात येत नाही, तोपर्यंत अनेकता किंवा बहुलता निर्माण होणे शक्य नाही.

शेवटी, आधुनिक-जगात बहुविधतेबाबत आणि संस्थात्मक स्वायत्ततेबाबत मोठे प्रश्नचिन्ह निर्माण झाले आहे. योजनाबद्ध आणि कालबद्ध विकासाच्या या युगात, तसेच युद्धाच्या सावटाखाली असलेल्या या जगात राज्य जास्तीत जास्त विकसनशील म्हणून जास्तीत जास्त सार्वभौम ठरविले जाते, असे लिप्सन या विचारवंत म्हणतो.

अनेकतावाद हा सद्य:स्थितीतील वास्तवावर टिकणारा विचार नाही. सध्याच्या प्रचंड मोठ्या समाजातील विविध प्रश्नांवर तोडगा काढण्यासाठी एकछत्री सार्वभौम राज्याचीच आवश्यकता आहे. त्यामुळे राज्य हेच सार्वभौम असले पाहिजे. अर्थात अनेकतावाद्यांनी मांडलेली संस्थात्मक स्वायत्ततेची कल्पना आणि विकेंद्रीकरण या बाबतीत यथाकाळ विचार होणे अगत्याचे आहे.

राज्याचे सार्वभौमत्व आणि घटनात्मक कायदा (State Sovereignty and Constitutional Law)

राज्य जरी सार्वभौम असले, तरी घटनात्मक कायद्यामुळे त्या सार्वभौमत्वावर काही बंधने येतात, असे मत अनेक विचारवंतांनी मांडल्याचे आढळते. अर्थात विधायकतावादी

विचारवंत (Positivist) याच्याशी सहमत नाहीत. त्यांच्या मते घटनेत बदल घडवून आणण्याची सत्ता ही राज्याची असल्यामुळे शेवटी राज्य हेच सार्वभौम होय. घटनेद्वारा राज्यावर किंवा राज्याच्या सार्वभौमत्वावर नियंत्रण येत नाही, तर ते नियंत्रण सरकारवर / प्रशासनावर येते. गेटेलच्या म्हणण्यानुसार घटना आणि इतर कायदे यांच्यात कार्यकारणाचा फरक असला, तरी वैधानिक मान्यतेच्या दृष्टिकोनातून फरक नसतो. घटना हीदेखील इतर कायद्यांप्रमाणेच सार्वभौमाच्या इच्छांचे प्रकटीकरण असते. सार्वभौमावर त्याद्वारे नियंत्रण येण्याची शक्यता नसते.

मॅक आयव्हरसारख्या काही विचारवंतांनी या मताचा प्रतिवाद केल्याचे आढळते. राज्याच्या सार्वभौमत्वामुळे आधुनिक समाजातील अनेक प्रश्न सोडविले जाऊ शकत नाहीत, असे मत ते मांडतात. साधारणत: प्रत्येक राज्यात घटनेने नागरिकांना काही मूलभूत स्वातंत्र्ये बहाल केली आहेत, मूलभूत तत्त्वे आखून दिली आहेत, राज्याचे स्वरूप विशद केलेले आहे आणि प्रशासन आणि नागरिक यांमधील संबंधांचा निर्देश केला आहे. घटनात्मक कायदा आणि सामान्य कायदा यांत फरक आहे. घटनात्मक कायदा हा राज्याचे स्वरूप ठरवीत असतो आणि त्याला मान्यता ही समाजाची असते, तर सामान्य कायदा हा नागरिकांचे हक्कांचे संरक्षण करीत असतो आणि त्याला राज्याची मान्यता असते. राज्य ही विशिष्ट उद्दिष्टांकरिता गठित झालेली संघटना आहे आणि तिची काही विशिष्ट उद्दिष्टे असतात. या विचारांतून पाहिले, तर राज्य हे समाजाच्या तुलनेत दुय्यम ठरते. मात्र घटनात्मक कायदा हा समग्र सामाजिक प्रभाव आणि मते यांवर अवलंबून असतो. तसे पाहिले, तर तो 'सामूहिक ईहे' वर आधारित असतो, असे म्हणता येईल. ही बाब अमेरिकन घटनेबाबत प्रकर्षाने दिसून येते. त्या ठिकाणी घटनेची दुरुस्ती करण्यासाठी वेगळ्या समितीचे गठन केले जाते. जे सरकार बहुमताने प्रस्थापित झालेले असते, त्या सरकारलाही घटनादुरुस्तीचे अधिकार देण्यात आलेले नाहीत. याचाच अर्थ शेवटी राज्यालाही लोकमताच्या आधाराशिवाय काम करता येत नाही आणि हे लोकमत घटनेत प्रतिबिंबित होते. ते राज्याला नियंत्रित करते. त्यामुळे घटनात्मक तरतुदी या राज्यावर खऱ्या अर्थाने नियंत्रण ठेवतात. घटनेत तरतूद केलेले हक्क हे सरकारवर बंधनकारक असतात आणि राज्यावर नसतात, हे म्हणणे निरर्थक आहे. केवळ प्रशासन / सरकारच नव्हे, तर राज्यावरही समाजाचे नियंत्रण असते आणि हे नियंत्रण घटनात्मक तरतुदींमधून वास्तवात मांडले जाते.

राज्याचे सार्वभौमत्व आणि आंतरराष्ट्रीय कायदा (State Sovereignty and International Law)

आंतरराष्ट्रीय कायदा ही स्वतंत्र राष्ट्रांचे परस्परसंबंध कसे असावेत, हे नमूद करणारी नियमावली असते. सामाजिक आणि आर्थिक बाबतीत आधुनिक राज्ये परस्परावलंबी

असतात. त्यांच्यात परस्परसंबंध प्रस्थापित होतात. अशा संबंधांच्या आधारावर त्यात सुसूत्रता आणण्याच्या दृष्टीने आंतरराष्ट्रीय कायद्याची निर्मिती झाली. या आंतरराष्ट्रीय कायद्याची सुसंघटित, सर्वांनी मान्यता दिलेली अशी नियमावली असली, तरी Positivist विचारवंतांच्या मते स्वतंत्र राज्याचे सार्वभौमत्व हे आंतरराष्ट्रीय कायदा नियंत्रित करू शकत नाही. स्वतंत्र राज्याच्या कायद्याचे अत्यावश्यक घटक हे त्या राज्याच्या दृष्टीने सर्वश्रेष्ठ असतात. त्यामुळे त्या घटकांना इतर कोणतेही नियम नियंत्रित करू शकत नाहीत, असे मत Positivist मांडतात. हे मत विशेषत: हॉब्ज, हेगेल आणि जेलीक इत्यादि विचारवंत मांडतात. आंतरराष्ट्रीय समुदायाची प्रतिष्ठा आणि सन्मान राखण्याच्या दृष्टीने तहामुळे किंवा काही नियमामुळे येणाऱ्या कर्तव्यांना जरी राज्याने मान्यता दिली, तरी त्यामुळे राज्याच्या सार्वभौमत्वावर नियंत्रण येते, असे नाही. तसे पाहता आंतरराष्ट्रीय कायद्याला राज्याचे सार्वभौमत्व नियंत्रित करण्याचा अधिकार नाही.

या मताचा प्रतिवाद हान्स केल्सेन यांसारख्या विचारवंतांनी केल्याचे दिसते. त्यांच्या मते आंतरराष्ट्रीय कायदा हा स्थानिक कायद्यापेक्षा श्रेष्ठ असून, त्यामुळे राज्याचे वैधानिक सार्वभौमत्व नियंत्रित केले जाते. आंतरराष्ट्रीय संबंधांतील दिवसेंदिवस होणाऱ्या संघटित परिणामांचा आणि आंतरराष्ट्रीय कायद्यामुळे एकमेकांमध्ये निर्माण होणाऱ्या सामंजस्यामुळे राज्याच्या सार्वभौमत्वाच्या कक्षेत काही प्रमाणात शिथिलता निर्माण होणे अपेक्षित आहे, असे मत अमेरिकेच्या मुख्य न्यायाधीश मार्शल यांनी मांडले आहे. काही वर्षांच्या परस्परसंबंधांनंतर आता हे मान्य होताना दिसत आहे, की राष्ट्र-राज्यांचे परस्परसंबंध हे आंतरराष्ट्रीय कायद्यानुसार चालतात, स्थानिक कायद्यानुसार नाही. सध्याच्या काळात कोणत्याही राष्ट्रातील व्यक्ती आंतरराष्ट्रीय कायद्याच्या संरक्षणाची मागणी करू लागल्या आहेत आणि त्यामुळे राज्याचे सार्वभौमत्व काही प्रमाणात नियंत्रित झाले आहे. संयुक्त राष्ट्रसंघटनेची मानवी हक्कांची सनद हे याचे उदाहरण आहे. ही सनद म्हणजे स्वतंत्र राष्ट्रातील व्यक्तींची आंतरराष्ट्रीय सनद. अशा तऱ्हेचे नियम तयार झाल्यावर स्वतंत्र राज्याच्या सार्वभौमत्वाला चांगलाच धक्का लागेल.

सध्याचे मानवी जीवन लक्षात घेता आंतरराष्ट्रीय मानवी समुदाय एकजिनसी होत आहे. राज्यांतर्गत स्थिरता आणि सुरक्षिततेची काळजी राज्यांतर्गत कायदे सक्षमपणे घेतात. परंतु आंतरराष्ट्रीय कायद्याचे अस्तित्व नसेल, तर राष्ट्रा-राष्ट्रांतील संबंध हे गोंधळाचे होतील. आणि आंतरराष्ट्रीय कायद्यामुळे अशी अराजकाची स्थिती संपुष्टात येत आहे. ऑपनहेम (Oppenheim) हा विचारवंत म्हणतो, 'आंतरराष्ट्रीय स्तरावरील परस्परांच्या संबंधामुळे आता सर्व राष्ट्रांना हे जाणवू लागले आहे, की आंतरराष्ट्रीय शांतता, स्वतंत्र राज्यांचा विकास या दृष्टीने पाहता प्रत्येक राज्याने आपले सार्वभौमत्व आंतरराष्ट्रीय समुदायाला काही प्रमाणांत तरी बहाल करणे गरजेचे भासत आहे.'

३ | कायदा
Law

समाज ही एक व्यवस्था आहे असे मानून, त्या व्यवस्थेत व्यक्तिवर्तनाच्या नियमनासाठी केलेले अधिनियम म्हणजे कायदा. परंतु कायदा करण्याचा अधिकार असतो राज्याचा. राज्य अस्तित्वात येण्यापूर्वी रूढी, परंपरा, नीतिनियम यांद्वारे समाजनियमनाचे कार्य होत असे. कायदा हा राज्याद्वारे प्रस्थापित केला जातो. त्याद्वारे व्यक्तीचे बाह्य वर्तन नियमित केले जाते. कायदा हा न्यायनिर्णयपात्र समजला जातो. कायद्याचा भंग करणाऱ्यास शिक्षा केली जाऊ शकते, कारण कायद्याला दंडशक्तीचे पाठबळ असते. कायद्याचे पालन का करावे, कायदापालन आवश्यक का असते, यासंबंधी निरनिराळे विचारवंत वेगवेगळी मते व्यक्त करतात. कायद्याचे पालन करणे हे व्यक्तीचे कर्तव्य आहे, अशी सैद्धान्तिक मांडणी केली जाते. परंतु तोच कायदा अन्यायी असेल, तर त्यास विरोध करणे हा व्यक्तीचा हक्क आहे, असेही विचार मांडले जातात.

कायदा आणि रूढी-परंपरा यांत फरक केला जातो. कायद्याचे राज्य (Rule of Law) म्हणजे कायद्यापुढे सर्व समान व कायद्यापेक्षा कोणीही श्रेष्ठ नाही, म्हणून देशाचा कारभार कायद्याच्या आधारे व्हावा, अशी मागणी गेल्या शतकात पाश्चिमात्य देशांत रूढ झालेली दिसते.

कायद्याचे राज्य (Rule of Law)

कायदा हा सर्वश्रेष्ठ मानून कायद्याच्या आधारे कारभार करणे म्हणजे कायद्याचे राज्य स्थापन करणे होय. राज्यकारभार करणारी व्यक्ती किंवा समूह यांचे अधिकार या संकल्पनेमुळे मर्यादित होतात. कारण राज्यघटनेच्या चौकटीत किंवा कायद्याच्या चौकटीत राहून शासन करावयाचे असते. शासनकर्त्यास कोणतेही अमर्याद अधिकार नसतात. तो आपल्या लहरीप्रमाणे राज्य करू शकत नाही. या तत्त्वामुळे कोणीही अन्याय किंवा जुलूम करू शकत नाही. राज्याचा कायदा हा श्रेष्ठ मानला जाऊन, त्याने ठरवून दिलेल्या

पद्धतीनुसार जेव्हा राज्यकारभार केला जातो, तेव्हा तेथे कायद्याचे राज्य आहे, असे मानले जाते. या तत्त्वामुळे व्यक्तिस्वातंत्र्य सुरक्षित झाले. मूलभूत हक्कांना संरक्षण मिळाले. कायद्याचे राज्य ही कल्पना भारतात प्रथम ब्रिटिशांच्या काळात रुजली. एकंदरीत शासन राज्यघटनेनुसार किंवा राज्यघटनेने ठरवून दिलेल्या कायद्यानुसार चालावे, हा अर्थ.

निसर्गनियम (Law of Nature)

निसर्गनियमाची कल्पना तशी फार प्राचीन आहे. 'अथेनियन्स' या ग्रीक विचारवंतांनी प्रारंभी वस्तूलाच निसर्ग मानले व त्यांचा निसर्गक्रम सांगितला. स्टॉईक विचारवंतांनी व सॉक्रेटिस, प्लेटो, ॲरिस्टॉटल यांनीही निसर्गनियमाचा विचार केला. पृथ्वीवरील सृष्टीच्या व वस्तुमात्रांच्या मुळाशी एक तत्त्व आहे व ते परिपूर्ण आहे. निसर्गनियम एके ठिकाणी एक, तर दुसऱ्या ठिकाणी दुसरा, असा नसतो, असे मानले.

निसर्गनियमाच्या कल्पनेने राज्यशास्त्रात सिद्धान्ताच्या कल्पनाविलासाला, त्याचप्रमाणे विधिशास्त्र विकासाला फार मोठा हातभार लावला. या कल्पनेतूनच मानवाच्या नैसर्गिक हक्कांची कल्पना उगम पावली. ते नैसर्गिक हक्क, मानवी हक्क किंवा मूलभूत हक्क म्हणून मानले जाऊ लागले. नैसर्गिक हक्कांच्या मागणीतून जगात अनेक राजकीय क्रांत्या झाल्या. ज्याप्रमाणे निसर्गनियम व्यक्तीसाठी आवश्यक असतात, तसेच राज्यांच्या संबंधांसाठीदेखील ते लागू केले जातात, असा विचार आंतरराष्ट्रीय कायद्यासंदर्भात केला जाऊ लागला.

रोमन कायद्यात निसर्गनियमांचा समावेश होता. मात्र अठराव्या शतकात ह्यूम या विचारवंताने निसर्गनियम व नैसर्गिक हक्क या संकल्पनांना सुरुंग लावला. मानवी मनाचे स्वरूप जसजसे स्पष्ट होऊ लागले, तसतसे निसर्गनियमांचे महत्त्व कमी होऊ लागले. मानवाला मिळणारे हक्क व मानव पालन करीत असलेले नियम किंवा कायदे राज्यामार्फत अस्तित्वात येतात, ही कल्पना पुढे येऊन नैसर्गिक नियमांचा सिद्धान्त मागे पडला.

सर्वसाधारणत: कायदा म्हणजे एकसारख्या नियमांचा संच, की ज्यांचे पालन केले जाते. विश्वात सर्व ठिकाणी कायदे अस्तित्वात असतात. नैसर्गिक तत्त्वांच्या बाबतीत गुरुत्वाकर्षणाचा नियम किंवा गतिविषयक नियम अशी कायद्याची संभावना केली जाते. या प्रक्रियेत कारण आणि त्याचा परिणाम हे एकामागून एक घडत असतात, त्यामुळे ते आपला अभ्यासविषय होऊ शकत नाहीत. परंतु समाजात काही कायदे हे सामाजिक रूढी, परंपरा यांतून निर्माण होत असतात. येथे कायदा म्हणजे समाजाच्या सुव्यवस्थेकरिता घालून दिलेले नियम असा अर्थ घेता येईल. या दृष्टिकोनातून कायदा हा राजकीय किंवा नैतिक स्वरूपाचा असतो. नैतिक कायदे किंवा नियम हे व्यक्तीच्या स्वयंनिर्णयाबाबत किंवा व्यक्तिगत वर्तणुकीबाबत घालून दिलेले नियम. हे नियम व्यक्तीच्या विवेकानुसार किंवा लोकांच्या मताच्या प्रभावानुसार पाळले जातात आणि त्यांचे उल्लंघन केल्यास

व्यक्तीला खेद होतो किंवा सामाजिक टीकेला सामोरे जावे लागते. राजकीय कायदे हे राज्याने नागरिकांच्या आपसातील संबंधांबाबत, तसेच राज्य आणि नागरिक यांचे संदर्भात केलेले नियम असतात. हे नियम सुसंघटित समाजात स्वास्थ्य व शांतता नांदावी, यांकरिता केलेले असतात. हे कायदे व्यक्तीचे परस्परांतील संबंध नियंत्रित करण्यासाठी सार्वभौम सत्तेने केलेले असतात. त्यांचे उल्लंघन केल्यास व्यक्तीला राज्याने निर्धारित केलेल्या शिक्षेला सामोरे जावे लागते. राजकीय तत्त्वांच्या अभ्यासात आपण अशा तऱ्हेच्या राजकीय कायद्यांचा साधारणत: अभ्यास करतो.

काही राजकीय विचारवंत कायदा म्हणजे राजमुद्रा असलेले नियम असे मानतात. नियंत्रण करणे म्हणजे निर्बंध लादणे आणि त्याकरिता राज्याला सुशासनासाठी काही निर्बंध अपरिहार्यपणे लादावे लागतात. त्यामुळे कायद्याचे केंद्रीभूत तत्त्व निर्बंध हे असते. याचा अर्थ कायदा प्रत्येक वेळी नकारार्थीच असतो, असे नाही. काही वेळा व्यक्तींना त्यांच्या हक्कांची संरक्षणाची हमीही कायदा देतो, उदा. विचारस्वातंत्र्य, अभिव्यक्ति स्वातंत्र्य इत्यादि. उलट खुनासारखे गुन्हे हाताळताना कायद्याचे निर्बंधक स्वरूप प्रकट होते.

ज्या कायद्यामुळे राज्य आपल्या नागरिकांना नियंत्रित करते, ते राज्याच्या इच्छेनुसार केले जातात. राज्याचे सार्वभौमत्व हे राज्याने केलेल्या कायद्यांद्वारे आविष्कृत होत असते. या दृष्टीने राज्याने केलेला कोणताही नियम न्यायसत्तेने ग्राह्य करून नागरिकांना लावला की, तो कायद्यात रूपांतरित होतो. त्यामुळे कायद्यात काय नमूद केले आहे, यापेक्षा त्याच्या स्वरूपावरून कायद्याचे स्वरूप स्पष्ट होते. एखादा कायदा व्यक्तिस्वातंत्र्याला मदत करेल किंवा अडथळा आणील किंवा सामाजिक कल्याणाचा विकास करेल किंवा नाही, यावर कायद्याचे स्वरूप बदलत नाही. कायदा हा न्याय्य असो किंवा अन्याय्य ठरो, कायदा हा कायदा असतो. मॅकआयव्हर म्हणतो, कायदा हा वस्तुनिष्ठ आणि नैतिकदृष्ट्या नि:पक्षपाती असतो.

कायद्याचे उद्दिष्ट हे सर्वसाधारण तत्त्वावर आधारलेले असल्यामुळे त्यातून मोकळीक मिळण्याची सोय नसते. सेल्स टॅक्सचे संदर्भातील कायदा विशिष्ट वस्तू खरेदी करणाऱ्या सर्व ग्राहकांना सारखाच लागू असतो. तसेच इन्कम टॅक्स हा विशिष्ट उत्पन्न असलेल्या सर्वांना लागू असतो. हे कायद्याचे सार्वत्रिक स्वरूप मॅकआयव्हर म्हणतो त्याप्रमाणे कोणताही लहरीपणा किंवा व्यक्तिनिष्ठता किंवा तात्कालिकता मान्य करीत नाही. जे लोक नियमानुसार समान पातळीवर आहेत, त्यांना समान कायदे लागू असतात आणि जे असमान असतात, त्यांना असमानतेने ते लागू असतात.

या समानतेच्या आणि सार्वत्रिकतेच्या (Universality) घटकामुळे राजकीय कायदे सर्व ठिकाणी लागू असतात. त्यामुळे राज्याला विशेष सार्वभौमत्व प्राप्त होत असते. राज्याचे कायदे पाळणे हे सक्तीचे असते. एखाद्या खाजगी संस्थेचे आपण सभासद असलो, आणि

त्या संस्थेचे नियम आपल्याला योग्य वाटले तर आपण ते पाळतो. पण राज्याच्या बाबतीत मात्र तसा योग्ययोग्यतेचा विचार नसतो. राज्याचे कायदे पाळणे सक्तीचे असते. राज्याच्या कायद्यापाठीमागे दंडसत्ता उभी असते व त्यांचे उल्लंघन झाल्यास शिक्षेला सामोरे जावे लागते.

कायद्याचे स्वरूप हे शांतता प्रस्थापित करण्यासाठी समानता या तत्त्वावर आधारलेले असते. समाजातील विविध तऱ्हेच्या अनेकानेक व्यक्तींच्या परस्परसंबंधांविषयी व्यक्तिशः कायदा नियम घालून देत नाही. अशा तऱ्हेचे संबंध नियंत्रित करण्यासाठी कायद्याशिवाय अन्य उपाययोजना लागू असते. चालीरीती, रूढी किंवा खाजगी संस्थांचे नियम अशा तऱ्हेचे विविध संबंध नियंत्रित करतात. राज्याच्या कायद्यापेक्षा ही नियंत्रणे जास्त कार्यक्षम असतात. त्यामुळे राज्यानेही अशा विविध विषयांच्या बाबतीत नियम घालून देण्याबाबत आग्रही नसावे.

विधायक कायद्याला राज्याची मान्यता असते. कायदा हा सर्वमान्य (Valid) स्वीकारण्यायोग्य असतो, कारण त्याला राज्याची मान्यता असते. अर्थात केवळ राज्याची मान्यता हा एकच निकष कायद्याच्या अंमलबजावणीस पुरेसा नाही. लास्की म्हणतो, राज्याने केलेल्या कायद्याला दंडसत्तेचे पाठबळ असते, म्हणून तो पाळला जातो. परंतु जेथे दंडसत्ता असते, तेथे नैतिकता असतेच, असे नाही. म्हणून जनमताच्या विरोधी असणाऱ्या कायद्याविरुद्ध अमेरिकन आणि फ्रेंच क्रांतिकारकांनी विरोध दर्शविला आणि कायद्यापेक्षा श्रेष्ठ अशा सत्याला आवाहन केले.

याचाच अर्थ कायदा दोन घटकांवर आधारित असतो. (१) राज्याने घटनात्मक चौकटीत राहून केलेले नियम आणि (२) समाजातील व्यक्तिनिरपेक्ष न्याय्य भावना. राज्याची दंडसत्ता ही कायद्याला अधिमान्यतेचे पाठबळ देते, तर सामाजिक न्यायाची कसोटी ही न्यायात मूल्यव्यवस्थेचा अंतर्भाव करते. बार्कर म्हणतो, कायद्याला अधिमान्यता दंडसत्तेची आणि मूल्याधार सामाजिक नीतीचा - दोन्हीही असला पाहिजे. कारण कायदा हा समाजाच्या घटकांचे नियंत्रण करतो.

(१) न्यायशास्त्राच्या आधुनिक विचारपरंपरा (Modern Schools of Jurisprudence)

कायद्याचा विविधांगांनी अभ्यास केला जातो व त्या प्रत्येक अभ्यासाला वेगळी दिशा असते. त्याचे विविध प्रकार पाहू या.

१) विश्लेषणात्मक अभ्यास (Analytical School)

या अभ्यासपद्धतीचे जनक हे राजसत्तेचे समर्थक किंवा आदर्शवादी विचारवंत आहेत. या तऱ्हेच्या अभ्यासपद्धतीची सुरुवात प्लेटोपासून होत असली, तरी तिला योग्य वळण देण्याचे काम बेंथॅम आणि ऑस्टिन यांनी केले. हे विचारवंत कायदा म्हणजे 'राज्याच्या

सार्वभौमाची विवेकशील आज्ञा' असे मानतात. (Law is the deliberate and conscious command of the state). याचाच अर्थ कायदा म्हणजे सार्वभौम राज्याची एकात्म (unitary) आज्ञा. राज्याच्या अंमलबजावणीवर कायद्याची मान्यता अवलंबून असते. कोणताही कायदा हा त्याला असलेल्या राज्याच्या मान्यतेवर आणि अंमलबजावणीवर अवलंबून असतो. या सर्व विवेचनात महत्त्वाचे म्हणजे कायद्याची अंमलबजावणी करण्यासाठी त्याच्यामागे उभी असलेली दंडसत्ता.

या पद्धतीवर मोठ्या प्रमाणात टीका झाली. कायदा राजाला आणि नागरिकांना बंधनकारक असतो. म्हणजेच राज्य श्रेष्ठ आणि नागरिक कनिष्ठ. हा श्रेष्ठ कनिष्ठ भाव लोकशाही विचारसरणीविरुद्ध मानला जातो. दुसरे, कायदा आणि आज्ञा (Command) या दोन बाबी वेगळ्या आहेत. मॅकूआयव्हर म्हणतो, कायदा आणि आज्ञा या दोन परस्परविरोधी संज्ञा आहेत. आज्ञा करणारा हा आज्ञा पाळणाऱ्यांपेक्षा वेगळा असतो. म्हणजेच आज्ञा देणारा आणि पाळणारे दोन वेगळे/स्वतंत्र घटक असतात, तर कायदा करणारे आणि पाळणारे हे दोन्ही एकच असतात. कायदा करणारे हे कायदा पाळणाऱ्यांचेच प्रतिनिधी असून, तो कायदा त्यांनाही बंधनकारक असतो. शिवाय आज्ञा ही शासनामध्ये लागू असते, कायदेमंडळाला नाही. कायद्याला काही प्रमाणात शाश्वतता असते, तशी ती आज्ञेला नसते. समाजामध्ये ज्या काही रूढी, परंपरा वर्षानुवर्षे चालत आलेल्या असतात, त्यांना आज्ञा म्हणता येत नाही. कायदा करताना त्या विचारात घेतल्या जातात. या रूढी किंवा परंपरा सार्वभौमाच्या आज्ञा मानता येत नाहीत.

(२) ऐतिहासिक अभ्यासपद्धती (Historical School)

सॅव्हीना, हेन्री मेन, मेटलँड इत्यादी विचारवंत हे या पद्धतीचे जनक मानले जातात. त्यांच्या मते कायद्याची निर्मिती ही पूर्वी घडलेल्या घटनांच्या प्रभावांचा परिपाक असतो. कायदा म्हणजे हंगामी सार्वभौमाची आज्ञा नसून, ती सामाजिक विकासाची प्रदीर्घ प्रक्रिया असते. ही पद्धत म्हणजे कायद्याच्या उगमाचा पूर्वी घडलेल्या घटनांचा अभ्यास करून त्यानुसार काही अनुमान काढले जाते. या पद्धतीत कायदेमंडळाने केलेल्या कायद्यांच्या सामाजिक सुधारणावादी दृष्टिकोनाकडे दुर्लक्ष केले जाते आणि सर्व भर पूर्वी घडलेल्या घटनांच्या प्रभावावर दिला जातो. या स्वरूपाच्या विश्लेषणामधून सामाजिक सुधारणा करण्यासाठी पूर्वलक्ष्यी घटनांचा व तद्नुरूप केलेल्या कायद्यांचा अभ्यास केला जातो आणि त्यानुसार काही निष्कर्ष काढले जातात.

(३) कायद्याचा तौलनिक अभ्यास (Comparative School)

या पद्धतीत ऐतिहासिक पद्धतीनुसारच तौलनिक अभ्यास केला जातो. डार्विनियन पद्धतीत जसे उत्खननशास्त्र इत्यादि सामाजिक शास्त्रांच्या तौलानिक अभ्यासाद्वारा निष्कर्ष

काढले जातात, त्याचप्रमाणे या पद्धतीत कायद्याबाबत निष्कर्ष काढले जातात. या पद्धतीची अद्याप पुष्कळ प्रगती अपेक्षित आहे.

(४) समाजशास्त्रीय अभ्यासपद्धती (Sociological School)

डुगाईट, क्रॅबे (Krabbe), पाऊंड (Pound), जस्टीस होम्स आणि हॅरॉल्ड लास्की हे विचारवंत या पद्धतीचे विश्लेषक आहेत. मानसशास्त्रीय तसेच समाजशास्त्रातील आधुनिक विकासप्रक्रियांचा या पद्धतीत अंतर्भाव होतो. कायद्यामुळे समाजात काय बदल होतात, यांचा प्रामुख्याने या पद्धतीत अभ्यास केला जातो. कायद्यामुळे समाजात होणाऱ्या सुधारणांचा ते अभ्यास करतात. त्यांचे लक्ष केवळ अमूर्त तत्त्वांवर केंद्रित नसते. कायदा हा राज्याने केलेला नसतो. समाजात घडणाऱ्या विविध घटनांच्या आधारे कायद्याचे गठन केले जाते आणि ते राज्य करते. कायद्यामुळे समाजातील व्यक्तींचे हित साधले गेले पाहिजे, प्रगती झाली पाहिजे. या दृष्टीने कायदा हा राज्यपूर्व काळापासूनच सामाजिक प्रेरणेच्या स्वरूपात अस्तित्वात होता असे वाटते.

सामाजिक सुसंघटनेकरिता, तसेच सामाजिक हिताच्या दृष्टीने कायद्याचे पालन केले जाते, असे डुगाईटचे मत आहे. कायदे म्हणजे समाजात परस्परसंबंध नियंत्रित करण्याचे साधन. कायद्याला जे पाठबळ असते, ते केवळ दंडसत्तेचे नसून, लोकांची इच्छाशक्ती आणि कायद्याला लोकांची असलेली संमत्ती महत्त्वाची असते. 'कायदा आणि राज्याचा अर्थाअर्थी काहीही संबंध नसतो. राज्य काय करते, तर सामाजिक बाबतीत आधीच असलेले नियम विशिष्ट कायद्यांच्या चौकटीत बसविते.' क्रॅबच्या मते कायद्याचा मूलस्रोत हा लोकांच्या भावना-आकांक्षा आणि लोकांना जे बरोबर वाटते (Sense of right), तो आहे. 'कायदा म्हणजे समाजाचे नियम' असा अर्थ घेतल्यास, समाजातील योग्य विचार करणाऱ्या बहुसंख्यांकांच्या इच्छेचा तो आविष्कार होय.

कायद्याचा नागरिकांवर काय परिणाम होतो, यावर त्याचे अस्तित्व, योग्यायोग्यता आणि कायद्याला मिळणारी समाजमान्यता अवलंबून असते. कायद्याला मान्यता द्यावयाची अगर कसे, हे सर्वस्वी नागरिकांच्या जीवनावर कायद्याचा कसा परिणाम होतो, यावर अवलंबून असते, असे लास्की म्हणतो. कायद्याचा मूलस्रोत हा नागरिकांच्या मान्यतेवरच अवलंबून असतो. मॅक्स वेबरच्या मतानुसार समाजात एकसंधता निर्माण करण्याच्या दृष्टीने कायदा हा अत्यावश्यक नियमांचा संच आहे. सौहार्दाचे, सहकार्याचे वातावरण समाजात असतेच. कायद्याचे बंधन पाळणे हे दंडशक्तीमुळे सक्तीचे होत नाही, तर नागरिकांच्या कायदा पाळण्याच्या इच्छाशक्तीवर अवलंबून असते. अर्थात तरीही कायदा हा अत्यावश्यक असतो, यात शंकाच नाही.

कायद्याचा मूलस्रोत (Sources of Law)

तसे पाहिले, तर राज्य हाच कायद्याचा मूलस्रोत आहे, कारण सर्व प्रकारच्या नियमांना कायदेशीर स्वरूप राज्यच देते. अर्थात मूलस्रोत म्हणजे कायद्याचा उगम असा अर्थ घेतल्यास काही घटक कायद्याचा उद्‌गम होण्यास जबाबदार असतात.

१) रूढी आणि परंपरा (Customs) : सामाजिक कृती सातत्याने एकसारख्या घडत राहिल्या, म्हणजे त्यातून रूढी किंवा चालीरीती निर्माण होतात. रूढीचे उत्तम उदाहरण हॉलंडचे. प्रवाशांनी एकाच मार्गाने सातत्याने जाण्याचा परिपाठ ठेवल्याने तो मार्ग रस्ता बनतो. प्राचीन संस्कृतीत, मानवी जीवनात रूढींना अनन्यसाधारण महत्त्व होते. समाजात मान्यता पावलेल्या वर्तनाच्या पद्धती म्हणजे रूढी. उपयुक्तता म्हणा, सवय म्हणा किंवा लोकेच्छा म्हणा; या रूढी पुढील काळात नियमांच्या स्वरूपात स्थिर झाल्या. जरी या रूढी, हे नियम सामाजिक दृष्ट्या बंधनकारक असले; तरी जेव्हा त्यांना राज्याची मान्यता मिळते, तेव्हाच त्यांना कायद्याचे स्वरूप येते. अर्थात अशा सामाजिक रूढी राज्याकडून सहसा डावलल्या जात नाहीत. मॅकूआयव्हर म्हणतो, या रूढींवर जेव्हा बंधने येतात, हल्ला होतो; तेव्हा तो केवळ कायद्यावरच नसतो, तर लोकांच्या कायदा पाळण्याच्या वृत्तीवर असतो. म्हणजेच लोकांच्या इच्छाशक्तीचा तो अवमान असतो. त्यामुळे रूढींवर आधारित कायदा हा सर्वसामान्य कायद्याचा एक महत्त्वाचा भाग गणला जातो.

२) धर्म (Religion) : प्राचीन काळी सामाजिक रूढींना धार्मिक मान्यताही आवश्यक असे. प्राचीन रोमन कायदे हे धार्मिक नियमांवरच आधारित होते. भारतात हिंदू कायदा आणि मुस्लीम कायदा यांचे मूलस्रोत धार्मिकच आहेत. त्यामुळे धार्मिक नियम हेही कायद्याचा मूलस्रोत असतात.

३) शास्त्रीय विवेचन (Scientific Commentaries) : काही वेळा न्यायमूर्ती आपल्या निवेदनात काही शास्त्रीय गोष्टींचा ऊहापोह करतात. त्यातूनही कायद्याची निर्मिती होते. कोक, ब्लॅकस्टोन आणि केट या काही आधुनिक न्यायमूर्तींनी अशी टिपण्णी केल्याचे आढळते.

४) न्यायदान (Adjudication) : जस्टीस होम्स यांच्या मते न्यायमूर्तींनी आपल्या निवाड्याद्वारे हा कायद्याची निर्मिती केली पाहिजे. न्यायमूर्तींचे महत्त्वाचे काम कायद्याचे स्पष्टीकरण करणे आणि वैधता ठरविणे. पण हे करीत असता न्यायमूर्ती नवीन कायद्यांची उभारणी करण्यास हेतूत: किंवा अनाहूतपणे मदत करीत असतात. अमेरिकेसारख्या देशात जेथे न्यायाची श्रेष्ठता आहे, तेथे न्यायमूर्ती कायद्याची घटनात्मक वैधता ठरवितात. आपल्या मतांनी ते नव्या कायद्याच्या उभारणीसही चालना देतात.

५) समानता (Equality) : यात नि:पक्षपातीपणा आणि विवेक यांचा समावेश

होतो. कायद्यामुळे हक्क निर्माण होतात, पण त्यात बदल हे समानतेच्या तत्त्वातून होतात. हे बदल होत असताना अनेकदा नव्या कायद्यांना पोषक पार्श्वभूमी तयार होत असते.

६) कायदेमंडळ (Legislature) : लोकशाही पद्धतीत लोकांनी निवडून दिलेल्या प्रतिनिधीद्वारा कायदेमंडळ बनते. त्या कायदेमंडळाला कायदे करण्याचा अधिकार असतो आणि तोच आधुनिक काळात कायद्याचा मूलस्रोत मानला जातो.

कायद्याचे वर्गीकरण (Classification of Laws) :

विविध तत्त्वांवर कायद्याचे वर्गीकरण केले जाते. हॉलंडमध्ये म्युनिसिपल लॉ (Municipal Law) आणि अंतरराष्ट्रीय कायदा (International Law) असे वर्गीकरण केल्याचे आढळते. अंतर्देशीय कायदा म्हणजेच Municipal Law. हा देशांतर्गत व्यक्ती आणि संस्था यांना लागू असतो. तो सार्वभौम राज्याने गठित केलेला असतो आणि तो (positive law) असतो. आंतरराष्ट्रीय कायदा हा आंतरराज्यीय संबंध प्रस्थापित करतो. हा कायदा कोणत्याही सार्वभौमाने केलेला नसतो किंवा तो कोणत्याही सार्वभौमाने नियंत्रित केलेला नसतो. म्युनिसिपल लॉ हा सार्वजनिक कायदा (public law) आणि खाजगी कायदा या दोन भागांत विभागला जातो. राज्याचा कारभार नियंत्रित करणारा कायदा सार्वजनिक कायदा. तो नागरिक आणि राज्य यांचे संबंध नियंत्रित करणारा असतो. तर खाजगी कायदा व्यक्ती-व्यक्तींमधील संबंध नियंत्रित करतो. उदा. व्यक्ती-व्यक्तींमधील करार, मालमत्तेविषयक कायदा इत्यादी.

घटनात्मक कायदा हा राज्याच्या संदर्भातील चौकट प्रस्थापित करतो आणि प्रशासनाच्या विविध अधिकारांच्या कक्षा नमूद करतो. गेटेल म्हणतो, घटनात्मक कायदा सार्वभौमाची जागा निश्चित करतो आणि तो राज्यातील कायद्याचा मूलस्रोत असतो. घटना तयार करण्यासाठी कोणत्याही देशात गठित केली जाणारी तज्ज्ञांची समिती घटनात्मक कायद्याची निर्मिती करते. इंग्लंडसारख्या देशात विकासात्मक प्रक्रियेच्या द्वाराही तसेच रूढी, परंपरा आणि न्यायालयीन निकाल यांचे माध्यमातून घटनात्मक कायद्याची निर्मिती केली जाते. फ्रान्समध्ये प्रशासकीय कायदा (Administrative Law) असेही त्याला म्हणतात आणि त्या कायद्यान्वये राज्याचे संघटन आणि प्रशासन यांबाबतची तत्त्वे निर्धारित केली जातात. तसेच त्या द्वारेच कायद्याचे उल्लंघन झाल्यास त्यावर उपायही सुचविले जातात. राज्याच्या विरोधात केलेल्या गुन्ह्यांच्या शिक्षा या गुन्हेगारी कायद्या (Criminal Law) मध्ये ग्रथित केल्या जातात. गुन्हेगारी कायद्याची व्याख्या करताना असे म्हटले आहे, की कायद्याच्या ज्या नियमांचे राज्याविरुद्ध उल्लंघन केलेल्या बाबींचे/वर्तनाचे स्पष्टीकरण केले जाते आणि असे उल्लंघन करणाऱ्या आरोपीस कोणती शिक्षा द्यावयाची, हे नमूद केलेले असते, गुन्हेगारी कायदा किंवा (Criminal Law) आणि गुन्हा सिद्ध

करण्यासाठी ज्या नियमांचा वापर केला जातो, ते नियम ज्यात नमूद केलेले असतात, त्यास गुन्हेगारी विश्लेषण पद्धती (Criminal Procedure Code) असे म्हणतात, असे गेटेल या विचारवंताचे मत आहे.

मॅकूआयव्हरसारखे विचारवंत कायद्याची विभागणी/वर्गीकरण दोन भागांत करतात. एक अंतर्देशीय कायदा आणि दोन आंतरराष्ट्रीय कायदा. अंतर्देशीय कायदा घटनात्मक कायदा आणि सर्वसाधारण कायदा असा विभागला जातो. सर्वसाधारण कायद्याचे सार्वजनिक कायदा आणि खाजगी कायदा या दोन विभागांत वर्गीकरण होते. सार्वजनिक कायद्यात राज्य आणि प्रशासनाचे अधिकारी यांचे संबंधांबाबत नियम असतात, तर खाजगी कायद्यात नागरिक आणि राज्य यांचे संबंध नमूद केलेले असतात.

नैसर्गिक कायदा (Natural Law)

नैसर्गिक कायदा ही संकल्पना स्टॉईक्स पंथीयांपासून इ.स.पू. चौथ्या शतकापासून चालत आलेली आहे. या संकल्पनेच्या प्रणेत्यांचे मते, कायद्याला जर काही आधार असेल, तर तो निसर्गातील नियमांचा किंवा शिस्तीचा असतो. येथे 'निसर्ग' हा शब्द धार्मिक-नैतिक अर्थाने वापरल्याचे दिसते. म्हणजेच कायदा हा परमेश्वरी अधिष्ठानातून, त्याच्या आज्ञेनुसार, विवेकातून निर्माण झालेला असतो.

नैसर्गिक कायदा हा सार्वजनिक कायद्यापेक्षा (positive law) वेगळा असतो. तो आदर्श नीतिनियमांचा आविष्कार असतो. ॲरिस्टॉटल 'Particular law' म्हणजेच विशिष्ट समुदायापुरता कायदा आणि 'Universal law' म्हणजेच अखिल मानवजातीकरिता कायदा असे वर्गीकरण करतो. हाच नैसर्गिक कायदा होय. हीच विचारधारा पुढे झेनो आणि स्टॉइक्स पंथीयांनी स्वीकारली आणि तिचा आविष्कार रोमन कायद्यामध्ये jus civile आणि jus naturale किंवा नागरी कायदा आणि नैसर्गिक कायदा असा झाला. पुढील काळात ख्रिश्चन धर्मोपदेशक, मध्ययुगीन विचारवंत आणि जेसुईट विचारवंतांनी या विचारांमध्ये सकारात्मक भर टाकली. पण सतराव्या आणि अठराव्या शतकात नैसर्गिक कायदा आणि सकारात्मक कायदा यांत विवाद निर्माण झाले.

अर्थात नैसर्गिक कायद्याने काही 'आदर्श' मूल्यांना उजाळा मिळतो, ही वस्तुस्थिती आहे. त्यामुळे सकारात्मक कायद्यामध्ये मोलाची भर पडेल, पण नैसर्गिक कायदा सकारात्मक कायद्याची जागा घेऊ शकणार नाही. नैसर्गिक कायद्याला कोणत्याही न्यायासत्तेची मान्यता नाही. तसेच त्याच्या अंमलबजावणीचीही कोणती व्यवस्था नाही. काही आपत्कालीन परिस्थितीत, क्रांतिसदृश परिस्थितीत, नैसर्गिक कायद्याचा आधार घेतला जातो. परंतु बार्कर म्हणतो, ज्या कायद्याचा उपयोग केवळ राज्य उलथून पाडण्यासाठी केला जातो, त्याला कायदा असे म्हणता येणार नाही. कायद्याचे उद्दिष्ट

राज्याची धारणा हेच असले पाहिजे आणि राज्याचे उद्दिष्ट कायद्याचा आधार हेच असले पाहिजे. शिवाय कायदा ज्या निसर्गनियमांवर आधारित असतो, ते नियम कायमस्वरूपी आणि अपरिवर्तनीय असले पाहिजेत. पण तसे होत नाही. कारण सामाजिक परिस्थिती कायम परिवर्तनशील असते आणि त्या परिवर्तनाला अनुरूप अशा बदलांना कायद्यात सुधारणा करावी लागते. थोडक्यात नैसर्गिक कायदा हा काही महत्त्वाची नैतिक मूल्ये जपत असतो, तोच सकारात्मकतेचा मूलाधार असतो आणि त्यामुळे राजकारण हे मूल्याधिष्ठित बनण्यास सुरुवात होते.

कायदा आणि नैतिकता (Law and Morality)

प्राचीन समाजातील जीवनात कायदा आणि नीतिमत्ता यांत फरक केला जात नसे. परंतु ज्या वेळी राज्याची निर्मिती झाली, त्या वेळी कायदा म्हणजे सार्वभौमाची आज्ञा असे मानले गेले आणि कायदा आणि नीतिमूल्ये यांची फारकत झाली. तरीही या दोहोंमध्ये तसा संबंध राहिलाच. कारण शेवटी राजकीय समुदायाचे उद्दिष्ट काय, तर 'सामूहिक हित'. त्यामुळे आधुनिक कायद्यानेही मानवी समुदायाचे हित हे नैतिक तत्त्व जपले जातेच. प्लेटो आणि ॲरिस्टॉटल यांचेसारखे प्राचीन विचारवंत राज्याचे उद्दिष्ट नागरिकांचे हितकर जीवन जोपासणे हेच मानीत होते.

कायदा आणि नैतिकता यांचा संबंध दोन घटकांनी स्पष्ट होतो. एक - कायदा सर्वांना समानतेने लागू होतो. ह्या अन्वये कायदा सर्वांसाठी एका किमान नैतिकतेचे बंधन म्हणून वापरला जातो. दुसरे - कायद्याने घालून दिलेल्या नियमातून सर्व लोकांना एकाच तऱ्हेच्या बाह्य परिस्थितीतून जावे लागते आणि नागरिकांच्या नैतिक इच्छा-आकांक्षांमधूनच कायद्याची निर्मिती होत असते.

कायदा हा वस्तुनिष्ठ असतो. तो सर्व नागरिकांना समानतेने लागू असतो. परंतु नैतिकतेचे नियम मात्र व्यक्तिनिष्ठ असतात. कारण त्यांचे अधिष्ठान व्यक्तीचे मन हे असते. नैतिकतेचे आवाहन हे नेहमी व्यक्तीच्या विवेकाला केलेले असते. काय योग्य आणि काय अयोग्य, हे संकेत त्यातून दिले जातात. दुसरे - नैतिकता ही संपूर्ण व्यक्तिगत जीवन व्यापून टाकते. उलट कायद्याने व्यक्तीच्या अशाच कृती नियंत्रणाखाली आणल्या जातात, ज्या सर्वांना सारख्याच लागू असतात. त्यामुळे नैतिकतेची कक्षा ही व्यक्तिगत जीवनात जास्त व्यापक असते. नैतिकतेला 'व्यक्तिगत विवेक' हेच बंधन असते आणि ते पाळलेच पाहिजे, अशी सक्ती नसते. उलट कायद्यामुळे येणारे बंधन/नियंत्रण हे अनिवार्य असते. त्यामुळे एखादी कृती अनैतिक असेल, पण ती बेकायदेशीर असेलच, असे नाही. उदा. खोटेपणाने वागणे हे निश्चितपणे अनैतिक आहे, पण त्या खोटेपणामुळे जोपर्यंत दुसऱ्यास इजा पोहोचत नाही आणि ते सिद्ध होत नाही, तोपर्यंत ते बेकायदेशीर ठरत नाही. उलटपक्षी,

थिएटरमध्ये सिगारेट ओढणे हे बेकायदेशीर असते, पण ते प्रत्येक व्यक्तीला अनैतिक वाटेलच, असे नाही. काही प्रसंगी आवश्यक वाटेल, म्हणून राज्य कायदे करते. कदाचित त्यामुळे काही नैतिक कल्पनांना धक्का पोहोचत असेल. गेटेल म्हणतो, लोकांच्या संदर्भात एक वैधानिक विवेक आणि दुसरा नैतिक विवेक असतो. काही वेळा या दोन्ही विवेकांचे पालन कायद्यात होऊ शकेलच, असे नाही. नैतिकता ही व्यक्तिगत स्तरावर किंवा सामाजिक मतांवर अवलंबून असते. परंतु कायद्याला राज्याच्या मान्यतेचा आधार असतो. शिवाय सर्वांना एकच कायदा बंधनकारक असतो. परंतु नैतिक रूढींचे तसे नसते. नैतिक नियम हे व्यक्तिसापेक्ष असल्याने नीतिनियमांना एक प्रकारची संदिग्धता असते. राज्याचे कायदे निश्चित आणि सार्वत्रिक असतात.

गेटेल म्हणतो, कायदे सर्वसाधारणपणे नीतिनियमांशी विसंगत नसतात. कारण जर कायद्याने कोणतेही विपरित नीतितत्त्व प्रस्थापित केले गेले, तर त्याला जनमानसाचा विरोध होण्याची शक्यता असते. तसेच बदलत्या नीतिनियमांनुसार कायद्यात बदल न घडविल्यास कायदे कालबाह्य होण्याची शक्यता असते. विशेषत: विकसनशील देशात कित्येक वेळा कायदे हे काळाच्याही पुढचा विचार करून केले जातात. उदा. १८३५ मध्ये सतीविरोधी कायदा पास केला, त्या वेळी तत्कालीन भारतीय समाजमनाच्या भावना दुखावल्या गेल्या होत्या.

थोडक्यात कायदा आणि नीतिनियम हे काही वेळा परस्परविरोधी जातात, तर काही वेळा त्यांच्यात साधर्म्य आढळते. मॅक्‌आयव्हर म्हणतो, सर्व नीतिनियमांना कायद्याच्या चौकटीत बसविणे म्हणजे नैतिकता नष्ट करणे होय. समाजाचे स्वास्थ्य आणि शांतता टिकविण्यासाठी कायदा एक चौकट निर्माण करतो. परंतु व्यक्तिगत नीतिनियमांत याच कायद्याचा अडथळा बनू शकतो.

कायदा - सामुहिक 'ईहे'चा आविष्कार (Law as the expression of General Will)

कायदा हा सामूहिक ईहेचा आविष्कार असतो, असे मानले जाते. अशा तऱ्हेचे कायद्याचे वर्गीकरण हे 'सामूहिक ईहा' (General Will) या संज्ञेवरून घेतले जाते. तसेच ते गर्कच्या (Gierke) 'साधारण मान्यता' (Common Conviction) या संज्ञेवर आधारित आहे, असे मानले जाते. याचा अर्थ असा, की कायद्यामध्ये समाजजीवनाचे प्रतिबिंब पडते, कारण समाजजीवनाचे स्थैर्य आणि नियंत्रण हे कायद्याचे उद्देश असतात. रुसोने याबाबतीत समर्पक विवेचन केले आहे. तो म्हणतो, सामूहिक ईहा आणि सर्व लोकांची एकत्रित इच्छा यांत फरक आहे. सर्व लोकांची एकत्रित इच्छा ही प्रत्येक व्यक्तीच्या खाजगी इच्छेची बेरीज असते. आणि ती खाजगी हितसंबंधांशी निगडीत असते. जर

आपण या व्यक्तिगत इच्छेतून खाजगी विरोधी इच्छा वगळल्या, तर जे उरेल, ती सामूहिक ईहा होय. रुसोच्या म्हणण्यानुसार सामूहिक ईहा ही सार्वभौम असून ती सर्व कायद्यांचा आधार असते. कायदा करीत असताना प्रत्येक वेळी सर्व लोकांचा विचार केला जातो आणि त्यामुळे कायद्यामध्ये आणि जनहितामध्ये संघर्ष नसतो.

कायदा हा सामूहिक ईहेचा आविष्कार आहे, असे मानले, तर सामूहिक ईहा या रुसोच्या संकल्पनेतील त्रुटी आणि दोष कायद्यामध्येही प्रतिबिंबित होतील. शिवाय वर्गसंघर्षाने भरलेल्या समाजात भांडवलशाही वर्गाच्या हितसंबंधांना राज्याला प्राधान्य द्यावेच लागत असल्याने, त्या दृष्टीने केलेले कायदे हे सामूहिक ईहेचे प्रतिबिंब नसून, विशिष्ट वर्गाच्या हिताचे ते रक्षण करतात. अशा वेळी कायदा आणि व्यक्तिस्वातंत्र्य यांत संघर्ष निर्माण होतो. सर्व गोष्टींचा विचार करता सामूहिक इच्छा म्हणजे समाजातील बहुमताची इच्छा, असा अर्थ घेतला जातो. समाजातील बहुमताची इच्छा आणि राज्यसत्ता हे समीकरण पाहता ती बहुमताची एकाधिकारशाहीच असते आणि ही एकाधिकारशाही लोकशाही या गोंडस नावाखाली कार्यरत असते. या झुंडशाहीमध्ये व्यक्तीच्या स्वातंत्र्याला मात्र धोका पोहोचत असतो.

परंतु आधुनिक काळात, समाजात विविध वर्ग आणि विविधता असली, तरी लोकशाहीमध्ये त्यांचा समन्वय साधला जातो, असे लोकशाहीचे समर्थक मानतात.

हे सामंजस्य किंवा हा समन्वय राज्यामध्ये किंवा राजसत्तेमध्ये सुस्थिर नसून तो समाजात असतो आणि हे समाजातील सामंजस्य राज्यात आणि राज्याने केलेल्या कायद्यात प्रतिबिंबित होत असते. मॅक् आयव्हर म्हणतो, हे सामंजस्य म्हणजे राज्याची इच्छा नसून राज्याने राज्य सुस्थिर चालावे, म्हणून केलेला समन्वय असतो. तो देशप्रेमात प्रकट होतो आणि त्यातूनच बहुमताला आदर दिला जातो आणि त्या बहुमताच्या आधारे केलेल्या घटनाधिष्ठित कायद्यांना मान्यता दिली जाते.

आंतरराष्ट्रीय कायदे (International Laws)

देशांतर्गत कायदे देशातील व्यक्तींच्या परस्परसंबंधांचे नियंत्रण करते. समाजात सुरक्षा व सुव्यवस्था नांदावी, या हेतूने हे कायदे केले जातात. वर्षानुवर्षांच्या विकासप्रक्रियेतून जगभरातील निरनिराळ्या देशांत आर्थिक, व्यापारी, तसेच इतरही प्रकारचे परस्परसंबंध निर्माण झाले. त्यातून परस्परांशी सहकार्य करून विकासाची प्रक्रिया चालू ठेवण्याची गरज निर्माण झाली आणि हे परस्परसंबंध विशिष्ट नियमाने नियंत्रित केले जाण्याची गरज निर्माण झाली. त्याकरिता आंतरराष्ट्रीय कायद्याची प्रतिष्ठापना झाली. या नियमांमधूनच देशा-देशांमधील हद्दीची निश्चिती, सागरी सरहद्दी, या संदर्भात देशा-देशांमध्ये निश्चितता आली. आणि त्यातूनच पुढे व्यापार-उदिमासंबंधीचे नियम तयार झाले.

ज्याप्रमाणे देशांतर्गत कायद्यान्वये देशातील व्यक्तींचे परस्परसंबंध नियंत्रित होऊन सुस्थिरता व सुव्यवस्था नांदण्यास मदत होते, त्याप्रमाणे सर्व देशांनी या आंतरराष्ट्रीय नियमावलीचे/कायद्याचे बंधन पाळण्याचे मान्य करून, त्यानुसार परस्परांतील संबंध, परस्परांतील प्रश्न शांततामय मार्गाने सोडविण्याचे ठरविले. तर आंतरराष्ट्रीय स्तरावर शांतता व सुव्यवस्था नांदण्यास मदत होईल.

देशातंर्गत कायद्याप्रमाणेच आंतरराष्ट्रीय कायदा हीदेखील कायद्याच्या विकासाची प्रक्रियाच आहे. Court of International Justice या संस्थेच्या नियमाप्रमाणे आंतरराष्ट्रीय कायद्याचे मूलस्रोत म्हणजे (अ) आंतरराष्ट्रीय परिषदांचे वृत्तान्त (ब) आंतरराष्ट्रीय संबंधांतील रूढी व परंपरा (क) सुसंस्कृत राष्ट्रराज्यांनी ठरविलेले व मान्यता दिलेले नियम आणि (इ) विविध राष्ट्रराज्यांतील न्यायालयीन निर्णय आणि त्यातून प्रस्थापित झालेली मान्यवरांची मते. यांपैकी कोणताही आधार आंतरराष्ट्रीय न्यायालय वादी-प्रतिवादी राष्ट्रराज्यांच्या संमतीने निकालप्रक्रियेत अंतर्भूत करू शकते. अर्थात वादी-प्रतिवादी ही दोन्हीही राष्ट्रराज्ये समान मानली जातात. ही सर्व प्रक्रिया आणि उद्दिष्टे पाहिली असता, देशांतर्गत कायदे आणि आंतरराष्ट्रीय कायदे यांत साधर्म्य असल्याचे दिसते.

आंतरराष्ट्रीय कायद्याची वैधानिकता (Legality of International Law)

देशांतर्गत कायदा आणि आंतरराष्ट्रीय कायदा यांत साम्य वाटत असले, तरी आंतरराष्ट्रीय कायद्याच्या वैधतेबाबत कायमच मतभिन्नता राहत आलेली आहे. आंतरराष्ट्रीय कायद्याला खरोखरीच कायदा म्हणता येईल का, हा मूलभूत प्रश्न आहे. काहींच्या मते आंतरराष्ट्रीय संबंधांतील नैतिकतेवर आधारित नियमांचा या कायद्यात अंतर्भाव नसल्यामुळे, त्याला कायदा म्हणावयाचा झाल्यास, केवळ औपचारिक रीत्या म्हणावे लागेल. तर काहींच्या मते, आंतरराष्ट्रीय कायदा ही न्यायशाखेची एक उपशाखा मानता येईल.

बेंथॅम आणि ऑस्टीन यांसारख्या विचारवंतांच्या मते कायदा म्हणजे सार्वभौमाची आज्ञा, एका निश्चित श्रेष्ठाची आज्ञा (detem inate superior) आणि त्या आज्ञापालनाचे निश्चित कर्तव्य असते व ते आज्ञापालन करून घेण्यासाठी स्वतंत्र यंत्रणा असते. आंतरराष्ट्रीय कायद्याचे बाबतीत हा कायदा कोणा सार्वभौमाच्या आज्ञेचा नसतो, तसेच त्याच्या अंमलबजावणीसाठी काही निश्चित यंत्रणा नसते. त्यामुळे त्या कायद्याच्या वैधतेला आव्हान दिले जाते. अर्थात काही वेळा आंतरराष्ट्रीय न्यायसभेपुढे काही आंतरराष्ट्रीय तंटे सामंजस्याने मार्ग काढण्यासाठी ठेवले जातात. परंतु त्या न्यायसभेने दिलेले निकाल विवादी राज्यांवर बंधनकारक असतातच, असे नाही. अशा तऱ्हेने या आंतरराष्ट्रीय कायद्याच्या निश्चित आज्ञापालनाच्या कर्तव्याच्या अटीच्या अभावामुळे, आंतरराष्ट्रीय न्यायसभेने दिलेले निर्णय स्वीकारावयाचे की नाही, हे प्रत्येक राज्याच्या व्यक्तिगत इच्छेवर अवलंबून असते. जोपर्यंत

हे कायदे राष्ट्रीय हिताला बाधक नाहीत, तोपर्यंत ते पाळले जातात. त्यामुळे या नियमांना आंतरराष्ट्रीय कायदा न मानता, फार तर आंतरराष्ट्रीय नैतिकतेचे नियम असे म्हणता येईल.

समाजशास्त्रीय न्यायपंडित हे आंतरराष्ट्रीय कायद्याला वैधानिकतेचे स्वरूप आहे, असे मानतात. त्यांच्या मते, ज्याप्रमाणे आंतरराष्ट्रीय कायद्याचे उल्लंघन केले जाते, तसेच देशांतर्गत कायद्याचेही उल्लंघन केले जाते आणि केवळ कायद्याचे उल्लघन होते, म्हणून त्याला कायद्याचा दर्जाच नाकारणे योग्य नाही. हॉल, ओपेनहेम (Oppenheim), ब्रायर्ली (Brierly) यांसारख्या न्यायपंडितांनी वरील मत मांडले. दुसरे म्हणजे आंतरराष्ट्रीय कायद्याकडे प्रत्येक देश केवळ आपल्याच हितसंबंधातून पाहतो, हे बरोबर वाटत नाही; कारण हे आंतरराष्ट्रीय कायदे सभासद राष्ट्रांच्या संमतीने केलेले असतात आणि त्याबाबतचे तंटे अधिमान्य आंतरराष्ट्रीय न्यायसभांपुढे ऐकले जातात. तसेच संयुक्त राष्ट्रसंघटनेसारखी संस्था (U.N.O.) सारखी संस्था या कायद्याचा आधार आहे. शिवाय कोणत्याही देशाचे अंतर्गत कायदे हे आंतरराष्ट्रीय कायद्याला विरोधी असत नाहीत. कोणताही देश सागरी चाच्यांच्या (Piracy) बाजूने कायदा करणार नाही, कारण ते आंतरराष्ट्रीय कायद्याच्या विरोधात आहे. तिसरे, कोणताही देशांतर्गत कायदा हा केवळ सार्वभौमाच्या मान्यतेवरच आधारित असू शकत नाही. त्याला जनमताचे पाठबळ लागतेच. त्याचप्रमाणे सध्या आंतरराष्ट्रीय कायद्यामागे विविध सदस्य राष्ट्रांतील जनसामान्यांचे पाठबळ गोळा होत आहे त्यामुळे एखाद्या राज्याच्या सार्वभौमाला आंतरराष्ट्रीय कायद्याच्या विरुद्ध जाणे अशक्य झाले आहे.

४ | स्वातंत्र्य

Liberty

स्वातंत्र्य ही एक मूलभूत संकल्पना असून ती सामाजिक आणि नैसर्गिक अशा दोन्ही स्वरूपाची असते. इंग्रजीतील Liberty हा शब्द 'Libre' या लॅटिन धातूपासून बनल्याचे सांगितले जाते. त्याचा अर्थ 'व्यक्ती सर्व प्रकारच्या बंधनातून मुक्त असणे' असा होतो. स्वातंत्र्य या शब्दाचेही तसेच आहे. स्वातंत्र्य म्हणजे स्वतंत्र असणे किंवा स्वत:च्या इच्छेप्रमाणे जगणे किंवा वागणे असा अर्थ केला जातो.

कोणत्याही संकल्पनेप्रमाणे स्वातंत्र्य या संकल्पनेचीही निश्चित किंवा समर्पक व्याख्या करणे अवघड आहे. मात्र स्वातंत्र्य या संकल्पनेचे परिस्थितीनुरूप वेगवेगळे अर्थ काढता येतात. उदा. तुरुंगातून सुटणे याचा अर्थ कैद्यास स्वतंत्र करणे असा होतो. मालकाने गुलामास मुक्त केले, की ते गुलामाचे स्वातंत्र्य ठरते. किंवा एखाद्या जुलमी राजाने दयावान होऊन एखाद्याची जुलमातून मुक्तता केली, तर त्याने जुलूम केलेल्या व्यक्तीला मोकळे किंवा मुक्त केले, असे म्हणता येते.

स्वातंत्र्य हे व्यक्तीचे, व्यक्तिसमूहाचे, समुदायाचे किंवा एखाद्या राष्ट्राचेही असू शकते. व्यक्तीचे स्वातंत्र्य म्हणजे व्यक्तीला आपल्या इच्छेप्रमाणे आचरण करण्याची मोकळीक, तर समुदायाचे स्वातंत्र्य म्हणजे समुदायातील व्यक्तींना आपल्या व्यक्तिस्वातंत्र्याबरोबर समुदायाच्या रूढी - रीतीरिवाज यांचे पालन करण्याची मुभा, तर समाजाचे स्वातंत्र्य म्हणजे सामाजिक व्यवहारात व्यक्तीला आपले विचार मुक्तपणे मांडता येणे, आपले व्यवहार आपल्या इच्छेप्रमाणे करता येणे आणि सामाजिक बंधनापासून स्वत:ला दूर ठेवता येणे होय. राज्य किंवा राष्ट्राचे स्वातंत्र्य म्हणजे एक राजकीय समाज हा इतर राजकीय समाजांच्या वर्चस्वापासून मुक्त असणे होय.

स्वातंत्र्य या शब्दाला अनेक छटा आणि अर्थ आहेत. अमुक एक गोष्ट करावयास एखादी व्यक्ती मुक्त किंवा मोकळी आहे, असाही स्वातंत्र्याचा अर्थ होऊ शकतो. आपल्या

इच्छेप्रमाणे आचार करता येणे हादेखील स्वातंत्र्य या शब्दाचा आणखी एक अर्थ आहे. एखादी गोष्ट करावयाचे स्वातंत्र्य घेणे असाही स्वातंत्र्याचा अर्थ होतो.

स्वातंत्र्याचे प्रकार (Types of Liberty)

स्वातंत्र्य या शब्दाच्या विविध अर्थच्छटा लक्षात घेतल्यावर आपण स्वातंत्र्य हा शब्द किंवा सकल्पनेचे राजकीय स्वरूप लक्षात घेऊ शकतो. स्वातंत्र्य या नामाआधी 'राजकीय' हे विशेषण विचारात घेतले, की स्वातंत्र्य या संकल्पनेचा 'राजकीय स्वातंत्र्य' हा एक स्वतंत्र आणि वेगळा अर्थ लक्षात घेता येतो. राजकीय स्वातंत्र्य म्हणजे राज्य आणि शासन यांनी घातलेली बंधने आणि निर्बंध यांचा विचार करून तसेच इतर व्यक्ती अथवा संस्था यांच्या स्वातंत्र्यावर गदा न आणता मिळालेले व्यक्तिस्वातंत्र्य होय. स्वातंत्र्याचे रक्षण करणे, संवर्धन करणे इत्यादी कामे राज्याची असून ती शासनाने अमलात आणावयाची असतात. यावरूनही राजकीय स्वातंत्र्याचे स्वरूप लक्षात येते.

नैसर्गिक स्वातंत्र्य (Natural Liberty)

प्रस्तुत ठिकाणी आपण स्वातंत्र्य या संकल्पनेचा विचार पुढील चार प्रकारे करणार आहोत. पहिला प्रकार म्हणजे **नैसर्गिक स्वातंत्र्य**. निसर्गत: माणूस स्वतंत्र असतोच, असे गृहीत धरले जाते. नैसर्गिक स्वातंत्र्य हे कोणत्याही बंधनापासून दूर असावे, अशी अपेक्षा केली जाते. जन्मत: व्यक्तीचे अमर्याद असलेले स्वातंत्र्य हे कायम अमर्यादित राहिले पाहिजे, अशी अपेक्षा व्यक्त केली जाते. अशा वेळी स्वातंत्र्य म्हणजे स्वैर आचार किंवा स्वैराचार असे झाले, तर व्यक्तीस त्याचा लाभ होईल, का व्यक्तिविकासाची हानी होईल, असा प्रश्न उपस्थित होतो. या ठिकाणी हे लक्षात घेतले पाहिजे, की स्वातंत्र्य हे व्यक्तिविकासासाठी आवश्यक असलेले एक प्रमुख साधन आहे. स्वातंत्र्य हे प्रत्येक व्यक्तीस आवश्यक असते, म्हणून ते अमर्याद असले पाहिजे, असा विचार करणे, म्हणजे स्वातंत्र्याचे रूपांतर स्वैराचारात करण्यासारखे आहे. स्वातंत्र्याची ही कल्पना दीर्घ काळ रूढ होती. तिचे स्वरूप दोन परस्परविरोधी टोकांपर्यंत पोहोचले होते. एक टोक म्हणजे स्वातंत्र्यावर बंधने घालणारी शक्ती ही मालक आणि गुलाम, राजा आणि प्रजा, सरंजामदार आणि कुळ, धनको आणि ऋणको यांची सत्ता आणि अधिकार यांवर अवलंबून असे. सत्ता, संपत्ती आणि शक्ती ज्याच्या हातात; ती व्यक्ती समर्थ मानली जात असे. 'बळी तो कान पिळी' असे या एकतर्फी सत्तेचे स्वरूप होते. अशा परिस्थितीत स्वातंत्र्य हे कितीही नैसर्गिक किंवा स्वाभाविक असले, तरी ते व्यक्तीच्या बाबतीत टिकू शकत नाही, हे उघड आहे. लोकशाहीचा जसजसा विकास होत गेला, तसतसे बलवानाचे स्वातंत्र्य आणि सत्ता या संकल्पना

मागे पडल्या. तरीही व्यवहारात जीवनाच्या प्रत्येक स्तरावर 'बळी तो कान वेळी' या अनुभवाचा प्रत्यय येतच असतो.

नागरी स्वातंत्र्य (Civil Liberty)

स्वातंत्र्याचा दुसरा प्रकार म्हणजे नागरी स्वातंत्र्य किंवा नागरिक म्हणून मिळणारे स्वातंत्र्य. व्यक्तीच्या सर्वांगीण विकासासाठी राज्य आणि शासन यांनी व्यक्तिस्वातंत्र्यावर परिस्थितीनुरूप बंधने घालून सर्वांच्या व्यक्तिस्वातंत्र्याचे रक्षण केले पाहिजे, अशी अपेक्षा राज्य आणि शासन या संस्थांकडून केली जाते. किंबहुना, राज्य आणि शासन यांचे कर्तव्यच व्यक्तीला स्वातंत्र्याचा उपभोग घेता येईल, अशी परिस्थिती निर्माण करणे हे आहे, असे मानले जाते. संघटित समाजाला राज्य म्हटले जाते, तेच मुळी लोकांच्या इच्छा-आकांक्षांची परिपूर्ती राज्याकडून होते म्हणून. स्वातंत्र्य नैसर्गिक असले, तरी ते राज्याचे मानावे लागते; तसेच स्वातंत्र्याचे रक्षण करणे, स्वातंत्र्यावर योग्य ती बंधने घालणे आणि त्यातून सर्वांचा समान विकास होईल, अशी परिस्थिती निर्माण करणे, हे शासनाचे कर्तव्य ठरते. नागरी स्वातंत्र्यात (Civic liberties) हा सर्व विचार महत्त्वाचा समजला जातो.

राजकीय स्वातंत्र्य (Political Liberty)

तिसरा, राजकीय स्वातंत्र्य हाही स्वातंत्र्याचा एक महत्त्वाचा अर्थ आहे. राजकीय स्वातंत्र्य हे एखाद्या व्यक्तीचे व्यक्तिसमुदायाचे, समाजाचे किंवा राष्ट्राचे असते. व्यक्तिस्वातंत्र्याच्या दृष्टीने व्यक्तीला देशाच्या कारभारात भाग देण्याचा अधिकार असतो. तिला मतदानाचा हक्क, विधिमंडळावर निवडून देण्याची संधी, राज्यकारभारात सहभाग व शासनसंस्थेवर टीका करून तिचे दोष दाखविण्याची संधी मिळणे हे होय. सर्वसाधारणपणे लोकशाही राजकीय व्यवस्थेत व्यक्तीला महत्त्वाची राजकीय स्वातंत्र्ये घटनेनेच बहाल केलेली असतात.

आर्थिक स्वातंत्र्य (Economic Liberty)

स्वातंत्र्याचा चौथा प्रकार म्हणजे आर्थिक स्वातंत्र्य. स्वातंत्र्याच्या या प्रकाराचा उल्लेख व्यक्ती, समुदाय, समाज किंवा राज्य यांच्या संदर्भात केला जातो. विकासासाठी आर्थिक स्वातंत्र्य आणि अर्थोत्पादनाची संधी प्रत्येक व्यक्तीला आवश्यक असते. आर्थिक स्वातंत्र्यात प्रत्येक व्यक्तीस उपजीविकेची साधने उपलब्ध होतील, अशी परिस्थिती निर्माण करणे महत्त्वाचे असते. आर्थिक साधनांच्या उपलब्धतेमुळे व्यक्तीस सुरक्षित जीवन प्राप्त होते.

स्वातंत्र्य हे व्यक्ती आणि राज्य यांना निसर्गतः प्राप्त होते, की ते मिळते किंवा मिळवावे लागते, या विषयीच्या विचारवंतांच्या दृष्टिकोनामध्ये फरक आढळून येतो.

रुसोने म्हटल्याप्रमाणे 'Man is born free, but he is in chain severwhere', असे आहे. याचा अर्थ व्यक्तिस्वातंत्र्य किंवा राज्याचे स्वातंत्र्य ही एक नैसर्गिक संकल्पना असली, तरी परिस्थितीनुसार स्वातंत्र्यावर बंधने येतात किंवा स्वातंत्र्य नष्टदेखील होते. एक गोष्ट मात्र खरी, की स्वतंत्र राज्य हे काही व्यक्तीचे स्वातंत्र्य निर्माण करीत नाही, तर त्याचे समर्थन आणि रक्षण मात्र करू शकते. किंबहुना व्यक्तिस्वातंत्र्याचे रक्षण करणे हे राज्याचे एक कर्तव्यच मानले जाते.

स्वातंत्र्य आणि मुक्तता (Liberty and freedom) - स्वातंत्र्य या संकल्पनेसाठी इंग्रजीमध्ये 'Liberty' आणि freedom दोन्ही शब्द वापरले जातात. मात्र निरनिराळे राजकीय विचारवंत त्यांच्या अर्थाच्या विविध छटा विचारात घेताना दिसतात. उदा. बर्विन हा एक राजकीय विचारवंत Liberty आणि freedom यांतील फरक सांगताना Liberty चा वापर राजकीय आणि वैधानिक संदर्भात केला जातो, असे म्हणतो; तर freedom हा शब्द काहीसा तत्त्वज्ञानाकडे झुकतो, असे त्याला वाटते. Pitkin या विचारवंताने Liberty आणि freedom यांमध्ये अधिक बारकाईने फरक केल्याचे दिसून येते. त्याच्या मते Liberty या शब्दात राज्याच्या हस्तक्षेपाला हरकत घेतली जाते. किंवा राज्याची हरकत आणि हस्तक्षेप यापासून स्वातंत्र्याचे रक्षण होते, त्या संकल्पनेत अभिप्रेत आहे. याशिवाय freedom या शब्दात राजकारणातील सक्रिय सहभाग ध्वनित होतो.

वरील दोन राजकीय विचारवंतांनी Liberty आणि freedom यांतील फरकाच्या अर्थच्छटा अतिशय समर्पकपणे स्पष्ट केल्या आहेत.

मराठीमध्ये मात्र स्वातंत्र्य या संकल्पनेचे फरक असलेले वेगळे शब्द आढळत नाहीत. Liberty आणि Freedom या दोन्हीही इंग्रजी शब्दांसाठी स्वातंत्र्य ही एकच संकल्पना वापरली जाते. मात्र स्वातंत्र्य या संकल्पनेचे दोन संदर्भ त्याच्या अर्थाच्या दोन छटा राखवून देतात. पहिली छटा म्हणजे स्वायत्तता. आणि दुसरी छटा म्हणजे सार्वभौमत्व. स्वातंत्र्याच्या बाबतीत व्यक्ती स्वतंत्र असणे, समुदाय स्वतंत्र असणे किंवा राज्य स्वतंत्र असणे म्हणजे त्या ठिकाणी स्वायत्तत्ता आणि सार्वभौमत्व या दोन्हीही गोष्टी ओघानेच येतात. व्यक्तिस्वातंत्र्याच्या बाबतीत स्वत:च्या इच्छा-आकांक्षांनुसार स्व-तंत्राने वागणे महत्त्वाचे असते. स्वत:चा विकास तसेच स्वत:चे कल्याण कशात आहे, हे ठरविण्याचे स्वातंत्र्य हे व्यक्तिस्वातंत्र्यात मूलभूत मानले जाते. इच्छा-आकांक्षांबरोबर व्यक्तीच्या ठिकाणी असलेली शारीरिक आणि बौद्धिक क्षमता ही तितकीच महत्त्वाची मानली जाते.

स्वातंत्र्याचे विविध अर्थ (Different meanings of Liberty)

स्वातंत्र्य ही संकल्पना ही काळानुरूप बदलते, असे सामाजिक - राजकीय इतिहासावरून सहज लक्षात येते. बेंजामिन कांट स्वातंत्र्याचे असे फरक करतो. प्राचीन

काळातील स्वातंत्र्य आणि आधुनिक काळातील स्वातंत्र्य असे दोन ऐतिहासिक कालखंड तो विचारात घेतो. प्राचीन काळातील स्वातंत्र्यात राज्यकारभारात नागरांचा प्रत्यक्ष सहभाग महत्त्वाचा मानला जाई. स्वातंत्र्य हे केवळ नागरिकांनाच मिळे. बेंजामिन कांटच्या या विचारात प्राचीन ग्रीक नगरराज्ये गृहीत धरल्याचे आढळते. स्वातंत्र्य आणि नागरिकत्व या दोन संकल्पना एकमेकींशी निगडीत ठेवल्यामुळे, नागरिकांची राजकीय जागरूकता हा विशेष दर्जा टिकून राहतो. नागरिकांच्या सहभागात विधिमंडळात होणाऱ्या चर्चेतील सहभाग, तसेच निर्णयप्रक्रियेतील नागरिकांचा सहभाग महत्त्वाचे ठरतात. याउलट आधुनिक काळातील स्वातंत्र्य हे व्यक्तीचे हक्क आणि अधिकार यांवर भर देताना दिसते. नागरिकांचे सहजीवन आणि सुसंघटितता यांवर आधारित सार्वजनिक जीवनातील स्वातंत्र्य असा आधुनिक स्वातंत्र्याचा अर्थ बेंजामिन कांट करतो. जोपर्यंत सामाजिक सत्ता ही सर्वमान्य कायद्यानुसार चालत आहे, तोपर्यंत त्या सत्तेवर निष्ठा ठेवून सामोपचाराने वागणे यालाच स्वातंत्र्य म्हटले जाते. व्यक्ती आणि समाज यांत फरक न करता प्राचीन पारंपरिक स्वातंत्र्याच्या संकल्पनेत व्यक्तीपेक्षा समाज महत्त्वाचा; म्हणून समाजाच्या स्वातंत्र्याचे स्थान व्यक्तिस्वातंत्र्यापेक्षा मोठे मानले जाते. आधुनिक स्वातंत्र्यामध्ये मात्र व्यक्तिस्वातंत्र्यावर भर दिला जातो. स्वातंत्र्याचे हे दोन अर्थ आधुनिक राष्ट्रराज्याच्या निर्मितीमुळे प्रामुख्याने बदलल्याचे आढळते. राज्याची केंद्राकर्षी सत्ता अमेरिकन स्वातंत्र्याचा जाहीरनामा इत्यादी गोष्टी व्यक्तिस्वातंत्र्याला पोषक ठरल्या असणार, हे उघड आहे. अमेरिकेच्या स्वातंत्र्याचा जाहीरनामा म्हणजे 'व्यक्तिस्वातंत्र्याचा पवित्र हक्क' असे म्हटले गेले, ते खरेच आहे.

मिलर हा विचारवंत स्वातंत्र्य संकल्पनेच्या तीन परंपरा स्पष्ट करतो. **त्यातील पहिली परंपरा म्हणजे गणतंत्रात्मक (Republican) परंपरा.** या परंपरेनुसार स्वातंत्र्य या संकल्पनेचा अर्थ नागरिकांचा राजकीय सहभाग असा घेतला जातो. या परंपरेचे पाईक विचारवंत म्हणजे मॅकियाव्हेली, रुसो आणि Arendt हे होत. ढोबळ मानाने स्वतंत्र राजकीय समाजातील नागरिक जेव्हा राज्यकारभारात सहभागी होतात, तेव्हा स्वातंत्र्याची संकल्पना ही सहभागी स्वातंत्र्याची कल्पना ठरते. सहभागी राज्यव्यवस्था प्राय: प्राचीन अथेन्समध्ये अस्तित्वात होती, हे आपण मागे पाहिले आहेच. या व्यवस्थेला खऱ्या अर्थाने लोकशाही व्यवस्था म्हणून स्वीकारता येत नाही. याचे कारण म्हणजे प्राचीन नगरराज्यामध्ये राज्यकारभारात सहभागी होताना स्त्रिया, मुले आणि गुलाम आणि काबाडकष्ट करणारे कामगार यांना वगळले गेले होते. मॅकियाव्हॅलीने प्राचीन ग्रीक नगरराज्यांची स्वातंत्र्य या संकल्पनेच्या दृष्टिकोनातून भरपूर स्तुती केल्याचे दिसून येते. त्याच्या मते स्वातंत्र्य म्हणजे समाज बाह्य आक्रमणापासून मुक्त असणे आणि नागरिकांना अंतर्गत जुलूमशाहीपासून संरक्षण मिळणे होय. एरवी राजकीय हक्कांचे संरक्षण हे केवळ

सामाजिक भान असलेल्या व्यक्तींकडूनच होऊ शकते. सामाजिक भानाअभावी किंवा स्वार्थी वृत्तीमुळे व्यक्तिस्वातंत्र्याची हानीच होत असते. जेव्हा स्वार्थाने प्रेरित होऊन व्यक्ती नागरी नियम धाब्यावर बसवून, आपल्या संस्था आणि संघटना निर्माण करतात, तेव्हाच स्वातंत्र्याला खरा धोका पोचतो. स्वातंत्र्याच्या रक्षणासाठी सार्वजनिक दृष्टी आणि सार्वजनिक चैतन्य यांनी प्रेरित होऊन, राज्याच्या नियमांचे पालन करणाऱ्या व्यक्ती मोठ्या प्रमाणावर असतील, हे स्वातंत्र्यरक्षणाच्या दृष्टीने आवश्यक असते. त्या दृष्टीने स्किनर Skinner हा विचारवंत आपल्या 'Liberty before Liberation' या ग्रंथात असे म्हणतो की, स्वातंत्र्य म्हणजे राज्याची स्वायत्त इच्छा (autonomous will of the state). राज्य ही चैतन्ययुक्त संकल्पना असून त्यात स्वतंत्र इच्छा असते. हा विचार मॅकियाव्हेलीने स्वातंत्र्य संकल्पनेच्या प्राचीन ग्रीक विचारातून घेतला, हे उघड आहे. पुढे इंग्लंडमधील नागरी संघर्षानंतर Bill of Rights, Petition of Right अशा नागरिकांच्या ज्या मागण्या पुढे आल्या, त्यादेखील स्वातंत्र्याच्या पारंपरिक संकल्पनेच्या दृष्टिकोनातूनच!

सतराव्या शतकातील फ्रेंच विचारवंत रुसो याने व्यक्तिस्वातंत्र्य आणि राजसत्ता यांचा समन्वय साधण्याचा प्रयत्न केला. व्यक्तीला नैसर्गिक स्वातंत्र्याचा उपभोग घेता आला पाहिजे आणि व्यक्तीच्या हक्काचे संरक्षण राज्याने केले पाहिजे, असा आग्रह त्याने धरला. रुसोने स्वातंत्र्य Liberty आणि स्वराज्य independence यांमध्ये फरक केला. स्वातंत्र्य म्हणजे व्यक्तिस्वातंत्र्य, की ज्यात स्वत:च्या इच्छेनुसार वागण्याची मोकळीक आणि इतर कोणत्याही शक्तीच्या दबावाचा अभाव असे म्हटले. दुसऱ्यावर अधिकार गाजविणारा हा केव्हाही स्वतंत्र नसतो आणि अधिकार गाजविणारी व्यक्ती तिच्या हाताखाली असलेल्या दुय्यम व्यक्तीवर अवलंबून असते. रुसोच्या म्हणण्याप्रमाणे स्वातंत्र्याबरोबर समता या संकल्पनेचाही विचार करणे आवश्यक असते. याचा अर्थच असा, की रुसोने फ्रेंच राज्यक्रांतीतून स्वातंत्र्य, समता आणि बंधुता ही परस्परावलंबी मूल्ये महत्त्वाची मानली. समतेशिवाय स्वातंत्र्य नाही आणि स्वातंत्र्य आणि समता यांच्या समन्वयाशिवाय बंधुता अस्तित्वात येणार नाही, असे रुसोने ठामपणे सांगितले. रुसोच्या दृष्टीने स्वातंत्र्य, समता आणि बंधुता या तीन संकल्पना आदर्श प्रजासत्ताक राज्यातच अस्तित्वात असू शकतात. रुसोने 'सामूहिक ईहा' (General will) या कल्पनेच्या आधारावर व्यक्तीमधील 'सामूहिक मी' स्पष्ट केला. व्यक्ती जर स्वत:चे हित समाजाच्या हितातच पाहील, तर व्यक्तिहित आणि समाजहित हे अधिक उपयुक्त ठरेल. सामूहिक ईहेचा खरा अर्थ सद्गुणी व्यक्तीच्या ठिकाणी पाहता येणे हे रुसोला अधिक योग्य वाटते. मॅकियाव्हॅलीप्रमाणे त्यालाही 'प्राचीन' ग्रीकांची सहभागी लोकशाही मान्य होती. मात्र निवडणुकीद्वारे काही लोकांनाच गुणी ठरवून प्रतिनिधित्व देणे किंवा प्रातिनिधिक लोकशाहीचा अवलंब करणे रुसोला मान्य नाही.

मॅकियोव्हेली आणि रुसोप्रमाणे, ॲरन्डट (Arendt) ही विचारवंत महिला स्वातंत्र्य संकल्पनेला राज्याचा केंद्रबिंदू मानते. आणि ॲरिस्टॉटलप्रमाणे राजकीय सिद्धान्तापेक्षा राजकीय कृतीला अधिक महत्त्व देते तिच्या दृष्टीने स्वातंत्र्य म्हणजे राजकारणात आणि राज्यकारभारात सहभागाची मुभा. स्वातंत्र्य म्हणजे जीविताचे आणि मालमत्तेचा हक्क यांचे अनियंत्रित अधिकार. राज्याच्या कोणत्याही नियंत्रणापासून हे तीन मूलभूत हक्क मुक्त असले पाहिजेत, असा ॲरेन्डाटचा आग्रह दिसून येतो. खरे स्वातंत्र्य हे राजसत्ता किंवा अनियंत्रित सत्ता यांपेक्षा प्रजासत्ताक पद्धतीतच असते, असे तिचे म्हणणे आहे. स्वातंत्र्य आणि मुक्तता किंवा Freedom and Liberation यात ॲरेन्डाटला (Arendt) फरक दिसतो. केवळ मुक्तता म्हणजे जुलमी राजवटीपासून मुक्तता असणे. परंतु स्वातंत्र्य म्हणजे प्रजासत्ताक स्थापन करण्याची मूळ प्रेरणा असते, असा फरक त्याने केल्याचे आढळते.

स्वातंत्र्य संकल्पनेची आणखी एक परंपरा म्हणजे उदारमतवाद्यांची स्वातंत्र्य संकल्पनेविषयीची मते. सर्व उदारमतवादी विचारवंत व्यक्तिस्वातंत्र्याला व्यक्तीची मालमत्ता मानतात. अन्य व्यक्तीच्या कृतीमध्ये अडथळा किंवा नियंत्रण असू नये, असे त्यांचे मत असल्यामुळे, मालमत्तेच्या हक्काप्रमाणे इतर हक्कांचा आपल्या इच्छेप्रमाणे वापर करणे, याचाही प्रत्येक व्यक्तीला हक्क असला पाहिजे, असे त्यांचे मत दिसून येते. हक्कांची अंमलबजावणी करून देणाऱ्या शासनाला देखील व्यक्तीच्या हक्कांवर नियंत्रण घालण्याचा हक्क असू नये, या टोकाच्या विचारांपर्यंत उदारमवादी जातात. अर्थात उदारमतवाद्यांमध्येही या बाबतीत तरतमभावाचे फरक आहेतच. जे. एस्. मिल या विचारवंताचा स्वातंत्र्यावरील अभिजात ग्रंथ म्हणजे On Liberty हा होय. ह्या ग्रंथाचा निर्वाळा देऊन बहुतेक सर्व उदारमतवादी विचारवंत उदारमतवादावरील आपली मते व्यक्त करताना दिसतात. मात्र त्यातून एक गोष्ट अशी लक्षात येते, की उदारमतवादी विचारांचा अतिरेक झाल्यास उपयुक्ततावादी विचारवंतांचे विचारदेखील अराजकाकडे जातात. अराजकतावादी विचारवंत शेवटी राज्यसंस्थेतच विरोध करतात. आणि असे मत मांडतात की, जेथे दंडसजा अस्तित्वात नसते, तेथेच स्वातंत्र्य ही संकल्पना अधिक फलद्रूप ठरते व या दृष्टीने उदारमतवादाची परंपरा ही स्वातंत्र्य या संकल्पनेला साधक आणि बाधक अशा दोन्हीही स्वरूपामध्ये नेऊन ठेवते.

स्वातंत्र्य संकल्पनेचा तिसरा विचारप्रवाह म्हणजे आदर्शवादी विचारवंतांची स्वातंत्र्यविषयीची मते, विचारवंत स्वातंत्र्य संकल्पनेसाठी आवश्यक आणि पूरक असलेल्या परिस्थितीचा विचार करीत नाहीत. त्यांना सामाजिक परिस्थितीपेक्षा व्यक्त जीवनाचा आणि व्यक्तीच्या कृतीचा विचार महत्त्वाचा वाटतो. त्यासाठी व्यक्ती स्वायत्त आणि स्वतंत्र असणे त्यांना महत्त्वाचे वाटते. त्यांच्या दृष्टीने स्वातंत्र्य म्हणजे केवळ बाह्य

नियंत्रणापासून मुक्ती नव्हे, तर व्यक्तीच्या स्व-विषयक जाणिवा विकसित करण्याच्या मार्गात जेवढे म्हणून अडथळे येतात किंवा आणले जातात, त्यांपासून व्यक्तीची मुक्तता होय. त्यांच्या दृष्टीने स्वातंत्र्याच्या मार्गातील अडथळे हे निरनिराळ्या अंत:शक्तींना बाधा आणणारे असतात. उदा. मनाचा कमकुवतपणा, तो दूर करण्याचे प्रयत्न स्वातंत्र्याला पोषक ठरतात, तर त्याचाच गैरफायदा घेतला गेला, तर स्वातंत्र्याची गळचेपी होते. त्यांच्या मते अंधश्रद्धा हा स्वातंत्र्याच्या मार्गातील अंत: प्रवृत्तीला अडथळा असतो. अंधश्रद्धेमुळे व्यक्ती आपल्या स्वातंत्र्याचा नेमका विचार करू शकत नाही. अनेकदा हक्कांवरील राजकीय नियंत्रणे ही व्यक्तिस्वातंत्र्याच्या खऱ्या स्वरूपावर घाला घालीत असतात.

आदर्शवादी परंपरेतील स्वातंत्र्य या संकल्पनेचे महत्त्वाचे प्रणेते म्हणून हेगेत आणि ग्रीन यांची उदाहरणे देता येतील. प्रत्येक महत्त्वाच्या राजकीय विचारप्रणालीचे समर्थक हे स्वातंत्र्य या संकल्पनेविषयी आपली मते स्वतंत्र्यपणे मांडताना दिसतात. यावरून स्वत: ही संकल्पना किती महत्त्वाची आहे, हे दिसून येते.

स्वातंत्र्याविषयीचे विविध विचारप्रवाह (Diverse Theories of Liberty)

स्वातंत्र्य ही संकल्पना कोणत्याही एका निश्चित अर्थाने स्पष्ट करता येत नाही. साहजिकच स्वातंत्र्य या संकल्पनेचे अनेक अर्थ आणि विचारप्रवाह लक्षात घ्यावे लागतात. अराज्यवादी आणि स्वतंत्रतावादी विचारवंतांनी स्वातंत्र्याची संकल्पना स्वैराचारापर्यंत नेऊन ठेवली. अर्थात स्वातंत्र्याचा तो अर्थ चुकीचा ठरेल. कारण स्वातंत्र्य म्हणजे स्वैराचार नव्हे.

स्वातंत्र्याची संकल्पना राज्याने वेळोवेळी केलेल्या कायद्याशी सुसंगत असली पाहिजे. तसे झाले नाही, तर एका व्यक्तीचे स्वातंत्र्य हे दुसऱ्या व्यक्तीच्या स्वातंत्र्याच्या आड येण्याची शक्यता नाकारता येत नाही. कायद्याच्या आणि कायद्याशी सुसंगत अशा स्वातंत्र्याविषयी एक उदाहरण म्हणून एक किस्सा सांगितला जातो. एक व्यक्ती आपला हात अशा रीतीने फिरवीत असते, की त्याच्या हाताचा ठोसा दुसऱ्या व्यक्तीच्या नाकावर बसतो. जखमी व्यक्ती न्यायालयाकडे धाव घेते. चौकशीत असे कळते, की त्या व्यक्तीमुळे दुसऱ्या व्यक्तीच्या नाकावर जो ठोसा बसला, तो त्या व्यक्तीच्या मुक्तपणे हातपाय हलविण्याच्या स्वातंत्र्यामुळे बसला. परंतु जखमी माणसाचे म्हणणे असे पडले, की त्याचे श्वासोच्छ्वास करण्याच्या स्वातंत्र्याचे नुकसान झाले. अखेर न्यायाधीशांना न्यायनिवाडा करताना असे म्हणावे लागले की, व्यक्तीला हात-पाय हलविण्याचे स्वातंत्र्य आहे. परंतु त्या प्रकरणात ते स्वातंत्र्य व्यक्ती - व्यक्तीच्या नाकापर्यंत मर्यादित असून, ठोसा बसल्यामुळे जखमी व्यक्तीचे नाक दुखावले गेले. खरे पाहता ह्या प्रकरणात अन्याय कोणावर झाला

आणि नेमका न्याय कसा द्यावयाचा, हे न्यायाधीशाच्या लक्षात येणे अशक्य ठरले. त्यातून एवढाच अर्थ घेता येतो, की मुक्तपणे हात-पाय हलविण्याचे स्वातंत्र्य घेणाऱ्या व्यक्तीच्या जवळपास कोणी आहे अगर नाही, याची वेळीच दखल घेतली पहिजे.

उदारमतवादी विचारांत स्वातंत्र्य आणि कायदा हे एकमेकांशी निगडीत आहेत, असे मानले जाते. प्रचलित कायदा हा सर्वमान्य आहे, असे गृहीत धरले जाते. शिवाय सर्व नागरिक कायद्यापुढे समान आहेत, म्हणून सर्वांना एकच कायदा लागू पडतो, समान अपराधाला समान शिक्षा दिली जाते आणि समान निर्दोष व्यक्तींना समान वागणूक दिली जाते. उदारमतवाद्यांमध्ये जॉन स्टुअर्ट मिल, जेरेमी बेंथॅम इत्यादींबरोबर समान कायद्याच्या परिस्थितीत कोणीही एक व्यक्ती दुसऱ्या व्यक्तीवर जुलूमजबरदस्ती करू शकत नाही किंवा आपले मतही लादू शकत नाही. लॉकच्या म्हणण्यानुसार कायद्याचे ध्येय हे कोणाचेही स्वातंत्र्य नष्ट करणे असे नसते किंवा ते मर्यादित करणे असेही नसते. याउलट, कायद्याचे ध्येय व्यक्तीच्या स्वातंत्र्याचे रक्षण आणि व्यक्तीचा विकास हे असते.

जॉन स्टुअर्ट मिलच्या कितीतरी आधी लॉकने कायदा आणि स्वातंत्र्य यांच्या संबंधांचा असा अर्थ घेतल्यामुळे लॉकला 'उदारमतवादी स्वातंत्र्याचा उद्‌गाता' म्हटले पाहिजे. जीवित, स्वातंत्र्य आणि संपत्ती या मूलभूत स्वातंत्र्याबरोबर लॉकने धार्मिक स्वातंत्र्याचाही पुरस्कार केल्याचे दिसते. तो असे म्हणतो की, प्रत्येक व्यक्तीस आपल्या धार्मिक श्रद्धेचे आचरण करण्याचा आणि मुक्ती मिळविण्याचा अधिकार असला पाहिजे. धार्मिक छळ राज्याने केला काय किंवा धर्ममार्तंडांनी केला काय, तो व्यक्तीच्या धार्मिक स्वातंत्र्यावर घाला आहे, असे समजले पाहिजे. त्यासाठी समाजाने आणि राज्याने धार्मिक सहिष्णुतेचा पुरस्कार केला पहिजे. धार्मिक छळाप्रमाणे लॉक हा श्रम करणाऱ्या श्रमिकांच्या छळाचाही निषेध करतो. त्याने संपत्तीच्या अधिकाराला मूलभूत मानल्यामुळे तो कामगारांच्या श्रमांना कामगारांची व्यक्तिगत मालमत्ता समजतो. त्याच्या या दृष्टिकोनामुळे स्वातंत्र्य या संकल्पनेला आर्थिक परिमाण प्राप्त होते. व्यक्तीच्या अस्तित्वाला एक नैतिक अर्थ आहे, असे लॉकचे मत दिसून येते. व्यक्तीस जीविताचा हक्क आहे, परंतु जीवित संपविण्याचा नाही. जन्माला आलेली प्रत्येक व्यक्ती ही जगण्यासाठीच जन्मते, म्हणून कोणालाही स्वेच्छामरणाचा अधिकार नसतो हे लॉकने अधोरेखित केले आहे. मात्र समान स्वातंत्र्याच्या कायद्याचे उल्लंघन करून इतर व्यक्तींच्या जीवित, स्वातंत्र्य व मालमत्ता यांची हानी करणाऱ्या समाजकंटकांना मृत्युदंडापर्यंत शिक्षा करणे हे लॉकला योग्य वाटते.

स्वातंत्र्याच्या विविध नातेसंबंधांत लॉक पती - पत्नीच्या सहजीवनाचाही विचार करतो. खाजगी जीवनात पती - पत्नी, पिता - पुत्र यांचा परस्परांवर अधिकार असणे हे लॉकला मान्य नाही. दोघांच्याही इच्छा परस्परांचे हितसंबंध जपण्यापुरत्या जरूर असाव्यात. परंतु दोघांपैकी एकानेच आपले कुटुंब आणि मालमत्ता यांवर आपला एकट्याचाच अधिकार

सांगू नये. स्वातंत्र्य आणि संपत्ती यांमुळे सहजीवन दुःखी होत असेल, तर उभयतांना ते संपविण्याचा - म्हणजेच घटस्फोटाचा अधिकार असावा, असे लॉकला वाटते.

प्रत्येक व्यक्तीला आपल्या अस्मितेनुसार जगता आले पहिजे, आपल्या मूलभूत हक्कांचे रक्षण करता आले पाहिजे, हे लॉकला फारच महत्त्वाचे वाटते. राजसत्ता किंवा राज्यसत्ता यांना जनसामान्यांची मान्यता असणे आवश्यक असते, असे तो आग्रहाने म्हणतो. त्यामुळे राज्याची दंडसत्ता आणि व्यक्तीचे स्वातंत्र्य यांच्या सीमारेषा तो दाखवून देतो. थोडक्यात उदारमतवादाचा उद्गाता ठरला गेलेला लॉक राज्याचा विचार करताना राज्य हे एक कमीत कमी हस्तक्षेप करणारे आणि घटनेच्या चौकशीत आपले अधिकारक्षेत्र बसविणारे असले पाहिजे, असे मत प्रदर्शित करतो.

उदारमतवाद - व्यक्तिवादातील स्वातंत्र्याचा विचार (Idea of Liberty in Liberal - Individualism)

नकारात्मक आणि सकारात्मक स्वातंत्र्य (Negative and Positive Liberty)

उदारमतवादी विचारवंत Liberty आणि Freedom हे दोन समानार्थी शब्द आहेत, असे मानतात. त्यांच्या मते स्वातंत्र्य हे व्यक्तिस्वातंत्र्य या अर्थी असते आणि त्याचे रक्षण झाले पाहिजे, असे ते प्रतिपादन करतात. 'स्वातंत्र्या' ची व्याख्या ते 'नियंत्रण / निर्बंध नसणे' (absence of restraint) किंवा 'व्यक्तीला कोणत्याही दबावाशिवाय कृती करता येणे', (absence of constraint or coercion) असा करतात.

Atlantic Charter ह्या प्रेसिडेंट रुझव्हेल्ट यांनी दुसऱ्या महायुद्धाच्या प्रारंभी तयार केलेल्या जाहीरनाम्यात चार महत्त्वाच्या स्वातंत्र्यांची नोंद केली आहे. ती स्वातंत्र्ये म्हणजे अभिव्यक्तिस्वातंत्र्य, धार्मिक स्वातंत्र्य, भयमुक्तता आणि गरजांपासून मुक्ती (Freedom of Expression, Freedom of Worship, Freedom from Fear, Freedom from Want). दुसऱ्या महायुद्धाचे प्रयोजन या स्वातंत्र्यांचे रक्षण करणे हे होते. यांचे पुढे विश्लेषण करताना D. D. Raphel हा विचारवंत आपल्या Problems of Political Philosophy मध्ये म्हणतो की, यातील पहिली दोन स्वातंत्र्ये म्हणजेच अभिव्यक्तिस्वातंत्र्य आणि धार्मिक स्वातंत्र्य ही स्वातंत्र्ये या संकल्पनेचा नकारात्मक अर्थ सांगतात. कारण यात राज्याने कोणत्याही तऱ्हेने व्यक्तीवर नियंत्रण घालणे अपेक्षित नसते. परंतु दुसरी दोन स्वातंत्र्ये, भयमुक्तता आणि गरजांपासून मुक्ती या दोन स्वातंत्र्यांनी राज्याचा नियंत्रणात्मक सहभाग अपेक्षित आहे. म्हणून ती सकारात्मक स्वातंत्र्ये म्हणता येतील. ही स्वातंत्र्ये व्यक्तीला मिळवून देण्याकरिता, राज्याने हाही स्वातंत्र्ये मिळण्यातील अडथळे दूर करणे अपेक्षित असते. अशा रीतीने एकदा नकारात्मक आणि सकारात्मक स्वातंत्र्याचा अर्थ निश्चित झाला, की मग इतर कोणत्या स्वातंत्र्यांचा अंतर्भाव करावयाचा, हे ठरविता येते.

सतराव्या शतकापासून स्वातंत्र्याकरिता लढा सुरू झाला. औद्योगिक क्रांतीनंतर व्यक्तीला पूर्ण आर्थिक स्वातंत्र्य प्राप्त व्हावे, अशी निकड निर्माण झाली आणि आर्थिक बाबतीत राज्याचे कोणतेही नियंत्रण नसावे, हा विचार पुढे आला. ही नकारात्मक स्वातंत्र्याची मागणी केली गेली. ही कल्पना नॉर्मन बेरी या विचारवंताने आपल्या An Introduction to Modern Political Theory या पुस्तकात मांडली. तो म्हणतो, या नकारात्मक स्वातंत्र्याची मागणी पुढे आली कारण सरंजामशाही व्यवस्था नाश पावून भांडवलशाही व्यवस्था सुरू होण्याचा तो संधिकाल होता. लोकांना आपल्या अर्थ व्यवहारावर सरकारी जाचक नियंत्रणे नकोशी झाली होती. याला तात्त्विक कारण देताना असे प्रतिपादन केले गेले की, प्रत्येक व्यक्तीला स्वहित चांगल्या तऱ्हेने समजते आणि त्यामुळे व्यक्तीच्या व्यवहारात सरकारने अकारण हस्तक्षेप करू नये. नकारात्मक स्वातंत्र्यांचे पुरस्कर्ते हे तत्त्व व्यक्ती-व्यक्तींमधील करारमदारांना लागू करून, पुढे त्यांनी करारस्वातंत्र्याची मागणीही केली. हेन्री सिडविक म्हणतो, व्यक्तीव्यक्तींनी आपापसात करार करताना त्या पूर्ण स्वतंत्र हव्यात. अर्थात राज्याने हे करार कायदेशीर आहेत, हे पाहावे. या नकारात्मक स्वातंत्र्याच्या मागणीतूनच Laissez faire - आर्थिक स्वातंत्र्य आणि करार स्वातंत्र्य म्हणजे अर्थव्यवहार आणि करारमदार यांबाबत राज्याचा हस्तक्षेप असू नये, असे मान्य केले गेले. या तत्त्वाचे मूळ प्रणेते हे अॅडॅम स्मिथ, जेरेमी बेंथॅम, जेम्स मिल, हेन्री सिडविक आणि हर्बर्ट स्पेन्सर हे होते.

हा उदारमतवादी, व्यक्तिवादी, नकारात्मक स्वातंत्र्याचा विचार पुढे भांडवलशाही व्यवस्था प्रस्थापित करण्यात महत्त्वाचा ठरला. परंतु एकोणिसाव्या शतकाच्या मध्यानंतर ही भांडवलशाही व्यवस्था ज्या नकारात्मक स्वातंत्र्यावर आधारित होती, तिच्यामुळे समाजातील ग्राहक आणि कामगारवर्ग यांचे अनन्वित हाल होऊ लागले. भांडवलदार वर्गाच्या स्वार्थी आणि लोभी वर्तणुकीमुळे व त्यांच्यावर राज्याचे कोणतेही नियंत्रण नसल्यामुळे, कामगारवर्गाचे प्रचंड शोषण झाले. समाजात आर्थिक विषमता निर्माण झाली आणि संपत्तीच्या जोरावर भांडवलशाही वर्गाने गरीब शोषित कामगारवर्गावर अत्याचार केले. मानवतावादी विचारवंत, कार्ल मार्क्ससारखे राजकीय विचारवंत, समाजवादी गट यांनी या नकारात्मक स्वातंत्र्याच्या विरोधात चळवळी उभ्या केल्या आणि बहुजन समाजाचे हाल थांबवण्याकरिता सरकारने हस्तक्षेप करावा, अशी मागणी केली व स्वातंत्र्याचा नवा अर्थ लावला. या नकारात्मक स्वातंत्र्यामुळे स्वातंत्र्याला जो वैश्विक अर्थ आहे, त्याला हरताळ फासला जात आहे आणि अनिर्बंध आर्थिक स्वातंत्र्य हे अयोग्य आहे, असे प्रतिपादन करून आर्थिक व्यवहारातही परिणामकारक हस्तक्षेप असला पाहिजे, अशी मागणी केली. स्वातंत्र्याची लाट तळागाळातील शोषित, कामगारांपर्यंत पोचली पाहिजे, असा आग्रह त्यांनी धरला.

जॉन स्टुअर्ट मिल याने स्वातंत्र्याचा सकारात्मक अर्थ प्रथम लावला. प्रथम तोही आर्थिक स्वातंत्र्याचा समर्थक होता. परंतु त्यातून निर्माण झालेल्या भांडवलशाही व्यवस्थेतील दोष नजरेस आल्यावर त्याने सरकारी हस्तक्षेपाचा पुरस्कार केला आणि सरकारने आर्थिक - सामाजिक अशा कोणत्या बाबतींत हस्तक्षेप करावा, हेही नमूद केले. सामाजिक स्वास्थ्याकरिता सरकारी हस्तक्षेप आवश्यक आहे, असे प्रतिपादन करणारा मिल हा पहिलाच विचारवंत होता. पुढे हेच तत्त्व टी. एच. ग्रीन या विचारवंताने विकसित केले. ग्रीन हक्कांबाबत आग्रही होता. तसेच तो व्यक्तीच्या नैतिकतेच्या प्रसाराबाबतही आग्रही होता. त्याकरिता राज्याचा सकारात्मक हस्तक्षेप त्याला अभिप्रेत होता. राज्याने व्यक्तींच्या हक्कांचे संरक्षण करावे, तसेच व्यक्तीच्या नैतिक स्वातंत्र्य मिळण्यातील अडथळे दूर करावेत, असे प्रतिपादन केले. हॅरॉल्ड लास्की आणि हॉबहाऊस यांनीही अनिर्बंध आर्थिक स्वातंत्र्याला विरोध करून, सामाजिक न्यायाचे दृष्टीने सरकारने हस्तक्षेप केला पाहिजे, असा विचार मांडला.

या अभिजात उदारमतवादी विचारवंतांनी मांडलेल्या सकारात्मक स्वातंत्र्याचा विचार हा आधुनिक 'कल्याणकारी राज्याच्या' संकल्पनेच्या अंगाने जात असला, तरी त्याचा समन्वय नकारात्मक स्वातंत्र्याच्या काही घटकांशी घालण्यात आला आणि हा समन्वयित विचार विशेषत: ब्रिटन व अमेरिका आणि जगातील इतर देशांतही मान्य झाला. सकारात्मक स्वातंत्र्य आणि नकारात्मक स्वातंत्र्य हे सामाजिक विकासासाठी पूरक मानण्यात आले.

परंतु काही उदारमतवादांचा गट ज्यांना स्वतंत्रतावादी किंवा स्वेच्छातंत्रवादी म्हणता येईल, त्यांनी नकारात्मक स्वातंत्र्यावर भर देऊन आपले विचार मांडले. या विचारवंतांचे प्रणेते इसाय बर्लिन, एफ. ए. हायेक, मिल्टन फ्रीडमन आणि रॉबर्ट नॉजिक हे होते.

इसाय बर्लिनने स्वातंत्र्याचा एक नवा आयाम मांडला. ते म्हणतो, वस्तुत: सकारात्मक स्वातंत्र्य आणि नकारात्मक स्वातंत्र्य हे दोन्ही एकच आहेत. नकारात्मक स्वातंत्र्यात व्यक्तीला आपले साध्य गाठण्याकरिता कोणतेही अडथळे राज्य किंवा इतर कोणीही आणीत नाहीत; तर सकारात्मक स्वातंत्र्यात व्यक्ती स्वत:चा मालक असून, तो स्व-जाणिवा विकसित करीत असताना त्याला कोणतेही अडथळे येणार नाहीत, हे राज्य पाहते. म्हणजेच दोन्ही बाबतींत राज्याची भूमिका व्यक्तीच्या दृष्टीने नकारात्मकच असते. दोन्ही बाबतींत व्यक्तीला आपला विकासाचा मार्ग शोधण्याची चोखाळण्याची पूर्ण मुभा असते. अर्थात हे व्यक्तीच्या इच्छेवर व क्षमतेवर अवलबून असते. ते राज्याच्या अखत्यारित नसते. येथे बर्लिन अशी भूमिका घेतो, की व्यक्ती आपल्या इच्छेनुसार वागण्यास स्वतंत्र आहे. समाजातील तिची इच्छापूर्ती करण्यास लागणारी साधने व्यक्तीला उपलब्ध आहेत, पण त्यांचा उपयोग करून घेण्याची क्षमता ही व्यक्तीची स्वत:ची असते. त्याबाबत राज्य हस्तक्षेप करू शकत नाही, ती राज्याची जबाबदारी नाही. व्यक्तीला

साधने उपलब्ध करून देणे, ती तिच्यापर्यंत नेऊन देणे, व्यक्ती त्याचा उपयोग करते हे पाहणे, हे राज्याचे काम नाही; ते व्यक्तीच्या क्षमतेवर अवलंबून राहील. या बाबतीत आर्थिक विषमता हा अडथळा व्यक्तीच्या कृतीच्या बाबतीत आड येतोच.

इसाय बर्लिनच्या या विश्लेषणाबाबत जगभर विचारप्रदर्शन झाले. सकारात्मक स्वातंत्र्य म्हणजे केवळ व्यक्तीने स्वत:चा विकास घडवून आणणे (स्वत:चा मालक) एवढेच नाही, तर त्यात स्वयंशासन (Self - Mastery) अध्याहृत असते. व्यक्तित्व हे नैतिक दृष्ट्या दोन विभागांत विभागलेले असते. व्यक्तीचा उच्च नीतिमान विचार (higher - Self) आणि कनिष्ठ नीतिमान विचार. व्यक्तीच्या उच्च नीतिमान विचारांचा कनिष्ठ नीतिमान किंवा काही अंशी अनीतिमान विचारांवर निश्चित प्रभाव पाहिजे, पगडा पाहिजे. परंतु असे असेलच, असे नाही. कारण व्यसनी व्यक्ती, जुगारी व्यक्ती या व्यसनाचे इतके आहारी गेलेले असतात, की व्यक्ती बुद्धीने निर्णय घेऊ शकत नाही आणि ती व्यक्ती त्या व्यसनांची गुलाम असल्यामुळे ती स्वतंत्र असत नाही (Unfree). त्याला राज्य काही मदत करू शकत नाही.

ही झाली नीतिमत्तेबाबतची गोष्ट. आपण भौतिक इच्छांबाबत आणि त्या दृष्टीने व्यक्तिक्षमतेबाबत विचार करू. व्यक्तीच्या काही क्षमतांना सामाजिक विषमतेचा मोठा अडथळा असतो, जो राज्य निवारण करू शकते किंवा कमी करू शकते. त्याबाबत अनेक वेळा अनेक देशांत सामाजिक, आर्थिक क्रांत्याही झाल्या आहेत. समाजात अनेक लोक असे असतात, की ज्यांची क्षमता कमी नसते; पण ते अयशस्वी होतात किंवा दुर्लक्षित राहतात, कारण सामाजिक अन्याय. समाजातील इतर व्यक्ती त्यांच्या अपयशाला कारण असतात, त्यांची आर्थिक परिस्थिती त्यांच्या असमर्थतेचे कारण ठरतात. आणि अशा वेळी राजकीय कृती करून राज्य ही स्थिती सुधारू शकते. याच तऱ्हेची टीका मॅक्फर्सन आणि बी. सी. पारेख करतात.

नकारात्मक आणि सकारात्मक स्वातंत्र्य यांबाबत बेन आणि पीटर्स हे आपल्या Social Principles and the Democratic State या पुस्तकांत तात्त्विक फरक करतात. नकारात्मक स्वातंत्र्य म्हणजे राज्याचा अहस्तक्षेप. जोपर्यंत व्यक्ती आपले सुखी जीवनाचे उद्दिष्ट साध्य करण्याकरिता दुसऱ्याच्या स्वातंत्र्यात अडथळा आणीत नाही, तोपर्यंत तिचे स्वातंत्र्यात राज्य हस्तक्षेप करणार नाही. आणि सकारात्मक स्वातंत्र्यात व्यक्ती आपले सुखी जीवनाचे उद्दिष्ट साध्य करण्याकरिता प्रयत्न करीत असता, तिला येणारे अडथळे दूर करणे, तिला संधी उपलब्ध करून देणे. जर व्यक्तीची क्षमता असेल, गुणवत्ता असेल; तर सामाजिक, आर्थिक अडथळ्यांमुळे तिच्या प्रयत्नांत बाधा येऊ नये. ते उदाहरण देतात. जर शिक्षण खूप महाग असेल आणि गरीब पालकांच्या मुलांना ते घेणे शक्य नसेल, तर येथे शिक्षणस्वातंत्र्य आहे, असे म्हणणे स्वातंत्र्याची थट्टा करण्यासारखे आहे. शिक्षण

घेण्याचा पर्याय हा मुक्त असू शकेल. परंतु तो जोपर्यंत सर्वांना अनिर्बंधपणे वापरता येत नाही, तोपर्यंत त्या स्वातंत्र्याला काही अर्थ नाही. या संदर्भात राज्याने काही उपाययोजना केली, की जेणेकरून शिक्षण सर्व लोकांना घेता येईल, तर ते नकारात्मक स्वातंत्र्यातून सकारात्मक स्वातंत्र्याकडे परिवर्तन झाल्याचे उदाहरण होईल. या ठिकाणी सकारात्मक स्वातंत्र्याचा उपयोग सामजिक विषमता दूर करण्यासाठी केला गेला.

एफ. ए. हायेक हा स्वेच्छातंत्रवादी विचारवंत आपल्या Constitution of Liberty या पुस्तकांत Liberty आणि Freedom हे शब्द समानार्थी म्हणून वापरतो. तो म्हणतो, 'स्वातंत्र्य म्हणजे काय, तर अशी स्थिती की, जेव्हा कोणतीही व्यक्ती दुसऱ्या व्यक्तीच्या लहरीनुसार कृती करण्यास बांधिल नसेल, कोणतीही व्यक्ती कोणाच्याही दबावाखाली कृती करणार नाही. (A Man possesses liberty or freedom when he is not subject to coercion by the arbitrary will of another.) व्यक्तिस्वातंत्र्याला तो राजकीय स्वातंत्र्य, अंतर्गत स्वातंत्र्य आणि क्षमताधिष्ठित स्वातंत्र्य यांचे विरोधी मानतो. तो म्हणतो, राजकीय स्वातंत्र्य म्हणजे सरकार निवडीचे स्वातंत्र्य आणि लोकांचा राजकीय सहभाग म्हणजेच व्यक्तिस्वातंत्र्य नव्हे. अंतर्गत स्वातंत्र्य म्हणजे व्यक्ती आपल्या विवेकानुसार कृती करते, की तात्कालिक इच्छेनुरूप किंवा परिस्थितीनुरूप कृती करते, यांचे स्वातंत्र्य. याचा संबंध जबरदस्तीशी येत नसून तो व्यक्तीच्या नैतिक कमतरतेशी असतो. त्यामुळे त्याचाही व्यक्तिस्वातंत्र्याशी संबंध नसतो. तसेच क्षमताधिष्ठित स्वातंत्र्य (Freedom as power) म्हणजे आपल्या इच्छाआकांक्षा पूर्ण करण्याची क्षमता किंवा व्यक्तीला आपल्या इच्छाआकांक्षा पूर्ण करण्यासाठी उपलब्ध असणारे विविध मार्ग चोखाळण्याची क्षमता. यांत व्यक्तीची परिणामकारक कृती करण्याची क्षमता अंतर्भूत असते. त्यामुळे त्याचा व्यक्तिस्वातंत्र्याशी संबंध नसतो.

त्याच्या मते स्वातंत्र्य या शब्दाचा योग्य तोच अर्थ घेऊन, समुदायवादी विचारवंत (Collectivist) अमर्याद सरकारी हस्तक्षेपास मान्यता देतात. तसे होता कामा नये. असे झाल्यास, सरकार आपल्या अखत्यारीत अनेक प्रकारचे विधिनियम करून व्यक्तीला कोणत्याही आणि कितीही प्रकाराने कृती करण्याचे स्वातंत्र्य उपलब्ध करून देईल व त्यामुळे खऱ्या व्यक्तिस्वातंत्र्याचा अर्थ या कायदेशीर स्वातंत्र्यामुळे झाकोळून जाईल. सरकारने लोकांना संधी देण्यासंबंधी किंवा विशिष्ट क्षमता असलेल्या लोकांना संधी उपलब्ध देण्यासाठी हस्तक्षेप करावा, पण तो नियंत्रित असला पाहिजे.

थोडक्यात हायेक यांच्या मते, स्वातंत्र्य म्हणजे सरकारी नियंत्रणापासून मुक्तता. तो उदारमतवादाचा अर्थ सरकारचा कमीत कमी हस्तक्षेप, असा करतो. राज्याने सकारात्मक दृष्टीने स्पर्धेला प्रोत्साहन द्यावे, तसेच लोकांना सोयी पुरवाव्यात. प्रत्येक व्यक्ती अगर कुटुंब यांना किमान उत्पन्नाची हमी द्यावी, पण त्यासाठी बाजार (Market) हे वितरणात्मक

न्यायाचे (Distributive Justice) साधन म्हणून वापरू नये. हायेक म्हणतो, प्रत्येक व्यक्ती जन्मत:च वेगवेगळ्या क्षमता आणि बुद्धिमता घेऊन आलेली असते. अशा विविध क्षमतेच्या व गुणवत्तेच्या लोकांमध्ये विषमता असणे हे नैसर्गिक आहे. त्यांचेमध्ये समता आणावयाची, तर त्या लोकांना वागविताना वेगवेगळ्या तऱ्हेने वेगवेगळ्या स्तरांवर वागणूक दिली पाहिजे. अशा भिन्न क्षमतेच्या व गुणवत्तेच्या लोकांना समतेने वागविणे हे स्वातंत्र्य या मूल्याचा अधिक्षेप केल्यासारखे होईल. या मुक्त बाजारपेठेत त्यांना समतेने वागविणे योग्य होणार नाही.

थोडक्यात हायेक असे मत व्यक्त करतो की, व्यक्तिस्वातंत्र्य म्हणजे राजकीय नियंत्रणापासून किंवा इतर व्यक्तींच्या अडथळ्यापासून व्यक्तीच्या कृतीची हमी. आणि दुसरे, नैसर्गिकरीत्या विविध क्षमतेच्या आणि गुणवत्तेच्या लोकांना समान पातळीवर आणण्याच्या प्रयत्नाने स्वातंत्र्याचा अधिक्षेप होईल आणि ते सध्याच्या मुक्त बाजार व्यवस्थेत योग्य ठरणार नाही. हायेक हा व्यक्तिस्वातंत्र्याबाबत इतक्या टोकाला जातो, की तो काही प्रसंगी 'समान स्वातंत्र्या'च्या (equal freedom) विरोधात मतप्रदर्शन करतो, तो म्हणतो, स्वातंत्र्याचे प्रयोजन व्यक्तीचा विकास आणि पर्यायाने समाजाची प्रगती. त्याकरिता विविध व्यक्ती आपल्या ज्ञानाच्या आधारे कमी-जास्त प्रमाणात सामाजिक प्रगतीला हातभार लावतात. समाजात जर अशा काही विशेष ज्ञानी (Omniscent) व्यक्ती असतील, तर त्यांच्या स्वातंत्र्यावर कोणतीही नियंत्रणे असू नयेत. सामाजिक प्रगतीला पोषक असे परिणामकारक हातभार लावणारे सगळेच लोक नसतात. त्यामुळे स्वातंत्र्य हे समतेने विभागण्याची बाब नव्हे. त्यामुळे तो म्हणतो, कोणीच स्वतंत्र नसण्यापेक्षा काही लोक स्वतंत्र असावेत. पण त्यापेक्षा चांगले म्हणजे पुष्कळ लोकांना पूर्ण स्वातंत्र्य असणे, हे सर्व लोकांना नियंत्रित स्वातंत्र्य असण्यापेक्षा बरे. It is better that some should be free than none and still better that many should have full freedom than that all should have a limited freedom). काही व्यक्तींचे पूर्ण स्वातंत्र्य हे नियंत्रित स्वातंत्र्यापेक्षा केव्हाही सामाजिक प्रगतीला साहाय्यकारी होते.

स्वेच्छातंत्रवादी विचारवंतांतील एक विचारवंत **मिल्टन फ्रीडमन** (Milton Friedman) म्हणतो, स्पर्धात्मक बाजारी अर्थव्यवस्थेत व्यक्तिस्वातंत्र्य हेच प्रमुख असते. त्याकरिता तो समता हे मूल्य दुर्लक्षीत करतो. स्वातंत्र्य म्हणजे व्यक्तीला तिच्या बरोबरीच्या इतर व्यक्तींकडून दबाब न येता कृती करण्याचे स्वातंत्र्य. तो म्हणतो, व्यक्तीचे आणि कुटुंबाचे स्वातंत्र्य हेच उदारमतवादाचे ध्येय होय आणि ज्या समाजव्यवस्थेत ही परिस्थिती निर्माण होईल, ती समाजव्यवस्था प्रस्थापित केली पाहिजे.

रॉबर्ट नोझिक हा आणखी एक विचारवंत व्यक्तिस्वातंत्र्याचे समर्थन करताना समता

हे तत्त्व बाजूला सारतो. तो राज्याच्या हस्तक्षेपालाही आक्षेप घेतो. तो म्हणतो, लोकांच्या खाजगी मालमत्तेचे रक्षण करणे हेच राज्याचे काम; नैसर्गिक रीत्या विविध समता आणि गुणवत्ता असलेल्या लोकांमध्ये विषमता असणे स्वाभाविक आहे. आणि राज्याच्या हस्तक्षेपाने किंवा वितरणव्यवस्थेतील सुधारणांमुळे समता आणण्याचा प्रयत्न करणे हा अन्याय्य आहे.

स्वातंत्र्याचा मार्क्सवादी विचार

मार्क्स आणि एंजल्सप्रणीत व्यक्तिस्वातंत्र्याचा विचार हा उदारमतवादी व्यक्तिवादी किंवा स्वेच्छातंत्रवादी विचारवंतांपेक्षा वेगळा आहे. तो व्यक्तीच्या सामाजिक-आर्थिक परिस्थितीवर आधारलेला आहे. व्यक्तीव्यक्तींच्या अस्तित्वाकरिता लागणाऱ्या आवश्यक गरजा त्यांना एकत्र आणतात आणि त्यातून नागरी समाजाची स्थापना होते. मार्क्सच्या मते समाजातील सर्व स्तरातील व्यक्तींच्या भौतिक आणि आध्यात्मिक गरजा भागणे म्हणजे स्वातंत्र्य होय. या गरजा भागण्याकरिता आवश्यक असते, ती उत्पादनाच्या साधनांची मालकी आणि तिचा विवेकशील पद्धतीने उत्पादन करण्यासाठी नियोजित आणि नियंत्रित वापर करणे आणि त्यातून व्यक्तीच्या मूलभूत गरजा, आशा आकांक्षांचा उपशम करणे हे म्हणजेच स्वातंत्र्य.

भांडवलशाही व्यवस्था ही मानवी स्वातंत्र्याचे दृष्टीने कुचकामी आहे. प्राचीन काळी मानवी गरजा या निसर्गनियमांनी नियंत्रित केल्या जात. उदा. गुरुत्वाकर्षणाचा नियम. मानवी प्रज्ञेने या निसर्गनियमांचा अर्थ लाविला, परंतु त्यात बदल करणे मानवी शक्तीच्या पलीकडे होते. शास्त्रीय शोधांद्वारे आधुनिक काळात औद्योगिक क्रांतीमुळे प्रचंड उत्पादन होऊ लागले, मुक्त अर्थव्यवस्थेमुळे त्यावर कोणतेही नियंत्रण राहिले नाही. त्यातून भांडवलशाही व्यवस्था आणि कामगारांचे गरिबांचे शोषण सुरू झाले. वर्गाधिष्ठित समाज रचना अस्तित्वात आली आणि त्यातून मानवी अस्तित्वाचा प्रश्न भेडसावू लागला. पण हे सर्व मानवनिर्मित कायद्यांमुळे, व्यवस्थेमुळे होत असल्यामुळे मानवी जीवत सुरक्षित करण्यासाठी ही व्यवस्था बदलणे आवश्यक झाले. आतापर्यंत नैसर्गिक नियंत्रणाद्वारे नियोजित होणाऱ्या मानवी गरजा आता त्याने निर्माण केलेल्या स्वातंत्र्यामुळे नियंत्रित झाल्या. या भांडवलशाही उत्पादनाद्वारे निर्माण झालेल्या परिस्थितीच्या परिवर्तनाची काही उपाययोजना आहे का? तर याचे उत्तर मार्क्स आपल्या जगप्रसिद्ध Communist Mani - festo - कामगारांच्या जाहीरनाम्यात नमूद करतो. तो म्हणतो,

'उत्पादनाच्या साधनांचे सामाजिकीकरण करून मोठ्या प्रमाणावर मूलभूत मानवी गरजा भागू शकतील, असे प्रचंड उत्पादन केले जाईल. तसेच त्याचे वितरण Each according to one's needs या तत्त्वाने करून मानवी गरजांचा उपशम करणे हे काम त्यातून साध्य होईल. एकदा मानवी मूलभूत गरजांचा उपशम झाल्यावर राज्यात वर्गसंघर्षाला

कारण राहणार नाही. भांडवलशाही व्यवस्थेमधून समाजवादी व्यवस्थेत परिवर्तन होऊन प्रत्येक व्यक्ती आपले व्यक्तिमत्त्व विकसित करण्यास स्वतंत्र असेल. ही मानवी गरजेकडून मानवी स्वातंत्र्याचे दिशेने मानवाची झेप असेल.'

कार्ल मार्क्स आपले स्वातंत्र्याचे मानवकेंद्रित तत्त्वज्ञान Economic and Philosophical Manuscnipts या ग्रंथात नमूद करतो आणि समाजवादी समाजव्यवस्थेच्या नैतिक पायाचे स्पष्टीकरण देतो. भांडवलशाही व्यवस्थेत मानवाचे अवमूल्यन झाले असून, मानवात परात्मभाव निर्माण झाल्याचे सांगून, त्याचे आर्थिक शोषण कसे होते, यावर तो प्रकाश टाकतो. प्रचलित भांडवलशाही व्यवस्थेमुळे निर्माण झालेला परात्मभाव हा श्रम विभागणीचे तत्त्व, खाजगी मालमत्ता, स्पर्धात्मक अर्थव्यवस्था संपत्ती, संचय या तत्त्वांचा परिपाक आहे. श्रमविभागणीच्या तत्त्वामुळे स्वतःच्या उत्पादनापासून मनुष्य परात्म होतो. आपण केलेल्या उत्पादनाचे स्वरूप हे विविध भागांचे असल्यामुळे त्याला स्वतःला उत्पादनामुळे मिळणाऱ्या उत्पादनाच्या समाधानापासून तो वंचित होतो. भांडवलशाही व्यवस्थेतील स्पर्धात्मकतेमुळे ते इतर माणसांपासून दूर जातो. आणि शेवटी माणूस स्वतःपासून परात्मक होतो, कारण तो कायमच स्वतःच्या आणि कुटुंबियांच्या गरजांबाबत विवंचनेत असतो, त्याची सर्जनशीलता लोप पावते आणि तो पुन्हा एकदा नैसर्गिक गरजा भागविणाऱ्या प्राणीजीवनसदृश्य जीवन जगू लागतो. भांडवलशाही व्यवस्थेत कामगारच नव्हे, तर भांडवलशहाही परात्म बनतो, तो संपत्तीसंचयाच्या हव्यासापायी तिचा गुलाम बनतो. प्रत्येक कृती केवळ संपत्तीकेंद्रित अशी होऊन मानवी संबंधांना तोही पारखा होतो, परात्म होतो.

मॅक्फर्सन हा विचारवंत स्वतःस 'निओ - मार्क्सिस्ट' म्हणवतो. त्याची व्यक्तिस्वातंत्र्याची कल्पना प्रचंड उत्पादन आणि व्यक्तिगत विकास यांसाठी, व्यक्तीच्या सर्जनशीलतेसाठी जास्तीत जास्त वाव देणारी व्यवस्था आहे. तो म्हणतो, माणूस हा विविध इच्छांचा समुच्चय (a bundte of appetites) असून, त्याचा उपशम व्हावा, अशी त्याची अपेक्षा असते. ह्या गरजा भागविण्यासाठी मानवी गरजा भागविणाऱ्या वस्तूंचे प्रचंड उत्पादन आवश्यक असते. माणूस हा कर्ता (doer) असतो, तसेच तो सर्जनशील असतो. या सर्जनशीलमुळे त्याच्या व्यक्तित्वाचा विकास होतो. आणि त्या सर्जनशीलतेला स्वातंत्र्यात जास्तीत जास्त वाव मिळतो. या सर्व गोष्टींचा विचार करून तो सामाजिक न्यायावर आधारित कल्याणकारी राज्याला मान्यता देतो. कारण या व्यवस्थेत आर्थिक स्वातंत्र्यावर परिणामकारक नियंत्रण घातले जाते आणि शिवाय समाजातील तळागाळातील वंचित वर्गाला विविध नियमांद्वारे विकासाची संधी दिली जाते.

स्वातंत्र्याची ऊर्मी ही सनातन आहे. स्वातंत्र्यात व्यक्तिस्वातंत्र्याचा विशेषकरून विचार केला जातो. तरीही व्यक्ती ही स्वातंत्र्याचा उपभोग एकाकी अवस्थेत घेऊ शकत

नाही; त्याकरिता समाजाची आवश्यकता असते. जास्तीत जास्त व्यक्तिस्वातंत्र्याचा लाभ हा मार्क्स म्हणतो त्याप्रमाणे, (free development of each will be neccessary condition for free development of all) - 'व्यक्तीचे स्वातंत्र्य व विकास ही पूर्वअट सामाजिक विकासाला लागू असेल', अशी व्यवस्था प्रस्थापित करण्याने होईल.

स्वातंत्र्याबाबत आंतरिक संघर्ष

नागरी स्वातंत्र्य, आर्थिक स्वातंत्र्य आणि सामाजिक राजकीय-स्वातंत्र्य हे व्यक्तिस्वातंत्र्याचे घटक आहेत. परंतु या तीन घटकांचे परस्परसंबंध गुंतागुंतीचे असतात. त्या घटकांमध्ये कित्येक वेळा संघर्षही होऊ शकतो. कधी कधी आर्थिक स्वातंत्र्य आणि राजकीय स्वातंत्र्य किंवा सामाजिक स्वातंत्र्य, नागरी स्वातंत्र्य यांत संघर्ष येऊ शकतो. बार्कर हा विचारवंत म्हणतो, कायदा आणि स्वातंत्र्य हे एकमेकांना पूरक आहेत, असे मानले, तरी स्वातंत्र्याचे घटक आपसात संघर्षमय असू शकतात. उदा. नागरिकांना अभिव्यक्तिस्वातंत्र्य असते. त्याचा उपयोग करून एखाद्या नागरिकाने सरकारी धोरणाविरुद्ध टीका करणारा लेख लिहीला व त्यामुळे लोकांच्या भावना भडकून जाण्याची शक्यता असेल, तर शांतता आणि सुव्यवस्था या दृष्टिकोनातून त्याच्याविरुद्ध कायदेशीर कारवाई केली जाऊ शकते. म्हणजेच कायदेमंडळाचे गठन ज्या राजकीय स्वातंत्र्याच्या आधारे झालेले असते, त्या कायदेमंडळाने केलेल्या कायद्यान्वये ती व्यक्ती दोषी ठरून तिला शिक्षा होऊ शकते. म्हणजेच येथे नागरिकाचे नागरी स्वातंत्र्य आणि राजकीय स्वातंत्र्य यांत संघर्ष निर्माण होतो. दुसरे उदाहरण घेऊ या. एखादा उद्योगाचा मालक नागरी स्वातंत्र्याचा उपभोग म्हणून आपल्या कारखान्यात विशिष्ट वेतन आणि कामाच्या अटी यांवर कामगारांची नेमणूक करतो. परंतु कामगारांना वेतन आणि कामाचे तास यांबाबत सहमती नसते, म्हणून ते संप करतात. येथे मालकाचे नागरी स्वातंत्र्य आणि कामगारांचे आर्थिक स्वातंत्र्य यांत संघर्ष येऊ शकतो. अशा वेळी अशीही शक्यता असते की, संसद सदस्य कायदे करून शांतता व सुव्यवस्था राखण्यासाठी हा संप कायदेशीररीत्या बेकायदा म्हणून घोषित करू शकते. पुन्हा येथे राजकीय स्वातंत्र्य आणि कामगारांचे आर्थिक स्वातंत्र्य यांत संघर्ष निर्माण होतो.

थोडक्यात बार्कर म्हणतो त्याप्रमाणे, स्वातंत्र्य ही एक अतिशय गुंतागुंतीची संकल्पना आहे, ज्यामुळे लोक एकत्र येऊ शकतात, पण त्याचबरोबर त्यांच्यात संघर्ष निर्माण होण्याचीही शक्यता असते.

स्वातंत्र्य, सार्वभौमत्व आणि कायदा (Liberty, Sovereignty and Law)

राज्याचे सार्वभौमत्व हे कायद्याद्वारे आविष्कृत होत असते. राज्य हे सार्वभौम असते, त्यामुळे राज्याने केलेले कायदे सर्वांना बंधनकारक असतात. यामुळे एक महत्त्वाचा प्रश्न

निर्माण होतो. तो म्हणजे राज्याची सत्ता इतकी सर्वसमावेशक (All embracing) असावी का? व्यक्तीच्या जीवनातील सर्व कृती राज्यानेच मार्ग दाखविल्याप्रमाणे झाल्या पाहिजेत, म्हणजेच राज्याच्या कायद्याने व्यक्तीच्या सर्व कृती नियंत्रित केल्या पाहिजेत असे का? या प्रश्नांना कोणतेही सार्वकालिक किंवा तयार उत्तर असू शकत नाही. कारण त्यात स्वातंत्र्य आणि कायदा या दोन गुंतागुंतीच्या संकल्पनांचा परस्परसंबंध कसा आहे, यावर ते उत्तर अवलंबून आहे. खरोखरीच कायदा आणि व्यक्तिस्वातंत्र्य हे एकमेकांना पूरक आहेत की एकमेकांना विरोधी आहेत?

कायदा आणि व्यक्तिस्वातंत्र्य यांचा परस्परसंबंध एखाद्या राज्यातील सरकारच्या प्रकारावरून ठरविता येईल. हुकूमशाही पद्धतीत कायदा म्हणजे हुकूमशहाची आज्ञा होय. त्यात नागरिकांची मते दखलपात्र नसल्यामुळे किंवा राजकीय पक्ष अस्तित्वात नसल्यामुळे कायद्यात जनमताचे प्रतिबिंब उमटत नसते. कायदा करताना जनमताची दखल घेतली जाईल, असे नाही. त्यामुळे अशा परिस्थितीत व्यक्ती ही पूर्णपणे राज्याच्या अंकित असते. त्यामुळे हुकूमशाही व्यवस्थेत व्यक्तिस्वातंत्र्य आणि कायदा हे एकमेकांना विरोधी असतात.

लोकशाही व्यवस्थेत कायदा आणि स्वातंत्र्य यांचा मेळ घालण्याचा प्रयत्न होत असतो. कारण कायदा करण्याचे अधिकार आणि राज्याचे सार्वभौमत्व हे जनसामान्यांकडेच असतात. जे लोक कायदा करतात, ते जनसामान्यांचे प्रतिनिधित्व करीत असल्यामुळे व तेच कायदे सर्व लोक पाळीत असल्यामुळे, कायदे करणारे मंडळ आणि कायद्याचे पालन करणाऱ्या व्यक्ती यांच्यात एक प्रकारचा सुसंवाद असल्याचे आढळून येते. त्यामुळे सरकारी कामकाजात किंवा कायदेमंडळात जेवढा जनसामान्यांचा जास्तीत जास्त सहभाग असेल, तितका कायदा आणि व्यक्तिस्वातंत्र्य यात कमी विसंवाद असतो.

अर्थात लोकशाही व्यवस्थेतही कायदा हा व्यक्तिस्वातंत्र्याशी पूरक असेलच, असे नाही, कारण लोकशाही म्हणजे बहुजनसत्ता. त्यामुळे बहुजनहिताय केलेले कायदे कदाचित अल्पसंख्याकांच्या विरोधात जाण्याची शक्यता नाकारता येत नाही आणि कदाचित ते सत्ताधारी वर्गाच्या हिताचे रक्षणार्थही असू शकतील. लास्की हा विचारवंत म्हणतो त्याप्रमाणे, 'कामगार संघटनांबाबतचे इंग्लंडमधील कायदे, अमेरिकेतील करारस्वातंत्र्याचे कायदे आणि प्रशियातील शेतकीसंबंधी कायदे हे त्या त्या देशातील आर्थिक सत्ताधीशांच्या हितरक्षणार्थ केल्याचे आढळते.' त्यामुळे लोकशाही व्यवस्थेमध्येही अनावश्यक नियंत्रणे कायद्याद्वारे लादली जाऊ शकतात. जे.एस.मिल हा विचारवंत अशा तऱ्हेच्या अनावश्यक नियंत्रणामुळे होणाऱ्या व्यक्तिस्वातंत्र्याच्या गळचेपीबद्दल सजग होता आणि म्हणूनच त्याने व्यक्तीच्या ज्या कृती इतरांवर परिणाम करणाऱ्या असतील (others regarding actions), त्याच कृतींबद्दल राज्याचा हस्तक्षेप मान्य केला. परंतु स्वतःवरच परिणाम

करणाऱ्या (Self regarding actions) कृतींबाबत राज्याने हस्तक्षेप करू नये, असे तो म्हणतो. जरी मिलच्या या विधानावर जोरदार टीका झाली, की व्यक्तीच्या कृतींची अशी विभागणी करता येत नाही, तरी मिलच्या म्हणण्यात काही तथ्यांश आहे, यात शंका नाही. टी.एच.ग्रीन हा विचारवंत म्हणतो, ज्या कृती व्यक्तीच्या अंतरात्म्याचा आविष्कार म्हणून त्याच्या व्यक्तिसापेक्ष असतील, त्याबाबत व्यक्तीला नियंत्रित करू नये. (The state should leave individual alone where his activity is the spontaneous or inwardly determined expression of personality). मॅकूआयव्हर हा विचारवंत म्हणतो, सामाजिक शांतता व सुव्यवस्था साधून राज्यातील व्यक्तिजीवन सुरक्षित राखणे हेच कायद्याचे उद्दिष्ट. राज्यात व्यक्तींच्या परस्परस्वातंत्र्यावर अतिक्रमण न होता, जास्तीत जास्त मुक्त जीवन उपभोगून, स्वतःच्या विकासाची संधी व्यक्तीस उपलब्ध करून देणे, हेच कायद्याचे उद्दिष्ट होय. ज्या वेळी कायद्यामुळे व्यक्तिविकासाला खीळ बसते, त्या वेळी कायद्याचे उद्दिष्टच नष्ट होते आणि कायदा आणि व्यक्तिस्वातंत्र्य यांत संघर्ष/विरोध निर्माण होतो.

एक गोष्ट मात्र निश्चित, की समाजात वावरताना व्यक्तिस्वातंत्र्यावर काही बंधने आवश्यक आहेत. सामाजिक जीवनात प्रत्येक व्यक्तीची काही जबाबदारी असते. परस्परसंबंधांत प्रत्येक व्यक्तीला वागणुकीचे काही संकेत पाळावेच लागतात आणि ह्यातून निर्माण होणारी बंधने अपरिहार्य असतात. या बंधनांचेही ज्यांना वावडे असते, अशा अराज्यवाद्यांना आणि अनेकतावाद्यांना राज्य हे एखाद्या अडथळ्यासारखे वाटते आणि राज्यविरहित समाजव्यवस्थेत त्यांना स्वातंत्र्याचा निरामय आनंद उपभोगिता येईल, असे वाटत असते. असे जरी विचारप्रवाह अस्तित्वात असले; तरी राज्याशिवाय, राज्याने हमी दिल्याशिवाय व्यक्तीच्या किमान स्वातंत्र्याचे रक्षण होऊ शकणार नाही, ही गोष्ट स्पष्ट आहे. या दृष्टिकोनातून प्रत्येकाला अनिर्बंध स्वातंत्र्य नसून, सर्वांचे नियंत्रित स्वातंत्र्य योग्य होय. ज्या स्वातंत्र्यामुळे इतर व्यक्तींना इजा पोहोचत नाही किंवा इतरांचे नुकसान होत नाही, अशा व्यक्तिस्वातंत्र्याचे रक्षण करणे हे राज्याचे प्रमुख कार्य आहे. राज्याचे कायदे हे व्यक्तिस्वातंत्र्याचे रक्षणाचे काम तीन प्रकारे करू शकतात. पहिले, गुन्हेगारी संदर्भातील कायदा (Criminal Code). व्यक्तीच्या स्वातंत्र्याचे दुसरे कोणी उल्लंघन तर करीत नाही, याबद्दल तो खात्री देतो. दुसरे, सामाजिक हितासंबंधी केलेल्या कायद्यामुळे उदा. कामगार वेतन, कामाच्या वेळा, आरोग्याची हमी इत्यादींमुळे स्वातंत्र्य अबाधित राहू शकते. तिसरे व महत्त्वाचे म्हणजे, विविध स्वातंत्र्यांचा घटनेच्या मूलभूत हक्कांत समावेश करणे, जेणेकरून प्रशासनालाही किंवा सरकारलाही व्यक्तिस्वातंत्र्यात ढवळाढवळ करता येऊ नये, कारण घटनादुरुस्ती करणे हे अत्यंत जिकिरीचे असते.

या सर्व विवेचनावरून असे लक्षात येते, की स्वातंत्र्यासंबंधी असा कोणता निश्चित

स्वरूपाचा आराखडा (Formula) बनविता येत नाही. कार्ल पॉपर म्हणतो, 'व्यक्तिस्वातंत्र्याच्या कक्षा निश्‍चित करणे, की जेणेकरून स्वातंत्र्य तर अबाधित राहील आणि राज्य त्या स्वातंत्र्याचे रक्षण करू शकेल, अशा व्यक्तिस्वातंत्र्याच्या कक्षा निश्चित करणे हे अवघड काम आहे. परंतु असे सर्वसाधारण आडाखे बांधणे हे अनुभवावरून शक्य होते आणि ते लोकशाही व्यवस्थेतच शक्य होते. वस्तुत: अशा प्रक्रियेला चालना देणे हेच लोकशाही व्यवस्थेतील राज्याचे काम आहे.'

स्वातंत्र्यरक्षणाची व्यवस्था (Safeguards of Liberty)

स्वातंत्र्य हा मानवी जीवनाचा अमूल्य ठेवा आहे आणि त्याच्यासाठी अनेक शूर लोकांनी अनेक संघर्षांत आपले बलिदान केले आहे. त्यामुळे या अमूल्य ठेव्याचे सध्याच्या लोकशाही व्यवस्थेत रक्षण व्हावे, म्हणून काही उपाययोजना आवश्यक आहेत.

देशाच्या राज्यघटनेत नि:संदिग्धपणे विविध स्वातंत्र्यांचा मूलभूत हक्क म्हणून समावेश करणे हे त्या दृष्टीने महत्त्वाचे ठरते. राज्याने नागरिकांच्या स्वातंत्र्यावर गदा आणू नये, हा यामागील स्पष्ट उद्देश आहे. राज्यघटनेत नमूद केलेले मूलभूत हक्कांच्या कलमांन्वये राज्याच्या अधिकारकक्षा नियंत्रित केल्या जातात. त्यामुळे या व्यवस्थेचे रूपांतर एकदम हुकूमशाही व्यवस्थेत होऊन, व्यक्तिस्वातंत्र्याला धोका पोहोचेल, अशी परिस्थिती उद्‌भवणे दुरापास्त असते.

दुसरे, **नि:पक्षपाती न्यायव्यवस्था** स्वातंत्र्याची रक्षणकर्ती म्हणून कार्यरत असते. प्रत्येक लोकशाही व्यवस्थेत न्यायव्यवस्थेकडे नागरिकांचे हक्क आणि स्वातंत्र्ये यांचे रक्षण करण्याचे उत्तरदायित्व असते. न्यायसंस्थेवरील राजकारणाचा दबाव न्यायसंस्थेचा मूळ हेतूच नाहीसा करेल, या भीतीने न्यायसंस्थेवर राजकारणाचा व राजकारण्यांचा कोणताही प्रभाव पडू नये, म्हणून लोकशाही व्यवस्थेत न्यायसंस्था नि:पक्षपाती असून, त्यावर कोणाचाही प्रभाव वा दबाव येऊ शकत नाही.

तिसरे, **सत्तेचे विकेंद्रीकरण** हे स्वातंत्र्यरक्षणार्थ अतिशय महत्त्वाचे आहे. सत्तेच्या केंद्रीकरणामुळे हुकूमशाही प्रवृत्तीचा विकास होतो. लास्की म्हणतो, 'ज्या वेळी सत्ताधाऱ्यांच्या सत्तेचे विकेंद्रीकरण होते, तेव्हाच त्यांच्या सत्तेवर सक्षम नियंत्रण राहते.' विकेंद्रीकरण हे कामाचे किंवा विभागीय असू शकते. कार्याचे विकेंद्रीकरणात राज्यातील निरनिराळ्या कार्यकारी किंवा औद्योगिक गटांना विविध कामे वाटून दिली जातात. विभागीय विक्रेंद्रीकरणात मात्र सत्तेचे विभाजन विभागश: होते उदा. ग्रामपंचायत, जिल्हापरिषद इत्यादी. ज्यामुळे लोकांना सत्तेत सहभाग मिळतो, या दोन्ही विभाजन/विकेंद्रीकरण पद्धतीमुळे स्वातंत्र्यात वाढ होते.

चवथे, **सत्ता विभाजन** मॉंटेस्क्यूने म्हटल्याप्रमाणे, 'सत्तेचा दुरुपयोग टाळावयाचा

असल्यास एका सत्ताकेंद्रावर दुसऱ्या सत्ताकेंद्राचे नियंत्रण असले पाहिजे.' सत्ताविभाजन व सत्तासमतोल हे दोन्ही मार्ग प्रशासनाचा हुकूमशाहीकडे होणारा प्रवास खंडित करण्यासाठी, तसेच स्वातंत्र्याचे रक्षणासाठी आवश्यक असल्याचे अनेक विचारवंतांनी म्हटले आहे.

पाचवे, **कायद्याचे अधिराज्य** हा महत्त्वाचा मार्ग आहे. कायद्यापुढील समानता ही एका महत्त्वाचा मार्ग आहे. जातिभेद, वर्णभेद, वंशभेद, धर्मभेद, आर्थिक प्राबल्य किंवा लिंगभेद या कशामुळेही कायद्यापुढे भेदभाव केला जाऊ नये. मॅकूआयव्हर म्हणतो, 'जेथे कायद्याचे राज्य असते, तेथे स्थिर प्रशासन असून, ते समाजाचे योग्य प्रतिनिधित्व करू शकते. त्यामुळे प्रशासनाचे हाती लोकांनी सोपविलेली सत्ता बळकट होते.'

सहावे, **सामाजिक न्याय** सामाजिक न्यायामुळे व्यक्तिस्वातंत्र्याला बळकटी येते. जर आर्थिक भेद आणि सामाजिक भेदभाव असेल, तर अशा समाजात व्यक्तिस्वातंत्र्य हे नाममात्र असते. आधुनिक राज्यात हे भेद कमी करण्याचे दृष्टिकोनातून अनेक प्रयत्न होताना दिसून येतात. आर्थिक सुबत्तेचे समाजातील सर्व वर्गांमध्ये सुयोग्य वितरण होणे, हा व्यक्तिस्वातंत्र्य उपभोगण्याकरिता आवश्यक असा महत्त्वाचा मार्ग आहे.

शिवाय राज्यात सुव्यवस्थित आणि सुसंघटित राजकीय पक्ष असणे हे स्वातंत्र्याला प्रेरणा देणारे आहे. इंग्लंडसारख्या देशात अशी सुसंघटित राजकीय पक्षव्यवस्था सत्ताधारी पक्षाच्या महत्त्वाकांक्षेला नियंत्रित करीत असते आणि त्यातूनच व्यक्तिस्वातंत्र्य अबाधित राहते. विरोधी पक्ष सत्ताधारी पक्षावर कायमच सजग पद्धतीने लक्ष ठेवीत असल्यामुळे, सत्ताधारी पक्ष आपल्या सत्तेच्या मर्यादा सोडून वागू शकत नाही किंवा लोकांच्या स्वातंत्र्याचा अधिक्षेप वा संकोच करू शकत नाही.

या सर्व प्रकारच्या उपाययोजनांबरोबरच लोकांची आपल्या स्वातंत्र्याचे रक्षण करण्याच्या दृष्टीने जागरूकता अतिशय महत्त्वाची असते. लास्की म्हणतो, 'लोकांची सातत्याने जागरूकता हा स्वातंत्र्याच्या दृष्टीने महत्त्वाचा रक्षक असतो. सत्ताधारी पक्षाची सत्ताभिलाषा ही एक सातत्याने चालणारी बाब आहे. या रोगावर जनतेची सजगता हे एकच अस्त्र आहे. लोकांमध्ये स्वातंत्र्याबाबत सजगता हवी आणि तिचे रक्षण करण्यासाठी धैर्य हवे.' थॉमस जेफरसनचे उद्गार येथे महत्त्वाचे ठरतात. तो म्हणतो, 'राज्यातील लोकांनी सत्ताधारी लोकांना कायम बजाविले पाहिजे, की देशातील लोक आपले स्वातंत्र्यरक्षण करण्यासाठी कायम सजग आहेत.'

५ | समता

Equality

स्वातंत्र्य या संकल्पनेइतकीच समता ही संकल्पना महत्त्वाची परंतु गुंतागुंतीची आहे. तिचा उदय समाजातील अपूर्णतेतून, तसेच त्रुटींमधून झाल्याचे दिसते. कोणतीही दोन माणसे निसर्गत:च शारीरिक क्षमतेच्या दृष्टीने, तसेच स्वभावाने सारखी नसतात. त्यामुळे समाजात विभिन्नता असणे हे स्वाभाविक, तसेच नैसर्गिक आहे. अशा तऱ्हेच्या समाजातील अनेक बाबतींतील विसंगती दूर करण्यासाठी समता या संकल्पनेचा उदय झाला. लोकशाहीचा उदय झाल्यानंतर कायदेशीर समतेचे तत्त्व सर्व नागरिकांना लागू झाले. याचा अर्थ असा, की कायद्यासमोर सर्व नागरिक हे समान आहेत. मग त्यांच्यात जाती, वर्ण, आर्थिक स्थिती या कोणत्याही भिन्नतेचा अडसर येणार नाही. याचा अर्थ वागवणुकीची समानता किंवा मोबदल्याची समानता हा नव्हे. कारण प्रत्येक व्यक्तीची क्षमता आणि गरजा या भिन्न असतात. गणिती शास्त्रज्ञ हा गवंडीकाम करू शकत नाही. बार्कर म्हणतो, समता हे मूल्य व्यक्तीच्या व्यक्तित्वापासून, तिच्या व्यक्तिगत विकासातून निर्माण होते. प्रत्येकाला आपले व्यक्तित्व घडविण्याची, त्याचा विकास करण्याची, समान संधी निश्चित मिळाली पाहिजे. परंतु त्या संधीचा लाभ घेणे हे प्रत्येक व्यक्तीच्या क्षमतेवर, तसेच व्यक्तिविशेषावर अवलंबून असेल.

याचा अर्थ असा, की समता म्हणजे एक प्रकारची समानताकरणाची प्रक्रिया - समाजाच्या विविध स्तरांची अशी रचना झाली पाहिजे की, प्रत्येकाला जे देय असेल, ते मिळाले पाहिजे. याचा अर्थ प्रत्येकाला आपल्या व्यक्तित्वाचा उच्चतम विकास साधता आला पाहिजे आणि त्याचबरोबर इतर व्यक्तींच्या विकासात अडथळा येता कामा नये. लास्की या विचारवंताच्या म्हणण्यानुसार, समता या मूल्यात तीन घटक अंतर्भूत असतात. **एक** – कोणत्याही व्यक्तीला विशिष्ट अधिकार किंवा सवलती नसतील. राजकीय क्षेत्रात प्रत्येक व्यक्ती दुसऱ्या व्यक्तीच्या समान असेल. त्यामध्ये कोणताही भेदभाव नसेल. याचाच अर्थ असा, की प्रत्येक व्यक्तीला राजकीय क्षेत्रात अधिकाराच्या जागा

मिळविण्याच्या समान संधी असतील.

दुसरे - समता म्हणजे पुरेशा संधीची उपलब्धता. पुरेशा संधी याचा अर्थ सर्व नागरिकांना आपल्या क्षमता विकसित करण्याची पुरेशी संधी दिली जाईल. समतेचा अर्थ सामाजिक स्तर आणि आर्थिक स्तर यांचे पूर्णपणे निर्मूलन नव्हे. क्षमतेनुसार संधी पाहिजे. परंतु त्यातून निर्माण होणारी विषमता ही सामाजिक हिताचे दृष्टीने आवश्यकच असते. **तिसरे** - समता ही सामाजिक गरजांच्या संदर्भावर कमी-अधिक प्रमाणात आवश्यक असते. ज्या वस्तू मानवी जीवनाला आवश्यक असतात, त्या सर्वांना उपलब्ध असल्या पाहिजेत. 'सर्वांना आवश्यक वस्तू उपलब्ध झाल्यानंतरच काही विशिष्ट लोकांची विशेष गरज भागविली गेली पाहिजे.' एका विशिष्ट पातळीवर सर्वांच्या जीवनावश्यक गरजा भागविल्यानंतर, विशिष्ट क्षमता असलेल्या लोकांच्या विशिष्ट गरजा भागविण्याकडे लक्ष देता येईल.

समाजातील सर्व नागरिकांना समान हक्क राज्य प्रदान करीत असते. त्यामुळे कायदेशीर भाषेत सांगावयाचे झाल्यास, कायद्यासमोर प्रत्येक व्यक्ती दुसऱ्या व्यक्ती इतकी समान आहे. याचाच अर्थ असा की 'राज्याच्या संदर्भात सर्वच व्यक्ती पळण्याच्या शर्यतीतील सुरुवातीच्या रेषेवर असतात. प्रत्येक व्यक्तीला आपल्या व्यक्तित्वाचा विकास करण्याची समान संधी दिली जाते. या संधीचा उपयोग करून प्रत्येक व्यक्ती किती मजल मारू शकते किंवा कोठे जाऊ शकते, हे शेवटल्या व्यक्तीच्या क्षमतेवर अवलंबून राहते.' समता हा त्या अर्थी प्रस्थानबिंदू आहे.

राज्यशास्त्रीय दृष्ट्या समतेचा विचार करता लिंग, वंश, जात, आर्थिक किंवा शैक्षणिक, सांस्कृतिक भेद लक्षात न घेता प्रत्येक व्यक्तीस काही निश्चित हक्क असतात. प्राचीन काळात मानवी समाजात विषमता आणि विशिष्ट लोकांना विशिष्ट लाभ (Privileges) हीच पद्धत सर्वमान्य होती. ग्रीक विचारवंत प्लेटो किंवा ॲरिस्टॉटल यांच्या काळात समाजातील उच्चभ्रू विद्वानाचा स्वतंत्र गट अस्तित्वात होता. त्यामुळे राज्य अशा थोड्या बुद्धिवंतांनी चालवावे, अशा तऱ्हेचा विचार मांडला गेला. पुढील काळात या विचारात बदल होऊन नैसर्गिक क्षमतेच्या आधारावर विषमता मान्य केली गेली. काही माणसे निसर्गत:च किंवा जन्मत:च विशिष्ट क्षमता घेऊन आलेली असतात, असा एक विचार मांडला गेला. त्यामुळे राज्य चालविताना काही लोकांची विशिष्ट क्षमता लक्षात घेऊन त्यांनी कारभार करावा ही कल्पना पुढे आली. या नैसर्गिक विषमतावाद्यांचा मूलस्रोत शास्त्रीय संशोधन हा होता. त्यामुळे जीवशास्त्र, मानसशास्त्र यांसारख्या शास्त्रातील तज्ज्ञांनी नैसर्गिक विषमतेच्या तत्त्वाचे समर्थन करणारे पुरावे मांडले.

परंतु लोकशाही व्यवस्थेच्या पुरस्कर्त्यांनी ह्या नैसर्गिक विषमतेच्या तत्त्वाचा प्रतिवाद केला आणि मानवी समता, मानवी अस्मिता या तत्त्वांना प्राधान्य दिले. ज्याप्रमाणे नैसर्गिक

विषमतेच्या पुरस्कर्त्यांनी मानवी विषमतेची निसर्गत:च किंवा जन्मत:च असलेल्या विषमतेवर भर दिला, त्याप्रमाणे मानवी समतेच्या पुरस्कर्त्यांनी मानवातील समभावाला प्राधान्य दिले. मानवी समतेचा उद्घोष प्रथम स्टॉइक तत्त्वज्ञांनी केला. त्यांनी मानवातील विचारशक्ती, की जी प्रत्येक व्यक्तीत आढळते, तिला प्राधान्य दिले. स्टॉइक तत्त्वज्ञांनी जी समतेची संकल्पना मांडली, तिला ख्रिश्चनधर्मातील 'बंधुता' (Brotherhood) या संकल्पनेमुळे पुष्टी मिळाली. लॉक, व्हॉल्टेअर, रुसो, पेन, जेफरसन यांसारख्या तत्त्वज्ञांनी पुढे नैसर्गिक समतेच्या तत्त्वाची पाठराखण केली. लॉक म्हणतो, राज्यातील सत्ता ही लोकांच्या समान स्वातंत्र्यावर आधारलेली असली पाहिजे आणि राज्यात समता प्रस्थापित होऊन सत्तेमध्ये सर्वांना समान सहभागाची संधी मिळाली पाहिजे. फ्रेंच राज्यक्रांती आणि अमेरिकेचे स्वातंत्र्ययुद्ध यानंतर या नैसर्गिक समतेला घटनात्मक स्थान प्राप्त झाले.

हे मानवी समतेचे तत्त्व विसाव्या शतकातच तर प्रगत झालेच झाले परंतु ते एकविसाव्या शतकातही तितकेच महत्त्वाचे ठरले. लोकशाहीकरणाच्या रेट्यामुळे आता केवळ नैसर्गिक समतेचा उद्घोष करून लोक थांबत नाहीत, तर ती समता प्रत्यक्षात येण्याकरिता जे वंशभेद, जातिभेद, आर्थिक विषमता यांसारखे मानवनिर्मित अडथळे आहेत; तेही पार करण्याचे प्रयत्न होत असताना दिसत आहेत. काही सामाजिक रूढी किंवा आर्थिक विषमता यांमुळे प्रत्येकाला शिक्षण, विकास, आरोग्य यांबाबत समान संधी उपलब्ध होत नाही. त्यांना ती उपलब्ध व्हावी, असे प्रयत्न लोकशाही व्यवस्था करीत आहेत. याचा अर्थ असा नव्हे, की सर्वांना समान पातळीवर आणण्याचा तो खटाटोप आहे. नैसर्गिक क्षमतेच्या आधारे जी विषमता आहे, तिचा आधार घेऊन काही विशिष्ट क्षमताधारकांना एखादी संधी मिळते; परंतु अशाच व्यक्तीस इतर कारणामुळे ती संधी मिळत नाही. ती असमानता नाहीशी करून संधीची समानता प्रस्थापित करणे, हीच खरी समता. नैसर्गिक समता आणि संधीची समानता या दोन संकल्पनांचा समन्वय साधून मानवी विकासाचा मार्ग लोकशाही व्यवस्थेत खुला होतो.

समतेचे प्रकार (Kinds of Equality)

आपल्या 'A Grammar of Politics' या ग्रंथात लास्की हा विचारवंत समतेचे दोन प्रकार सांगतो. एक, राजकीय समता आणि दुसरी, आर्थिक समता. वरपासून खालपर्यंत कोणालाही सत्तास्थान प्राप्त करण्याची समान संधी म्हणजे राजकीय समता. आर्थिक समतेमध्ये केवळ आर्थिक स्तर किंवा श्रेणी यांचाच समावेश न होता, आर्थिक सत्तेचे विषमीकरण दूर करणे अंतर्भूत असते. या अर्थाने जर आर्थिक समतेचा विचार केला नाही, तर आर्थिक सत्तेच्या जोरावर राजकीय सत्ता सहज हस्तगत करता येईल. तसेच राजसत्ता अर्थसत्तेची बटिक बनेल. आर्थिक समतेचा अर्थ असाही आहे, की आर्थिक

सत्ता ही लोकशाहीतील नैतिक तत्त्वांशी बांधील असली पाहिजे. याचाच अर्थ 'औद्योगिक जगातील अनियंत्रित प्रकारांना शासनाचे नियंत्रण असेल.' याचाच अर्थ असा की, औद्योगिक क्षेत्रात मालक-नोकर हे संबंध असे नसावेत, की नोकर हा मालकाचा गुलाम असून त्याच्या स्वातंत्र्याची गळचेपी व्हावी.' याकरिता लास्की सुचवितो; कोळसा, वीज, दळणवळण, बँकिंग यांसारखे महत्त्वाचे उद्योग राज्याच्या अखत्यारित असावेत.

बार्कर हा विचारवंत आणखी दोन प्रकार सुचवितो. एक कायद्यापुढील समता आणि दुसरी सामाजिक समता. कायद्यापुढे सर्व नागरिक समान असणे ही कायद्यापुढील समानता. शतकानुशतके ही समता नाकारली गेली. (उदा. अगदी अलीकडील उदाहरण घ्यावयाचे झाल्यास इंग्लंडसारख्या लोकशाही देशात १९१८पर्यंत स्त्रियांना मतदानाचा हक्क नव्हता.) परंतु आता लिंग, वंश, वर्ण, धर्मभेदांविरहित ही समता प्रस्थापित झाली आहे.

सामाजिक समतेचा प्रश्न अद्याप अनिर्णित वाटतो. बार्करच्या दृष्टीने सामाजिक समतेमध्ये सांस्कृतिक समता आणि आर्थिक समता येते. याचाच अर्थ अद्यापही आर्थिक विषमता आणि शैक्षणिक असमानता सर्व समाजामध्ये शिल्लक आहे. शैक्षणिक असमानतेमुळे समानात मोठ्या प्रमाणात सांस्कृतिक दरी निर्माण होते. शैक्षणिक स्तर उंचावण्याचा अर्थ शैक्षणिक समानता किंवा सांस्कृतिक समानता, असा नव्हे. कारण असा विचार करताना व्यक्तिगत विशिष्ट क्षमता व गुणवैशिष्ट्ये विचार करणे आवश्यक असते.

सामाजिक क्षमतेमध्ये आर्थिक समता अंतर्भूत असतेच. आर्थिक विषमता दोन स्तरांवर परिणाम करीत असते. आर्थिक सुबत्तेमुळे समाजात मिळणारे स्थान आणि त्यामुळे प्रस्थापित होणारा मालकी हक्क. औद्योगिक क्षेत्रात हा सामाजिक स्थानाचा प्रश्न मालक, नोकर या संबंधांत परावर्तित होत असतो आणि मालमत्तेवरील हक्काचा प्रश्न हा समाजातील आर्थिक विभाजनाशी निगडीत असतो. समाजातील ही विषम विभागणी कमी होण्यासाठी प्रयत्न झाले पाहिजेत. आर्थिक विषमता ही कायद्यापुढील समानतेला छेद देत असते व सामाजिक असंतोषाचे कारण बनत असते, म्हणून आर्थिक विषमता कमीत कमी कशी होईल, याकडे लक्ष पुरविणे आवश्यक आहे.

स्वातंत्र्य आणि समता

डी. टॉक्विल आणि लॉर्ड ॲक्टन हे विचारवंत स्वातंत्र्याचे पुरस्कर्ते असले, तरी ते समतेचा पुरस्कार करीत नव्हते. त्यांच्या दृष्टीने स्वातंत्र्य आणि समता ही मूल्ये परस्परविरोधी आहेत, असे दिसते. अनिर्बंध स्वातंत्र्य म्हणजे जणू कसेही वागण्याचा परवानाच. म्हणून सार्वजनिक हिताचे दृष्टिकोनातून व्यक्तिस्वातंत्र्यावर काही सर्वमान्य नियंत्रणे असलीच

पाहिजेत. अशा परिस्थितीत स्वातंत्र्य आणि समता ही मूल्ये परस्परविरोधी असतात. परंतु हा विरोधाभास असतो, ही वस्तुस्थिती नसते. कारण स्वातंत्र्य या मूल्यातच नियंत्रणाचा अंतर्भाव असतो. कारण स्वातंत्र्यामध्ये कायद्यापुढील समानता, सांस्कृतिक स्वातंत्र्य आणि संधींची समानता या गोष्टी अनुस्यूत असतात आणि त्यामुळेच स्वातंत्र्य या मूल्याला बळकटी येते. आर.एच.टॉनी (Tawney) हा विचारवंत म्हणतो, 'समता आणि स्वातंत्र्य या मूल्यांत परस्परविरोध नसून, समता हे मूल्य स्वातंत्र्याला बळकटी आणण्यासाठी आवश्यक आहे.'

वस्तुत: स्वातंत्र्य आणि समता या दोन्ही मूल्यांचा अंतिम हेतू एकच असतो. तो म्हणजे व्यक्तीचा विकास. या दोहोंपैकी कोणतेही मूल्य स्वतंत्रपणे विचारात घेता येत नाही. त्यांचा एकत्रित विचार करावा लागतो, कारण ती परस्परावलंबी आहेत. सर्व नागरिक स्वातंत्र्य महत्त्वाचे मानतात. परंतु समतेच्या बाबतीत ती एक समानीकरणाची प्रक्रिया असल्यामुळे (levelling process) जर तिचा अतिरेक झाला, तर त्याचा सामाजिक उद्रेकात परिणाम होणे अटळ असते. समतेशिवाय स्वातंत्र्य म्हणजे स्वैराचार आणि स्वातंत्र्याशिवाय समता ही केवळ सामाजिक सपाटीकरणाची प्रक्रिया मानली जाईल.

परंतु हे जरी असले, तरी अनेक वेळा स्वातंत्र्य या मूल्याला प्राधन्य देण्यात येते. व्यक्तीच्या विकासाकरिता स्वातंत्र्याची गरज असते आणि ते स्वातंत्र्य उपयुक्त व्हावे, म्हणून समतेची आवश्यकता असते. स्वातंत्र्य हे मूल्य सर्वांनाच आवश्यक वाटत असल्यामुळे, त्याचा उपयोग सामाजिक एकतेच्या दृष्टिकोनातून होतो. परंतु समतेचे तसे नाही. समता ही एक प्रकारे सामाजिक सपाटीकरणाची प्रक्रिया असल्यामुळे त्यात अनेकदा सामाजिक विसंवाद निर्माण होण्याची शक्यता असते. बार्कर म्हणतो, 'सर्व प्रकारची समता ही स्वातंत्र्याला साहाय्यकारी असते. पण जर समतेला प्राधान्य देऊन सामाजिक समतेची प्रस्थापना करण्याचेच धोरण वास्तवात आणण्याचा प्रयत्न केला, तर अनेक वेळा सामाजिक एकतेला तडे जाऊन, व्यक्तीच्या विकासाला आवश्यक असलेले स्वातंत्र्य हे मूल्य बाजूस पडेल.'

स्वातंत्र्य आणि समता ही दोन्ही मूल्ये व्यक्तिविकासाकरिता आवश्यक आहेत, असे वरील विवेचनावरून लक्षात येईल.

राजकीय तत्त्वज्ञानात समता या मूल्याला अनन्यसाधारण महत्त्व आहे. ॲरिस्टॉटलने विषमता हे अनेक सामाजिक संघर्ष आणि युद्धे यांचे मूळकारण असल्याचे यथायोग्य प्रतिपादन केले आहे. दैनंदिन जीवनातही समता - विषमता या मूल्यांना फार महत्त्वाचे स्थान असते व त्यातूनच योग्य - अयोग्य, न्याय्य - अन्याय्य परिस्थिती उद्‌भवते. आर.एच.टॉवनी या विचारवंताने म्हटलेच आहे, 'समाजात विषमतेनुसार व्यवहार करणे

हे प्रवाहाबरोबर वाहत जाण्याइतके सोपे आहे, परंतु समता प्रस्थापित करण्यासाठी प्रयत्न करणे हे प्रवाहाच्या विरुद्ध दिशेने पोहोण्याइतके अवघड आहे. 'विषमतेला कोणतेही बुद्धिवादी समर्थन असत नाही. विषमता ही केवळ ईश्वरनिर्मित आहे, असे विधान केले, तरी पुरे होते, परंतु समता प्रस्थापित करण्यासाठी जाणीवपूर्वक मानवी प्रयत्नांची आवश्यकता असते.' समता प्रस्थापित करण्यासाठी दैव आणि संधी यांविरुद्ध संघर्ष करावा लागतो. अन्याय्य सत्तेशी मुकाबला करावा लागतो आणि ते प्रयत्न म्हणजे पूर्वापार चालत आलेल्या विशिष्ट हक्कांच्या विरोधात लढा उभारावा लागतो, असे सारटोरी (Sartori) हा विचारवंत म्हणतो. पूर्ण समता हे मानवजातीचे उच्चतम उद्दिष्ट आहे. ते अतिशयोक्त नाही.

समता ही अत्यंत गुंतागुंतीची संकल्पना आहे. त्याचा अर्थ सारखेपणा किंवा समान व्यक्तित्व (identity). वेगळ्या भाषेत सांगावयाचे झाल्यास त्याचा अर्थ न्याय. अर्थात समतेची मागणी म्हणजे संपूर्ण समतेची मागणी असा होत नाही. काही बाबतींतील विषमता समाजात गृहीतच धरावी लागते. नैसर्गिक व्यक्तिगत वेगळेपणा मान्य करून, समाजात आढळणारी विषमता जास्तीत जास्त कमी करून, प्रत्येक व्यक्तीला तिच्या विकासाची संधी उपलब्ध करून देणे म्हणजे समता. 'सर्व माणसं जन्मतःच समान आहेत' (All are created equal), या उक्तीचा अर्थच सामाजिक समता अध्याहृत करते. राजकीय विचारात म्हणूनच या संकल्पनेला महत्त्वाचे स्थान असून, समाजात समता कशी प्रस्थापित करता येईल व ती प्रस्थापित करण्यात राज्याचे दायित्व काय, तसेच ती प्रस्थापित करीत असताना व्यक्तीच्या स्वातंत्र्याचे उल्लंघन होऊ नये, अशी व्यवस्था कशी निर्माण करता येईल याबाबत निर्माण अनेक विचारवंतांचे सक्रीय योगदान आहे.

समता आणि समानता

स्वातंत्र्य, समता आणि बंधुता ही लोकशाहीची आधुनिक तीन मूल्ये हे फ्रेंच राज्यक्रांतीचे योगदान मानले जाते. बहुतेक लोकशाही व्यवस्थांनी या तीन मूल्यांना विशेष महत्त्व दिल्याचे आढळते; परंतु स्वातंत्र्यवादी विचारवंतांनी समतेपेक्षा स्वातंत्र्याला अधिक महत्त्व दिल्यामुळे, स्वातंत्र्य आणि समता ह्या संकल्पना परस्परपूरक आहेत की परस्परविरोधी, या बाबतीत राजकीय विचारवंतांमध्ये मतभेद असल्याचे दिसून येते; परंतु समन्वयवादी विचारवंत स्वातंत्र्य आणि समता केवळ परस्परपूरकच नसून, त्या एकमेकांवर अवलंबून आहेत, असे मानतात.

समता या संकल्पनेचा विचार करताना त्याच अर्थाची दुसरी संकल्पना म्हणून समानता या तत्त्वाचा विचार करावा लागतो. मात्र समानता आणि समता या दोन तत्त्वांमध्ये काहीसे अर्थांतरण आहे. समता किंवा समानता दोन प्रकारे विचारात घेता येते, एका अर्थाने

माणूस म्हणून सर्व माणसे समान आहेत. दुसऱ्या अर्थाने माणसा-माणसांमध्ये समतेच्या ऐवजी विविधता आढळते. अनेकदा अशा विविधतेचा अर्थ विषमता असा घेतला जातो. उदा. रंग, रूप, वजन, आकार, सौंदर्य या बाबतीत निसर्गत:च माणूस असमान असतो. कोणतीही एक व्यक्ती निसर्गत: दुसऱ्या व्यक्तीसारखी नसते. असाच फरक बौद्धिक, शारीरिक आणि आध्यात्मिक पातळीवरही असतो. मनुष्य हा बुद्धिनिष्ठ व विवेकशील असतो, असे म्हणताना सगळीच माणसे बुद्धी आणि विवेक यांच्या आधारे समान असतात, असे म्हणता येणार नाही.

बाह्य समानता प्राय: अशक्य असली, तरी समता ही संकल्पना प्रत्यक्षात येणे शक्य आहे, असे समतावाद्यांचे म्हणणे दिसून येते. या ठिकाणी समता म्हणजे राजकीय समता राज्याच्या कायद्याने प्रत्येक नागरिकाला दिलेली समान वागणुकीची हमी, असे म्हणता येईल. राज्याने केलेला कायदा सर्वांसाठी समान असून, त्या कायद्याची अंमलबजावणी समतेच्या तत्त्वावर होईल, ही ती हमी. कोणतीही व्यक्ती रूप अथवा रंग, सत्ताधीश अथवा सत्ताहीन किंवा इंग्रजी परिभाषेत सांगावयाचे झाल्यास irrespective of caste, creed, religion or economic position यांतील विषमता लक्षात घेऊनही कायद्यापुढे समान आहे. एकाच अपराधासाठी समान शिक्षा किंवा विशिष्ट कर्तव्य बजावल्यास समान पुरस्कार देणे यात हे समतेचे तत्त्व अनुस्यूत असते. परंतु व्यक्तीच्या अन्न, वस्त्र, निवारा, शिक्षण आणि आरोग्य या प्राथमिक गरजा भागल्याशिवाय तिला विकासाच्या समान संधीचा लाभ घेणे शक्य होणार नाही; म्हणून समतेबरोबरच समान संधीचे तत्त्व अमलात आणणे आवश्यक ठरते. समता आणि समानता या तत्त्वांबद्दल एल. टी. हॉबहाऊस (L.T. Hobhouse) या राजकीय अभ्यासकाने म्हटले आहे -

'माणसाला माणूस म्हणूनच वागणूक द्यावयास हवी. त्याला माणुसकी हे नाव द्या, व्यक्तित्व म्हणा, हवे तर आत्मतत्त्व म्हणा, परंतु मानवी जीवनाच्या पातळीवर सर्वांचे समान अस्तित्व असल्यामुळे, माणसाला माणुसकीची वागणूक मिळालीच पाहिजे, यात शंका नाही. प्रत्येक माणसाच्या अस्तित्वासाठी काही प्राथमिक गरजा आहेत. त्या गरजांच्या व्याप्तीमध्ये विविधता असते. परंतु त्यांना एक समान तत्त्व आहे व ते म्हणजे प्रत्येकाच्या प्राथमिक गरजा समान आहेत.'

एका व्यक्तीला दुसऱ्या व्यक्तीहून मिळालेल्या क्षमता निसर्गत:च भिन्न असतात. त्यामुळे त्यात असमानता असते, तसेच त्याचे परिणामही भिन्न असू शकतील. या बाबतीत एवढाच विचार करणे आवश्यक आहे की, समान क्षमतेच्या आधारे व्यक्तींना समान संधी मिळाली, पण काहींना ती नाकारली गेली नाही ना?

सामाजिक जीवनात एका व्यक्तीचा इतर अनेक व्यक्तींशी संबंध येत असतो. त्या वेळी अनेक प्रकारच्या उत्तेजना (प्रेरणा) व्यक्तीस मिळत असतात. त्या व्यक्तीच्या

विकासाला पोषक आहेत की मारक, यांचाही विचार करावा लागतो. त्या विविध उत्तेजनांचे (Stimulus) तौलनिक समाधान समता या तत्त्वात अंतर्भूत असते. त्यामुळे व्यवहारात प्रेरणा किंवा उत्तेजना यांच्या प्राथम्याच्या विचाराला महत्त्व प्राप्त होते. जॉन लॉक, मॉंटेस्क्यू, जे. एस. मिल आणि जॉन रॉल्स यांच्यासारख्या विचारवंतांनी विविध उत्तेजनांपैकी राजकीय उत्तेजनांच्या समाधानाला प्राधान्य दिले. व्यक्तिस्वातंत्र्याचे संरक्षण आणि राजकीय समता या तत्त्वांना सर्वाधिक प्राधान्य दिले पाहिजे, असे मत त्यांनी मांडले. एकदा राजकीय समता प्रस्थापित झाली, की राजकीय सुधारणा आपोआपच वेग घेतील आणि समाजपरिवर्तन घडून येईल, असे त्यांचे मत होते. विन्स्टन्ले, रॉबर्ट ओवेन यांच्यासारख्या सामाजिक सुधारणावादी विचारवंतांनी आर्थिक उत्तेजना किंवा प्रेरणा यांना प्राधान्य दिले. त्यांच्या मतानुसार सर्वांना जीवनावश्यक वस्तूंचा पुरवठा झाल्याखेरीज समता या संकल्पनेला काहीच अर्थ नाही. कारण आर्थिक उत्तेजनांच्या उपशमाखेरीज सामाजिक आणि राजकीय स्वातंत्र्याचा अर्थ लावणे दुरापास्त आहे.

समता आणि स्वातंत्र्य या तत्त्वांचा अन्योन्य संबंध विचारात घेतला जात असताना आधुनिक काळात सर्व विचार एकांतिक व्यक्तिवादाकडे झुकल्याचे दिसते. अधिकाधिक धनसंपत्ती मिळविणे, संपत्तीचा मनमानी उपभोग घेणे, संपत्ती मिळविण्याकरिता भ्रष्ट मार्गाचा अवलंब करणे या विपरीत विचार आणि कृती यांकडे बहुसंख्य लोक झुकलेले दिसतात. या प्रवृत्तीवर प्राचीन कालापासून विचारवंतांनी प्रहार केल्याचे दिसते. प्लेटो म्हणतो, जास्तीत जास्त धनसंपत्ती मिळविणे, तिचा संचय करणे ही मानवाची सहजप्रवृत्ती असू शकत नाही. हा भांडवलशाही व्यवस्थेने केलेला कल्पनाविलास आहे. Republic या आपल्या ग्रंथात प्लेटो म्हणतो, पैसा मिळविणे ही आवश्यक बाब असेलही, पण तिचा संचय करणे ही गरज नाही. सामाजिक, आर्थिक व राजकीय विषमता हा औद्योगिक क्रांतीनंतर निर्माण झालेल्या भांडवलशाही समाजव्यवस्थेचा दोष आहे.

समता या मूल्याचा मूलस्रोत कशात आहे, हे जाणून घेण्याचा सामाजिक शास्त्रज्ञांनी प्रयत्न केल्याचे दिसते. धर्मसंस्था हा सामाजिक समतेचा मूलस्रोत आहे. धर्मसंस्था समतेच्या तत्त्वाकडे नैतिक समता म्हणून पाहते. येशू ख्रिस्ताची शिकवण आणि बायबलमधील शिकवण यांमुळे नैतिक समतेचे धडे ख्रिश्चन बांधवांना मिळाले. त्यामुळे ख्रिश्चन धर्म हा समतेचा मूलस्रोत मानला जातो. भारतीय समाजव्यवस्थेत व्यक्तीचा आत्म्याशी आणि परब्रह्माशी संबंध जोडला जातो. 'अयमात्मा ब्रह्म' हे तत्त्व माणसामधील उच्च कोटीची समता दर्शविते. माणसाचे व्यावहारिक जीवन आणि धर्मतत्त्वे यांची नैतिक सांगड सर्वच धर्मांनी घातल्याचे दिसते. नैसर्गिक विषमता मान्य करूनही प्रत्येक व्यक्ती माणूस म्हणून काही (self-respect) असते आणि त्यामुळेच मानवाच्या समान गुणधर्मासाठी प्रत्येक

व्यक्तीला समाजाने आणि समाजातील प्रत्येकाने समतेने वागवावे, अशी रास्त अपेक्षा असते.

अठराव्या शतकात समतेचा विचार राजकीय क्षेत्रापुरताच मर्यादित होता. परंतु व्यक्तिस्वातंत्र्याच्या फाजील अभिमानामुळे 'स्वातंत्र्य म्हणजे स्वैराचार' असा विपरीत अर्थ घेऊन, काही विद्वानांनी आणि उद्यमशील व्यक्तींनी अमाप धनसंपत्ती मिळवून तिचा संचय केला. या विचारप्रवर्तनाचे मूलस्रोत आर्थिक स्वातंत्र्यात दडले होते. त्यातूनच राजकीय, आर्थिक आणि सामाजिक विचारांमध्ये परिवर्तन होऊन व्यक्तिस्वातंत्र्यवाद, उपयुक्ततावाद, उदारमतवाद, आदर्शवाद आणि समाजवाद ही स्थित्यंतरे होऊन अखेर एकोणिसाव्या शतकाच्या मध्यावर कार्ल मार्क्स या तत्त्ववेत्याने भांडवलशाही व्यवस्थेऐवजी कामगारांची हुकूमशाही प्रस्थापित झाल्यास आर्थिक समतेचे तत्त्व प्रस्थापित होईल आणि राज्यविरहित समाजव्यवस्था निर्माण होऊन प्रत्येकाला आपल्या नैसर्गिक स्वातंत्र्याचा उपभोग घेता येईल, असे ठाम मत मांडून सर्व जगाला प्रभावित केले. या वैचारिक परिवर्तनामुळे स्वातंत्र्य आणि समता या मूल्यांचे परस्परसंबंध अधोरेखित केले गेले, यात शंका नाही. एक गोष्ट निश्चित, की संधीची समानता म्हणजे समता या तत्त्वाशी कोणतेही लोकशाही राज्य मुखर झाल्याचे दिसत नाही.

समता या संकल्पनेचा 'संधीची समानता' (Equality of Opportunity) हा अर्थ घेणे हे सयुक्तिक ठरते. प्रत्येक व्यक्तीच्या शारिरीक आणि बौद्धिक क्षमता भिन्न आणि विविध असल्यामुळे, प्रत्येकाला आपल्या क्षमतेनुसार विकासाची संधी मिळाली पाहिजे, असा आग्रह विचारवंत आणि बुद्धिनिष्ठ लोक यांच्याकडून सतत धरला केल्याचे दिसते. या बाबतीत असाही एक विचार मांडला जातो, की समान संधीचा उपभोग घेण्यासाठी समाजाची रचना अनुकूल असली पाहिजे. 'सर्व लोकांना आपला जीवनक्रम आखण्याची संधी उपलब्ध असली पाहिजे. एखाद्या कुटुंबात किंवा उद्योगात नोकरालाही त्याच्या मालकाला ज्या संधी उपलब्ध असतात, तशाच संधी उपलब्ध असणे आवश्यक आहे. तसेच प्रत्येकाच्या क्षमतेनुसार आणि पात्रतेनुसार त्या संधीचा लाभ घेण्याची मुभा असली पाहिजे. त्यामध्ये आर्थिक स्तराचा अगर इतर कोणताही अडथळा असता कामा नये.'

संधीची समानता या संकल्पनेवरही टीकाकारांनी झोड उठविली. बर्नार्ड विल्यम्स म्हणतो, की संधीची समानता या संकल्पनेत अप्रत्यक्षपणे खाजगी संपत्तीचे समर्थनच आढळून येते. आर.एच.टॉवनी या विचारवंताने म्हटले आहे, की परिस्थितीची समानता असल्याशिवाय संधीची समानता ही संकल्पना वास्तवात येणे शक्य नाही. (There cannot be equality of opportunity without equality of circumstances) समता आणि स्वातंत्र्य यांच्या परस्परसंबंधांबाबतच्या चर्चा या अनिर्णित अवस्थेत आजही असल्याचे दिसून येते.

स्वातंत्र्य आणि समता या दोन संकल्पनांचा तौलनिक अभ्यास केला जातो. या संकल्पना परस्परपूरक आहेत की परस्परविरोधी आहेत, या मुद्यावर सर्वाधिक भर दिला जातो. रोलँड कार्टलँड या विचारवंताने आपल्या प्रबंधवजा ग्रंथात (Why I am a Democrat?) म्हटले आहे, 'ही दोन मूल्ये एकमेकांत गुंतलेली आहेत. लोकशाही व्यवस्थेत राजकीय स्वातंत्र्याच्या बाबतीत ती परस्परपूरक आहेत, असे वाटते. कारण लोकशाही व्यवस्थेत कायद्यापुढील समता व सर्व लोकांचा राजकीय सहभाग ही दोन तत्त्वे अंतर्भूत आहेत. राजकीय समतेच्या बाबतीत तर ती जाती, धर्म, वंश, आर्थिक स्तर, लिंगभेद इत्यादींच्या पलीकडे जाऊन समतेचे तत्त्व प्रस्थापित करते.' या ठिकाणी कार्टलँड केवळ राजकीय समतेचाच विचार करताना दिसतो. समता या मूल्याला प्राधान्य द्यावे, हा विचार मांडताना तो म्हणतो, माणसातील नैसर्गिक व अंगभूत क्षमतांचा विकास होण्यासाठी समता या मूल्याला प्राधान्य दिले पाहिजे. त्यामुळे कोणत्याही व्यक्तीला कोणत्याही अडथळ्याशिवाय आपल्या अंगभूत क्षमतांच्या आधारे सुखी जीवनाचा व विकासाचा मार्ग निवडता येईल आणि त्यासाठी उपलब्ध साधनसामग्रीचा उपयोग करता येईल.

मॅथ्यू अरनॉल्ड, याने विषमतेला जीवनाचा अविच्छिन्न भाग मानून समतेचे तत्त्व प्रस्थापित करण्यासाठी विषमतेवर नियंत्रण घालणे कसे महत्त्वाचे आहे, असे प्रतिपादन केले आहे.

समता - पायाभूत विचार (Foundational Notion Equality)

मानवी समता ही संकल्पना आधुनिक काळातील आहे, असे म्हटल्यास वावगे होणार नाही. सर्व प्राचीन समाजव्यवस्था या वंशपरंपरेवर आधारित असल्यामुळे त्यात विषमता होती. परंतु समता याचा अर्थ क्षमता, बुद्धिमत्ता, सामाजिक दर्जा, आर्थिक स्थिती किंवा सत्ता यांतील समता नव्हे. आधुनिक काळात एक असा समज निर्माण झाला, की व्यक्तीव्यक्तींमध्ये फार कमी प्रमाणात विभिन्नता असते आणि सर्वांना समान वागणूक दिल्यास समान संधी प्राप्त करून देणे शक्य आहे. शारीरिक क्षमता आणि बौद्धिक क्षमता यांतील फरक जरी मान्य केला, तरी 'सर्व लोक जन्मतः समान आहेत' (all are created equal) हेच गृहीत धरले जाते. हॉब्जने हेच तत्त्व वेगळ्या तऱ्हेने उचलून धरल्याचे दिसते. तो म्हणतो, शारीरिक ताकद आणि बौद्धिक क्षमता यांबाबतीत विभिन्नता आढळत असली, तरी स्वतःचे हेतू साध्य करून घेण्यात सर्व माणसे सारखीच असतात. आपला हेतू शारीरिक दुर्बल माणूस लबाडीने साध्य करून घेतो, तर सामर्थ्यवान माणूस आपला हेतू शक्तीच्या जोरावर साध्य करून घेतो. स्टॉईक्स आणि सिसेरो यांनी मानवी समानता निसर्गप्रणीत आहे, असे मांडले, तर ह्यूम याने एकोणिसाव्या शतकात आणि हार्ट (Hart)

या विचारवंताने विसाव्या शतकात ही बुद्धीची समानता मानवी सहकार्याच्या भूमिकेतून मांडली. उपयुक्ततावादी विचारवंत मानवी समता हा सर्वांना सुख आणि दु:ख भोगण्याची प्रेरणा समान असल्याची भूमिका मांडतो आणि त्यामुळे सुखदु:खाचे मोजमाप करताना प्रत्येक व्यक्ती स्वतंत्र असते, असे म्हणताना ही प्रेरणा मानवात समानतेने वास करते, असा दावा करतो. कांटप्रणीत मानवी समता ही नैतिक मूल्य या विचारातून घेतलेली असते, तर मार्क्सवादी विचारवंत कामाच्या मोबदल्याबाबत थोडक्यात आर्थिक दृष्ट्या समतेचा विचार मांडताना दिसतात. आर.एच.टॉवनीसारखे विचारवंत सामाजिक संस्थात्मक समतेचा विचार मांडतात. समता या मूल्यावर टीका करणारे विचारवंत म्हणतात, की व्यक्तित्व, भावना, बुद्धिमत्ता किंवा आर्थिक बाबतींत समता असली, तरी प्रत्येक व्यक्तीमध्ये कमी-जास्त प्रमाणात आढळणाऱ्या या बाबींमुळे सर्वांना समान वागणूक मिळेल, असे शक्य नाही. पायाभूत समतेचा आविष्कार विविध तत्त्वज्ञांना केला आहे, त्याचे स्वरूप जाणून घेणे महत्त्वाचे ठरेल.

प्रमाणशीर समता (Proportional Equality)

ॲरिस्टॉटल हा न्यायाच्या विभागणीच्या (Distributive Justice) दृष्टिकोनातून समतेचा विचार मांडतो. जेव्हा समान पातळीवरील व्यक्तींना असमानतेने वागविले जाते किंवा असमान पातळीवरील व्यक्तींना समान वागणूक देण्याचा प्रयत्न केला जातो, तेव्हा विषमता निर्माण होते. व्यक्तीव्यक्तींत क्षमता, बौद्धिक पातळी यांमध्ये विभिन्नता असते, यावर त्याचा विश्वास होता. व्यक्तीचे सामाजिक, आर्थिक आणि सांस्कृतिक आयुष्य हे विभिन्न असते. त्यामुळे व्यक्तींना मिळणाऱ्या लाभामध्ये फरक असतो. तो म्हणतो, समतेबद्दलची इच्छा ही मुखत्वेकरून मानसिक पातळीवर असते, पण प्रत्यक्षात ती येणे अवघड असते आणि दुसरे म्हणजे नैतिकदृष्ट्या समता अस्तित्वात आणणे आवश्यक असले, तरी वास्तवात समता प्रस्थापित होणे अवघड असते. 'समाजातील व्यक्तीचे स्थान, तिचे कर्तव्य, तिचे हक्क, तिचे उत्तरदायित्व या सर्व गोष्टी व्यक्तिगत स्वरूपाच्या व विभिन्न असल्यामुळे नैतिकदृष्ट्या आणि मानसिकदृष्ट्या समतेवर आधारित समाजव्यवस्था असावी, असे वाटले, तरी ते वास्तवात येणे अशक्यप्राय असते.'

कायद्यापुढील समता किंवा कायदेशीर समानता (Equality before Law or Legal Equality)

कायद्यापुढील समानता म्हणजे सर्व जण कायद्यापुढे समान आहेत आणि कायदेशीर समानता म्हणजे सर्व नागरिकांना समान कायदेशीर संरक्षण असते. याचा अर्थ कायद्याचे अधिराज्य, कायद्याचे सार्वभौमत्व. सत्ताधारी आणि नागरिक एकाच कायद्यापुढे समान असतात. हे तत्त्व उदारमतवाद्यांनी हुकूमशाहीला विरोध करताना मांडले. अर्थात त्यातही

भिन्नता असते. विशिष्ट वयाखालील मुले, मतिमंद हे नागरिक वेगळ्या तऱ्हेने वागविले जातात. प्रत्यक्षात पुरुष आणि स्त्री हा लिंगभेदही काही ठिकाणी केला जातो. ब्रिटनमध्ये सामान्य नागरिक आणि सरदार-दरकदार यांच्यातही भेद केला जातो. श्रीमंत आणि गरीब हे जरी कायद्यासमोर समान असले, तरी कायद्याचा उपयोग करून घेण्याची दोघांची क्षमता विभिन्न असते. ग्रीकांच्या लोकशाहीमध्ये प्रत्येक माणूस हा त्याची प्रसिद्धी किंवा समाजातील किंमत या दृष्टीने दुसऱ्या व्यक्तीच्या बरोबरीचा असतो. याचेच आधुनिक काळातील स्वरुप म्हणजे सर्व व्यक्तींना सारखेच हक्क असतात, हे होय. फ्रेंच राज्यक्रांतीनंतर १७८५ च्या घटनेनुसार कायद्यापुढील समानता किंवा समान कायदा व समान हक्क हे तत्त्व घोषित झाले. उदारमतवादी मागणीनुसार समानतेचा अर्थ तीन प्रकारे लावण्यात आला. एक, सार्वत्रिक मतदानाचा हक्क; दुसरी, सामाजिक समता म्हणजे वर्ग आणि मालमत्ता या दृष्टिकोनातून सर्वांना समान सामाजिक दर्जा आणि तिसरे, संधीची समानता. या मागण्या मूलतः लोकशाही व्यवस्थेतील होत्या, कारण उदारमतवादात राजकीय स्वातंत्र्यावर जास्त भर दिला असून, वर्ग आणि दर्जा यांचा विचार त्या दृष्टीने गौण मानला होता.

राजकीय समता (Political Equality)

राजकीय समता म्हणजे मतदानातील समानता आणि कोणत्याही पदावर निवडणूक लढविण्याची प्रत्येकाची समता. याचाच अर्थ संधीची समानता हा होय. त्याचाच अर्थ समान क्षमतेला समान मान्यता हा होय. अर्थात मतदानाचा सार्वत्रिक हक्क प्रस्थापित होण्यास फार काळ जावा लागला. प्रारंभीच्या काळात मतदानाचा हक्क हा मालमत्तेशी जोडलेला होता. पुढे कामगार आणि त्यानंतर स्त्रिया यांना तो देण्यात आला. १९५० च्या आसपास पाश्चात्त्य देशांतील लोकशाही व्यवस्थांनी हा हक्क स्त्रियांना बहाल केला. त्या तुलनेत अलीकडे स्वतंत्र झालेल्या भारतासारख्या देशांनी स्त्री-पुरुषांना राजकीय समानता एकदमच बहाल केल्याचे दिसते. राजकीय समता म्हणजे 'सामूहिक हिताचे निर्णय घेताना प्रत्येक व्यक्तीचा समान सहभाग होय.'

संधीची समानता (Equality of Opportunity)

लोकशाही उदारमतवादात संधीची समानता हे तत्त्व मान्य केले गेलेले आहे. याचा अर्थ सामाजिक संस्थेमध्ये प्रत्येक व्यक्तीला आपली बौद्धिक क्षमता आणि व्यक्तिगत विकास या आधारे समान सहभाग घेण्याची संधी हा होय. ही कल्पना फ्रेंच आणि अमेरिकन क्रांतीनंतर रूढ झाली. पूर्वी समाजातील दर्जा आणि जन्मजात क्षमता, तसेच समाजातील उच्चभ्रू लोकांची मुले यांनाच त्यांच्या बौद्धिक क्षमतेनुसार शासकीय किंवा उद्योगांमधील वरिष्ठ पदावर नेमणुकीच्या संधी उपलब्ध असत. प्लेटो या राजकीय विचारवंतानेही

गुणविशेषांवर आधारित रचनेला आपल्या विचारात प्राधान्य दिले होते व अशी व्यवस्था केवळ गुणवत्तेवर आधारित व्यक्तींनाच शिक्षण देऊन महत्त्वाच्या जागा देता येतील, असे प्रतिपादन केले होते. सद्य: परिस्थितीतही संधीची समानता याविषयीची चर्चा मुख्यत: गुणवत्तेवर आधारलेली असून, व्यक्तीची पदावरील नेमणूक ही तिची बौद्धिक क्षमता आणि गुणवैशिष्ट्ये यांवर आधारित असते. तसेच नोकरीतील बढतीचाही तोच निकष असतो.

परिस्थितीची समानता (Equality of Condition)

'संधीची समानता' या संकल्पनेशीच 'परिस्थितीची समानता' ही संकल्पना जोडली गेलेली आहे. कारण संधीची समानता प्रस्थापित करावयाची असल्यास काही प्रमाणात परिस्थितीही समान असणे आवश्यक असते. संधीची समानता म्हणजे कोणत्याही बाबतीत किंवा पदावर प्रविष्ट होण्याची समान संधी; परिस्थितीची समानता म्हणजे कोणत्याही मार्गाची सुरूवात करताना समान परिस्थिती असणे. कोणत्याही संधीकरिता मार्ग स्वीकारताना भौतिक स्थितीची समानता. उदा. ज्या मुलांना उत्तम शिक्षण घेण्याची संधी उपलब्ध आहे, अशा मुलांच्या तुलनेत, जे त्या दृष्टीने सक्षम नाहीत, अशांची बौद्धिक प्रगती हळूहळूच होणार. याचा अर्थ सर्व मुलांना शिक्षणाची सुरुवात एका विशिष्ट पद्धतीने करून दिली, तर प्रत्येक विद्यार्थी आपल्या क्षमतेनुसार आपली प्रगती करू शकेल. पण त्याकरिता सर्वांची सुरुवात विशिष्ट पद्धतीनेच व्हावयास हवी. संधीची समानता या संकल्पनेतून गुणविशेष, क्षमता किंवा बुद्धिमत्ता यांच्या समतेला अग्रक्रम मिळतो; तर परिस्थितीच्या समानतेमुळे सर्वांना समान सुरुवातीची संधी उपलब्ध होते. टॉनी (Tawney) म्हणतो, संधीच्या समानतेमुळे विशिष्ट बौद्धिक क्षमता असलेल्या व्यक्ती नोकरी-व्यवसायात प्रगती करू शकतात; तर समान सुरुवात, समान परिस्थिती यांमुळे रॉल्सच्या म्हणण्यानुसार संधीची समानता उपलब्ध होतेच आणि शिवाय आर्थिक व सामाजिक परिस्थितीमुळे निर्माण होणारी विषमता नष्ट झाल्यामुळे सामाजिक न्याय प्रस्थापित होण्यास मदत होते.

आर्थिक समानता (Economic Equality)

आर्थिक समानता म्हणजे समान सुरुवात किंवा नैसर्गिक क्षमता यांच्याखेरीज अशा तऱ्हेचे सामाजिक प्रकल्प राबविणे, की जेणेकरून समाजातील मागासवर्गीय लोकांना त्यांचा विकास साध्य करण्याचे बळ प्राप्त होईल. उदा. भारतातील वन्य जाती-जमाती किंवा मागासवर्गीयांना दिलेले घटनात्मक आरक्षण हे या प्रकारात मोडते. आर्थिक समता म्हणजे आर्थिक विषमता नष्ट करणे. मार्क्सवाद आणि काही प्रमाणात समाजवादी विचारसरणी या समतेशी जोडल्या गेल्या आहेत. अशा प्रकारे आर्थिक विषमता नाहीशी

झाली पाहिजे, तरच समाजात सामाजिक व राजकीय स्वातंत्र्य नांदू शकेल, अशी भूमिका प्लेटो, विन्स्टन्ले, मोर आणि Levellers या गटातील काही विचारवंतांनी मांडली. मार्क्सवादी आणि समाजवादी विचारांत मांडलेली आर्थिक समतेची भूमिका ही खाजगी मालमत्तेचा हक्कच नाहीसा करण्यावर आणि समाजातील स्थानाबाबतच्या समतेशी निगडीत आहे. परंतु ती कल्पना उदारमतवादी राज्यांप्रमाणे नाही. उदारमतवादी राज्यांमध्येही आर्थिक विषमतेची दरी कमी करण्याचे प्रयत्न केले जातात; पण ते करसंकलन, प्रगतीशील करआकारणी अशा मार्गाने केले जातात. त्यामध्ये खाजगी मालमत्तेचा हक्क अबाधित असतो.

सामाजिक समता (Social Equality)

सामाजिक समता म्हणजे वर्ण, वंश, जात, आर्थिक स्थिती या सर्वांनिरपेक्ष व्यक्तीची समानता. दक्षिण आफ्रिकेतील वंशविरोधी लढा, अमेरिकेतील नागरी हक्कांसाठीचा लढा आणि स्त्री - हक्कासाठी जगभर चालू असलेले संघर्ष हे सामाजिक समतेचेच द्योतक म्हणता येतील. रुसोने खाजगी मालमत्तेचे दोष दाखवून दिले आणि समाजात कायद्याचे राज्य प्रस्थापित झाले पाहिजे, असे प्रतिपादन केले. लोकशाही व्यवस्थेतच सामाजिक समतेची प्रस्थापना झाली पाहिजे, असे गुटमतसारख्या विचारवंतांनी मत मांडले. परंतु आधुनिक काळात मॅक्फर्सन, पाटेमन यांसारख्या विचारवंतांनी असे मतप्रदर्शन केले, की सामाजिक समतेचे उद्दिष्ट साध्य करावयाचे असल्यास, प्रातिनिधिक संस्थांतील पदाधिकाऱ्यांना लोकांना जास्तीत जास्त उत्तरदायी बनविले पाहिजे.

समता या मूल्याविषयी चर्चा

उदारमतवादी (Liberals)

हॉब्ज आणि लॉक हे विचारवंत मानवी समता या मूल्याला मूलभूत तत्त्व म्हणून मान्यता देतात. हॉब्ज म्हणतो, सर्व मानवी समाज किंवा समाजातील व्यक्ती या समान/त्याच वस्तूंची अभिलाषा धरतात आणि त्या मिळविण्याची त्यांची क्षमता सर्वसाधारणत: सारखीच असते. त्यामुळे प्रत्येकाच्या मनात एक प्रकारची असुरक्षिततेची भावना निर्माण होते. वस्तूंचा तुटवडा लक्षात घेता, ज्या व्यक्तीकडे जास्तीत जास्त वस्तू असतील, अशी व्यक्ती जास्तीत जास्त यशस्वी असते व तिला जास्तीत जास्त शत्रू निर्माण होतात. त्यामुळे व्यक्तींच्या अमर्याद इच्छाशक्ती व भावना यांनी आवर घालून समाजात शांतता प्रस्थापित करण्यासाठी एका सक्षम किंवा बलदंड सत्तेची निर्मिती आवश्यक असते. मात्र लॉकने विपुल साधनसंपत्तीचे अमेरिकेचे उदाहरण पाहून मानवी समाजाची इतकी खिन्न परिस्थिती रेखाटली नाही. तो सर्वांना सर्व वस्तू मिळविण्याचा समान हक्क असल्याचे मान्य करतो, पण तो हक्क पैशाच्या वापरामुळे अस्तित्वात येत नाही व काही धनवान

लोक अमर्याद वस्तूंची मालकी निर्माण करू शकतात. अर्थात लॉकला मॅक्फर्सन म्हणतो त्याप्रमाणे समाजाचे मालकी असलेले व मालकी नसलेले वर्ग मान्य नाहीत. जीवन, स्वातंत्र्य आणि संपत्ती या हक्काचे समर्थन लॉक करतो, परंतु संपत्तीच्या हक्काचे अमर्याद साठवणूक या दृष्टीने तो समर्थन करीत नाही. लॉकच्या काळातच काय, पण पुढेही काही काळपर्यंत मालमत्ता हा अधिक पैसा मिळविण्याचा मार्ग म्हणून संमत नव्हता. लॉकच्याच समान हक्क या संकल्पनेला जेफरसन दुजोरा देतो. क्रांतिपूर्व काळातील फ्रान्समधील अतीव श्रीमंती आणि कमाल दारिद्र्याच्या सामाजिक विषमतेवर तो टीका करतो आणि अमेरिकेत अशा प्रकारची परिस्थिती उद्भवू नये, म्हणून संधीची समानता प्रस्थापित करणे आणि सर्वांना किमान राजकीय सहभागाची परिस्थिती निर्माण करावी, असे मत नोंदवितो. सर्व माणसे समान आहेत, असे तो मानतो. याचा अर्थ सर्व माणसे शारीरिक गुण, भौतिक गरजा आणि स्वसंरक्षणाचा हक्क या दृष्टीने समान आहेत. तसेच नैतिक पर्याय निवड आणि सुयोग्य न्याय्य कृती करण्याचे दृष्टीनेही ते समान आहेत. ज्ञान आणि सद्गुण या दृष्टीने असलेली विषमता तो मान्य करतो, परंतु असेही म्हणतो की, सामाजिक हिताच्या दृष्टीने त्यांचे व्यक्तिगत योगदान असतेच. सामान्य नागरिकांच्या दृष्टीने सरंजामशाहीत ज्ञान आणि सद्गुण जास्त प्रमाणात आढळतात, परंतु अखेर ज्ञान आणि सद्गुण यांना सामान्य जनांची मान्यता लागते.

बर्नार्ड मँडेव्हील, ह्युम आणि कांट हे विचारवंत विषमतेचे समर्थन करतात. त्यांचे मते, विविध व्यक्तींच्या ठिकाणी असलेल्या विशिष्ट क्षमता, बुद्धिमत्ता, कला यांच्या विकासाला वाव मिळतो. अर्थात मानवाच्या ठायी असलेल्या नैतिक समतेचे कांट समर्थन करतो. सामाजिक विषमता ही भांडवलशाही पद्धतीमुळे निर्माण होते, हे सत्य स्मिथ मान्य करतो. परंतु तो त्याकडे दुर्लक्ष करतो व भांडवलशाहीमुळे सर्वंकष विकास साधता येईल आणि कामगारांचे जीवनमान सुधारेल, अशी भूमिका तो मांडतो. राज्याने सार्वजनिक हिताचे दृष्टीने काही कामे हाती घ्यावीत व त्यासाठी सार्वजनिक संस्थांची उभारणी करावी, असेही तो सुचवितो.

डार्विनिझमचे समर्थक 'बळी तो कान पिळी' - survival of the fittest या उक्तीवर भर देऊन विषमतेचे समर्थन करतात. त्यांच्या मते काही व्यक्ती या दुर्बल असतात व अशा दुर्बल व्यक्तींना खास सवलती दिल्यास समाजाचा एकूण समतोलच ढासळतो. त्यामुळे 'बळी तो कान पिळी' या उक्तीनुसारच समाजाची धारणा असावी, असे त्यांचे मत असल्याचे दिसते. फॅसिझमचे तत्त्वज्ञान या विचाराच्या आधारेच मांडले गेले. आर्यांचे श्रेष्ठत्व आणि त्यावर आधारित वंशश्रेष्ठत्वाचा सिद्धान्त नाझीपक्षाने याच विचारातून घेतला.

रुसोने मानवी विषमतेवर कडाडून हल्ला केल्याचे दिसते. आपल्या 'Discourses on Origins of Inequality' या पुस्तकात त्याने आधुनिक समाजातील विषमतेवर

टीका केली. त्याने मानवाच्या नैतिक समतेवर भर देऊन व्यक्तींनी परस्परांशी सहकार्याने राहण्याची आवश्यकता प्रतिपादन केली. भौतिक प्रगती, अतिरिक्त संपत्तीचा संचय यांमुळे माणूस दु:खी होतो, असे प्रतिपादन करून तो म्हणतो; आधुनिक विज्ञान आणि तंत्रज्ञान यांतील प्रगती, शेतीसुधारणा, श्रमविभागणी, स्पर्धात्मक व्यापार यांमुळे निर्माण झालेल्या खाजगी मालकी हक्काची संकल्पना यांमुळे मानवी जीवन भ्रष्ट झाले आहे. आधुनिक व्यवस्था ही विषमतेने भरलेली आहे, कारण त्या विषमतेत नैसर्गिक विषमतेबरोबरच मानवनिर्मित विषमतेची भर पडली आहे. रुसो विषमतेची दोन कारणे सांगतो. नैसर्गिक विषमता तरुण आणि वृद्ध, सशक्त आणि दुर्बल, बुद्धिमान आणि मूर्ख. या नैसर्गिक कारणांमुळे निर्माण होणाऱ्या विषमतेला तो मान्यता देतो. परंतु काही बाबतीत त्याची मते वेगळी आहेत. तो म्हणतो, श्रीमंत माणसे इतराहून धनवान आहेत, कारण ती इतरांपेक्षा जास्त बुद्धिमान असतात, असे म्हणणे मूर्खपणाचे आहे. कारण अशीही शक्यता नाकारता येत नाही, की त्यांच्या वाडवडिलांनी अवैध मार्गानी संपत्ती मिळविली असेल आणि आता त्या संपत्तीची मालकी त्या श्रीमंत लोकांकडे आली असेल. समाजातील वरिष्ठ पदे, सत्तेची पदे केवळ बुद्धीच्या आधारे भरली जातात, हा गैरसमज आहे. कित्येक वेळा ही पदे फसवाफसवी आणि खोटेपणा यांनीही मिळविलेली असतात. रुसोचे म्हणणे थोडक्यात असे मांडता येईल, की नैसर्गिक विषमतेवर आधारित सामाजिक विषमता एक वेळ ग्राह्य धरता येईल. समाजात ज्या विषमता दिसत आहेत, त्या केवळ नैसर्गिक विषमतेवर आधारित नाहीत. त्या मानवनिर्मित आहेत.

रुसोने सामाजिक विषमतेवर केलेले भाष्य आणि त्यातून निर्माण होणाऱ्या सामाजिक अन्यायाचे चित्रण योग्य होते, असेच म्हणावे लागते. तो म्हणतो, आपल्या संपत्तीच्या जोरावर कोणीही दुसऱ्यास विकत घेता कामा नये. कायदा हा श्रीमंताच्या खिशात असता कामा नये. तसेच गरिबांना आपले स्वातंत्र्य भाकरीकरीता विकावे लागणार नाही. रुसो म्हणतो, प्रत्येक माणसाची अस्मिता ही मानव या दृष्टिकोनातून सारखीच जपली गेली पाहिजे. समान संधी या तत्त्वाच्या पलीकडे जाऊन तो म्हणतो, मूलभूत शिक्षण, आरोग्याची सुविधा, कायद्याच्या संधी यांसारख्या बाबींबाबत सर्वांना समान हक्क असले पाहिजेत. भांडवलशाही व्यवस्थेत श्रीमंतीमुळे फायदे मिळत असल्यामुळे श्रीमंती हा फायदे मिळविण्याचा मार्ग होतो, तर कम्युनिस्ट व्यवस्थेत सत्ता हा फायदे मिळविण्याचा मार्ग असतो. फायदे मिळविण्याचे सत्ता आणि संपत्ती हे दोनही मार्ग रुसोला मान्य नाहीत. परंतु रुसोला केवळ समतेवर आधारित समाजव्यवस्था मान्य नाही, कारण व्यक्तिनुरूप असलेल्या विविधतेचा, नैसर्गिक विविधतेचा फायदा समाजास मिळावा, असे त्याचे मत होते. त्याच्या दृष्टिने आदर्श समाजव्यवस्थेत छोटे छोटे खाजगी मालकी हक्क असलेल्या स्वतंत्र उद्योगांनी बनलेली समाजव्यवस्था अभिप्रेत होती, कारण त्याला विलासी

राहणीमानामुळे (luxury) उत्पन्न होणाऱ्या गरजांची वाढ आणि कला आणि शास्त्र यांचा विकास यांचा संबंध अपेक्षित होता.

अभिजात समाजवादी विचारवंत समतेच्या विचाराने झपाटलेले होते. त्यांच्या मते भूमीतून उत्पन्न होणाऱ्या सर्व नैसर्गिक वस्तूंवर समाजाची मालकी असल्यामुळे खाजगी मालकीचे तत्त्व पूर्णत: नष्ट झाले पाहिजे. खाजगी मालमत्तेच्या तत्त्वातून विषमतेचा उदय होतो; अशी प्लेटो, मोर आणि विन्स्टन्ले या अभिजात समाजवादी विचारवंतांची धारणा होती. त्यांनी खाजगी मालकीचा हक्क रद्द करून, सामूहिक मालकीच्या तत्त्वाचा पाठपुरावा केला. मात्र सेट सायमन या विचारवंताने समतेचा पुरस्कार न करता गुणवत्ताधारित न्यायाचा (just meritocracy) पुरस्कार केला. त्याच्या औद्योगिक तंत्रज्ञानाधारित समाजव्यवस्थेत शास्त्रज्ञ आणि तंत्रज्ञ यांना तो विशेष महत्त्व देतो आणि भौतिक वस्तूंच्या विभाजनात त्यांना विशेष गुणवत्ताधारित म्हणून त्यांना मोलाचा वाटा देण्यात यावा, अशी शिफारस करतो. केवळ गुणवत्ताधिष्ठित समाजव्यवस्थेचा तो पाठपुरावा करतो आणि वंशपरंपरागत चालत आलेल्या हक्कांना नकार देतो.

मार्क्सच्या मते नैसर्गिक विषमतेवर आधारित सामाजिक विषमता नसून, ती मानवनिर्मित आहे. रुसोप्रमाणेच मार्क्सही आर्थिक विषमता हे सर्व विषमतांचे मूळ आहे, असे मानतो. अभिजात समाजवाद्यांप्रमाणे त्याला सर्वंकष विकास झाल्यास, लोकांमधील राहणीमान वाढल्याने विषमतेकडे दुर्लक्ष केले जाईल असे वाटत नाही; तर विकासाची फळे भांडवलशाहांनाच मिळत असल्याने उलट आर्थिक विषमतेची दरी वाढतच जाईल, अशी त्याची भावना होती.

लेविस मॉर्गनने Ancient Society मध्ये म्हटल्यानुसार मार्क्स आणि लेनिन यांची खात्री होती, की प्राचीन समाज वर्गविरहित होता, तर नंतरच्या काळात खाजगी संपत्तीच्या उदयामुळे शोषित समाजाची (exploitative society) निर्मिती झाली. त्यामुळेच कम्युनिस्ट समाजव्यवस्था ही वर्गविरहित म्हणजेच खाजगी संपत्तीविरहित व समताधारित असेल, असे मत त्यांनी मांडले. मार्क्सप्रणीत समाजव्यवस्थेत दोन प्रकारची समता प्रस्थापित होईल, असे अभिप्रेत होते. पहिल्या अवस्थेत भौतिक वस्तूंच्या विभाजनाची समता प्रस्थापित होईल - त्याला मार्क्सच्या 'from each according to his abilities, to each according to the amount of work he performed', या सूत्रानुसार समाजव्यवस्था चालेल असे वाटत होते. कारण क्रांतीनंतरच्या लगेचच्या काळात भांडवलशाहीचे काही अवशेष शिल्लक राहिले असतीलच आणि दुसऱ्या अवस्थेत 'form each according to his ability to each according to his needs' या सूत्रानुसार भौतिक वस्तूंचे विभाजन होईल. निसर्गत: विषम असलेल्या आणि विषम गरजा असलेल्या सर्व व्यक्तींना कम्युनिस्ट समाजव्यवस्थेत समपातळीवर आणले जाईल. श्रमविभागणीच्या

तत्त्वाच्या उच्चाटनामुळे शारीरिक श्रम आणि मानसिक श्रम यांच्यातील फरकही नाहीसा होईल आणि श्रम हे केवळ जीवनाचे उद्दिष्ट न उरता, श्रमामुळे व्यक्तीच्या मूलभूत गरजा भागविल्या जातील. व्यक्तीच्या स्वतंत्र सर्जनशीलतेला वाव मिळेल.

आर्थिक समता हा स्वातंत्र्य आणि समता यांचा पाया आहे, असे बाकुनिन (Bakunin) हा विचारवंत मानतो. सत्ताभिलाषी आणि स्वार्थी समाजव्यवस्थेचा तो धिक्कार करतो आणि स्व-जाणीव विकसित झालेल्या सर्व बाजूंनी स्वतंत्र व्यक्तींच्या समाजाची उभारणी झाली पाहिजे, ज्यात व्यक्तीव्यक्तींत संपूर्ण समता असेल आणि व्यक्तिविकासात कोणत्याही प्रकारचा अडथळा असणार नाही. याचा आग्रह धरतो त्याच्या मते निष्ठावान समाजवादी व्यक्तीसुद्धा किंवा क्रांतिकारीसुद्धा सत्ता प्राप्त झाल्यास, त्या सत्तेचा गैरवापर करण्याची शक्यता नाकारता येणार नाही. त्याच्या मते सामाजिक समता प्रस्थापित होणे हे नैतिकता आणि न्याय या दृष्टिकोनांतून आवश्यक आहे.

समाजात दोन वर्ग अस्तित्वात असतात, असे कार्ल मार्क्सप्रमाणे मॅक्स वेबर मानीत नाही. त्याच्या मते केवळ उत्पादनाधारित वर्गरचना नसून; विभाजन, उपभोक्ता आणि बाजारपेठा यांवर विविध वर्ग अस्तित्वात असतात. त्यामुळे तो बहुविध वर्गव्यवस्थेला (Plurality) मान्यता देतो. सत्ता किंवा मालमत्ता यांच्या विषम विभागणीतून वर्गव्यवस्था निर्माण होते, असे तो मानीत नाही - तसेच सामाजिक संघर्ष हे आर्थिक विषमतेवर आधारित असतात, असेही तो म्हणत नाही. त्याच्या मते विषमता ही एक सामाजिक वास्तव आहे. कारण समाजात निरनिराळ्या व्यक्ती किंवा व्यक्तिगट हे अपुऱ्या भौतिक वस्तूंच्या प्राप्तीकरिता झटत असतात.

ख्रिश्चन मानवधर्माचे आधारे टॉनी (Tawney) आपले समतेचे तत्त्वज्ञान मांडतो. तो सामाजिक हित आणि सामाजिक कर्तव्य यांना महत्त्वाचे स्थान देतो. सत्ताभिलाषा, आर्थिक विषमता यांसारखी कारणे सामाजिक विषमता निर्माण करीत नाहीत. हा समाजच एक आजारी व्यवस्था झाला आहे आणि त्याला नैतिकतेचे कोणतेही बंधन राहिलेले नाही. तो भांडवलशाही आणि समाजवादी व्यवस्था या दोहोंवर टीका करतो. त्याच्या मते समता ही सामाजिक हितात सामावलेली असून, परस्पर मानवी व्यवहार हे माणुसकीवर आधारित व मानवी अस्मितेला मान देऊन केल्यासच समता नांदू शकेल. त्याच्या मते नैतिक समता (moral equality) हे महत्त्वाचे मूल्य असून, परमेश्वराच्या अधिराज्यात सर्व व्यक्तींच्या मर्यादा सारख्याच असतात. टॉनीच्या मते समता हे मूलभूत मूल्य आहे आणि त्याचे वाटप होऊ शकत नाही. त्याच्या दृष्टीने समता म्हणजे आर्थिक समता किंवा समान वागणूक नसून; स्वातंत्र्याच्या विस्तारित कक्षा, मानवी विकास आणि व्यक्तीव्यक्तींतील सामाजिक स्तराचा फरक कमी करणे होय. समतेवर आधारित व्यवस्थेमध्ये समान सांस्कृतिक विकास होईल आणि सुसंघटित समाजाचे निर्माण होऊन

सामूहिक हिताची जपणूक केली जाईल, अशा तऱ्हेची समाजव्यवस्था लोकशाहीच्या माध्यमातून प्रस्थापित होईल, असा त्याचा विश्वास आहे. त्याला लोकशाही व्यवस्थेत आमूलाग्र बदल अपेक्षित आहेत आणि सत्तेचे विकेंद्रीकरण व सत्ताभिमुख समाजाची निर्मिती अभिप्रेत आहे. हे सत्तेचे विकेंद्रीकरण सामाजिक आणि आर्थिक समतेमुळे निर्माण होईल, अशी त्याला खात्री वाटते. विशिष्ट गुणवत्ता आणि बुद्धिमत्ता लाभलेल्या लोकांनी त्याचा उपयोग समाजातील खालच्या स्तरावरील लोकांच्या विकासासाठी करावा, असे त्याचे मत होते. हेच मत जॉन रॉल्स याने आपल्या न्यायाच्या संकल्पनेत विषद केले आहे.

रॉल्सने आपले न्यायाचे तत्त्वज्ञान मांडताना समता या मूल्याला राजकीय विचारांच्या केंद्रस्थानी ठेवल्याचे दिसते. संपूर्ण समता ही कार्यक्षमतेला घातक ठरते. विषमता ही समाजाची अपरिहार्य अवस्था आहे, असे मत तो मांडतो. त्याच्या विषमतेच्या संकल्पनेचे महत्त्व म्हणजे, ज्या विषमतेमुळे समाजातील निम्न स्तरावरील आणि तळागाळातील लोकांचा फायदा होतो, अशा विषमतेस तो मान्यता देतो. त्याच्या मते अशा तऱ्हेच्या विकसित संपन्न समाजाची निर्मिती झाली पाहिजे, की ज्यात नैतिक समता प्रस्थापित होईल आणि त्यातूनच दीर्घकालीन समताधिष्ठित समाजाची स्थापना होईल. त्याच्या समतेच्या तत्त्वातून कोठेही देवाणघेवाण आढळत नाही. तर समाजातील निम्न स्तरावरील लोकांच्या राहणीमानाचा स्तर उंचावून, त्यांना किमान गरजा भागवून, त्यावरील स्तरांमध्ये विकास करता यावा, याबाबतची अपेक्षा दिसून येते. त्याकरिता तो सर्व व्यक्ती-समाजाला काही देत असून त्यातून त्याचा फायदाही होत असतो, असे मत मांडतो. तो म्हणतो, नैसर्गिक दृष्ट्या विशिष्ट गुणवत्ता आणि बुद्धिमत्ता लाभलेल्या व्यक्तींना जो फायदा मिळतो, तो त्यांच्या शिक्षण आणि प्रशिक्षणाच्या झालेल्या खर्चापोटी मिळत असतो आणि त्यांनी स्वाभाविकपणे या आपल्या विशिष्ट क्षमतांचा उपयोग समाजातील तळागाळातील लोकांच्या विकासासाठी केला पाहिजे. आर्थिक दृष्ट्या सधन लोकांवर कर बसविले पाहिजेत, पण त्याचा उपयोग समाजातील तळागाळातील लोकांचा विकास घडवून आणण्यासाठी केला पाहिजे. कांटप्रमाणेच त्याच्या मते व्यक्तिगत विशिष्ट क्षमता आणि बुद्धिमत्ता यांनाही सामाजिक आधार असतो. त्याच्या तत्त्वज्ञानानुसार तो केवळ गुणवत्ताधारित आणि जन्मानुसार आणि सामाजिक दर्जानुसार प्रस्थापित होणाऱ्या विषम समाजव्यवस्थेला नाकारतो. तो शाश्वत न्याय आणि कार्यक्षम समाजव्यवस्था प्रस्थापित करण्याचा आग्रह धरतो आणि त्याकरिता सामाजिक सौहार्दावर आधारित व्यक्तीच्या संबंधांची अपेक्षा करतो. रॉल्स आपल्या तत्त्वज्ञानातून स्वातंत्र्य आणि समता या मूल्यांची सांगड घालण्याचा प्रयत्न करताना दिसतो, तर रॉबर्ट नॉजिक हा विचारवंत स्वातंत्र्य या मूल्याला प्राधान्य देऊन समाजातील विषमता ग्राह्य मानतो.

रॉबर्ट नॉजिक रॉल्सचे म्हणणे अमान्य करतो. विशिष्ट क्षमताधारक आणि बुद्धिमतांनी आपली गुणवैशिष्ट्ये समाजातील तळागाळातील लोकांच्या विकासासाठी वापरावी, हे रॉल्सचे म्हणणे त्याला मान्य नाही. उलट जे दुय्यम स्तरावरील लोक आहे, त्यांनी आपली समाजातील जागा मान्य करून, विशिष्ट गुणवत्तेच्या लोकांच्याकडून आज्ञा घ्याव्यात, असे तो मानतो. एफ.ए. हायके हा अभिजात उदारमतवाद्याप्रमाणे विषमतेला ग्राह्य मानतो आणि स्वातंत्र्यामुळे ही विषमता कमी होईल, असे मत मांडतो. त्याच्या मते खाजगी संपत्तीमुळे कला, साहित्य यांच्या विकासाला वाव मिळतो आणि त्यामुळे व्यक्तिगत सर्जनशीलतेला वाढते. ड्वोरकीन (Dworkin) हा विषमतेचे दोन भाग कल्पितो. एक जन्माधिष्ठित गुणांवर आधारित विषमता आणि दुसरी व्यक्तिगत महत्त्वाकांक्षेपोटी निर्माण झालेली विषमता. त्यामुळे निर्माण झालेली विषमता ही न्याय्य आहे, असे त्याचे मत आहे. अर्थात तो महत्त्वाकांक्षेतून निर्माण होणाऱ्या विषमतेला नैतिक बैठक असली पाहिजे, असे सांगून प्रत्येक व्यक्तीप्रती समान आदर भाव असला पाहिजे, असे म्हणतो.

क्रिस्टोल, निस्बेत आणि फ्रॅन्केल यांच्यासारखे विचारवंत अभिजात उदारमतवादाला पाठिंबा देतात. त्यांच्या मते सरकारप्रणीत समता प्रस्थापनामुळे खाजगी व्यक्तीच्या आणि संस्थांच्या विकासाच्या प्रयत्नांना खीळ बसते व त्यामुळे ते सरकारी हस्तक्षेपाचे विरुद्ध असतात. उदारमतवादी भांडवलशाहीस त्यांचा पाठिंबा असतो. संधीची समानता त्यांना मान्य असते. अतिउत्साही सरकारी हस्तक्षेपामुळे व्यक्तीच्या गुणविशेषांवर आधारित प्रगतीला धोका पोहोचतो, असे त्यांचे मत असल्याचे दिसते. संधीची समानता या तत्त्वापेक्षाही समान परिस्थिती (equality of condition) असणे हे व्यक्तिविकासाचे दृष्टीने आवश्यक आहे, असे त्याचे मत दिसते.

गुणवैशिष्ट्यांवर आधारित समाजरचना (Just Meritocracy) :

बेल (Bell) हा विचारवंत गटामधील समतेला प्राधान्य देतो. ज्या वेळी आपण एखाद्या दुर्बल व्यक्तींबाबत (disadvantaged) बोलत असतो, त्या वेळी तो व्यक्तीचा गट असतो. प्रत्येकाचे बाबतीत योग्यायोग्यतेचा विचार करणे हे अवघड असते आणि ते व्यक्तिनिष्ठतेने करावयाचे की वस्तुनिष्ठतेने करावयाचे, हेही अवघड आहे. साधारणत: योग्यायोग्यतेचा विचार हा आपल्या बरोबरीच्या लोकांबरोबर केला जातो. तो म्हणतो, सर्वांना पुरेसे मिळत असेल, तर लोक रोजगार आणि संपत्ती यांतील विषमता सहन करू शकतात. समाजाची जडणघडण अशी असली पाहिजे, की ज्यात खरोखरीच निम्न स्तरावरील आणि तळागाळातील कोण आणि जे परिस्थितीमुळे तसे बनले आहेत, असे कोण, हे नीट लक्षात आले पाहिजे. कारण त्यामुळे सामाजिक टीकेला तोंड द्यावे लागते. समतेचे तत्त्व लागू करताना त्यात नि:पक्षपातीपणा आणि सार्वत्रिकता हवी. बेल म्हणतो,

समाजामध्ये विविध प्रकारच्या विषमता असतात. रोजगारातील विषमता, संपत्तीतील विषमता, समाजातील स्थानाबाबत विषमता, संधीची विषमता आणि शिक्षणातील विषमता. प्रत्येक प्रकारची विषमता भिन्न प्रकारची. बेल त्याचे गुणवत्ताधारित तत्त्व मांडतो, त्याचा अर्थ सामाजिक समता आणि मानवी आत्मसन्मान. प्रत्येक व्यक्तीला काही मूलभूत सेवा आणि रोजगार उपलब्ध असले पाहिजेत, ज्यामुळे तिला आयुष्यात सुरक्षितता आणि सन्मान प्राप्त होईल. गुणवत्ताधारित व्यवस्था (Meritocracy) म्हणजे ज्या व्यवस्थेत व्यक्ती आपल्या गुणवत्तेनुसार समाजात विशिष्ट स्थान व मान प्राप्त करून घेऊ शकते. असे लोक समाजाचे धुरीण असतात आणि त्यांना इतर लोक तशा तऱ्हेचा मान देतात. समाज खऱ्या अर्थाने मुक्त असला पाहिजे. गुणवत्ताधारित व्यवस्थेचे समर्थक मानतात, की जन्माधारित किंवा नैसर्गिक गुणवैशिष्ट्ये ही खास व्यक्तिनिष्ठ असतात व त्यावर आधारित विषमता अपरिहार्य आहे. कारण ही गुणवैशिष्ट्ये पूर्णत: व्यक्तिनिष्ठ असतात. अर्थात व्यक्तीच्या सामाजिक आणि सांस्कृतिक परिस्थितीमुळेही व्यक्तीचे व्यक्तित्व घडत असते, हेही खरेच! क्रिस्टोल आणि बेल हे विचारवंत गुणवत्ताधारित व्यवस्थेचे समर्थन करतात. अर्थात त्यात विशिष्ट क्षमता आणि शिक्षण यांवर भर दिलेला असला पाहिजे आणि प्रत्येक व्यक्तीला किमान जीवनमानाची हमी असली पाहिजे. जन्माधारित, संपत्तीवर आधारित किंवा राजकीय सत्तेवर आधारित व्यवस्थेला ते दुय्यम स्थान देतात. ते परिस्थितीची समानता नाकारतात, कारण त्यामुळे सामाजिक अशांतता पसरेल, असे त्यांचे मत आहे. बेल म्हणतो, रोजगारातील तसेच संपत्तीतील तफावत दिवसेंदिवस कमी होत आहे, कारण काही योजना किंवा समाजात न्याय प्रस्थापित करण्याच्या धोरणामुळे हे घडत नाही, तर तंत्रज्ञानाच्या विकासामुळे ही तफावत कमी होत आहे. गुणवत्ताधारित व्यवस्था निर्माण होणे हे औद्योगिकीकरणाचे अपरिहार्य फलित आहे, कारण त्यामुळे उदयास येणारा तंत्रज्ञांचा वर्ग समाजातील वर्गव्यवस्थेस वेगळीच दिशा देतो. तंत्रज्ञानाधारित वर्गातील लोकांचा रोजगार, विशिष्ट क्षमता, तांत्रिक शिक्षण यांमुळे त्यांचा एक विशिष्ट वर्ग निर्माण होतो.

औद्योगिकीकरणानंतरचा समाज (Post Industrial Society)

कल्याणकारी राज्य, लोकशाहीतील संस्थात्मक व्यवस्था, कामगारचळवळी या अनेक माध्यमांतून औद्योगिकीकरणानंतरचा काळ हा बरेच अंशी लोकांची दुरवस्था कमी करण्यास कारणीभूत ठरला. याच काळात चलनवाढीला आळा घालणे, आर्थिक विकासाची हमी यांमुळे लोकांचे राहणीमानही वाढले आणि ही परिस्थिती केवळ औद्योगिकदृष्ट्या विकसित देशांतच नव्हे, तर विकसनशील देशातही निर्माण झाली. याचा उपयोग संपत्तीचे योग्य अभिसरण झाल्यामुळे, उपभोक्ता संस्कृतीच्या निर्मितीमुळे,

तसेच आर्थिक विकासामुळे समाजातील वर्गसंघर्ष कमी होऊन समाजात समता प्रस्थापित होण्यासाठी झाला. ही भांडवलशाहीची पुढील अवस्था आहे. याला बर्नहॅम (Burnham) हा विचारवंत व्यवस्थापकीय क्रांती (Managerial Revolution) म्हणतो. विसाव्या शतकात (Rockfeller) सारखे श्रीमंत नसतील. तसेच कामगारवर्ग हा शोषित वर्ग म्हणून आता अस्तित्वात नाही. कामगारांना त्याचे हक्क आहेत. काही कामगार छोट्या उद्योगांचे मालक आहेत. ही परिस्थिती 'उत्तर भांडवलशाही' (Post Capitalism) म्हणून गणली जाते.' विविध विचारवतांनी या परिस्थितीचे नामाभिधान वेगवेगळे केले. काही विचारवंत या परिस्थितीला Supra-industrial society असे म्हणतात, तर काहींनी औद्योगिकोत्तर परिस्थिती म्हटले आहे. ही नवीन व्यवस्था ही सेवाभिमुख औद्योगिक व्यवस्था आहे. यात उत्पादनाइतकेच सेवाविषयक उद्योगांना महत्त्व आहे. या व्यवस्थेत कुशल कारागिरांना, तसेच विशिष्ट गुणाधारित तंत्रज्ञांना जास्त मागणी आहे व त्यामुळे शैक्षणिक/तांत्रिक/ गुणवत्ताधारक व्यक्तींना जास्त मागणी आहे. नोकरशाहीच्या वाढत्या प्रभावामुळे कौटुंबिक उद्योग ही संकल्पना मागे पडू लागली आहे. तांत्रिक व व्यावसायिकांच्या वर्गाचा निर्णयप्रक्रियेत सहभाग वाढला आणि त्यांचे वर्चस्व निर्माण झाले आणि त्यामुळेच व्यवसायाधारित नवीन वर्गाची निर्मिती झाली.

मार्क्सवादात समाज दोन विभागांत विभागलेला असतो आणि क्रांतीनंतर त्याचे रूपांतर वर्गविरहित समाजव्यवस्थेत होईल, असे भाकित केले होते. परंतु हे भाकित फार काळ टिकले नाही. समताधिष्ठित समाजव्यवस्था निर्माण होऊन फार काळ टिकू शकली नाही. बर्नस्टिन (Bernstein) हा विचारवंत म्हणतो, 'समाजात भांडवलदार आणि कामगारवर्ग यांचेबरोबरच मध्यमवर्गाची वाढ होत राहिली. शेतकरी तसेच छोटे उद्योगधंदेही कायम राहिले आणि कामगारवर्गच केवळ मोठा वर्ग म्हणून राहिला नाही, तर इतर वर्गही अस्तित्वात होते. नवीन मध्यमवर्गात कुशल कामगार, कचेरीतील लेखनिक आणि अधिकारीवर्ग, नोकरशाही यांचा समावेश होत गेला.' त्याच्या मते, कामगार वर्गातही उत्पादनात काम करणारा कामगार वर्ग आणि कचेरीत काम करणारा नोकरदार वर्ग असे फरक अस्तित्वात राहिलेच. मोठमोठ्या उद्योगांच्या निर्मितीमुळे कामगारांच्या खऱ्या वेतनात वाढ होत राहिली. कामगार संघटनांच्या विकासामुळे कामगारांना हक्कांची जाणीव होऊ लागली. त्यांना नागरिकत्वाचे हक्क बहाल केले गेले. त्यांचा सामाजिक दर्जा वाढून मध्यमवर्गाच्या संख्येत लक्षणीय वाढ झाली. त्यामुळे भांडवलदारवर्गही नवीन परिस्थितीशी जमवून घेऊन त्यांच्यातील संघर्ष किंवा कामगारांच्या दुरवस्थेबाबत संवेदनशील बनला.

मार्क्सवादी समाजाचे समताधिष्ठित व्यवस्था हे एक मिथक (Myth) म्हणून उरले. मार्क्सवादात असे गृहीत धरले गेले, की जे सामूहिक ते चांगले आणि जे खाजगी ते

वाईट; पण तसे घडले नाही. प्रत्येक व्यक्तीला आपल्या चांगल्या कामाची प्रशस्ती हवी असते. मोबदला हवा असतो. नेमकी हीच बाब सामूहिकतेमध्ये नाकारल्यामुळे एकूणच सामाजिक विकासात संथपणा आणि उत्पादनात शैथिल्य निर्माण झाले. व्यक्तीव्यक्तींमधील प्रेम, समाजातील योग्यता किंवा मान नाकारला गेला; तर त्याचे नकारार्थी परिणाम सामाजिक विकासावर होणारच. आणि हेच मार्क्सवादी समाजव्यवस्थेत घडले.

कुटुंब, स्त्रिया आणि समता (Equality, Family and Women) :

स्त्रीवादी चळवळ सुरुवातीपासूनच स्त्री-पुरुष समानतेचा आग्रह धरत आली आहे आणि त्यांनी स्त्री-पुरुष यांच्या वेगळ्या राजकीय आणि सामाजिक हक्कांबाबत प्रश्न उपस्थित केले आहेत. एकोणिसाव्या शतकात स्त्रियांना मतदानाचा हक्क मिळावा, म्हणून त्यांनी चळवळ उभारली. तसेच त्यांनी वंशपरंपरेने चालत आलेल्या मालमत्तेमध्ये हक्क मिळावा, अशी मागणीही केली. त्यांच्या चळवळीचा सर्व भर स्त्रियांच्या पारंपरिक शोषणातून मुक्ती मिळून, पुरुषाबरोबर शिक्षण, उद्योग आणि मतदानासारखे हक्क यांत समानता मिळावी, यांवर होता. उदारमतवादी स्त्री-वादी विचारवंत स्त्रियांचे कुटुंबातील स्थान आणि सामाजिक दर्जा यांबद्दल विशेष प्रयत्नशील होते. हॉब्जने प्रथम स्त्रियांना पुरुषाबरोबरीचा दर्जा मान्य केला आणि मुलांवरील आई-वडिलांचा समान हक्क मान्य केला. परंतु नंतर त्याने स्त्रियांना दुय्यम स्थान दिले, कारण त्याचे मते नागरी समाजात लैंगिकदृष्ट्या स्त्रीचे स्थान दुय्यम आहे. तीच परिस्थिती लॉकच्या बाबतीतही होती. मुलांवरील हक्काचे बाबतीत तोही स्त्री-पुरुषांचे समान हक्क मानतो. परंतु विवाह या कराराच्या संदर्भात तो स्त्रीला दुय्यम स्थान देतो, कारण त्याच्या मते पुरुष जास्त बलवान आणि कुशल असतो व म्हणून त्याचे स्थान प्रधान असते.

वुल्स्टोनक्राफ्ट (Wollestonecraft) ही स्त्रीवादी चळवळीची प्रणेती स्त्री विचारवंत स्त्रियांना शिक्षण, नागरी हक्क आणि नोकरी यांत पुरुषाच्या बरोबरीने स्थान मिळावे, असा आग्रह धरते; कारण त्यामुळे स्त्रियांना समाजात प्रतिष्ठा प्राप्त होईल, असे मत मांडते. जे.एस.मिल. हा देखील मतदानाच्या हक्कासारख्या राजकीय हक्काबाबत आग्रही दिसतो. स्त्री-पुरुष समानता या क्षेत्रात मान्य केल्यास स्त्रिया आपल्या प्रापंचिक जबाबदाऱ्या जास्त कार्यक्षम रीतीने पार पाडू शकतील, असे या दोघांनीही आपले मत मांडले. मार्क्सवादी स्त्रीवादी विचारवंत कुटुंबव्यवस्थेतील स्त्रियांना त्यांच्या कौटुंबिक जबाबदाऱ्यांतून सामूहिक स्वयंपाकगृह, भोजनगृह यांसारख्या योजना राबवून मुक्त केले पाहिजेत, असे मत मांडतात. उदारमतवादी आणि मार्क्सवादी स्त्रीवादी विचारवंत स्त्रियांचे, मुलांचे संगोपन हे अतिशय महत्त्वाचे योगदान मानतात. पण त्या संदर्भात पुरुषांकडे कोणतीही जबाबदारी सोपविण्यास तयार नसतात.

पुरोगामी स्त्री-वादी विचारवंत म्हणतात, की ज्या ठिकाणी स्त्री-पुरुष समानतेबाबत कायदा तटस्थ असेल, अशा क्षेत्रांतही स्त्रिया या अडचणीतच असतात. पाश्चात्त्य उदारमतवादी लोकशाही व्यवस्थेत जरी कायदेशीरदृष्ट्या स्त्रियांना राजकारणात भाग घेण्यास मज्जाव नसला, तरी राजकारणात कार्यरत असलेल्या स्त्रियांची संख्या पुरुषांच्या मानाने नगण्यच आहे. त्यामुळे त्यांच्या मते केवळ कायदा लिंगसंदर्भात तटस्थ असून चालणार नाही, तर स्त्रियांचे संदर्भातील निर्णय घेताना, 'एक व्यक्ती, एक मत' एवढेच समानता पाळणारे धोरण न ठेवता, त्यांना विशेषाधिकार दिले पाहिजेत. उदा. गर्भपाताचा कायदा करताना स्त्रियांना विशेषाधिकार असले पाहिजेत, कारण त्या कायद्याचे परिणाम थेट स्त्रियांवर होणारे असतात.

विकसनशील देशात स्त्री-वादी चळवळ तळागाळातील लोकांच्या उद्धाराकरिता व सामाजिक आणि आर्थिक उन्नतीसाठी कार्यरत असते. अर्थात त्यात स्त्रियांचा सहभाग असतोच. तसेच लहान मुलांच्या आरोग्यासंबंधी, स्त्रियांच्या आरोग्याबाबतही काही योजना आखाव्या, म्हणून त्या चळवळ करीत असतात. मंडेलांनी आफ्रिकेत उभारलेली चळवळ किंवा क्लिंटनच्या काळातील स्त्रियांचे प्रतिनिधित्व वाढावे, याकरिता केलेले प्रयत्न पाहता, लोकशाही उदारमतवादी राज्यात स्त्रियांना पुरुषांबरोबर समानता देण्यास मोठा वाव आहे. क्लिंटनच्या कॅबिनेटमध्ये (१९९३-२०००) स्त्रियांचे प्रमाण सर्वात मोठे होते.

६ न्याय

Justice

राजकीय मूल्यांपैकी न्याय हे एक महत्त्वाचे मूल्य आहे. प्लेटोपासून आजपर्यंत अनेक विचारवंतांनी 'न्याय' विषयक चर्चा केली आहे. न्याय ही एक महत्त्वपूर्ण संकल्पना असून तिचे दोन प्रकार आहेत. (१) कार्यपद्धतीविषयक न्याय (Procedural Justice) (२) सामाजिक न्याय (Social Justice). कार्यपद्धतीविषयक न्यायप्रकारात कायदेविषयक प्रक्रिया मोडतात, तर सामाजिक न्यायात योग्य-अयोग्य बाबींचा विचार होतो. कार्यपद्धतीविषयक न्यायात कायद्याची व्यवस्था, तिची रचना, त्या रचनेद्वारा सर्वांना समान वागणूक इ. चा. समावेश असतो. तर सामाजिक न्यायात 'कायद्यासमोर सर्व समान' हे तत्त्व तर असतेच, परंतु सर्व नागरिकांना समान दर्जा व संधी यांसंबंधी समानता यावी, म्हणून वितरणात्मक न्याय (Distributive Justice) या तत्त्वाचा स्वीकार केला जातो. त्यानुसार वंश, धर्म, लिंग, जात इत्यादि भेदभाव अमान्य केले जातात व प्रत्येकाच्या प्राथमिक गरजा पूर्ण करण्यासाठी वस्तूंचे न्याय्य वाटप करण्यावर भर दिला जातो. त्याद्वारे सामाजिक, आर्थिक व राजकीय क्षेत्रात समतेचे तत्त्व अमलात आणण्यावर भर दिला जातो. स्वातंत्र्य, समता आणि न्याय हे सामाजिक न्यायाचे आविष्कार मानले जातात. सामाजिक न्याय या तत्त्वाचा आविष्कार भारतीय राज्यघटनेत चांगल्या पद्धतीने करण्यात आला आहे.

सॉक्रेटिसने न्याय म्हणजे काय, हा प्रश्न उपस्थित केला आणि तेव्हापासून न्याय हा राजकीय सद्गुण (Political virtue) मानला जाऊन, तो राजकीय तत्त्वज्ञानातील अभ्यासात आणि चर्चेत केंद्रस्थानी जाऊन बसला. चांगला समाज आणि न्याय्य समाज या दोन्ही संकल्पना समानार्थी म्हणून वापरल्या जाऊ लागल्या. राज्याचे चांगुलपण त्याच्या न्यायीपणात सामावलेले असते, असे म्हटले, तर ते वावगे ठरू नये.

न्याय ही मूलभूत संकल्पना आहे. रॉल्सच्या मते, कोणत्याही सामाजिक संस्थेचा न्याय हा पहिला सद्गुण असला पाहिजे. सामाजिक नियम अगर सौहार्द्राचे निकष हे

न्यायाधारित असतील, तरच लोक त्याला मान्यता देतील. प्लेटो आणि ॲरिस्टॉटल यांचे मते प्रत्येक व्यक्तीला त्याच्या क्षमतेनुसार सामाजिक कामात योग्य ती भूमिका मिळून, सामाजिक साहचर्य निर्माण झाले, की समाजात न्याय प्रस्थापित होईल, असे होते. अर्थात सामाजिक व राजकीय साहचर्याचे निकष प्रत्येकाने वेगवेगळ्या तऱ्हेने मांडले. ॲरिस्टॉटल फायद्याच्या गुणाधारित विभाजनाला मान्यता देतो, तर रॉल्स गुणाधारित विभाजन दुर्लक्षित करतो. याचाच अर्थ राजकीय तत्त्वज्ञानात इतर संकल्पनांप्रमाणेच न्यायाची संकल्पना कालानुरूप बदलते. ॲरिस्टॉटल गुलामगिरी समर्थनीय मानतो आणि राजकारणात स्त्रियांचा सहभाग निषिद्ध मानतो, तर सध्याच्या काळात या दोन्ही बाबतींत न्यायाचे वेगळे निकष प्रत्येक समाजात आढळून येतात.

वैधानिक न्याय आणि सामाजिक न्याय असा फरक केला जातो. वैधानिक न्याय म्हणजे राज्याच्या कायद्याचे उल्लंघन केल्यास त्यासाठी शिक्षा द्यावयाची तरतूद, तसेच असे उल्लंघन केल्यामुळे एखाद्या व्यक्तीस हानी पोहोचल्यास त्याबद्दल भरपाई देण्याची तरतूद. एक, यामध्ये कोणत्या परिस्थितीत कायद्याचे उल्लंघन झाले, हे ठरविले जाते. त्या गुन्ह्याचे स्वरूप ठरविले जाऊन त्यानुसार शिक्षेची तरतूद केली जाते आणि नागरी कायद्यानुसार कोणत्याही गुन्ह्याला काय भरपाई द्यावयाची, हेही ठरविले जाते. दुसरे, यामध्ये कायद्याची योग्य अंमलबजावणी व्हावी, म्हणून योग्य कायदेशीर सुनावणी, दोन्ही बाजूंना आपले म्हणणे मांडण्याची संधी, तसेच निकाल मान्य नसल्यास अपिलाची परवानगी इत्यादि तरतुदी असतात. सामाजिक न्याय म्हणजे समाजातील प्रत्येक व्यक्तीस योग्य तो फायदा आणि त्यासोबत कर्तव्ये यांची वाटणी यासंबंधी विचार. यामध्ये कामानुसार वेतननिश्चिती, उद्योगातील फायद्याची योग्य वाटणी, कायदेशीरदृष्ट्या व्यक्तीच्या हक्काच्या संरक्षणाची हमी, आरोग्य, पाणी, निवारा इत्यादि सुविधा पुरविण्याची तरतूद असते. सामाजिक कायद्यामध्ये व्यक्तिगत मान, तसेच सामाजिक दर्जा यांसारख्या गोष्टी येतात व त्यातच भौतिक वस्तूंची विभागणी अपेक्षित असते. यात मालमत्ता, पैसा इत्यादी येतात. सामाजिक न्यायाची उभारणी व्यक्तीचे गुण, व्यक्तीची गरज, व्यक्तीने केलेल्या कामाचा मोबदला या निकषांवर समाजात समता प्रस्थापित करण्यासाठी केली जाते. सामाजिक न्यायाचे समर्थक यांतील विविध प्रकारांचे समर्थन करतात, पण हे करण्यात राज्याचा सकारात्मक सहभाग त्यांना अपेक्षित असतो.

प्रत्येक व्यक्तीला त्याच्या क्षमतेनुसार काय मोबदला मिळावा, हे ठरविले जाते. प्रत्येक व्यक्तीचा मोबदला भिन्न असणार (यालाच Desert असे म्हणतात.) हे उघड आहे. जी व्यक्ती जादा उद्यमशील असेल, हुशार असेल, तंत्रकुशल असेल, तिला तिच्यापेक्षा या गुणांनी कमी असणाऱ्या व्यक्तीपेक्षा जादा मोबदला मिळणे हे योग्य आहे. परंतु सामाजिक न्यायाच्या दृष्टीने हे योग्य ठरत नाही. व्यक्तीच्या केवळ गुणांवर मोबदला

न ठरविता त्या व्यक्तीची प्रामाणिकपणा, धैर्य इत्यादि नैतिक बाबीही विचारात घेतल्या पाहिजेत. व्यक्तीची इतर व्यक्तींशी संबंध ठेवण्याची पद्धत, पूर्वीची त्याची वागण्याची पद्धत या सर्व बाबी गुणाधारित मूल्य ठरविताना विचारात घेतल्या पाहिजेत. एखाद्या व्यक्तीला तिच्या कुशलतेमुळे एखादी वस्तू उत्पादित करण्यास कमी वेळ लागला, म्हणून तिला जादा मोबदला मिळू नये, असे म्हणता येणार नाही. गुणाधारित आर्थिक मोबदला हा तीन घटकांवर अवलंबून असतो. त्याच्या कृतीचे सामाजिक हितासाठी किती प्रमाणात योगदान होते, त्याच्या कृतीत त्याने किती श्रम लावले आहेत आणि त्याने त्या कृतीच्या संदर्भात सोसलेली आर्थिक झळ, या तीन घटकांवर व्यक्तीच्या कृतीचा आर्थिक मोबदला अवलंबून असला पाहिजे. सामाजिक न्यायामध्ये गुणाधारित न्यायाचा सहभाग कोणता? सर्वसाधारणत: असे मानले जाते, की व्यक्तीच्या सामाजिक हिताला पोषक असण्यावर कृतीचा मोबदला अवलंबून असतो. म्हणजेच व्यक्ती जी कृती करते, ती सामाजिक हिताला कितपत साहाय्य करते, यावर त्या कृतीचा मोबदला अवलंबून असतो. अभिजात उदारमतवादात ही संकल्पना मांडल्याचे दिसते, कारण त्यामध्ये व्यक्तीची जबाबदारी आणि स्वायत्तता यांवर लक्ष केंद्रित केलेले असते. परंतु आधुनिक काळातील रॉल्स यांच्यासारख्या विचारवंताच्या मते गुणाधारित न्यायाला दुय्यम स्थान दिल्याचे आढळते. हायेक आणि नोझीक यांच्यासारखे व्यक्तिस्वातंत्र्यवादी विचारवंतदेखील ही संकल्पना अमान्य करतात, कारण या संकल्पनेत राज्याचे हस्तक्षेपाचे धोरण दिसून येते.

काही विचारवंतांच्या मते वितरणात्मक न्याय हा गरजांवर अवलंबून असला पाहिजे. बॅरी आपल्या 'Political Argument' या पुस्तकात म्हणतो, गरज हा एकमेव घटक कोणतीही योजना आखण्यासाठी उपयोगी नसतो. बेन आणि पीटर्स म्हणतात, गरजा या जीवनमानाच्या संकल्पना बदलतात, त्यानुसार बदलत्या असतात. मिलर म्हणतो, प्रत्येक व्यक्तीला आपल्या विकासाच्या योजना ठरविताना ज्या घटकांची आवश्यकता भासते, ती त्या व्यक्तीची गरज असते. गरजेवर आधारित न्यायाच्या संकल्पनेत उपलब्ध वस्तूंचे वाटप अशा तऱ्हेने केले जाते, की प्रत्येक व्यक्तीचे राहणीमान सर्वसाधारणत: इतर व्यक्तींसारखेच असेल. आधुनिक कल्याणकारी राज्याच्या संकल्पनेत गरजेनुसार वितरण ही न्यायाची पद्धती गुणाधारित वितरणात्मक न्यायाच्या पद्धतीला छेद देते. या कल्याणकारी राज्याच्या संकल्पनेत निवारा, आरोग्य आणि तत्सम गोष्टी या गरजा म्हणून मानल्या गेल्या आहेत. या संकल्पनेत असे मानले गेले आहे, की जर कोणत्याही व्यक्तीला या वस्तूंपासून त्याची चूक नसताना वंचित राहवे लागले, तर ती तिची जीवनावश्यक गरज मानावी आणि ती मिळण्याचा तिचा अधिकार मान्य करावा. स्पेन्सरसारखे विचारवंत अशी गरजेवर आधारित वितरणाची व्यवस्था नाकारतात. कारण काही सक्षम लोकांच्या मोबदल्यातून त्यांना जे त्या वस्तू मिळण्यास अपात्र आहेत, अशा लोकांना त्या वस्तू

दिल्या जातात. थोडक्यात विशिष्ट गुण आणि क्षमता असलेले लोक आपल्या रास्त मोबदल्यापासून गरजेवर आधारित वितरणव्यवस्थेत वंचित राहतात. गरजेची ही संकल्पना कुटुंबातील सदस्यांपुरती मर्यादित राहू शकते, कारण कुटुंबामध्ये विशिष्ट क्षमता असलेल्या व्यक्तीचा मोबदला इतर व्यक्तींच्या गरजा भागविण्यासाठी दिला जातो. परंतु ही बाब सामाजिक संदर्भात लागू होत नाही. समाजवादी आणि मार्क्सवादी विचारवंतांचा तो या बाबतीत निषेध करतो. शिवाय विशिष्ट गुणाधारित व्यक्तींना त्यांच्या क्षमतेनुसार व गुणानुसार मोबदला मिळाला, तर ते आपल्या कार्यक्षेत्रात जास्त उत्साहाने काम करतील. तसेच कमी गुणवत्ता असलेल्या लोकांना कमी मोबदला मिळाल्यामुळे त्यांना आपल्या गुणवत्तेत वाढ करण्याबद्दल प्रोत्साहन मिळेल व मानवी जीवनाचा एकूणच स्तर उंचावेल.

प्रत्येक व्यक्तीला जे देय आहे, तसेच प्रत्येक व्यक्ती जे मिळण्यास पात्र आहे, ते त्याला दिले पाहिजे आणि ते त्याला मिळाले पाहिजे, असा गुणाधारित आणि गरजेवर आधारित वितरणात्मक न्यायाचा विचार आधुनिक काळात मांडला जातो. न्याय आणि कल्याण - ते व्यक्तीचे असो वा समाजाचे - या दोन बाबी वेगळ्या आहेत. परंतु सामाजिक न्यायाच्या आधुनिक संकल्पनेत सामाजिक कल्याण ही बाब न्यायाशी निगडीत बनली आहे.

न्याय आणि हक्कांचा आदर या दोन गोष्टी एकमेकांशी जोडलेल्या आहेत. ग्रीक राजकीय विचार आणि रोमन कायदा यांचे दृष्टिकोनातून न्याय ही संकल्पना गुंतागुंतीची होती, पण त्याला व्यक्तिगत हक्कांनी कोणत्याही तऱ्हेने अर्थ दिलेला नव्हता. प्लेटो किंवा न्याय व्यक्तिगत हक्कांशी ॲरिस्टॉटल यांनी संबंधित असल्याचे कोठेही नमूद झालेले नाही. ह्युम आणि मिल यांनी न्याय आणि व्यक्तिगत हक्क यांचा एकत्रित विचार केल्याचे दिसते. नैतिकतेला प्राधान्य देऊन त्यावर आधारित नियम हे मानवी कल्याण साधणारे असावेत, असा विचार त्यांनी मांडला. रॉल्सची न्यायाची कल्पनाच हक्कांवर आधारित आहे. नॉझिकसारखे विचारवंत प्रथम गुणांवर आधारित वितरणात्मक न्यायाची मांडणी करतात आणि त्यातून प्रत्येक व्यक्तीला जे देय आहे, ते मिळणे, हाच न्याय, अशी मांडणी करतात. प्रत्येकाची गरज समजणे हेच मूळ उद्दिष्ट आहे व त्यानुसार वितरण झाले पाहिजे, असे त्याचे म्हणणे आहे.

न्याय आणि समता यांचाही जवळचा संबंध आहे. प्लेटोच्या काळात काय आणि आधुनिक काळात काय, न्यायाच्या संकल्पनेत कायद्यासमोरील समता अंतर्भूत असते. परंतु न्याय म्हणजे विषम श्रमाच्या मोबदल्यात समान फळ देण्याची परिस्थिती नव्हे. काही तत्त्वज्ञ असा विचार मांडतात, की असमान श्रमांना असमान मोबदला मिळणे हे न्याय्य आहे. अशा वेळी विषम वितरणाचा न्याय केव्हा समर्थनीय ठरतो, हा प्रश्न राहतोच. जे ज्याचे आहे, ते त्याला मिळालेच पाहिजे, हे रोमन तत्त्व पुराणमतवादी लोकांच्या

दृष्टीने न्याय्य ठरेल. अभिजात उदारमतवादी विचारवंत मतप्रदर्शन करतील, की असमान लोकांवर भौतिकदृष्ट्या समता लादणे म्हणजे कायद्याचा आधारच नष्ट करून हुकूमशाही व्यवस्था लादण्यासारखे आहे.

मिलर न्यायाच्या संकल्पनेची तीन घटकांवर उभारणी करतो. व्यक्तीला तिच्या हक्कानुसार मिळणे, दुसरे - व्यक्तीला तिच्या बुद्धी किंवा क्षमतेनुसार मोबदला मिळणे आणि तिसरे - व्यक्तीला तिच्या गरजेनुसार मिळणे. या तीन घटकांनुसार खालीलप्रमाणे विभागणी होते. हक्काच्या तत्त्वान्वये व्यक्तीला निवडस्वातंत्र्य मिळते आणि त्याच्या इच्छांच्या पूर्तीसाठी हमी किंवा संरक्षण मिळते. गुणाधारित संकल्पनेत प्रत्येक व्यक्तीच्या कृतीतील गुणविशेषानुसार मोबदला मिळण्याची योजना अंतर्भूत असते, तर गरजेवर आधारित न्यायाच्या संकल्पनेत व्यक्तीला जीवनावश्यक वस्तू मिळण्याची हमी असते.

सामाजिक न्याय (Social Justice)

प्राचीन काळापासून व्यक्ती आणि समाज यांच्या संबंधांची चर्चा चालू आहे. व्यक्तीशिवाय समाज निर्माण होऊ शकत नाही आणि समाजाशिवाय व्यक्ती सुखी जीवनाची अपेक्षा करू शकत नाही. व्यक्तीचे कार्य आणि कृती जोपर्यंत समाजाला उपयुक्त आहे, तोपर्यंत ते कार्य आणि कृती न्याय्य असते. व्यक्तीची कुवत आणि व्यक्तीचे कार्य एका बाजूला आणि समाजाचे हित दुसऱ्या बाजूला; यांतील समतोल, समन्वय साधला जातो, तेव्हा समाजात न्याय प्रस्थापित होतो. न्याय ही मानवी संकल्पना आहे. ती गतिमान आहे. या संकल्पनेला तत्कालीन समाजाची मान्यता लागते. समाजमान्य मूल्यांवर न्यायाची संकल्पना अधिष्ठित असते. आपल्यावर अन्याय होत आहे, असे जेव्हा व्यक्ती किंवा व्यक्तिसमूह यांस वाटते, तेव्हा अन्यायाचे परिमार्जन करण्यासाठी आणि न्यायाची प्रतिष्ठापना करण्यासाठी चळवळी उभारल्या जातात. जेव्हा समाजात दुष्ट रूढी, बालविवाह, सती प्रथा, अस्पृश्यता, हुंडाबळी इ. रूढी चालू राहतात; तेव्हा त्यांच्या निर्मूलनासाठी समाजपरिवर्तनाची गरज असते.

इंग्रजांचे राज्य आणि इंग्रजी भाषेमुळे नवे विचारप्रवाह भारतीय समाजात रुजू होऊ लागले. परिणामी जुनी मूल्ये मागे पडून समता, स्वातंत्र्य, आर्थिक, राजकीय, सामाजिक हक्क, स्त्री-पुरुष समानता ही मूल्ये भारतीय समाजाने स्वीकारली, म्हणून भारतीय घटनेच्या सरनाम्यात राजकीय, सामाजिक व आर्थिक न्याय प्रस्थापित करण्याची उद्दिष्टे नमूद करण्यात आली. या उद्दिष्टांच्या पूर्ततेसाठी संघराज्य व राज्य सरकार यांनी कायदे केले. अस्पृश्यता नष्ट केली. सर्वांना समान संधी देण्यात आली. मागासलेल्या वर्गातील लोकांना सर्व क्षेत्रांत आरक्षण देण्यात आले. त्यासाठी घटनेत राखीव जागांची तरतूद करण्यात आली. तसेच संघराज्य व घटकाराज्यांच्या कायदेमंडळातदेखील राखीव जागांची तरतूद करण्यात

आली व राखीव मतदारसंघ निर्माण करण्यात आले.

भारतीय राज्यघटनेच्या १४ ते १९ या कलमात हक्कांचा समावेश करण्यात आला आहे. त्यातूनच समाजाचे सर्वसाधारण कल्याण साधण्याचा प्रयत्न करण्यात आला. म्हणून मागासलेल्या जातीजमातींसाठी काही खास तरतुदी करण्यात आल्या. कारण पुढारलेल्या समाजाबरोबर जाण्यासाठी एक प्रयत्न म्हणून समतेच्या तत्त्वाला पर्याय नाही. मागासलेल्या जातीजमातींसाठी खास तरतूद केलेल्या अटी ठराविक मुदतीसाठीच असाव्यात, असा घटनाकारांचा विचार होता. भारतीय राज्यघटनेचा सरनामा म्हणजे सामाजिक न्यायाची सनदच होय.

नैसर्गिक न्याय (Natural Justice)

निसर्गाचा घटक म्हणून मनुष्यप्राणी वावरत असतो. त्यास कोणती गोष्ट योग्य, कोणती अयोग्य, कोणती न्याय्य, कोणती अन्याय्य, हे कळू शकते. त्यासाठी मानवनिर्मित कायद्याची मदत आवश्यक नाही, हे निसर्गन्यायामागील तत्त्व आहे. मनुष्यप्राणी न्यायप्रिय असून सर्व माणसांच्या स्वभावामध्ये हे न्यायतत्त्व असते. या न्यायतत्त्वाच्या संदर्भात माणसामाणसांमध्ये एकमत होऊ शकते. मानवनिर्मित कायद्याद्वारे स्पष्टीकरण करणे शक्य नसते, तेव्हा निसर्गन्याय या तत्त्वाचा आधार घेऊन न्यायालयातदेखील न्यायदान केले जाते. न्यायालयाच्या माध्यमातून नैसर्गिक न्यायतत्त्वास मान्यता दिली जाते.

न्यायाची प्राचीन आणि मध्ययुगीन संकल्पना (Ancient and Medieval Concepts of Justice)

प्लेटो आणि ॲरिस्टॉटल यांच्या मते समाजाच्या धारणेच्या दृष्टिकोनातून अतिशय महत्त्वाचा आवश्यक सद्गुण म्हणजे न्याय होय. जे लोक खेड्यात, शहरात, नगरराज्यात समुदायाने राहतात, त्यांच्याकरिता न्याय हा सर्वश्रेष्ठ सद्गुण होय, सद्वर्तन होय. मध्ययुगीन काळात न्यायाची सांगड शिस्तबद्धता आणि सुव्यवस्था यांच्याशी घातली गेली.

न्यायाची कल्पना विशद करताना सॉक्रेटिस (dikaiosune) हा शब्द वापरतो. याचा अर्थ 'सदाचरण' असा आहे. न्यायाची व्याख्या करताना तो म्हणतो, प्रत्येकाला आपल्या क्षमतेनुसार काम करण्याची संधी मिळणे म्हणजे न्याय. तो दोन गृहीततत्त्वे सांगतो. एक - प्रत्येक व्यक्ती ही गुणविशेषाने भरलेला घटक आहे आणि दुसरे - समाज म्हणजे या विविध कौशल्यांनी बुद्धिमत्ता अंगी असलेल्या विविध व्यक्तींचा सौहार्दपूर्ण समन्वय साधणारा घटक होय. हा समुदाय शिस्तबद्ध असतो आणि विविध व्यक्तींच्या गुणवैशिष्ट्यांची त्याला जाणीवही असते. समाजातील या विविधतेचा उपयोग समाजाच्या फायद्याकरिताच, सहकार्याकरिता आणि सौहार्द्राकरिताच व्हावयास हवा. समाजाचे काम तीन घटकांद्वारे चालते. सत्ता सांभाळणे (Ruling), संरक्षण करणे (defence) आणि

उत्पादन करणे. (Production) त्यानुसार समाजात तीन प्रवृत्तीची माणसे असतात. बुद्धिवादी किंवा विवेकी, आध्यात्मिक वृत्तीची आणि सर्वसामान्य पोटभरू वृत्तीची (appetitive). प्रत्येक व्यक्तीप्रवृत्तीचे तीन गुण असतात. विवेक, धैर्य आणि सहनशीलता. पण यांपैकी एका गुणाचा प्रादुर्भाव जास्त प्रमाणात असतो आणि न्याय या तीनही गुणांचा समन्वय साधतो. बुद्धीचा किंवा विवेकाचा प्रभाव असलेले लोक सत्ताधीश असतात, धैर्यशील लोक संरक्षणाचे काम करतात आणि पोटभरू लोक जीवनावश्यक वस्तूंची निर्मिती करतात आणि सेवा पुरवितात.

सॉक्रेटिस म्हणतो, न्यायी जीवन हे अन्याय्य जीवनापेक्षा केव्हाही श्रेयस्कर. न्यायी व्यक्ती या आपल्या इच्छा-आकांक्षांना नियंत्रित करू शकते, कारण इच्छा आणि अपेक्षा या दु:खाचे मूळ कारण असतात. ज्या इच्छाआकांक्षांचा उगम बुद्धिगम्य विवेकातून होत असतो, ह्या खऱ्या असतात आणि समाधान देणाऱ्या असतात. त्या इंद्रियगम्य इच्छांपेक्षा श्रेष्ठ प्रतीच्या असतात. तत्त्वज्ञ व्यक्ती बुद्धिगम्य किंवा विवेकाधारित इच्छा आणि इंद्रियगम्य इच्छा यांच्यात फरक करू शकतो. नैतिक आयुष्य जगण्यासाठी परमेश्वरी कृपा किंवा रोष किंवा आपल्यापेक्षा ज्येष्ठाचे आशीर्वाद यांचा संबंध नसून, व्यक्तीची आत्मिक शांती आणि सहकाऱ्यांचे साहाय्य यांची आवश्यकता असते. त्यामुळे सॉक्रेटिस 'मी कसे वागले पाहिजे?' आणि 'मी कशी कृती केली' पाहिजे, हे प्रश्न उपस्थित करतो. परंतु सॉक्रेटिस चांगले जीवन म्हणजे काय, याचा ऊहापोह करीत नाही. प्लेटोच्या मते, सामाजिक जबाबदारी ही प्रत्येक व्यक्तीच्या क्षमतेनुसार विभागली पाहिजे. परंतु तो सामाजिक संपत्तीच्या विभागणीचा प्रश्न दुर्लक्षित करतो. प्रत्येक शहरात दोन शहरे बसलेली असतात, एक श्रीमंतांचे शहर आणि एक गरिबांचे नगरराज्य. तसेच तो आपल्या तत्त्वज्ञ राज्यकर्त्यांना संपत्तीची विषम विभागणी जास्तीत जास्त कमी केली पाहिजे, हा सल्ला देतो. परंतु हे मान्य असूनही तो संपत्तीच्या विभागणीचा प्रश्न दुर्लक्षित करतो. प्लेटो न्यायाचा आणि समतेचा संबंधही दुर्लक्षित करतो. त्यामुळे पॉपरने प्लेटोवर त्याचे तत्त्वज्ञान हुकूमशाही प्रवृत्तीला खतपाणी घालणारे आहे, तसेच व्यक्तिवाद आणि समता यांच्या विरोधी आहे, अशी टीका केली आहे. हे जरी असले, तरी प्लेटोने आपल्या न्यायाच्या विश्लेषणात न्याय म्हणजे गुणाधारित वितरण, तसेच प्रत्येकाच्या क्षमतेनुसार मोबदला आणि समाजाकडून जितके देय आहे, तितकीच अपेक्षा ठेवण्याचे धोरण असे मत मांडले आहे.

ॲरिस्टॉटलच्या दृष्टीनेही न्याय ही राजकीय तत्त्वज्ञानातील मध्यवर्ती संकल्पना आहे. न्यायाची अंमलबजावणी करणे, तो वास्तवात आणणे हे प्रत्येक नगरराज्याचे कर्तव्य आहे, असे मत तो मांडतो. न्याय या संकल्पनेची विभागणी तो 'वितरणात्मक' (distributive) न्याय आणि 'सुधारणात्मक' न्याय (Commutative किंवा Rectificatory) अशी करतो. वितरणात्मक न्यायात प्रत्येक व्यक्तीला जे देय आहे,

ज्यावर त्याचा हक्क आहे, ते मिळणे अंतर्भूत आहे; तर 'सुधारणात्मक' न्यायात कोणत्याही व्यवहारात खरेदी विक्री किंवा चोरी, बळजबरी अशांसारख्या बाबींत नुकसानभरपाई देण्याची तरतूद अनुस्यूत आहे. ॲरिस्टॉटलची वितरणात्मक न्यायाची संकल्पना समतेच्या जाणारी आहे. कारण त्यात जे समान क्षमताधारी आहेत, त्यांना समान मोबदला किंवा बक्षिशी देण्याची तरतूद आहे. तसेच जे असमान आहेत, त्यांनाही असमान मोबदला अगर बक्षिसी मिळणे गृहीत आहे. प्रत्येक व्यक्तीला गुणाधारित मोबदल्याची वितरणात्मक न्यायात तरतूद आहे.

ॲरिस्टॉटलच्या मते न्याय ही केवळ अमूर्त कल्पना नसून, ती प्रत्येक व्यक्तीचे स्वभावात, मनाच्या कलात आणि चांगल्या सवयींद्वारे दृश्यमान झाली पाहिजे. न्याय हा चांगल्या निर्णयातून, तसेच नि:पक्षपाती आणि समतोल विचारांतून प्रतीत झाला पाहिजे. न्यायीपणा हा एक सद्गुण असून तो सत्ताधारी आणि न्यायदान करणाऱ्यांमध्ये असणे आवश्यक असते. नुकसानीच्या बदल्यात भरपाईचा निर्णय करताना प्रत्येक व्यक्तीची कायद्यापुढील समानता लक्षात घ्यावी लागते. तसेच एकाच आरोपाखाली दोन गुन्हेगार न्यायालयापुढे येतात, तेव्हा ते दोन गुन्हेगार कायद्यासमोर समान आहेत, असेच गृहीत धरावे लागते. एरव्ही त्यांच्यात कितीही विषमता असेल. जेव्हा शिक्षा सुनवावयाची असते, तेव्हा समतेचे तत्त्व गृहीत धरावे लागते. ॲरिस्टॉटलच्या या न्यायाच्या वर्गीकरणाचे महत्त्व सद्य:स्थितीतही लागू पडते. सामाजिक न्यायाच्या संकल्पनेत वितरणात्मक न्यायाचा मोठ्या प्रमाणात वापर केला जातो, तर Commutative justice ही गुणाधारित किंवा श्रमाधारित न्यायाची संकल्पना समाजातील व्यक्तींच्या बाबतीत त्यांच्या नियंत्रणासाठी वापरली जाते.

सिसेरोच्या मते न्याय हा चार प्रमुख सद्गुणांपैकी एक आहे. हुशारी, न्याय, धैर्य आणि सहिष्णुता या योगे सामाजिक संघटन शक्य होते आणि सामाजिक हिताचा पाठपुरावा होतो. सेंट ऑगस्टीनच्या मते कोणत्याही धर्मावर श्रद्धा नसणाऱ्या किंवा देवाची भक्ती नाकारणाऱ्या राज्यात न्याय असू शकत नाही. ख्रिश्चन राजकीय समुदाय हेच खरे गणराज्य आहे, कारण न्यायाला आवश्यक असणाऱ्या सर्व बाबींची पूर्तता या गणराज्यात केली जाते. न्याय राज्याला नैतिकता बहाल करते, या ॲरिस्टॉटलच्या मताला सेंट ऑगस्टीन दुजोरा देतो.

आधुनिक काळाच्या आरंभीची न्यायाची संकल्पना (Early Modern Conceptions)

हॉब्जच्या मते ज्याला ज्याला स्वतंत्र, विवेकी आणि समान व्यक्ती मान्यता देतील, तो न्याय. वितरणात्मक न्यायाबद्दल तो आपले मत मांडीत नाही. या व्यक्तींनी केलेल्या

करारातून निष्पन्न होणारे वितरणाबाबतचे परिणाम न्याय्यच असतील, असे तो मानतो. त्याच्या मते कायद्यात नमूद केलेले नियम हे न्याय्य आणि अन्याय्य काय ते ठरवितात. कायदा म्हणजे सार्वभौमाची आज्ञा. म्हणजेच सार्वभौमाने केलेली कायद्यात परावर्तित झालेली आज्ञा म्हणजे न्याय. त्याला न्यायाची वस्तुनिष्ठता मान्य नाही. परस्पर कराराने केलेल्या संदर्भातील नैतिकतेबाबत तो साशंक असल्यामुळे तो न्यायाची जबाबदारी सार्वभौमावर सोपवितो. न्याय - अन्याय सार्वभौमाच्या आज्ञेत असतो, हे पुफेनडॉर्फला मात्र मान्य नाही. हॉब्जचा समकालीन हॅरिंग्टन म्हणतो, न्याय हा नि:पक्षपाती असला पाहिजे आणि त्यासाठी द्विदल संसदेसारख्या संस्थांची निर्मिती केली पाहिजे. म्हणजे व्यक्तीचे स्व-हितसंबंध आणि पक्षपातीपणा आपोआपच नाहीसा केला जाईल. न्यायाची तत्त्वे दैवी आहेत किंवा मानवी बुद्धीतून निघाली आहेत, यावर ह्यूम विश्वास ठेवीत नाही. न्याय ही मानवी मनाची अवस्था नसून, मानवी कृतीचे किंवा व्यक्तीच्या कृतीचे नियंत्रण करणाऱ्या तत्त्वांचे संकलन आहे. वितरणात्मक न्यायावर त्याचा विश्वास असून, एका व्यक्तीला देय असणाऱ्या वस्तूंचा अपहार करून दुसऱ्या व्यक्तीस देणे तो अन्याय्य समजतो आणि ज्याचे देय त्याला पोहोचते करणे, हा तो न्यायाचा निकष समजतो. मालमत्ता आणि न्याय यांत ह्यूम फरक करतो. जेथे न्यायाचे नियम नसतील, तेथे मालमत्तेचा हक्क असत नाही. केवळ मालमत्तेची मालकी असते, ती मालमत्ता त्यांच्या अंकित असते एवढेच. त्यामुळे न्याय हा कृत्रिम सद्‌गुण आहे, कारण त्यामागे न्यायाची कृती करण्याची स्वाभाविकता नसते. जसे परोपकारामध्ये एखाद्याचे दु:ख हलके व्हावे किंवा त्याला त्रास होऊ नये, ही स्वाभाविक ऊर्मी असते, तशी न्यायात नसते. ती एक कृत्रिम व्यवस्था असते. तरीही न्याय ही कृत्रिम व्यवस्था, हा कृत्रिम सद्‌गुण मानवी समाजासाठी अत्यंत महत्त्वाचा असतो. कारण कोणत्याही समाजाचे व्यवहार हे न्यायाधारितच असावे लागतात. अर्थात हे न्यायाचे नियम जर त्यांचा उपयोग समाजहिताच्या वृद्धीसाठी होत असेल, तरच महत्त्वाचे ठरतात. या नियमात खाजगी मालमत्तेच्या संदर्भातील नियमही अनुस्यूत आहेत. ह्यूमच्या मते न्याय म्हणजे इतरांच्या हक्कांचा आदर करणे होय. त्याच्या मते रूढी आणि परंपराधिष्ठित हक्क आणि सामाजिक दर्जा हे महत्त्वाचे असतात आणि व्यक्तिगत क्षमतेपेक्षा त्याला एका बाजूने जास्त महत्त्वाचे स्थान असल्याचे तो मानतो. गुणाधारित (desert) वितरणात्मक न्यायाला तो मान्यता देतो, कारण त्यामध्ये स्वाभाविक सहानुभूती आणि गुण या दोहोंचाही सम्यक विचार केलेला असतो. परंतु पुढे तो म्हणतो, की प्रत्यक्ष व्यवहारात हे शक्य होत नाही, कारण गुणांचे निकष असे ठरलेले नसतात आणि कोणते निकष कोणत्या व्यक्तीला लावावयाचे, हेही निश्चित करणे अवघड असते. समतेच्या बाबतीत तो म्हणतो, खाजगी मालमत्तेच्या हक्कांमुळे निर्माण होणारी विषमता अटळ असते, कारण गुणाधारित वितरणात्मक पद्धतीत प्रत्येक

व्यक्तीला मिळणारा मोबदला हा तिचे गुण आणि क्षमता यांवर अवलंबून असल्यामुळे, प्रत्येकाचा मोबदला विषम असणे हे अपरिहार्य असते. त्यामुळे तो गुणाधारित वितरणात्मक न्याय आणि समता या दोहोंनाही विरोध दर्शवितो.

उदारमतवादी विचारसरणीतील न्याय (Justice In Liberal Theory)

मिलसारखे उदारमतवादी विचारवंत सामाजिक उपयुक्ततेच्या (Social utility) दृष्टिकोनातून न्यायाचा विचार करतात. त्याच्या मते न्याय म्हणजे नीतीवर आधारित नियमांचा संच, ज्यांचा उपयोग सामाजिक उपयुक्ततेच्या दृष्टिकोनातून केला जातो.

विसाव्या शतकात जॉन रॉल्स या विचारवंताने आपल्या तत्त्वज्ञानात न्यायासारख्या गुंतागुंतीच्या संकल्पनेची स्वतंत्रपणे उभारणी केली आहे. या विषयावर विस्तृत लेखन करून आपल्या A Theory of Justice या पुस्तकाद्वारे त्याने न्याय या संकल्पनेचे विश्लेषण केले आहे. त्याच्या संकल्पनेबाबत जगभर चर्चा झाली आणि नॉझिकसारखे टीकाकारही त्याचे महत्त्व मान्य करतात. नॉझिक म्हणतो, 'यापुढे विचारवंतांना रॉल्सने मांडलेले विचार लक्षात घ्यावेच लागतील.' न्याय - अन्याय या संदर्भातील आपल्या न्यायाच्या संकल्पनेत स्वातंत्र्य आणि समता या दोन मूल्यांची सांगड घालताना खाजगी मालमत्तेचेही त्याने समर्थन केल्याचे आढळते. आपल्या 'सुव्यवस्थित समाजा'च्या (Well ordered) रचनेत त्याने न्यायाचे महत्त्व सांगितले आहे. संस्थात्मक कारभारात समाजात न्याय हा पहिल्या प्रतीचा सद्गुण आहे, असे सांगून तो न्यायाला प्राधान्य देतो. जरी कार्यक्षमता आणि स्थिरता हे महत्त्वाचे गुण असले, तरी न्याय हाही महत्त्वाचा घटक आहे.

समाजाच्या कार्यपद्धती नियंत्रित करण्याचे दृष्टीने काही नियमांची आवश्यकता असते आणि ते म्हणजेच न्याय. त्याच्या मते एका विशिष्ट परिस्थितीत वितरणात्मक न्यायाच्या निकषांबद्दल समाजात काही नियम प्रस्थापित होतात आणि या नियमांचे कसोशीने पालन केल्यास त्यातून मिळणाऱ्या परिणामांचा समाजात स्वीकार होतो. हे नियम समाजातील बुद्धिनिष्ठ घटकांनी केलेले असतात आणि ते आंतरिक कल्पनांच्या स्वरूपात असतात. एका बाजूने समतेचा उद्घोष करीत असताना कोणत्या प्रकारची असमता समाजात चालू शकेल, याचे विवेचन करीत रॉल्स आपले सामाजिक न्यायाचे तत्त्वज्ञान मांडतो. तो म्हणतो, प्रत्येकाच्या मूलभूत गरजा भागणे हे समाजाचे नैतिक प्राधान्य असून, गुणवत्ता किंवा कर्म हे वितरणाचे निकष असू शकत नाहीत. उत्पादन क्षेत्रातील विशेष प्रावीण्य महत्त्वाचे असले, तरी स्पर्धात्मक बाजारपेठांवर सामाजिक न्यायाच्या दृष्टीने नियंत्रण असले पाहिजे, असे त्याचे मत आहे. गुणविशेष किंवा तंत्रकुशलतेचे महत्त्व रॉल्स अमान्य करीत नाही, परंतु त्यापासून मिळणारा फायदा हा सामाजिक हितासाठी वापरला गेला पाहिजे, असे मत तो व्यक्त करतो. व्यक्ती

विकासाकरिता विविध स्वातंत्र्यावर भर देऊन गुणाधारित आणि तंत्रकुशल व्यक्तींनी आपला विकास साधून समाजातील तळागाळातील लोकांचे हित साधले पाहिजे, अशी न्यायाची कल्पना थोडक्यात रॉल्सने मांडली आहे.

रॉल्स आपल्या तत्त्वज्ञानात उपयुक्ततावादी विचारसरणीतील 'जास्तीत जास्त लोकांचे जास्तीत जास्त सुख' या तत्त्वाला विरोध करतो. त्याच्या मते समाजातील तळागाळातील लोकांचा यात विचार केलेला नाही. रॉल्स म्हणतो, उपयुक्ततेचे तत्त्व हे सामाजिक सहकार्याच्या दृष्टीने आणि स्वतंत्र आणि समान व्यक्तीच्या दृष्टीने एकमेकांच्या विकासाला प्राधान्य देत नाही, जे सुव्यवस्थित समाजाच्या दृष्टीने आवश्यक असते. तसेच उपयुक्ततावादात स्वातंत्र्याचा हक्क आणि सामाजिक कल्याण यांमधील फरक स्पष्ट होत नाही. उलट रॉल्सच्या न्यायाच्या तत्त्वज्ञानात विविध स्वातंत्र्ये ही गृहीत धरली असून, राजकीय सौदा किंवा सामाजिक हित यांच्या दृष्टिकोनातूनही ह्यात बदल घडू शकत नाही.

रॉल्सने आपले न्यायाचे तत्त्वज्ञान प्रामुख्याने खालील तीन पुस्तकांतून मांडले.

1) The Two Principles of Justice

2) A Theory of Justice

3) Political Liberalism and Justice as Fairness

रॉल्सच्या तत्त्वव्यूहामध्ये त्याची न्यायविषयक संकल्पना फार महत्त्वाची समजली जाते. या संकल्पनेच्या आधारे त्याने आपली न्यायाधिष्ठित समाजाची (Just Society) संकल्पना मांडली.

न्याय ही संकल्पना व्यक्ती आणि त्यांच्या परस्पर संबंधांबाबत गुणवाचक अशी वापरली जाते. त्याचा संदर्भ सामाजिक व्यवहाराशी आहे. कोणत्याही दोन व्यक्ती या परस्परांवर अवलंबून असतात. व्यक्तीव्यक्तींमधील परस्परसंबंधांमधून संस्थांची उभारणी होते आणि त्यातूनच समाजाची निर्मिती होते. प्रत्येक व्यक्ती स्वयंपूर्ण नसल्यामुळे तिच्या परस्परसंबंधांतून वागणुकीचे, म्हणजेच नीतीचे अर्थात न्यायाचे प्रश्न निर्माण होतात.

न्याय या संकल्पनेचा ऊहापोह फार प्राचीन काळी प्लेटो या राजकीय तत्त्वज्ञाने केल्याचे आढळते. न्याय हा सर्वात महत्त्वाचा सद्गुण हे सूत्र पकडून पुढील मध्ययुगीन आणि आधुनिक काळातील विचारवंतांनी आपले विचार प्रकट केले. त्यांपैकी काहींचा उल्लेख वर आलाच आहे. उपयुक्ततावादातील त्रुटी लक्षात घेऊन जॉन रॉल्सने उदारमतवादी व्यवस्थेतील आणि लोकशाही व्यवस्थेतील न्यायाची पुनर्मांडणी केली. रॉल्स म्हणतो, लोकशाही उदारमतवादात बहुसंख्यांकांचे हित पाहण्याच्या दृष्टिकोनातून राज्यकारभार करावयाचा असल्याने, त्या संदर्भात केलेले कायदेही बहुसंख्याकांच्या हिताचेच असतात व त्यामुळे अल्पसंख्याकांवर कायमच अन्याय होत राहतो. या अन्यायाचे परिमार्जन करून

एका सुव्यवस्थित समाजाचे (Well ordered society) गठन कसे करता येईल, या विचारातून रॉल्सने आपल्या A Theory of Justice या पुस्तकाद्वारे न्यायाचे तत्त्वज्ञान मांडले.

न्याय ही संज्ञा जरी व्यक्ती आणि त्यांच्या कृती यांच्या संदर्भात वापरली जात असली, तरी त्याचा संदर्भ सामाजिक व्यवहाराशी येतो. समाज ही त्यातील व्यक्ती आणि संस्था यांच्या सहकार्यातून विकसित होत असतो. परंतु व्यक्तीच्या स्वार्थी हितसंबंधांतून त्यांच्या परस्परसंबंधांत किंवा ते ज्या संस्थांमध्ये कार्यरत असतात, अशा संस्थांमधून अंतर्गत संघर्ष सुरू असतात. त्या संघर्षाची परिणती ही काही व्यक्तींवर अन्याय होण्यात होत असते. कोणत्या गोष्टी या न्याय्य किंवा अन्याय्य या मुद्दांवर भाष्य करताना जॉन रॉल्स म्हणतो, केवळ नफा-तोट्यावर आधारित उद्योग, सामाजिक संस्था, शासकीय संस्था किंवा खाजगी आस्थापना यांच्या व्यवस्थापनातच न्याय-अन्याय होऊ शकतो, असे नव्हे; तर अनेक प्रकारच्या व्यक्तींच्या कृती, विविध क्षेत्रांतील व्यक्तींच्या जबाबदारीनुसार त्यांनी घेतलेले निर्णय, न्यायालयीन निर्णय, संस्थात्मक कार्यातील दैनंदिन व्यवहार इत्यादि गोष्टींबाबत न्याय किंवा अन्याय यांचे प्रश्न निर्माण होऊ शकतात. फार काय आपल्या दैनंदिन व्यवहारातदेखील व्यक्तीच्या कृती, त्यांचे हेतू, त्यांची मानसिकता या गोष्टीचा विचारही न्याय-अन्याय या संदर्भात करावा लागतो. या सर्व गोष्टींचे सम्यक भान रॉल्स आपले न्यायाचे तत्त्वज्ञान मांडताना ठेवतो.

रॉल्स आपल्या तत्त्वज्ञानाची मांडणी करताना पहिले गृहीतक 'समाजाची मूळस्थिती' (Original Position) मानतो. आपल्या हितासाठी कोणता मार्ग चोखाळला पाहिजे, याची व्यक्तींना विवेकी जाण असते. ते इतर व्यक्तींशी करारमदार स्वहिताचा विचार करून करू शकतात आणि ते पूर्णत्वास नेऊ शकतात. विवेकशील माणसे ही परस्पर द्वेषाने भरलेली नसतात. ते एकमेकांवर जबरदस्ती (Coerce) करू शकत नसल्यामुळे ते परस्परांशी स्वेच्छेने करारमदार करतात. सर्व जण साधारणत: क्षमतेने समान पातळीवर असतात. अशा समाजात 'स्वत्व' (identity) आणि स्वहितसंबंधाचे संघर्ष या दोन गोष्टी एकाच वेळी दृष्टोत्पत्तीस येतात. सामान्यत: सर्वांच्या गरजा आणि हितसंबंध समान असतात. ते स्वतंत्र असतात, तसेच नैतिक आचरण करणारे असतात. रॉल्स या गृहितकाद्वारे समाजातील विविधता (Plurality) मान्य करतो. रॉल्स म्हणतो, समाजात आयुष्यासंबंधी आखल्या जाणाऱ्या योजना, व्यक्तींच्या धार्मिक श्रद्धा, तसेच राजकीय तत्त्वांच्या बाबतीत वैविध्य असणारी माणसे असतात.

रॉल्स आपले न्यायाचे तत्त्वज्ञान विशद करण्यासाठी आणखी एक अमूर्त संकल्पना मांडतो. ही संकल्पना म्हणजे 'अज्ञानाचा बुरखा' (Veil of Ignorance) ही होय. रॉल्स म्हणतो, 'समाजातील आपले स्थान, आपला वर्ग, आपला सामाजिक दर्जा, तसेच आपल्याला स्वाभाविकत: मिळणारी मालमत्ता आणि पेलावी लागणारी जबाबदारी (assets and liabilities) यांबद्दल ते अनभिज्ञ असतात आणि अशा या 'अज्ञानाच्या बुरख्याखाली' वावरणाऱ्या लोकांना न्यायाची तत्त्वे शोधावी लागतात.' जेव्हा समाजातील प्रत्येक व्यक्ती अशा तऱ्हेने आपले स्थान, इत्यादिविषयी अनभिज्ञ असेल, त्याच वेळी ते 'सर्व लोक माझ्यासारखेच आहेत', अशी समजूत करून घेतील आणि सर्वांना न्यायी, नि:पक्षपाती वागणूक मिळाली पाहिजे, असे तिचे मत बनेल.' अशा परिस्थितीत ज्या परिस्थितीला रॉल्स 'मूळ स्थिती' (Original Position) असे म्हणतो, त्यात प्रत्येक समाजातील जे सर्वात कमी फायदा मिळणारे (least advantaged) उपेक्षित लोक आहेत, त्यांच्या कल्याणासाठी व्यक्ती प्रयत्न करतील.

आपले तत्त्वज्ञान मांडताना रॉल्सने मूळ स्थिती (Original Position) ही समानतेची परिस्थिती आहे, असे मांडले आहे. अशा परिस्थितीत मनुष्य कोणत्या तत्त्वांना न्याय म्हणेल, असा प्रश्न रॉल्स उपस्थित करतो. रॉल्स म्हणतो, अज्ञानाच्या बुरख्याखाली वावरणारी मूळ स्थितीतील प्रत्येक व्यक्ती ही सर्वांना समाधानकारक अशा तत्त्वांना न्याय्य म्हणून मान्यता देईल. तो अशा तत्त्वांना मान्यता देण्यास प्रवृत्त होईल, कारण त्यातून सर्वांचे हित साधले जाईल, अशी त्याची धारणा असते. अज्ञानाच्या बुरख्याआड वावरणाऱ्या प्रत्येक माणसाच्या लेखी सर्व लोक साधारणत: समान असतात, अशी धारणा असल्यामुळे समान हिताच्या दृष्टिकोनातून, समान हित साधेल, अशा न्याय्य तत्त्वांना तो मान्यता देईल आणि हे साध्य करण्यासाठी आपल्या विवेकावर आधारित विकासाच्या योजना तयार करील.

अशा या मूळ स्थितीत दोन न्यायतत्त्वांची निर्मिती होऊ शकेल. ही दोन न्यायतत्त्वे हीच रॉल्सच्या न्यायाच्या तत्त्वज्ञानाचा गाभा मानता येईल.

१) सर्वांना समान हक्क आणि स्वातंत्र्ये असली पाहिजेत.

२) जर सामाजिक आणि आर्थिक विषमतेमुळे समाजातील उपेक्षित स्तरावरील (least advantaged) लोकांना त्यापासून फायदा मिळणार असेल, तर अशी विषमता न्याय्य ठरेल. म्हणजेच सर्वसाधारण परिस्थितीत सामाजिक किंवा आर्थिक विषमता ही समर्थनीय नाहीच. परंतु अशा विषमतेमुळे निर्माण होणारी परिस्थिती समाजातील उपेक्षित स्तरावरील लोकांना फायदा मिळवून देणारी असेल, त्यांना कोणत्याही प्रकारे नुकसान पोहोचविणारी नसेल, तर अशी विषमता न्याय्य, समर्थनीय समजावी, असे रॉल्सचे दुसरे न्यायतत्व सांगते.

या न्यायतत्त्वांचे विवरण करताना रॉल्स म्हणतो, ही न्यायतत्त्वे समाजाच्या मूळ चौकटीला, ढांच्याला (Structure) लागू करावीत. कारण समाजाची धारणाच सामाजिक आणि आर्थिक परिस्थितीशी निगडीत असते. या तत्त्वांपैकी पहिले तत्त्व हे समान स्वातंत्र्याचे असून, त्यामुळे समाजातील लोकांच्या इच्छाआकांक्षांना आकार येईल. लोकांमध्ये स्व-

जाणीव निर्माण होईल. विकासाचा कोणता मार्ग चोखाळावयाचा, याबाबत लोकांमध्ये जागरूकता निर्माण होईल. दुसऱ्या तत्त्वामुळे समाजातील संस्थांची उभारणी करताना लोकांच्या आशाआकांक्षा फलद्रूप होण्यासाठी काय पथ्ये पाळली पाहिजेत, याचे मार्गदर्शन होईल.

समजा, न्यायतत्त्वांची निवड करताना आपण सर्व जण मूळ स्थितीत आहोत. म्हणजेच वास्तवात आपण स्वार्थी पण विवेकशील माणसे आहोत. आपण अज्ञानाच्या बुरख्याखाली जगत आहोत. जेव्हा आपण स्वार्थी विवेकशील माणसे म्हणतो, तेव्हा आपण आपली निवड व प्रत्येक कृती ही आपल्याला फायदेशीर कशी होईल, हे पाहतो. परंतु अज्ञानाच्या बुरख्याखाली वावरणाऱ्या, व्यवहार करणाऱ्या व्यक्तींना न्यायतत्त्वे निवडण्यास सांगितले, तर अशी माणसे ज्या न्यायतत्त्वांची निवड करतील, ती समाधानकारक, सर्वांच्या हिताची अशीच असतील, कारण स्वार्थी परंतु अज्ञानाच्या बुरख्याआड वावरणारा माणूस हा कोणत्याही जाती, धर्म किंवा स्त्री-पुरुष भेदांच्या पलीकडे विचार करणारा असेल. ज्या समाजात अपंगांना तुच्छतेने वागविले जाते, त्या समाजातील अपंग माणूस अपंगांना तुच्छतेने वागविणार नाही. त्याचे विचार किंवा निवड ही भेदभावावर आधारित असणारी नसेल. तसेच स्वार्थाने प्रेरित विवेकशील (Self-Interested emotional) माणसाला नेहमी असेच वाटेल, की ज्या व्यवस्थेत सर्वांना पुरेशी साधनसामग्री आहे, अशीच व्यवस्था चांगली. अशाच व्यवस्थेत आपण असावे. त्यामुळे अशी व्यक्ती ज्या व्यवस्थेत कायमस्वरूपी पुरेशी साधनसामग्री आहे, सर्वांना पुरेशी नैसर्गिक साधनसामग्री मिळेल, म्हणजेच प्रत्येक पिढीतील सर्व लोकांना पुरेशी साधनसामग्री मिळण्याचा हक्क आहे, अशा व्यवस्थेलाच मान्यता देईल.

वरील सर्व विश्लेषणावर आधारित खालील दोन तत्त्वे मूळ परिस्थितीतील माणसे मान्य करतील, निवडतील असे, रॉल्स म्हणतो.

१) प्रत्येक व्यक्तीला मूलभूत स्वातंत्र्याचा समान हक्क असला पाहिजे. तसेच इतर व्यक्तींनाही तसाच मूलभूत स्वातंत्र्याचा हक्क असला पाहिजे. एखाद्याचा हा हक्क दुसऱ्या कोणाच्याही अशाच हक्कास बाधा पोहोचवू शकणार नाही. थोडक्यात एका व्यक्तीचे स्वातंत्र्य दुसऱ्या व्यक्तीच्या स्वातंत्र्याशी सुसंगत असेच असेल.

२) एखाद्या व्यवहारात काही सामाजिक वा आर्थिक विषमता असलील, तर त्याचे नियमन, व्यवस्थापन अशा रीतीने केले पाहिजे, की ज्यायोगे -

(अ) अशी विषमता समाजातील उपेक्षित स्तरावरील लोकांना (least advantaged) फायदेशीर असेल, त्यांच्या हिताची असेल.

(ब) जर त्या विषमता अधिकार, पदे आणि सामाजिक दर्जा यांमुळे निर्माण होत असतील, तर अशी पदे आणि सामाजिक दर्जा मिळविणे सर्वांना खुले असले पाहिजेत.

पहिले तत्त्व हे स्वातंत्र्याशी निगडीत आहे, तर दुसरे तत्त्व हे समतेचा उद्घोष करते.

पहिल्या तत्त्वात भाषणस्वातंत्र्य, संघटनास्वातंत्र्य, विचारस्वातंत्र्य, आर्थिक स्वातंत्र्य आणि लहरीपणाने कोणतीही कृती न करण्याचे बंधन यांचा समावेश होतो. पहिले तत्त्व समान स्वातंत्र्य (Liberty Principle), तर दुसरे तत्त्व विषमतेचे तत्त्व (Difference Principle) म्हणून ओळखले जाते.

रॉल्स पहिले तत्त्व हे निश्चित स्वरूपाचे (Absolute) आहे, असे मानतो आणि या तत्त्वाचा अधिक्षेप कोणत्याही वेळी केला जाऊ नये, असे म्हणतो. दुसरे तत्त्व आचरण्यासाठी पहिल्या तत्त्वाला मुरड घालणे रॉल्सला मान्य नाही. समान स्वातंत्र्याच्या तत्त्वाला दुसऱ्या कोणत्याही तत्त्वापेक्षा प्राधान्य आहे. तथापि मूलभूत स्वातंत्र्यासाठी काही वेळा एकमेकांशी तडजोड करावी लागते.

रॉल्स म्हणतो, की जर या तत्त्वांचा प्राधान्यक्रम लावावयाचा झाल्यास, पहिल्या तत्त्वाला निश्चितपणे प्राधान्य द्यावे लागेल आणि त्यानंतर २ (अ) आणि २ (ब) या तत्त्वांचा क्रम लागेल. याचाच अर्थ असा की, समान स्वातंत्र्याच्या तत्त्वाचे उल्लंघन सामाजिक किंवा आर्थिक लाभासाठीही समर्थनीय नाही. रॉल्सचे पहिले तत्त्व स्वातंत्र्या बाबत विवेचन करते. रॉल्स म्हणतो, मूळ स्थितीतील लोकांना एकदा खात्री पटली, की ते त्यांच्या मूलभूत स्वातंत्र्याचा उपभोग घेऊ शकतात, तर ते कमी प्रतीचे नियंत्रित स्वातंत्र्य स्वीकारण्यास तयार होणार नाहीत. प्रत्येक व्यक्तीला मूलभूत स्वातंत्र्ये (Basic Liberties) मिळाली पाहिजेत, यावर रॉल्सचा आग्रह आहे आणि ही स्वातंत्र्ये सर्व व्यक्तींना समानतेने उपभोगिता आली पाहिजेत, अशी त्याची धारणा आहे. आपले दुसरे तत्त्व भांडताना रॉल्स म्हणतो की, जर समाजात आर्थिक आणि सामाजिक विषमता निर्माण झाली, तर तिची व्यवस्था अशा तऱ्हेने व्हावी, की (अ) अशा विषमतेमुळे समाजातील उपेक्षित स्तरावरील (least advantaged) लोकांचा फायदा झाला पाहिजे आणि (ब) अशी विषमता ज्या अधिकारपदांमुळे किंवा सामाजिक स्थाने यांमुळे होत असेल, ती अधिकारपदे वा सामाजिक दर्जा मिळविण्याच्या संधी सर्वांना समानतेने उपलब्ध असल्या पाहिजेत.

२ (अ) या न्यायतत्त्वाला 'विविधतेचे तत्त्व/फरकाचे तत्त्व' / विषमतेचे तत्त्व (Difference Principle) असे म्हणतात व २(ब) या न्यायतत्त्वाला 'समान संधीचे तत्त्व' (Fair Equality of Opportunity) असे म्हणतात. हे विषमतेचे तत्त्व म्हणजे काय, याचे विवेचन करताना रॉल्स म्हणतो की, समाजात काही योजना आखल्या जातात की ज्या कार्यान्वित करून पूर्णत्वास नेण्यासाठी काही लोकांना जादा अधिकार द्यावे लागतात. ज्यादा वेतन द्यावे लागते. त्यांचा सामाजिक दर्जाही उच्च असतो. उदा. कोणत्याही उद्योगात हिशेबाची जबाबदारी सांभाळणारे आणि उत्पादन क्षेत्रात किंवा अन्य

क्षेत्रात वरिष्ठ अधिकाराची जबाबदारी सांभाळणाऱ्या व्यक्तीचे वेतन सामान्य कामगारापेक्षा जादा असते आणि त्यामुळे विषमता निर्माण होते. रॉल्स म्हणतो, ही विषमता समर्थनीय आहे, पण ज्या वेळी :

अ) ही योजना पूर्णत्वास गेल्यावर समाजातील उपेक्षित स्तरावरील (least advantaged) लोकांचे राहणीमान सुधारणार आहे. अशा तऱ्हेने तळागाळातील लोकांचे राहणीमान सुधारले, तर त्यांना काही प्रमाणात अशा सुविधा प्राप्त होतील की, ज्या त्यांना ती योजना पूर्णत्वास जाण्याचे आधी उपलब्ध नव्हत्या.

ब) अशी विषमता निर्माण होण्यास कारण ठरणारी अधिकारपदे किंवा अशा तऱ्हेच्या विशेष गुणांवर आधारित जागा यांवर नेमणूक होण्यासाठी सर्वांना समान संधी उपलब्ध असेल.

या चर्चेत रॉल्स 'उपेक्षित स्तरावरील' (least advartaged) व्यक्ती कोणती, याबाबत निर्देश करतो. मालमत्ता आणि आवक या आधारे हा स्तर ठरविला जाईल, असे तो सांगतो. यातून तो सामाजिक दर्जा हा घटक वगळतो. तो म्हणतो, आर्थिक आवक आणि मालमत्ता या बाबतीत जे लोक मध्यमवर्गाच्याही खाली आहेत, ते उपेक्षित स्तरावरील (least advartaged) समाजातील घटक होत. रॉल्स म्हणतो, त्याने पुरस्कारिलेले दुसरे न्यायतत्त्व हे कमाल फायदा देणारे तत्त्व आहे. यालाच तो 'लोकशाही समतेचे' (Democratic Equality) चे तत्त्व म्हणतो. सर्वांना संधीची समानता उपलब्ध करून देणाऱ्या या तत्त्वात सामाजिक विषमतेला छेद मिळतो. व्यक्तींना आनुवंशिकतेमुळे आणि नैसर्गिकरीत्या प्राप्त होणारी विशिष्ट समता ही सामाजिकदृष्ट्या मौल्यवान ठेवा असून, त्याचा उपयोग समाजातील सर्व व्यक्तींच्या हितासाठी झाला पाहिजे, असे रॉल्स म्हणतो. आनुवंशिक गुणविशेष असणाऱ्या व्यक्तींमुळे निर्माण होणारी विषमता रॉल्स न्यायाच्या कसोटीवर नाकारतो. तो म्हणतो, 'आनुवंशिकरीत्या विशिष्ट क्षमता प्राप्त झालेले किंवा केवळ जन्मत: ज्याच्या अंगी विशिष्ट गुण आहेत, अशा लोकांना त्यांच्या या क्षमता व गुण यांच्या आधारे जादा फायदा मिळविण्याचा अधिकार नाही. फारतर त्यांच्या विशिष्ट क्षमतांमुळे त्यांनी घेतलेल्या शिक्षणाचा खर्च त्यांना मिळेल, इतकाच फायदा त्यांना मिळू शकेल. त्यांच्या या विशिष्ट क्षमतांचा उपयोग त्यांनी समाजातील दुर्दैवी आणि उपेक्षित लोकांसाठी केला पाहिजे.

रॉल्सने मांडलेल्या या दोन न्यायतत्त्वांमुळे नैसर्गिक क्षमतेच्या आधारे निर्माण झालेली विषमता नाहीशी होईल, कारण अशा नैसर्गिक क्षमता प्राप्त झालेल्या कोणत्याही व्यक्तीला कोणत्याही क्षेत्रात अग्रक्रम दिला जाणार नाही. नैसर्गिक क्षमतांच्या विविधतेमुळे निर्माण होणारी विषमता रॉल्स नाकारत नाही, पण तो म्हणतो, ज्यांना नैसर्गिकरीत्या अधिक गुण किंवा क्षमत यांचा लाभ झाला असेल, त्यांनी त्याचा उपयोग समाजातील दुर्दैवी आणि

उपेक्षित लोकांच्या विकासासाठी केला पाहिजे. व्यक्तिगत क्षमता या सामाजिक मोलाचा ठेवा आहेत, असे तो मानतो.

या न्यायतत्त्वांचे विवेचन केल्यावर रॉल्स पुढे अशा तऱ्हेची सुसंघटित न्यायाधारित समाजव्यवस्था कशी निर्माण करावयाची, याच्या संस्थात्मक रचनेबाबत विवरण करतो. समाजाच्या घटनात्मक संघटनांवर रॉल्सचा भर आहे. कारण या पद्धतीत सत्ता विकेंद्रित असते आणि जबाबदारीचे तत्त्व अनुस्यूत असते. थोडक्यात रॉल्सने आपल्या न्यायाच्या तत्त्वज्ञानाद्वारे सामाजिक लोकशाही आणि उदारमतवादी व्यवस्था यांचे मिश्रण असलेली सुसंघटित समाजव्यवस्थेची कल्पना मांडली.

रॉल्सची 'सुव्यवस्थित समाजरचनेची' संकल्पना (Rawl's Well - ordered Society)

न्यायाची दोन तत्त्वे विश्लेषणासहित मांडल्यावर ही दोन न्यायतत्त्वे अंगिकारलेल्या 'सुव्यवस्थित समाजरचनेची' संकल्पना रॉल्स मांडतो. तो प्रथमच हे स्पष्ट करतो की, सामाजिक संस्थेचे प्रथम उद्दिष्ट न्याय हे असले पाहिजे. लोकांनी आपल्या परस्परांतील हितरक्षणासाठी एकत्र येऊन सहकारी भावनेने नांदणे म्हणजे समाज. समाजामध्ये एकमेकांशी व्यवहार करताना व्यक्ती आपल्या हिताचा विचार करून जसे इतरांशी सहकार्याने वागते, त्याचप्रमाणे काही वेळा आपापसातील स्पर्धा आणि संघर्ष यांनाही तिला तोंड द्यावे लागते. रॉल्सच्याच शब्दात सांगावयाचे झाल्यास, 'समाज म्हणजे परस्परसहकार्य आणि संघर्ष यांचा परस्परहितकारक मिलाप होय.'

प्रत्येक व्यक्ती ही समाजाचा घटक असते आणि ज्या व्यवस्थेत आपले हित जोपासले जाईल, अशा समाजव्यवस्थेला ती मान्यता देते. प्रत्येक व्यक्ती आत्मकेंद्री, स्वार्थी असतेच, पण त्याचबरोबर ती विवेकशीलही असते. त्यामुळे स्वतःच्या फायद्याचे निर्णय घेत असताना व्यक्ती तो निर्णय विवेकबुद्धीने घेत असते. रॉल्स म्हणतो, याच मानवी प्रवृत्तीमुळे ज्या वेळी कोणतीही व्यक्ती स्वतःच्या फायद्याचा निर्णय घेते, त्याच वेळी सामूहिक हिताचाही ती विचार करीत असते. याच प्रेरणेने माणूस समाजातील घटक म्हणून वावरत असतो.

रॉल्सच्या मते समाजातील संस्थांची रचना अशी असली पाहिजे, की ज्यात त्याने मांडलेल्या न्यायाच्या दोन तत्त्वांचा आविष्कार झाला असला पाहिजे. कारण न्याय हे सामाजिक संस्थांचे प्राथमिक उद्दिष्ट असले पाहिजे. संस्थात्मक रचनेचा विचार करताना रॉल्स न्यायाचे पहिले तत्त्व म्हणून समतेचे तत्त्व स्वीकारतो. तो म्हणतो, सर्व लोकांना मूलभूत स्वातंत्र्याचा समान हक्क असेल, अशी संस्थात्मक रचना असली पाहिजे. त्याच्या सुव्यवस्थित समाजाच्या संकल्पनेत स्वातंत्र्याबाबत कोणत्याही

विषमतेला थारा नाही. या समाजरचनेत न्यायाची दोन तत्त्वे ही मार्गदर्शक तत्त्वे असली पाहिजेत आणि अशा समाजरचनेत न्यायामुळे साधले जाणारे हित हे सर्वांपर्यंत पोहोचले पाहिजे. त्यातल्या त्यात समाजातील उपेक्षित स्तरांवरील लोकांपर्यंत त्याचा लाभ मिळाला पाहिजे. अशी समाजव्यवस्था निर्माण करताना रॉल्स व्यक्तीच्या बिवेकशीलतेवर भर देतो आणि ती प्रस्थापित करणे हे व्यक्तीचे महत्त्वाचे कर्तव्य असले पाहिजे, असे प्रतिपादन करतो.

अशा तऱ्हेने न्यायाधारित करार प्रस्थापित केल्यावर 'न्याय्य घटनेचा' शोध घेण्याचे काम व्यक्तींना करावे लागते. ज्या घटनेद्वारे न्याय्य समाजाची प्रतिष्ठापना होईल, अशी घटना ही न्याय्य घटना होय. अशा न्याय्य घटनेतील संस्था व कार्यपद्धती हीदेखील न्यायाधारित असली पाहिजे. अशा प्रकारे निर्माण झालेली कार्यपद्धती म्हणजे राजकीय प्रक्रिया आणि त्यातून निर्माण होणारे फलित म्हणजे कायदा होय. ही राजकीय प्रक्रिया न्याय्य होण्यासाठी त्यात मूलभूत स्वातंत्र्याचा अंतर्भाव असला पाहिजे. रॉल्सच्या न्याय्य समाजाची ही संकल्पना लोकशाहीत आविष्कृत होत असते. परंतु तो स्वत:च म्हणतो की, अशा प्रकारची न्याय्य प्रक्रिया असलेली समाजव्यवस्था सापडणे दुर्मीळ आहे.

सुव्यवस्थित समाजाचे आणखी एक वैशिष्ट्य म्हणजे स्थिरता होय. या समाजव्यवस्थेत परस्परांचे हितसंबंध जोपासण्याची व सामूहिक जबाबदारीने वागण्याची व्यक्तीची इच्छा असल्यामुळे व्यक्तिगत पातळीवरील संघर्षांना वाव मिळणार नाही व त्यामुळे स्थिर समाजाची प्रतिष्ठापना होऊ शकेल. रॉल्स म्हणतो, प्रत्येक व्यक्तीने न्याय्य कायद्याचे पालन केलेच पाहिजे. कायदा योग्य असेल आणि अधिकृत संस्थेने मान्य केला असेल, तर न्यायाच्या तत्त्वानुसार त्याचे पालन करणे हे प्रत्येक व्यक्तीचे कर्तव्य ठरते. मात्र अन्याय्य कायदा पाळला पाहिजे का, या प्रश्नाचे उत्तर रॉल्स सकारात्मक देतो आणि त्यातूनच आपले आज्ञाभंगाचे विचार मांडतो. परंतु याही बाबतीत तो धोक्याची सूचना ही देतो. सुसंघटित समाजव्यवस्थेतही अन्याय्य परिस्थिती निर्माण होण्याची शक्यता नाकारता येत नाही. ज्या वेळी सनदशीर मार्गाने आपल्यावरील अन्याय दूर होत नाही, अशी खात्री पटल्यावरच लोकांनी त्यांचे हक्क मिळविण्याकरिता किंवा अन्याय दूर करण्यासाठी आज्ञाभंगाचा मार्ग स्वीकारावा. आज्ञाभंगाच्या उपायामुळे सार्वजनिक शांततेला व सुरक्षेला धोका निर्माण झाल्यास त्याचे उत्तरदायित्व सत्ताधीश आणि शासनव्यवस्थेच्या चुकीच्या निर्णयांचे असेल, असे रॉल्स म्हणतो.

रॉल्सच्या न्यायाच्या तत्त्वज्ञानावर उलट-सुलट टीका झाली असली, तरी रॉल्सने उदारमतवादातील नवा विचार मांडून आपल्या विचारात न्याय या संकल्पनेला केंद्रीभूत मानून, जगभरातील विचारवंतांमध्ये आपले स्थान निर्माण केले, हे नि:संशय!

न्यायाचे स्वतंत्रतावादी सिद्धान्त (Libertarian Theories of Justice)

स्वतंत्रतावादी विचारवंत हे न्याय या संज्ञेचे विश्लेषण करताना उदारमतवादी विचारांवर टीका करून स्वातंत्र्य संकल्पनेला प्राधान्य देतात. स्वतंत्रतावादी विचारवंतांचा विचार करताना प्रामुख्याने रॉबर्ट नॉजिक आणि एफ.ए. हायेक यांच्या विचारांचा मागोवा घ्यावा लागतो.

रॉल्सच्या 'न्यायाच्या तत्त्वज्ञानाला' नॉजिकची 'Entitlement Theory' पर्यायी म्हणून समजली जाते. मालमत्तेच्या संदर्भात कार्यपद्धतीनुसार न्याय (Procedural Justice) ही संकल्पना त्याने मांडली. जी मालमत्ता न्याय्य परिस्थितीत न्याय्य मार्गाने मिळविली जाते, ती न्याय्य होय, हे मूलतत्त्व आहे. त्याचे तीन घटक असतात.

(अ) मालमत्ता मिळविण्याची न्यायतत्त्वे,

(ब) मालमत्ता हस्तांतराची न्यायतत्त्वे आणि

(क) अन्याय्य रीत्या मालमत्ता धारण केल्यास ती दुरुस्त करण्याची न्यायतत्वे.

पहिल्या घटकाद्वारे मालमत्ता निर्माण होण्याची तत्त्वे मांडली जातात. दुसऱ्या घटकात त्या मालमत्तेचे एका व्यक्तीकडून दुसऱ्या व्यक्तीकडे होणाऱ्या हस्तांतराबाबत नियम मांडले जातात, तर तिसऱ्या घटकांचे द्वारा या दोन घटकान्वये निर्मिलेल्या नियमात कोठे उल्लंघन झाले, तर त्यात सुधारणा करण्याचे नियम सांगितले जातात. हे नियम वितरणात्मक न्यायाला कायमस्वरूपी लागू असतात.

हक्क सिद्धांतानुसार (Entitlement Theory) सामाजिक उत्पादनाचे वितरण हे न्याय्य समजले जाते, जेव्हा ते 'from each as they choose, to each as they are chosen', या निकषात नसते. नॉजिक याबाबत वॉल्ट चेंबरलेन या बास्केटबॉल खेळाडूचे उदाहरण देतो. टीममधील सर्वांना सारखे उत्पन्न मिळत असताना वॉल्सचे चाहते त्याचा खेळ केवळ पाहण्याकरिता किंवा त्याला पाहण्याकरिता नेहमीच्या तिकिटापेक्षा २५ सेंट अधिक रक्कम देण्यास तयार असतील, तर ती रक्कम वॉल्टला मिळण्यास काहीही प्रत्यव्याय नसावा. अर्थात याच टीममधील लोकांचा विरोध नसेल, तर नॉजिकच्या म्हणण्यानुसार लोकांनी वॉल्टकरिता अधिक पैसे देण्याची कृती ही न्याय्य आहे. कारण ते स्वखुशीने जादा पैसे देऊ इच्छितात आणि त्यावर आधारित पैसे वॉल्टला मिळणे हेही न्याय्य आहे, कारण ते त्याच्याकरिता लोकांनी स्वेच्छेने दिलेले असतात. अर्थात यामुळे समतेच्या तत्त्वाचा संकोच होतो, हे खरे. पण त्या कृतीमुळे वॉल्टच्या व्यक्तिगत स्वातंत्र्याच्या हक्काचे संरक्षण होते आणि त्याचे करारस्वातंत्र्य अबाधित राहते. नॉजिक संधीची समानता हे तत्त्व नाकारतो, कारण त्यामुळे ज्यांच्याजवळ मालमत्ता आहे, ती काढून घेऊन ती इतरांच्यात वाटली जाते. जोपर्यंत व्यक्तीने आपली मालमत्ता न्याय्य मार्गाने जमविली आहे, तोपर्यंत ती त्या व्यक्तीची आहे आणि ती कोणत्याही कारणाने

वा मार्गाने काढून घेणे हे अन्याय्य आहे, असे नॉजिक म्हणतो. शिवाय वरील उदाहरणात वॉल्टच्या चाहत्यांनी हे पैसे त्याला स्वेच्छेने देऊ केलेले असतात. त्यामुळे ते काढून घेण्याचा कोणताही हक्क सरकारी नियमानेही न्याय्य नाही. ही रक्कम समता प्रस्थापित करण्यासाठी काढून घेणे समर्थनीय नाही. समता प्रस्थापित करण्याची इच्छाही अविवेकी असूयेपोटी (irrational prejudice) निर्माण होते, असे नॉजिकचे म्हणणे आहे.

नॉजिक आणि रॉल्स हे दोघेही विचारवंत उपयुक्ततावादाला विरोध करतात. दोघेही व्यक्तीचा आत्मसन्मान (Self-respect) कान्टच्या विचारानुसार मान्य करतात. पण रॉल्स हा समूहाचा विचार करतो, तर नॉजिक हा व्यक्तीचा विचार करतो. व्यक्तीच्या सामाजिक स्वरूपाला नॉजिकचा विरोध आहे. तो म्हणतो, रॉल्सच्या न्यायाच्या तत्त्वज्ञानातील मूळ स्थितीमधील माणूस व्यक्तिगत विचार करण्याचे सोडून समूहाचा विचार का करील? तसेच तो असाही प्रश्न उपस्थित करतो की, आपल्या गुणवत्तेच्या आधारावर जे लोक सुस्थितीत आहेत, त्यांनी आपल्या मालमत्तेचा जादा भाग समाजातील उपेक्षित लोकांसाठी का द्यावा? नॉजिक म्हणतो, निम्न स्तरावरील लोकांनी त्यांची परिस्थिती वास्तव म्हणून स्वीकारली पाहिजे आणि विशिष्ट गुणवत्ताधारकांना त्यांना आज्ञा देण्याचा अधिकार आहे.

नॉजिक व्यक्तीला केवळ गुणविशेषामुळे मिळालेल्या मालमत्तेची मालकी न्याय्य समजत नाही, तर त्याला आनुवंशिकरीत्या कायदेशीर मिळणारी मालमत्ताही न्याय्य मानतो. कारण तो म्हणतो, जरी ती मालमत्ता व्यक्तीच्या गुणविशेषामुळे व्यक्तीला मिळत नसली, तरी ती कायदेशीररीत्या मिळण्यास व्यक्ती पात्र असते. ती व्यक्ती अशा मालमत्तेची विश्वस्त असते. त्याच्या मते गरजेनुसार वितरणात्मक न्यायाचे तत्त्व हे नैतिकदृष्ट्या ब्लॅकमेल करणारे आहे. एकूणातच नॉजिकचे Entitlement तत्त्व हे राज्याचा व्यक्तीच्या कृतीतील हस्तक्षेप कमी ठेवण्याच्या दृष्टीनेही उपयोगी आहे. कारण ज्यासाठी जो जे मिळण्यास पात्र आहे किंवा जी मालमत्ता न्याय मार्गाने व्यक्तीने मिळविली असेल, ती न्याय्य होय, असे मत त्याने Entitlement Theory द्वारा मांडले आहे.

वैधानिक पद्धतीबाबत एफ.ए.हायेक (F.A.Hayek) हा विचारवंत आपली मते मांडतो. तो म्हणतो, कायदेमंडळाने किंवा सार्वभौमाने केलेले नियम हेच अबाधित मानता येणार नाहीत, कारण बुद्धी आणि विवेक यांच्या सातत्याने चालणाऱ्या मंथनप्रक्रियेतून वास्तवाचे वस्तुनिष्ठ भान ठेवूनही कायदे किंवा नियम तयार होतात आणि ते न्याय्य असतात. व्यक्तीला सामान्य नियमानुसार जे देय असेल, ते न्याय्य, असा सर्वसाधारण विचार तो मान्य करतो. समाजात न्याय्य आणि अन्याय्य असे त्रिकालाबाधित काहीही नसते. समाजाची तसेच वस्तुविनिमयाची बाजारस्थिती ही कायम परिवर्तनीय असते.

त्यामुळे न्याय्य आणि अन्याय्य यांचे अर्थ वास्तवास अनुसरून बदलत असतात. त्यांना तसा काही अर्थ नसतो. परंतु या परिवर्तनीय नियमांबद्दल हायेक काहीच विवरण करीत नाही. तो 'protected domain' (संरक्षित क्षेत्र) ही संज्ञा वापरतो. त्याचा अर्थ मालमत्ता आणि न्याय्य वर्तनाचे नियम जे मालमत्ता आणि मालमत्तेचा हक्क यांचे संरक्षण तर करतातच, पण त्याशिवाय त्यात व्यक्तिस्वातंत्र्य (freedom of movement) आणि अशा स्वातंत्र्यांच्या रक्षणाचा अंतर्भाव असतो. त्याने हे नियमांचे विवरण केले नाही, कारण मानवी मनाची तरल अवस्था लक्षात घेता अनुभवाशिवाय अशा नियमांचे विवरण करणे अशक्य आहे.

हायेक म्हणतो, सामाजिक न्याय ही संकल्पना काही नैतिक मूल्यांच्या आधारावर उभी राहिली आहे. मूल्यव्यवस्थेतील एका विशिष्ट मूल्यासच या सामाजिक न्यायाच्या मांडणीमध्ये प्राधान्य दिले जाते आणि हायेक हा अनेकतावादी (pluralist) असल्यामुळे विविधतेच्या तत्त्वाच्या ते विरोधी आहे. तो मुक्त आणि उदारमतवादी व्यवस्थेचा समर्थक असल्यामुळे सामाजिक न्याय ही संकल्पना प्रत्यक्षात आणावयाची झाल्यास या स्वातंत्र्यासच धोका पोहोचतो. त्याच्या दृष्टीने सामाजिक न्याय या संज्ञेचा तसा काहीही ठोस अर्थ होत नाही. मुक्त समाज किंवा बाजारपेठेत सामाजिक न्याय या संज्ञेस काहीही अर्थ अगर स्थान नसते, कारण त्यात घडणाऱ्या घटना किंवा कृती या परिस्थितीजन्य असतात आणि त्यातून निर्माण होणारे परिणाम हेही परिस्थितीजन्य असतात; न्याय्य किंवा अन्याय्य नसतात. त्यात जे सुदैवी असतात, त्यांना समृद्धी प्राप्त होते. प्रत्येक वेळी त्यांना मिळणारे फायदे त्यांच्या गुणांवर आधारित असतीलच, असे नाही. यातून निर्माण होणारी विषमता ही अन्याय्य मानता येणार नाही. कारण त्या निकषावर स्वाभाविक दैवी विशिष्ट गुणविशेषांवर आधारित विषमताही अन्याय्य मानावी लागेल.

कोणीही विषमता असावी, असे म्हणत नाही. केवळ काही लोक सुदैवी आणि काही दुर्दैवी असतात, म्हणून विषमता निर्माण होते. मुक्त बाजारपेठेत यशस्वी होणाऱ्या व्यक्ती बुद्धिमान असतात. त्यांचेजवळ विशिष्ट गुणवत्ता असते किंवा ते जादा श्रम करीत असतात, असे नव्हे, तर त्यांचे बाजारपेठेतील ज्ञान आणि अंदाज याचा त्यांना फायदा मिळतो. ते सुदैवी असतात. अर्थात सामाजिक न्यायावर आधारित मालमत्तेची वितरण व्यवस्था स्वीकारावयाची झाल्यास व्यक्तिस्वातंत्र्याची गळचेपी होईल. सामाजिक न्यायाला जरी हायेकचा विरोध असला, तरी राज्याने किमान उत्पन्नाची अट घालावी आणि त्या दृष्टीने व्यवस्था करावी, यास हायेक मान्यता देतो. अर्थात हे न्यायाच्या भूमिकेतून नव्हे, तर व्यक्तीला दुःखद परिस्थितीस सामोरे जावे लागू नये, म्हणून होय.

समाजवादातील न्यायाची संकल्पना (Socialist Conception of Justice)

समाजवादी विचारवंत न्यायाचे विवरण समतेच्या दृष्टिकोनातून करतात. समाजवादी विचारवंत न्याय ही मानवी जीवनात सर्वश्रेष्ठ बाब मानतात. न्याय म्हणजे परस्परसहकार्य (reciprocity), समता (equality) आणि समन्वय (equillibrium). सामाजिक जीवनात काही अपरिहार्य संघर्ष असतात. संघर्ष हे मानवी जीवनाचे शाश्वत तत्त्वच असते. हे संघर्ष नाहीसे करण्याकरिता या संघर्षामध्ये जे कारणीभूत घटक असतात, त्यांच्यात समतोल साधल्यास न्याय्य परिस्थिती निर्माण करता येईल, असे तत्त्वज्ञान समाजवादी विचारवंत मांडतात.

मार्क्स आणि एंजल्स या दोन विचारवंतांच्या मते भांडवलशाही नष्ट केल्यास, तसेच खाजगी मालमत्तेचे तत्त्व नष्ट केल्यास सामाजिक समता निर्माण होईल. सामाजिक समतेवर आधारित समाजाची उभारणी करता येईल आणि त्यातून न्याय निर्माण होईल. भांडवलशाहीतून संपत्तीची विषमता निर्माण होते. तसेच व्यक्तिगत हितामध्ये व विकासामध्ये तफावत पडते - कारण बाजारव्यवस्था ही नेहमीच भांडवलदार आणि मालमत्ताधारक यांना फायद्याची असते. मार्क्स आपल्या 'अतिरिक्त श्रममूल्याच्या सिद्धान्ताद्वारे' हे पटवून देतो. भांडवलशाहीत माणसाची परिस्थिती अवनत होते. भांडवलशाही पद्धतीत उत्पादन केले जाते, ते फायद्याकडे लक्ष देऊन केले जाते. मानवी गरजा त्यामध्ये लक्षात घेतल्या जात नाहीत. कामगारांना त्यांच्या श्रमांचा योग्य मोबदला मिळाला पाहिजे, हा त्याचा आग्रह आणि त्याकरता कामगारांना करावा लागणारा संघर्ष आणि शेवटी कामगारांची हुकूमशाही स्थापन होण्याचे भाकित हे त्याचे न्याय्य समाजाचे स्वप्नच म्हणावे लागेल. भांडवलशाही नष्ट झाली, की सामाजिक मालकीचे तत्त्व अमलात आणता येईल, त्यातून कामगारांचे शोषण थांबेल आणि परस्परसहकार्य आणि बंधुता याआधारे समाजाचे संघटन होईल. समाजवादी व्यवस्थेत वितरणाचे तत्त्व 'from each according to his ability, to each accoring to his need' हे प्राथमिक राहील. पण कम्युनिस्ट समाजरचनेत गरज ही वितरणाचा प्रमुख घटक बनेल. ही स्वप्नवत समाजव्यवस्था निर्माण होण्यास विपुल उत्पादनाची गरज भासेल. ती तंत्रज्ञानाच्या आणि शास्त्रीय शोधांच्या आधारे भागेल. शिवाय उत्पादनसाधनांची मालकी सामूहिक असल्यामुळे प्रत्येक व्यक्ती आपण होऊन काम करेल. कामाकरिता काही उत्तेजना म्हणून जादा वेतन इत्यादी प्रलोभनांची गरज भासणार नाही. मानवी स्वभावात अशा तऱ्हेच्या अपेक्षित स्थित्यंतराची पूर्ती झाली, तर वितरणात्मक न्यायाचा प्रश्न आपोआप सुटेल. मार्क्सच्या दृष्टिकोनातून अशी समाजव्यवस्था ही परिपूर्ण समाजव्यवस्था असून तीत संघर्षांना वाव नसेल आणि परस्पर सहकार्याने सर्व लोक नांदतील. रॉल्स आणि टकर हे विचारवंत म्हणतात, खरोखरीच अशा तऱ्हेची परिपूर्ण समाजव्यवस्था, संघर्षरहित

समाजव्यवस्था, सर्वांचे सामूहिक हित साधणारी समाजव्यवस्था अस्तित्वात आलीच, तर ती न्यायाच्या तत्त्वाहूनही (Beyond Justice) श्रेष्ठ असेल.

यावर मार्क्सवादी विचारवंतांनी कोणतेही भाष्य केले नाही, हे आश्चर्य आहे. पण रॉल्सची संकल्पना ही उदामतवादाला विरोधी आणि भांडवलशाहीला व त्यातील राज्यप्रणीत कल्याणकारी व्यवस्थेला पुष्टी देणारी आहे, असे मत ते नोंदवितात. मॅक्फर्सन हा रॉल्सच्या संकल्पनेतील विसंवादी भूमिकेवर टीका करताना समाजाची विभागणी विविध असमान पातळ्यांवर असल्याचे मत मांडतो. तसेच तो भांडवलशाही बाजारपेठेतील व्यक्तीची संकल्पनाही मांडतो. परंतु हे समतेच्या दृष्टीने न्याय्य नाही. रॉल्स विषमतेला मान्यता देतो आणि त्यामुळे विषमता ही नेहमीच वर्गसंघर्षाला मदत करते, ही मार्क्सवादी टीकाही तो रॉल्सच्या न्यायसंकल्पनेवर करतो. तरीही तो रॉल्सची संकल्पना ही इतर समकालीन विचारवंतांनी मांडलेल्या उदारमतवादी विचारांपेक्षा वेगळी असल्याचे सांगतो, स्पर्धात्मक बाजारपेठेत सौहार्द्रपूर्ण सामाजिक संबंध कसे राखता येतील, याचे विवरण करणारे एक वस्तुनिष्ठ उदाहरण म्हणून त्याची भलामण करतो.

क्रोपोटकीन (Kropotkin) हा विचारवंत न्याय म्हणजेच समता आणि समानता होय, असे मानतो. सामाजिक मालकीच्या तत्त्वावर आधारलेल्या समाजव्यवस्थेत विशिष्ट गुणवत्ता धारण करणाऱ्या व्यक्तींना जादा मोबदला देणे योग्य नाही, असे तो मानतो. कम्युनिस्ट समाजव्यवस्थेत गरजेनुसार वितरणाची व्यवस्था कार्यवाहीत येईल, अशी त्याला खात्री वाटते. कोणत्याही कामात व्यक्तीचे योगदान किती हे ठरविणे, सध्याच्या आधुनिक व्यवस्थेत कठीण असून त्यामुळे गुणाधारित किंवा कामानुसार वितरणाची कल्पना लागू करणे अशक्य आहे, असे मत तो मांडतो. सर्व उत्पादन हे समाजातील व्यक्तींच्या सामूहिक कष्टाचे फळ असल्यामुळे ते समाजाच्या मालकीचे असते आणि त्यामुळे व्यक्तिगत योगदानानुसार त्याचे वितरण करणे अशक्य आणि अयोग्य आहे. गरजेनुसार वितरणात्मक व्यवस्था निर्माण झाली तरच लोकांमध्ये परस्पर आदरभाव, सहकार्य यांची भावना निर्माण होईल, जी न्याय्य समाजव्यवस्थेला आवश्यक असते. तांत्रिक प्रगती आणि शास्त्रीय शोध यांमुळे कामाचे तास कमी होतील, प्रत्येक व्यक्ती आपल्या मताप्रमाणे आपले काम निवडेल, इत्यादी गोष्टी कधीच वास्तवात आल्या नाहीत. परंतु क्रोपोटकीनसारख्या अ-राज्यवादी विचारवंतांनी समाजाच्या या प्रारूपाची न्याय्य म्हणून मांडणी केली होती.

न्यायाची स्त्री-वादी संकल्पना (Feminist Theory of Justice)

प्रचलित व्यवस्थेत मांडल्या जात असलेल्या सर्व संकल्पना या त्यांना अमान्य आहेत, कारण त्या पुरुषसत्ताक भूमिकेतून मांडल्या गेल्या आहेत. पुरुषप्रधान संस्कृतीतील न्याय, हक्क आणि तत्त्वे यांना स्त्रीवादी विचारवंतांचा विरोध असून स्त्रियांची काळजी

घेणारी नैतिकता, त्यांना वागविण्यास लागणारी सहानुभूती, आपलेपणा आणि सौहार्द्रपूर्ण संबंध यांवर न्यायाची उभारणी करतात. गिलीगन म्हणते, जवळिकीपेक्षा निराळी, स्त्रियांची काळजी घेणे या गोष्टी न्यायतत्त्वांच्या उभारणीसाठी महत्त्वाच्या आहेत. स्त्रियांना समानतेची वागणूक, सौहार्द्रपूर्ण वागणूक ही महत्त्वाची वाटत असते.

स्त्रियांना बऱ्याच सामाजिक राजकीय हक्कांपासून वंचित ठेवले गेले. मतदानाचा किंवा निवडणूक लढविण्याचा अधिकार स्त्रियांना नव्हता. तसेच कुटुंबाच्या अंतर्गत केल्या जाणाऱ्या स्त्रियांवरील अत्याचाराची समाज किंवा कायदा दखल घेत नसे. स्त्री-वादी चळवळीतील विचारवंतांनी न्यायाकरिता काही खाजगी हक्काची कल्पनाही मांडल्याचे दिसते. ते म्हणतात, स्त्रियांना खाजगी वर्तणुकीचे स्वातंत्र्य हवे, मुलांवर हक्क हवा, मनायोग्य साथीदार निवडण्याचे स्वातंत्र्य हवे, मुलांना जन्म देण्याबाबत निर्णय घेण्याचे स्वातंत्र्य हवे (right to reproductive freedom). विशेषत: स्त्रियांच्या स्वत:च्या शरीराबाबत आणि प्रजननासंबंधी स्त्रीला स्वातंत्र्य हवे, असे Mackinnon म्हणते.

ओकीन (Okin) ही स्त्रीवादी विचारवंत म्हणते, आतापर्यंतच्या न्यायाच्या कल्पना सामाजिक पुरुषसत्ताक पद्धतीवर आधारित होत्या, कारण स्त्रियांचे काम आणि स्थान हे केवळ कुटुंबांतर्गतच समजले जाई आणि न्यायाची तत्त्वे मात्र समाजातील व्यवहाराला लागू असतात. स्त्री-पुरुष संबंध आणि लिंगभेदरहित न्यायाच्या तत्त्वांची उभारणी झालीच नाही. लिंगभेदामुळेच स्त्रियांवरील अन्याय होत राहिले. याचे कारण परंपरागतरीत्या पुरुष हा मिळवता, पोशिंदा आणि स्त्री ही मुलांचे संगोपन, जनन करणारी ही विभागणी आतापर्यंत मान्य केली गेली. सध्याची परिस्थितीही काही वेगळी नाही. स्त्री कमावती झाली, तरी नोकऱ्यांच्या बाजारात तिचे स्थान दुय्यमच राहिले आणि लग्नानंतर नोकरी आणि घरगुती काम या दोन्ही आघाड्यांवर तिलाच काम करावे लागते. मुलांचे संगोपन हा स्त्रीच्या कर्तव्याचा भाग मानल्यामुळे त्या काळात स्त्रियांना नोकरी करणेही शक्य नसते आणि जेव्हा पुन्हा स्त्री नोकरी शोधण्यास जाते, तेव्हा तिला नोकरी मिळेलच, याची शाश्वती नसते. त्यामुळे घराचा पोशिंदा आणि पूर्ण वेळ काम करणारा ही भूमिका पुरुषच वठवितो. ओकिनच्या म्हणण्यानुसार स्त्रियांवरील अन्याय दूर करण्यासाठी कामाच्या जागी लहान मुलांची संगोपनाची व्यवस्था, स्त्रियांना द्यावयाच्या कामाची पुर्नमांडणी जेणेकरून त्यांना कुटुंब आणि नोकरी दोन्हींची योग्य सांगड घालणे जमेल, शिक्षणाच्या समान सुविधा, घटस्फोटाच्या कायद्यात योग्य सुधारणा, जेणेकरून स्त्रीला घटस्फोटानंतरही योग्य जीवनमान सांभाळून जगता येईल, अशा ढोबळमानाने काही सुधारणा कराव्यात.

यंग आणि बेनहाबिब (Banhabib) यांच्या मते स्त्रियांना खरा न्याय तेव्हाच मिळेल, जेव्हा संभोगातील स्त्री-पुरुषांची समानता, लिंगाधारित कामाची वाटणी, प्रजननाबाबत स्त्रियांचा हक्क यांसंदर्भात प्रबोधन होईल किंवा कायदेशीर तरतूद होईल. या घटकांचा

वितरणात्मक न्यायाशी अर्थाअर्थी संबंध नसला, तरी हे घटक स्त्रियांवरील अन्याय दूर करण्यास उपयुक्त ठरतील, असे त्यांचे मत आहे. ओकिन स्त्रीयांच्या विशेष संदर्भातील संयोग (sexuality) आणि जनन (reproduction) या घटकांकडे व त्यामुळे निर्माण होणाऱ्या अन्यायाकडे दुर्लक्ष करते, अशी त्यांची टीका आहे. तिने लग्नासंदर्भातील या विशिष्ट अन्यायांचा परामर्श घेतल्याचे दिसत नाही.

स्त्रीच्या अन्यायाचे मूळ कारण तिची बालसंगोपनाची जबाबदारी हे आहे. तसेच नैसर्गिकरीत्या प्रजननाची स्त्रीवर असलेली जबाबदारी हेही आहे. शास्त्रीय शोधांच्या आधारे स्त्री - शरीराबाहेर अपत्यजन्माचा संभव शक्य होईल (fetus outside the body) आणि स्त्री-पुरुषांच्या समानतेवर समाजाची उभारणी होईल, अशी आशा ते व्यक्त करतात. काहींच्या मते अपत्य जन्म आणि संगोपन ही स्त्रीची जरी जबाबदारी असली, तरी त्याचे कौटुंबिक महत्त्व जाणून त्या दृष्टीने स्त्री-पुरुषांचे प्रबोधन व्हावे.

यंग (Young) च्या मते विवाह संस्था ही सुधारण्यापलीकडील अन्याय्य संस्था आहे. समाजात याला उपाय म्हणून single-parenting पद्धती उपयोगात आणावी व त्यासाठी स्त्रियांना समान वेतन, काही कल्याणकारी योजनांची पद्धत राबवावी. बालसंगोपनाकरिता मदत होईल अशा योजना राबवाव्यात. काही युरोपियन देशांत 'मातृगृह' (mother house) ची पद्धत अस्तित्वात आहे, जेथे एकट्या माता खाजगी अपार्टमेंटमध्ये वास्तव्य करतात आणि मुलांची देखभाल करतात. वूलस्टोनक्राफ्ट (wollstonecraft) आणि मिल यांच्या मते स्त्री आणि पुरुष हे विवेकशील असून त्यांना समान हक्क असले पाहिजेत.

थोडक्यात राजकीय संकल्पना या दृष्टीने न्याय - अन्याय या महत्त्वाच्या असल्या, तरी त्याबाबत विचारवंतांमध्ये विविध मतप्रवाह असल्याचे दिसते. असे जरी असले, तरी न्याय्य समाजव्यवस्थेच्या बाबतीत कायद्याचे राज्य, अल्पसंख्याकांचे रास्त हक्क, राज्य ही सामाजिक न्यायाला बांधील संस्था, मानवी हक्कांचे घटनात्मक आणि वैधानिक संरक्षण, स्त्री-पुरुष समानता इत्यादि घटकांबाबत विचारवंतांचे मतैक्य असल्याचे दिसते.

७ | मालमत्ता

Property

सुखी जीवन, स्वातंत्र्य आणि इतर सुविधा यांच्याकरिता मालमत्ता / संपत्ती आवश्यक आहे, असा विचार विचार सर्वत्र मांडला जातो असे दिसते. एका बाजूला काही विचारवंत मालमत्तेचा हक्क हा नैसर्गिक हक्क आहे आणि मानवी अस्मिता (dignity) त्याकरिता आवश्यक आहे, असे प्रतिपादन करतात; तर काही विचारवंत मालमत्तेमुळे समाजात विषमता निर्माण होते आणि ते गरिबांच्या शोषणाचे साधन म्हणून वापरले जाते, असे मानतात. मालमत्ता आणि मालमत्तेचा हक्क या विषयांवर प्राचीन काळापासून उलटसुलट चर्चा चालू राहिली आहे. काही विचारवंत खाजगी मालमत्तेचा हक्क उचलून धरतात, तर काहींच्या मते मालमत्तेची सामूहिक आणि सामाजिक मालकी महत्त्वाची मानली जाते. तसे पाहिले, तर मालमत्तेचा हक्क केवळ भौतिक वस्तूंची मालकी या पुरताच मर्यादित नाही; तर त्यांद्वारे समाजातील 'आहे रे' आणि 'नाही रे' या गटांचे परस्परसंबंध नियंत्रित होतात, निगडीत असतात आणि त्यामुळेच या संकल्पनेस सामाजिक आणि राजकीय महत्त्व प्राप्त झाले आहे. मालमत्तेचे दोन भाग पाडता येतील - खाजगी मालमत्ता आणि सार्वजनिक मालमत्ता. खाजगी मालमत्तेच्या बाबत जी चर्चा होते, तिचा रोख बहुतांशी स्वातंत्र्य, आर्थिक स्वातंत्र्य, मुक्त बाजारपेठा, त्यांतील व्यवहार, त्यांचे नियंत्रण या संदर्भात असतो. तसेच मालमत्तेची उपयुक्तता, गरज, न्याय्य वितरण आणि मुक्त आर्थिक स्वायत्तता यांबाबतीतही ही चर्चा सुरू असते. अनादि कालापासून मालमत्ता आणि सत्ता यांचे संबंध सर्वश्रुत आहेत.

खाजगी मालमत्तेचे तीन महत्त्वाचे घटक असतात. (१) मालमत्तेवर एकाचाच मालकी हक्क असतो. दुसऱ्या कोणासही त्या मालमत्तेवर हक्क सांगता येत नाही. शिवाय तिचा वापर करू देणे अगर नाकारणे हे सर्वस्वी त्या मालकाच्या व्यक्तिगत मतावर अवलंबून असते. उदा. मालकाच्या परवानगीशिवाय पोलीस अधिकारीही अधिकृत वॉरंटशिवाय घरात जाऊ शकत नाही. (२) त्या मालमत्तेचा कसा वापर करावयाचा, हे सर्वस्वी

मालकाच्या मर्जीवर अवलंबून असते. अर्थात स्वत:चे घर स्वत:च नष्ट करणे हे नियमबाह्य आहे. (३) स्वत:च्या मालकीच्या मालमत्तेचे हस्तांतरण करणेचा हक्क मालकाला असतो. अर्थात काही हस्तांतरणाबाबत प्रशासन कर बसवून हस्तक्षेप करू शकते. परंतु सर्वसाधारणत: या हस्तांतरणामुळे आर्थिक विषमता निर्माण होते आणि वाढते, असे मत मांडले जाते. मालमत्तेचे संरक्षण करणे हा राज्याचा आणि कायद्याचा हेतू असला पाहिजे, कारण त्यावरच सामाजिक स्वास्थ्य अवलंबून असते. मॅकूफर्सन खाजगी आणि सार्वजनिक मालमत्ता हा भेद स्पष्ट करतो. तो म्हणतो, खाजगी मालमत्तेत इतरांचा हस्तक्षेप मला मान्य नाही, तर सार्वजनिक मालमत्ता सर्वांची असते. त्यातून कोणीही वगळले जात नाही. प्रत्येक व्यक्ती आणि ती ज्या मालमत्तेची मालक असते, ती मालमत्ता, यांचा अन्योन्य संबंधही महत्त्वाचा असतो आणि तो संबंध भौतिक, तसेच भावनिक स्तरावरही असू शकतो. नैसर्गिक हक्क आणि वैधानिक हक्क या संदर्भातील फरक मालमत्तेच्या बाबतीतही केला जातो.

'मालमत्ता'च्या उदयावरील वादविवाद (Historical Origins of the Debate)

मालमत्ता या संज्ञेविषयीची चर्चा आधुनिक नाही. ती पुरातन असून प्लेटो, ॲरिस्टॉटल यांसारख्या विचारवंतांनी त्या संदर्भात आपली मते नोंदविली आहेत. मालमत्तेचे दुष्परिणाम लक्षात घेऊन, तसेच सत्ता आणि मालमत्ता यांचे संबंध लक्षात घेता, प्लेटो आपल्या पालक (Guardian) वर्गातील नागरिकांकरिता सामूहिक मालमत्तेची शिफारस करतो. राज्यकर्त्यांनी स्व-रक्षण करण्यापेक्षा समाजहिताच्या रक्षणार्थ प्राधान्य द्यावे, असे तो मानतो व राज्यकर्त्या वर्गाला खाजगी संपत्ती/मालमत्तेचा हक्क नाकारतो. ॲरिस्टॉटल म्हणतो, जगातील सर्व दु:खांचे मूळ खाजगी मालमत्ता आहे, अशी धारणा बरोबर नाही. बऱ्याच दु:खांचे मूळ हे मानवी स्वभावात आहे आणि सामूहिक मालकीच्या तत्त्वामुळे त्यावर उपाय सापडणार नाही. तो म्हणतो, कायद्यांद्वारे खाजगी मालमत्तेच्या मालकांचे मनपरिवर्तन करून त्यांना सामूहिक हितासाठी आपली मालमत्ता वापरण्यासाठी प्रेरित केले पाहिजे. खाजगी मालमत्तेच्या तत्त्वातील दोषापासून मुक्तता झाली, तरी केवळ सामूहिक मालकीचे तत्त्व सर्व दोषांचे निराकरण करू शकणार नाही. शिवाय खाजगी मालमत्तेमुळे मिळणारे फायदेही कमी नाहीत. अशा परिस्थितीत खाजगी मालमत्तेचा हक्क सर्वस्वी नष्ट करण्यापेक्षा श्रीमंती आणि गरिबी यांतील सुवर्णमध्य साधून आर्थिक विषमता कमीत कमी करण्यावर भर द्यावा, असे ॲरिस्टॉटल मानतो. ॲरिस्टॉटलपासून Levellers पर्यंतच्या काळात आणि अठराव्या शतकाच्या सुरुवातीपर्यंत सामान्यत: खाजगी मालमत्तेच्या माफक प्रमाणातील संचयाचे समर्थन केले गेले.

प्लेटो आणि ॲरिस्टॉटल दोघेही राज्यातील आर्थिक उलाढालीला योग्य महत्त्व

देतात. परंतु आर्थिक बाब ही राजकीय क्षेत्राहून दुय्यम आहे, असे त्यांचे मत होते. ॲरिस्टॉटल मालमत्ता संपादन करण्याचे नैसर्गिक आणि अनैसर्गिक मार्ग असतात, असे मानतो. नैसर्गिक मार्गाने मिळविलेली संपत्ती ही जीवनावश्यक गरजा भागविते, तर अनैसर्गिक मार्गाने संपत्ती किंवा मालमत्ता हिचा अतिरिक्त संचय करता येतो. अनैसर्गिक मार्गाने मिळविलेल्या संपत्तीस ॲरिस्टॉटलचा विरोध आहे. आवश्यक तेवढी संपत्ती मिळविण्यास त्याचा विरोध नाही. नैसर्गिक आणि अनैसर्गिक मार्गातील मध्यम मार्ग म्हणजे वस्तुविनिमय (Barter). परंतु कालपरत्वे या पद्धतीचा लोप होऊन त्याऐवजी पैसा हे विनिमयाचे माध्यम बनले. परंतु ते केवळ विनिमयाचेच माध्यम किंवा उपभोगाची वस्तू विकत घेण्याचे साधन न राहता, संचयाचे माध्यम बनले. त्यामुळे ॲरिस्टॉटल व्यापाराचे क्षेत्र नियंत्रित करावे, असे म्हणतो. व्यक्तीला आणि तिच्या कुटुंबाला आवश्यक असलेल्या गरजा भागतील, एवढेच मालमत्ता मिळविण्याचे उद्दिष्ट असावे, असे तो मानतो. त्या दृष्टिकोनातून तो शेती, मासेमारी यांसारख्या उद्योगांना मान्यता देतो; कारण त्या उद्योगातून मिळणाऱ्या उत्पन्नातून व्यक्ती आणि तिच्या कुटुंबाच्या गरजा भागू शकतात आणि त्यामुळे त्यांना वस्तुमूल्य किंवा उपयुक्तता मूल्य असते. परंतु जसजसा समाजाचा विविधांगी विकास होत जातो, व्यापार व उत्पादनवृद्धी होते, विशिष्ट श्रमविभागणीचे तत्त्व अमलात येते, उत्पादन क्षेत्राचे महत्त्व वाढते, तसतसे उत्पादनाला विनिमयमूल्य (exchange value) प्राप्त होते आणि खाजगी संपत्तीचा उदय होतो. एकूणातच राजकीय संस्थांवर असणारा आर्थिक व्यवहारांचा परिणाम आणि संपत्तीच्या वितरणाबाबत विचार करणारा ॲरिस्टॉटल हा पहिला राजकीय विचारवंत आहे.

मालमत्ता ह्या संकल्पनेचा विकास रोमन कायद्याद्वारे झपाट्याने झाला, कारण रोमन कायद्याद्वारे मालमत्ताधारकाला ती मालमत्ता त्याला वाटेल त्या मार्गाने वापरण्याचा अधिकार दिला. ख्रिश्चन धर्मात आर्थिक कृती ही नैतिकतेशी निगडीत होती. मध्ययुगीन कालखंडात ख्रिस्ती धर्माची शिकवण आणि ख्रिस्ती धर्मोपदेशकाप्रमाणेच पुढील काळात आर्थिक व्यवहाराला नीतिमत्तेची बैठक दिली गेली व ॲरिस्टॉटलच्या नैसर्गिक आणि अनैसर्गिक विभागणीनुसार अर्थव्यवहाराचे नियमन करण्याचा प्रयत्न केला गेला. आर्थिक व्यवहारांना नैतिक नियमांची जोड देऊन राज्याच्या उत्तम प्रशासनाच्या दृष्टिकोनातून अर्थव्यवहाराचे नियंत्रण होऊ लागले. मालमत्तेबाबत अधाशीपणा, अति हाव आणि भौतिक गोष्टींची संचयाची वृत्ती यांचा निषेध केला जाऊ लागला. भौतिक विकास हा व्यक्ती आणि तिच्या समाजातील सहकाऱ्यांकरिता उत्तम जीवनाचे साधन आहे, असे मानले जाऊ लागले. ज्या आर्थिक प्रथा व्यक्तीचे शोषणास आणि आर्थिक विषमता वाढविण्यास कारणीभूत होतील, त्या चर्चच्या दृष्टीने निषिद्ध मानल्या गेल्या.

मध्ययुगीन समाजाच्या दृष्टीने पृथ्वी आणि त्यावरील नैसर्गिक साधन संपत्ती ही

सर्वांच्या सामूहिक वापराकरिता देवाने दिलेली देणगी असून, खाजगी संपत्तीची संकल्पना ही मानवी स्वभावातील लोभ, मोह आणि हाव यातून हावेमधून निर्माण झाली. त्या काळात मालमत्ता आणि राजकीय सत्ता यांचे संबंध जोडले गेले आणि त्यातून मालमत्तेच्या हक्कांची संकल्पना पुढे आली. मालकी हक्काचे कोणतेही तत्त्व नसल्यामुळे किंवा सामूहिक मालकीची कल्पना प्रस्थापित असल्यामुळे मालमत्तेचा अधिकार दुय्यम स्वरूपात होता.

आधुनिक काळाच्या सुरुवातीस व्यापारवृद्धी, शहरीकरण आणि उत्पादनाची वाढ आणि बाजारपेठांची निर्मिती यांमुळे खाजगी मालमत्ता ही अर्थकारणात दृढ होत गेली. ॲक्विनॉसने धार्मिक श्रद्धा आणि प्रत्यक्ष व्यवहार यांचा आर्थिक क्षेत्रात समन्वय घालण्याचा प्रयत्न केला. त्याने गरजेनुरूप मालमत्तेचे समर्थन केले, तसेच उत्तम प्रशासनाला साहाय्य करण्याच्या दृष्टिकोनातून मालमत्तेच्या योगदानाचे प्रतिपादन केले. दुष्काळी परिस्थितीत गरिबांनी आपल्या गरजेपोटी केलेली चोरीही त्याने समर्थनीय मानली. ॲक्विनॉस ॲरिस्टॉटनप्रमाणेच व्यापार अनैसर्गिक मानतो. तसेच त्यातून निर्माण होणारी संपत्ती हा सामाजिक दोष मानतो. तो म्हणतो, व्यापार हा जेव्हा व्यक्ती आणि तिचे जीवित यांचे साधन असेल, तेव्हाच समर्थनीय आहे. तसेच त्यातून निर्माण होणाऱ्या अतिरिक्त संपत्तीचा विनियोग देशाकरिता झाला पाहिजे. तसेच व्यापारात होणारे व्यवहार हे न्याय्य असले पाहिजेत. मालमत्तेसंबंधी अशा तऱ्हेच्या कल्पना तेराव्या शतकानंतर हळूहळू बदलत गेल्या. ती विकासप्रक्रिया फार काळ चालली. पुढे युरोपमधील काही देशांत आपल्या शेतीवर कुळ म्हणून राबणाऱ्या शेतकऱ्यांनी ती शेती विकण्याचे हक्क प्रस्थापित केले, तसेच त्यांच्या हस्तांतरणाचे हक्क मिळविले आणि त्यातून मालमत्तेच्या हक्काची संकल्पना पुढे आली.

खाजगी मालमत्तेच्या हक्काचे समर्थन (Defence of Private Property)

आधुनिक काळात प्रचलित असलेला मालमत्ता / संपत्ती या संकल्पनेवरील वाद - चर्चा सोळाव्या-सतराव्या शतकापासून सुरू झाली. ही चर्चा घडविणारा पहिला राजकीय विचारवंत लॉक हा होता. त्याने खाजगी मालमत्तेचे समर्थन केले होते. मानवाला काही नैसर्गिक हक्क हे नैसर्गिक कायद्यानुसार मिळालेले आहेत आणि हे हक्क समाजाच्या किंवा राज्याच्या निर्मितीपूर्वीपासून अस्तित्वात होते. ह्या हक्कांचे संरक्षण करण्यासाठी राज्याची निर्मिती झाली. लॉक म्हणतो, भूमी आणि तिच्यापासून मिळणारे उत्पादन हे सामूहिक मालकीचे आहे. आणि खाजगी मालमत्तेचा हक्क हा जेव्हा समाजातील इतर व्यक्ती मान्यता देतील, तेव्हाच समर्थनीय आहे. जमीन आणि त्यातून मिळणारे उत्पन्न यांची मालकी परमेश्वराची असून, परमेश्वराने मानवाच्या सामूहिक उपभोगासाठी ती दिली आहे. लॉकच्या म्हणण्यानुसार जेव्हा व्यक्ती आपल्या श्रमांद्वारे या सामूहिक मालमत्तेतून

काही उत्पादन करते, त्या वेळी खाजगी संपत्ती किंवा मालमत्ता ही समर्थनीय असते. कारण प्रत्येक व्यक्तीचे श्रम ही तिच्या वैयक्तिक मालमत्तेचा एक भाग असतो. या सामूहिक नैसर्गिक देणगीपासून श्रमाधारित व्यक्तिगत मालमत्तेत फरक करता येतो. श्रम हे व्यक्तिगत मालकीचे असतात, हे जरी खरे असले, तरी त्याचा उपयोग करताना सामूहिक मालमत्तेचा कोणताही गैरवापर करण्याचा त्याला अधिकार नाही. उलट आपल्या श्रमाने ही सामूहिक मालमत्ता सर्वांनाच हितप्रद कशी होईल, हाच त्याचा दृष्टिकोन असला पाहिजे. या धरती किंवा भूमीचा मानवी समुदाय विश्वस्त आहे आणि आपल्या उद्यमशीलतेद्वारा आणि श्रमाद्वारे त्याचा योग्य उपयोग त्याने करावा.

मानवी श्रम हे केवळ मालमत्तेचे उत्पादन करीत नाहीत, तर त्याचे मूल्यही ठरवितात. कालांतराने पैशाच्या विनिमयाच्या उपयोगामुळे मालमत्तेचा हक्क प्रस्थापित झाला आणि पैशाच्या संचयाद्वारे विषमता निर्माण झाली. ॲरिस्टॉटलप्रमाणे लॉकला व्यापार आणि उत्पादन हे व्यवसाय निषिद्ध नव्हते, कारण त्याने मालमत्ता ही व्यक्तिगत स्वातंत्र्याला आवश्यक आहे, असे तत्त्व मांडले. व्यक्तिगत श्रमाधारित खाजगी संपत्तीच्या निर्मितीच्या तत्त्वामुळे लॉकने उद्यमशील व्यक्तीच्या गुणांना पूर्वापार रूढी आणि परंपरा यांतून मुक्त केले आणि त्यांना प्रागतिक बनविले, असे मत एबिन्स्टाईनने मांडले आहे. मॅक्फर्सन म्हणतो, या श्रमाधारित खाजगी संपत्तीच्या तत्त्वामुळे लॉकने समाजाचे विभाजन दोन वर्गांत केले. जी समाजव्यवस्था समतेवर आधारित व्यक्तीची होती, तीच आता 'आहे रे' आणि 'नाही रे' या दोन भागांत विभागली गेली. मॅक्फर्सन म्हणतो, लॉक भांडवलशाहीला नैतिक अधिष्ठान देऊ पाहत होता, तसेच तो बाजारी अर्थव्यवस्थेचा समर्थक होता. पैसा ही नाशिवंत वस्तू नाही. त्यामुळे तिचा अपरिमित संचय होऊ शकतो आणि त्यामुळे ज्याचेजवळ संपत्ती आहे, तिचा तो गरजेहून अधिक प्रमाणांत संचय करू लागतो. व्यक्तीच्या या संपत्तीसंचयाला कोणतीही सीमा नव्हती. फक्त एकच नियंत्रण होते व ते म्हणजे व्यक्तिगत क्षमता, ज्याद्वारे व्यक्ती अधिकाधिक फायदा मिळवू शकेल. लॉकच्या दृष्टिकोनातून पैशाला दुहेरी महत्त्व होते. पैशाद्वारे निश्चित आवक ठरत होती आणि पैशामुळे जीवनातील आवश्यक गरजा भागत होत्या.

श्रमाधारित उत्पादनाचे महत्त्व लॉक अमेरिकेचे उदाहरण देऊन पटवितो. अमेरिकेचा शोध लागण्यापूर्वी विपुल निसर्गसंपदा असणाऱ्या या देशातून कोणतेही जीवनोपयोगी उत्पादन होत नव्हते. मात्र इंग्लंडमध्ये सतराव्या शतकातच श्रमाधारित उत्पादनामुळे मानवी जीवन खूपच सुखकारक होत होते. अमेरिकेमधील व्यापार-उदिमाच्या संधीमुळे व विपुल निसर्ग साधनसामग्रीमुळे व्यापारी वर्गाने प्रोत्साहित होऊन उद्यमशीलता व श्रम यांच्या आधारे तेथे समृद्धी आणली. उत्पादनाची चणचण ही गोष्ट आता अस्तित्वात नव्हती. सर्वांना पुरेशा जीवनावश्यक वस्तू मिळतील, अशी परिस्थिती निर्माण झाली. आणि

मालमत्तेच्या रक्षणाकरिता लोकांनी एकत्र येणे आणि गणराज्याची स्थापना करणे हे लोकांचे उद्दिष्ट बनले. राज्याचे कर्तव्य जीवित, स्वातंत्र्य आणि मालमत्तेची सुरक्षा हेच मानले गेले. लोकप्रतिनिधींद्वारे गठित झालेले राज्यही नागरिकांच्या खाजगी मालमत्तेचा उपयोग मालकाचे संमतीशिवाय करू शकत नव्हते. अशातच सन १६६० मध्ये इंग्लंडमध्ये कुंपण मोहिम (Enclosure Movement) सुरू झाली. या चळवळीमुळे खाजगी जमीन मालकांनी आपल्या जमिनींना कुंपण घातले आणि मालकाच्या संमतीविना त्याच्या जमिनी राज्याने ताब्यात घेऊ नयेत, याकरिता ही चळवळ उभी केली.

लॉकने खाजगी मालमत्तेचा पुरस्कार केला हे खरे. परंतु त्याच्या दृष्टीने जमिनीच्या मालमत्तेला काही विशिष्ट दर्जा असावा, असे त्याचे म्हणणे नव्हते. लॉकच्या काळात आणि त्यानंतरही मालमत्तेला पैसे मिळविण्याचे किंवा जमा करण्याचे साधन असा अर्थ आलेला नव्हता. अठराव्या शतकातील औद्योगिक क्रांतीनंतरच भांडवलशाहीने 'भांडवलाचा संचय' म्हणून मालमत्तेचा उपयोग केला. मार्क्सवादी तत्त्वज्ञानाप्रमाणे रोमन कालापासून ते अठराव्या शतकाअखेर मालमत्ता याचा अर्थ 'जीवित, स्वातंत्र्य आणि मालमत्ता (estates) असाच केला गेला होता. त्याचा अर्थ मालकी हक्क किंवा मालमत्तेचा अतिरिक्त संचय असा केला गेला नव्हता.

लॉकने प्रथमच मुक्त व्यापाराची प्रशंसा केली. तो म्हणतो, व्यापाराच्या दृष्टीने सर्व जग हे एकच आर्थिक गट आहे. तो म्हणतो, प्रत्येक प्रकारचा व्यापार हा फायदेशीरच असतो, कारण कोणताही तोट्याचा व्यापार चालू शकणार नाही. तो खाजगी संपन्नता आणि राज्याची संपन्नता या एकमेकांस पोषक मानतो. परंतु त्याचे हे विचार त्या काळात ग्राह्य मानले गेले नाहीत, कारण त्या काळांत नियंत्रित व्यापार हाच प्रचलित नियम होता.

श्रमाधारित मालमत्तेची लॉकची संकल्पना स्मिथ आणि रिकार्डो या अर्थतज्ज्ञांनी पुढे पूर्णपणे विकसित केली. स्मिथच्या मते, कोणत्याही राज्याला त्या राज्यातील श्रमशक्ती ही तिच्या गरजा आणि सोयी पुरवीत असते. राष्ट्राची संपत्ती ही दोन घटकांवर अवलंबून असते. पहिला, उत्पादनक्षमता आणि दुसरा उपयुक्त श्रमशक्ती, जी संपत्ती निर्मितीसाठी उपयोगात आणली जाते. श्रमविभागणीचे तत्त्व हे श्रमशक्तीची उत्पादनक्षमता वाढविणारे महत्त्वाचे साधन होते असते असे त्याचे म्हणणे होते. त्याच्या दृष्टीने मुक्त बाजारपेठेमुळेही उत्पादनाला प्रोत्साहन मिळते. मुक्त बाजारपेठेचेही काही समर्थक होते. स्मिथच्या मते ज्या वेळी श्रमविभागणीचे तत्त्व आणि वस्तुविनिमय हे एका विशिष्ट पातळीवर पोहोचतात, त्या वेळी व्यक्तीचे समाजावरील अवलंबित्व वाढत जाते आणि त्यातून सर्व समाजच एक व्यापारी घटक बनतो. त्यातूनच खाजगी मालमत्ता आणि सामाजिक सौहार्द्र प्रस्थापित होतात. त्याला मालमत्ता आणि सरकारी संस्थांचा विकास यांचे महत्त्व आणि संबंध माहीत होते. त्याच्या दृष्टीने राज्याने म्हणजेच प्रशासनाने खाजगी संपत्तीचे रक्षण केले

पाहिजे. प्राचीन काळी सरकारी संस्थांची त्या दृष्टिकोनातून गरज भासत नसे, कारण खाजगी संपत्तीची संकल्पना त्या काळी अस्तित्वात नव्हती आणि त्यामुळे गरिबांना श्रीमंतांच्या संपत्तीचा हेवा वाटावा आणि त्यामुळे श्रीमंतांना गरिबांपासून असुरक्षिततेची भावना निर्माण व्हावी, अशी परिस्थिती नव्हती. परंतु जेव्हा खाजगी संपत्तीची कल्पना दृढ झाली आणि श्रीमंतांच्या आणि गरिबांच्या आर्थिक परिस्थितीतील तफावत वाढत गेली, तेव्हा नागरी प्रशासनाला श्रीमंतांच्या संपत्तीचे गरिबांपासून संरक्षणाचे काम करावे लागले. स्मिथचे असेही म्हणणे होते की, खाजगी संपत्तीमुळे सत्ता प्राप्त होते, तसेच उच्च-नीचतेचा भाव निर्माण होतो. जरी तो खाजगी संपत्तीला संमती देत होता, समर्थन करीत होता, तरीही त्यामुळे निर्माण होणाऱ्या कमाल विषमतेला त्याचा विरोध होता. त्याच्या मते, राज्य हे समृद्ध आणि सुसंस्कृत असेल. तर समाजातील विषमता विविध उपायांनी ते कमी करू शकेल, तसेच समाजातील शोषणावरही ते उपाययोजना करू शकेल.

श्रमशक्ती हा मालमत्तेचा मूलस्त्रोत आहे. श्रमाच्या अतिरिक्त मूल्याचा सिद्धान्त मांडून भांडवलदार कामगारांचे कसे शोषण करतात, हे मार्क्सने दाखवून दिले. परंतु स्मिथने मात्र श्रमशक्तीबरोबरच, उत्पादनप्रक्रियेत इतर घटकांचाही समावेश होतो असे सांगून, त्यांनाही उत्पादनप्रक्रियेत मूल्य असते, असे मत मांडले. रिकार्डोने श्रमशक्ती ही एक विनिमयाची बाब असून, तिची नैसर्गिक किंमत इतर विनिमयाच्या वस्तूंप्रमाणे ठरत असते, असे मत मांडले. या सर्व चर्चेत भांडवल या घटकाला मिळणारी किंमत ही श्रमशक्तीच्या तुलनेन अधिक असते, हा मुद्दा कोणीही मांडला नाही व त्यामुळे कामगाराचे शोषण होते, हेही बाजूला सारले गेले. वस्तुत: लॉकच्या म्हणण्याप्रमाणे श्रमामुळे संपत्तीची निर्मिती होते. ही बाब मार्क्सने आपल्या अतिरिक्त मूल्याच्या सिद्धान्ताद्वारे विशद केली. तो म्हणतो, भांडवलदार कामगाराचे जे श्रम विकत घेतो, त्याची किंमत त्या श्रमाच्या उत्पादनक्षमतेपेक्षा कमी असते आणि कामगाराला त्याच्या श्रमशक्तीचा योग्य मोबदला न देता, ही अतिरिक्त किंमत तो स्वत: घेतो आणि या व्यवहारामुळे भांडवलदार श्रीमंत होत जातो, तर कामगार अधिक गरीब होत जातो.

बर्कच्या मते, खाजगी मालमत्ता ही कुटुंब आणि वारसाहक्क यांच्यातील महत्त्वाचा दुवा असून, सामाजिक स्वास्थ्यासाठी आवश्यक आहे. त्याच्या दृष्टीने जमिनीतील मालमत्तेला विशेष महत्त्व असून, मालमत्ता हाच सरकारचा मूलस्त्रोत आहे.

खाजगी मालमत्तेवरील टीका (Critique of Private Property)

एकोणिसाव्या शतकात औद्योगिक क्रांतीच्या सफलतेनंतर भांडवलशाहीचा विकास मोठ्या प्रमाणावर होऊ लागला आणि तीवर दोन प्रकारे टीका होऊ लागली. एक

प्रतिक्रियात्मक आणि दुसरी क्रांतिकारक. प्रतिक्रियात्मक टीका सर्वसाधारणत: मागील घटनांचा आढावा घेऊन जे घडले, ते योग्य समजावे अशा प्रकारची होती. परंतु क्रांतिदर्शी टीका ही समाजवादी विचारसरणीच्या एका गटाकडून होत होती. भांडवलशाही व्यवस्थेत निर्माण होणाऱ्या आर्थिक विषमतेला त्यांचा तीव्र विरोध होता. उत्पादनाचे श्रेय ते भांडवलदाराला न देता श्रमशक्तीला, कामगाराला देत. भांडवलदार आणि जमीनदार हे फायदा आणि खंड यांद्वारे उत्पादनावर मालकी सांगून, त्यातून कामगाराची पिळवणूक करीत होते, असे त्यांचे म्हणणे होते. खाजगी मालमत्ता नष्ट करणे, तसेच भांडवलशाहीला तिलांजली देऊन उत्पादनाच्या साधनांचे सामाजिकीकरण केल्यास कामगारांचे शोषण थांबून, आर्थिक विषमता नष्ट होईल आणि कामगारवर्गाचे दैन्य दूर होईल, असे त्यांचे मत होते.

सामूहिक मालमत्तेची कल्पना प्रथम ग्रीकांनी प्लेटोद्वारा मांडली आणि मोर, लेव्हलर्स, समाजवादी आणि कम्युनिस्ट विचारधारेतून ती एकोणिसाव्या-विसाव्या शतकात येऊन पोचली. या विचारधारेच्या समर्थकांच्या मते राजसत्ता आणि आर्थिक सत्ता यांचे विभाजन झाले पाहिजे आणि अर्थसत्तेचा राजकीय सत्तेवरील प्रभाव नष्ट झाला पाहिजे. ही कारणे समाजवादी-साम्यवादी विचारांत सांगितली जातातच, परंतु सर्वात महत्त्वाचे उद्दिष्ट म्हणजे आर्थिक विषमतेवर आधारलेली अन्याय्य समाजव्यवस्था नष्ट होऊन, उत्पादनाच्या सामूहिक मालकीमुळे एका न्याय्य समाजव्यवस्थेची प्रस्थापना होईल हे होय. खाजगी मालमत्तेमुळे लोकांच्यात स्वहितसंबंध रक्षण, श्रेष्ठत्व आणि स्पर्धात्मकता या दुर्गुणांचा प्रादुर्भाव झाला; तर सामूहिक मालकीमुळे निर्माण होणाऱ्या न्याय्य समाजव्यवस्थेत - कम्युनिस्ट व्यवस्थेत परस्परसहकार्य, सामाजिकता आणि माणुसकी या सद्गुणांची जोपासना होईल.

सोळाव्या शतकात विन्स्टन्ले या विचारवंताने खाजगी मालमत्तेची संकल्पना बदलून, प्रत्येक व्यक्तीचा जमिनीवर काम करून आपला उदरनिर्वाह करण्याचा हक्क प्रस्थापित करण्याचा प्रयत्न केला. बर्नस्टिन हा विन्स्टन्ले यास मार्क्सचा पूर्वलक्षी विचारवंत मानीत असे. जर उपजावू जमीन सर्वांच्या उपयोगासाठी मोकळी केली, तरच खरे स्वातंत्र्य नांदू शकेल, असे त्याचे म्हणणे होते. त्याने Diggers या संस्थेच्या सभासदांना प्रभावित केले. Diggers च्या मते खाजगी मालमत्ता ही आर्थिक विषमता, अधाशीपणा, लोभ या दुर्गुणांना जन्म देत असल्यामुळे ती पद्धत बंद व्हावी.

रुसो

समाजवादी विचारवंतांवर रुसोचा निर्विवाद प्रभाव होता. त्याने आधुनिक समाजावर टीका करताना आपल्या Discourses (१७५५) या ग्रंथांत खाजगी मालमत्तेच्या उदयाची

मीमांसा केली आणि त्यामुळे समाजात विषमता कशी निर्माण झाली, याचे विवेचन केले. निसर्गावस्था ही खरोखरीच सुखी आणि आनंदी अवस्था होती, असे त्याने प्रतिपादन केले. ज्या वेळी पहिल्या माणसाने जमिनीच्या तुकड्याला कुंपण घातले आणि हा भूभाग माझा आहे, असे जाहीर केले आणि इतर लोकांनी सहजपणे त्याला मान्यता दिली, तो खाजगी मालमत्तेचा उदय होता, आणि अशाच त हेच्या काही लोकांच्या खाजगी हितसंबंधांवर आधारित अशी या नागरी समाजाची स्थापना झाली, असे त्याचे प्रतिपादन होते. खाजगी मालमत्ता हा थोड्या लोकांकरिता विशेष हक्क बनला आणि त्यामुळे बहुसंख्य लोक दु:खाच्या खाईत लोटले गेले.

रुसोच्या मते खाजगी मालमत्तेमुळे श्रीमंत आणि गरीब यांचे एकमेकांवर अवलंबून असणारे निराळेच नाते निर्माण झाले. श्रीमंत लोक आपल्या सुखसोयीं आणि सुविधांसाठी गरीबांच्यावर अवलंबून होते आणि गरीब लोक आपल्या जीवनावश्यक गरजा भागविण्यासाठी श्रीमंतावर अवलंबून राहू लागले. यातून श्रीमंत अधिक श्रीमंत आणि गरीब त्याच पातळीवर किंवा त्याहून निकृष्ट पातळीवरील जीवन जगू लागले. श्रीमंत सत्ताधीश बनले आणि गरीब गुलामगीरीत ढकलले गेले. श्रीमंतांना मालमत्तेबाबत हाव निर्माण होऊ लागली. परंतु ते लोक भीतिग्रस्त झाले. श्रीमंत आणि गरीब वर्गात एक प्रकारे संघर्ष सुरू झाला. याला उपाय म्हणून रुसो अनेक लहान शेतकऱ्यांच्या मालकीचे शेताचे भाग असावेत, असे सुचवितो. तो श्रमविभागणीचे तत्त्वही नाकारतो, पण तो कोठेही सामूहिक मालकीचा उपाय सुचवीत नाही, कारण त्याचे मते खाजगी मालमत्ता ही नागरिकांचा पवित्र हक्क (sacred right) आहे. आर्थिक विषमता कमीत कमी व्हावी, हे सुचवीत असताना तो समतेचे तत्त्वज्ञान मांडीत नाही, कारण तो नैसर्गिक विशिष्ट क्षमता लाभलेल्या नागरिकांचा समावेश असलेल्या समाजव्यवस्थेस मान्यता देतो. भांडवलशाही आणि समाजवाद हे दोन्ही तो नाकारतो. त्याच्या मते भांडवलशाहीत आर्थिक अभावामुळे विशिष्ट फायदे मिळतात, तर समाजवादात सत्तास्थानांमुळे हे फायदे मिळत असतात.

रुसोच्या तत्त्वज्ञानाचा प्रभाव पुढे अनेक समाजवादी विचारवंतांवर दिसून येतो. मनुष्य हा जन्मत: सत्प्रवृत्त असून नागरी समाजाच्या प्रभावामुळे तो भ्रष्ट होतो, ही रुसोची मते समाजवादी विचारवंतांनी ग्राह्य धरली. फ्रेंच राज्यक्रांतीनंतर उदयास आलेल्या आणि रुसोच्या तत्त्वज्ञानाने प्रभावित झालेल्या बॅबूफ (Babeuf) या विचारवंताने उद्योग आणि जमीन यांचे सामाजिकीकरण करावे, तसेच जमीन आणि त्यातून मिळणारे उत्पन्न यांवर सामूहिक हक्क असावा, सर्वांना कामाचा हक्क असावा, असे मत मांडले. भांडवलशाही नष्ट करून समाजवादी समाजरचना प्रस्थापित केल्यासच हे साध्य होऊ शकेल, असे त्याचे मत होते. रुसोच्या विचाराने प्रभावित झालेल्या गॉडविन (Godwin) या विचारवंताने

असेच विचार मांडल्याचे आढळतात. आर्थिक विषमता नष्ट करावी हे मत मांडताना तो खाजगी मालमत्ता आवश्यक आहे, असे मत मांडतो. कारण व्यक्तिस्वातंत्र्य आणि व्यक्तिगत मत किंवा निर्णय यांकरिता खाजगी मालमत्ता आवश्यक आहे. दुसऱ्याच्या श्रमाने मिळविलेल्या संपत्तीला तो प्रतिबंध करतो. प्रत्येकाने दिवसाकाठी किमान एक तास शारीरिक श्रम केले पाहिजेत, अशी त्याची अपेक्षा आहे.

आधुनिक काळात सेंट सायमन हा समाजवादी विचारवंत औद्योगिकीकरण आणि त्याच्या विकासप्रक्रियेचे योग्य आकलन असलेला आहे, असे वाटते. औद्योगिक यश हे संघटनचातुर्य आणि तंत्रज्ञान यांवर अवलंबून असते. त्याचा खाजगी मालमत्तेशी काहीही संबंध नाही, असे मत त्याने प्रदर्शित केले. गुणवत्ताधारित समाजव्यवस्थेला त्याची मान्यता होती. परंतु जन्माने येणाऱ्या किंवा वारसाहक्काने प्राप्त होणाऱ्या संपत्तीच्या तो विरुद्ध होता. प्रत्येक व्यक्तीने आपल्या गुणांवर, तसेच श्रमाने मिळविलेल्या संपत्तीवर तिचा अधिकार असतो.

समाजवादी विचारवंत ओवेन हा खाजगी मालमत्तेच्या विरोधात होता. फरियर (Fourier) याला खाजगी मालमत्तेचे तत्त्व मान्य होते. परंतु सहकाराधिष्ठित 'हार्मनी' सारख्या आदर्श समाजव्यवस्था यशस्वी झाल्यास खाजगी मालमत्तेचे संघर्षमय स्वरूप बदलेल, अशी त्याची खात्री होती. सिसमाँडी (Sismondi) हा विचारवंत जमिनीची मालकी, वारसा हक्काने हस्तांतरण, तसेच उद्योगातील मक्तेदारी यांच्या विरोधात होता. सरकारने हस्तक्षेप करून कामगारांना किमान जीवनमानाची हमी दिली पाहिजे, असे त्याचे मत होते. गरीब आणि श्रीमंत या समाजातील दोन वर्गांमध्ये संघर्ष चालू असतो, ही भूमिका मांडणारा तो पहिला समाजवादी विचारवंत होता. प्रूधाँ (Proudhon) हा त्याच्या 'Property is theft' (खाजगी मालमत्ता ही एक प्रकारची चोरीच होय) या उक्तीकरता प्रसिद्ध आहे. पण तो खाजगी मालमत्तेच्या विरोधात नाही. उलट स्वातंत्र्याची जपणूक करण्यासाठी खाजगी मालमत्ता आवश्यक आहे, असेच मत तो मांडतो. मालमत्तेचा दुरुपयोग आणि इतरांच्या श्रमांवर मिळविलेल्या संपत्तीच्या तो विरोधात होता, तसेच भांडवलदारधार्जिण्या कायद्यांच्या विरोधात तो होता. जमिनीवर मिळणारे भाडे, भांडवलाच्या वापरावरील व्याज आणि कामगारांच्या श्रमावर मिळणारे फायदे इत्यादी न कमावलेल्या उत्पन्नांना त्याचा विरोध होता आणि ती रद्द करावीत, अशी त्याची मागणी होती. त्याने आपल्या Theories of Property या ग्रंथात खाजगी संपत्तीला मान्यता दर्शविली आहे. फक्त तिचा उपयोग समाजात समतोल साधण्यासाठी झाला पाहिजे, अशी अपेक्षा त्याने व्यक्त केली आहे. प्रूधाँ हा खाजगी संपत्तीच्या दुरुपयोगाला विरोध करीत होता, परंतु खाजगी संपत्ती या संकल्पनेला त्याचा विरोध नव्हता, तर बाकुनिन (Bakunin) हा विचारवंत खाजगी मालमत्ता व वारसाहक्काचे तत्त्व या दोहोंनाही विरोध

दर्शवितो. त्याच्या मते खाजगी मालमत्तेच्या निर्मितीतून राज्याची निर्मिती होते आणि राज्य हे व्यक्तिस्वातंत्र्याला अडथळा आणते.

एंजल्स हा मार्क्सवादी विचारांचा खाजगी मालमत्तेवर भाष्य करणारा विचारवंत होता. ब्रिटिश भांडवलशाहीवर त्याने नैतिकदृष्ट्या टीका केली आणि भांडवलशाही व्यवस्था ही सौहार्द्रांचे कौटुंबिक संबंध बिघडवणारी, सामाजिक एकतेचा भंग करणारी, आणि सामाजिक नीतिमत्तेला छेद देऊन बहुसंख्य लोकांच्या दैन्यावस्थेला कारणीभूत होत असते, असे त्याचे मत होते. उदारमतवादाचे दोन घटक खाजगी मालमत्ता आणि मुक्त स्पर्धा ही सध्याच्या दुरवस्थेला कारण असून, त्यामुळे वर्गसंघर्ष निर्माण होतात, अशीही टीका एंजल्सने केली आहे. आपल्या Paris Manuscripts या पुस्तकात कार्ल मार्क्सने भांडवलशाही व्यवस्थेतील शोषण, कामगारांची दैन्यावस्था यांची कारणमीमांसा करून, त्याला खाजगी मालमत्तेचे तत्त्व कारणीभूत आहे, हे दाखविले आहे आणि खाजगी मालमत्ता नष्ट केली पाहिजे, असे मत मांडले आहे. Wage, Labour and Capital या पुस्तकात कामगारांचे वेतन हे केवळ त्यांच्या जीवनावश्यक गरजा पुरविल्या जातील, अशाच पातळीवर राहतात आणि त्याला कारण ही बाजारव्यवस्था आहे, असे मत मार्क्सने मांडले. १८५० पूर्वीचा मार्क्स वैचारिक दृष्ट्या रिकार्डीयन समाजवादी होता. भांडवलशाहीवरील त्याची टीका नैतिकतेला धरून होती. खाजगी मालमत्ता ही अन्याय्य असून ती नष्ट झाली पाहिजे, असे त्याचे मत होते. मालमत्तेची वाटणी करण्याची आणि सध्याच्या परिस्थितीत आमूलाग्र बदल करण्याची गरज आहे, हेही त्याला वाटत होते. परंतु त्याची तात्त्विक बैठक ही खाजगी मालमत्तेचे पूर्ण उच्चाटन व्हावे, याआधारे होते. १८५० नंतर मात्र खाजगी संपत्तीचा मूलस्त्रोत, विकास आणि विविध प्रकारची खाजगी संपत्ती यांचा शास्त्रशुद्ध पद्धतीने त्याने अभ्यास केला.

कार्ल मार्क्स

मार्क्सच्या मते खाजगी संपत्तीचा उद्‌गम श्रमविभागणीच्या तत्त्वातून होतो. या श्रमविभागणीच्या तत्त्वातून शारीरिक श्रम आणि बौद्धिक श्रम यांची विभागणी झाली. त्यातूनच शहरी आणि ग्रामीण असा फरक निर्माण झाला. शहरामध्ये प्रशासन आणि पोलीस, तसेच करसंकलनाची व्यवस्था आवश्यक ठरली, कारण औद्योगिक विकासामुळे शहरी भागांत दोन वर्ग निर्माण झाले. कारखान्यांच्या आसपास लोकांची वस्ती वाढली, त्यातून शहरे वसली, उत्पादनाची साधने वाढली, लोकांच्या गरजा व सुखाच्या कल्पना विकसित झाल्या; पण त्या मानाने ग्रामीण भागात एक प्रकारचे औदासिन्य आणि एकाकीपणा वाढला. आणि या फरकाला कारण मार्क्स खाजगी मालमत्ता हे देतो. या शहरी आणि ग्रामीण विभागणीत व्यक्तीचे श्रम ही त्याच्यावर जबरदस्तीने लादलेली कृती

श्रमविभागणीच्या तत्त्वाने झाली आणि एकतर व्यक्ती शहरी-प्राणी (a town - animal) बनला किंवा ग्रामीण प्राणी (a country animal) बनला. येथे व्यक्तीचे श्रम हे त्याच्यावर लादलेले काम बनले आणि ज्या वेळी व्यक्तीला काम करण्यास भाग पाडणारी शक्ती अस्तित्वात असते, त्या वेळी खाजगी मालमत्तेच्या वापरामुळे श्रमशक्तीवर आधारित नव्या खाजगी संस्कृतीचा उदय झाला, ज्यात जमीन या खाजगी मालमत्तेला स्थान नव्हते.

खाजगी मालमत्तेच्या उदयापूर्वी सामूहिक मालमत्तेचे तत्त्व अस्तित्वात होते, असे मत मार्क्स मांडतो आणि हे सामूहिक मालमत्तेचे तत्त्व अनेक शतके चालू होते. विकासाच्या प्रत्येक टप्प्यावर मालमत्तेचे स्वरूप आणि संदर्भ बदलत गेले आणि समाजव्यवस्थेतही तदनुरूप बदल घडत गेले. भांडवलशाही समाजव्यवस्था ही भांडवलशाही उत्पादनपद्धतीतून निर्माण झालेली परस्परसंबंधांची परिणती आहे. त्यामुळे खाजगी मालमत्ता ही काही स्थिर, अमूर्त अशी संस्था नाही. तिच्यात काळानुरूप बदल होत असतात. १६८८ मधील ब्रिटनमध्ये झालेल्या क्रांतीनंतर भांडवलदारांचा आणि जमीनदारांचा एक नवा वर्ग उदयास आला. चर्चची मालमत्ता आणि इतर अतिरिक्त जमीन यांमुळे भांडवलशाहीप्रधान शेतीला सुरुवात झाली आणि त्यातूनच शहरी उद्योगांकरिता जमिनीवरील अतिरिक्त श्रमशक्ती उपलब्ध होऊ शकली आणि हेच आधुनिक जगातील खाजगी मालमत्तेचे मूळ बनले. मालमत्तेची उत्क्रांत अवस्था वर्णन करताना मार्क्स म्हणतो, प्रथम टोळ्यांची मालकी असलेली मालमत्ता अस्तित्वात होती, या मालमत्तेचा उगम मोठी कुटुंबे एकत्र येऊन झाला. त्यात गुलामांना दुय्यम स्थान होते. अनेक टोळ्या एकत्र येऊन सामूहिक मालमत्तेची कल्पना अस्तित्वात आली. या कालावधीत काही प्रमाणात चल आणि अचल खाजगी मालमत्ता अस्तित्वात होती. गुलाम हे मात्र सामूहिक मालकीचे होते. पुढील काळात सरंजामदारी पद्धत अस्तित्वात आली. तिचा उगम आणि विकास मध्ययुगात युरोपीयन साम्राज्यात झाला. या कालावधीत शेतीचे काम गुलामांऐवजी खंडकरी शेतकऱ्यांकडून करून घेतले जाई. तरीही अद्याप शेती सामूहिक मालकीचीच होती. यातून पुढे शेतीमालक आणि शेतमजूर अशी विभागणी झाली. औद्योगिक क्रांतीनंतर हे समाजाचे चित्र बदलले.

खाजगी संपत्तीची / मालमत्तेची चिकित्सा करताना मार्क्स म्हणतो, भौतिक संपत्तीचा उदय निसर्ग आणि श्रमशक्ती यांच्या संयोगाने होतो, हे खरे. परंतु भांडवलशाही व्यवस्थेत नैसर्गिक साधन संपत्तीवर कामगारांची मालकी नसून ती भांडवलदारांची असते. कामगाराजवळ केवळ श्रमशक्तीच शिल्लक असते, कारण नैसर्गिक साधन संपत्तीची मालकी त्याच्या हातातून काढून घेतलेली असते. मार्क्स म्हणतो, कामगारांच्या वेतनात जो चढउतार होतो, तो त्यांच्या जीवनावश्यक गरजा भागविण्याशी निगडीत असल्यामुळे, त्यांना मिळणाऱ्या वेतनाहून जास्त उत्पादन करणे हा श्रमशक्तीचा

स्थायीभाव बनतो. आणि या जादा उत्पादनामुळे मिळणारे जादा उत्पन्न कामगाराला मिळण्याऐवजी भांडवलदार गिळंकृत करतो. हे जादा उत्पन्न भांडवलदाराला मिळणाऱ्या निव्वळ फायद्याहून वेगळे असते. आणि हेच मार्क्सच्या अतिरिक्त मूल्याच्या सिद्धान्ताचे वैशिष्ट्य आहे.

मार्क्सच्या मते या अतिरिक्त फायद्याचा संचय होऊन त्यामुळे काही श्रीमंत-अतिश्रीमंत बनून त्यामुळे त्यामानाने कमी संपत्तीसंचय असणाऱ्यांचा वर्ग नाहीसा होतो आणि समाजात श्रीमंत आणि गरीब असे दोनच वर्ग अस्तित्वात राहतात. भांडवलदार वर्गाचा नाश या त्यांच्या संपत्तीसंचयामुळेच होईल, हे मार्क्सचे भाकित होते. खाजगी मालमत्तेचे तत्त्वच भांडवलदारवर्गाच्या नाशास कारणीभूत होईल, असे मत तो मांडतो.

मालमत्तेचा व्यक्तिवादी सिद्धान्त (Individualistic Theory of Property)

संपत्तीच्या व्यक्तिवादी सिद्धान्तामुळे प्रत्येक व्यक्तीला आपल्या कुवतीनुसार संपत्ती मिळविण्याचा व जमविण्याचा अधिकार आहे. खुल्या बाजारात व्यक्ती आपल्या इच्छेनुसार संपत्ती जमा करू शकते व आपल्या इच्छेनुसार संपत्तीची विल्हेवाट लावू शकते. तसेच विनियोग करू शकते. अर्थात समाजवाद्यांना संपत्तीचा व्यक्तिवादी सिद्धात मान्य नाही. कारण तो सामाजिक नियंत्रणाच्या विरोधी आहे.

खुल्या बाजारात मागणी व पुरवठा या तत्त्वानुसार आपल्याला संपत्तीचा विनियोग करण्याचा अधिकार असतो, म्हणून हा सिद्धान्त योग्य आहे. परंतु त्यासाठी प्रत्येकाला किमान समान संधी उपलब्ध करून दिली पाहिजे.

अर्थात संपत्तीच्या व्यक्तिवादी सिद्धान्तामुळे जे श्रीमंत आहेत, त्यांचाच फायदा जास्त होतो, ते सुखी जीवन जगतात; तर गरिबांजवळ पैसा नसल्यामुळे व पात्रता नसल्यामुळे त्यांना जीवन जगणे कठीण जाते. म्हणून मार्क्सने प्रत्येकाला त्याच्या गरजेनुसार व कुवतीनुसार संपत्ती मिळाली पाहिजे व प्रत्येकाला संपत्तीचा सारखाच उपभोग घेता येईल, अशा प्रमाणात संपत्तीची वाटणी करावी, असे मत व्यक्त केले.

संपत्तीचा मालकी हक्काचा सिद्धान्त (Occupation Theory of Property)

प्राचीन काळी माणसाला योग्य वा अयोग्य यांची जाणीव नव्हती. त्या काळात ज्या वस्तूवर माणसाचा कब्जा होत असे, ती वस्तू त्याच्या मालकीची होत असे. उदा. जेवढी जमीन त्याच्याजवळ असे, तेवढी त्याच्या मालकीची, हा न्याय त्या काळात होता. प्रसिद्ध विचारवंत ग्रोशिअसच्या मते, 'नैसर्गिक अवस्थेत प्रत्येक मनुष्याला त्याच्या इच्छेनुसार, तसेच नियंत्रणानुसार वस्तूचा उपभोग घेण्याचा अधिकार होता.' नंतरच्या काळात समाज प्रगत अवस्थेला पोहोचला. मानवाने निरनिराळ्या उद्योगधंद्यांत प्रगती करून राहणीमानात सुधारणा केली. 'प्रथम ज्यांचा कब्जा, त्यांची त्या वस्तूवर मालकी' या सिद्धान्ताला

मान्यता मिळाली. त्या मालकी हक्काचे रूपांतर पुढे संपत्तीच्या अधिकारात झाले.

रुसोने मालकी हक्क प्रस्थापित होण्यासाठी पुढील गोष्ट सांगितल्या (१) ती जमीन पूर्वी कोणाच्याच मालकीची नसावी. म्हणजेच ती पूर्णपणे स्वतंत्र असावी. (२) जीवन जगण्यासाठी आवश्यक व पुरेशी इतकीच जमीन असावी. (३) त्या जमिनीवर व्यक्तीची मालकी श्रमशक्तीनेच निर्माण व्हावी.

संपत्तीचा आदर्शवादी सिद्धान्त (Idealistic Theory of Property)

कान्ट, हेगेल, ग्रीन, बोसांके, रॅशडॉल या आदर्शवादी विचारवंतांनी संपत्तीच्या आदर्शवादी सिद्धान्ताचा पुरस्कार केला. त्यांच्या मते व्यक्तिविकासासाठी संपत्ती आवश्यक आहे. संपत्तीमुळेच व्यक्तीच्या इच्छा पूर्ण होतात. हेगलेच्या मते 'खाजगी संपत्ती हे स्वातंत्र्याचे द्योतक आहे,' तर ग्रीनच्या मते संपत्ती ही सर्वोच्च शक्तीच्या इच्छेवर अवलंबून नाही. तसा काही करार झालेला नाही. परंतु संपत्तीच्या अधिकारामुळे व्यक्ती स्वतंत्र व चांगले जीवन जगू शकते. तसेच चारित्र्याच्या विकासासाठी संपत्तीच्या आवश्यकतेवर त्याने भर दिला आहे. संपत्तीशिवाय स्वातंत्र्याला अर्थ नाही. स्वातंत्र्य नसेल, तर व्यक्तिविकास होणार नाही, असे मत व्यक्त केले जाते. परंतु समाजजीवनास बाधक होईल, इतक्या जास्त प्रमाणात व्यक्तीला संपत्ती बाळगण्याचा अधिकार कोणतेही राज्य मान्य करीत नाही. म्हणून संपत्तीवर राज्याचे नियंत्रण असणे आवश्यक आहे.

खाजगी संपत्तीमुळे मनुष्याचे जीवन शाश्वत व सुरक्षित बनते. संपत्तीमुळेच कुटुंबाचे संरक्षण व पोषण होते व व्यक्तीला प्रतिष्ठा प्राप्त होते. परंतु संपत्तीच्या स्वामित्वामुळेच श्रीमंत लोक सत्ता प्राप्त करतात व गरिबांचे शोषणही करतात. व्यक्तिगत हित व समाजहित यांमध्ये सुसंवाद निर्माण व्हावा, त्यासाठी राज्याने कायदा करावा. संपत्तीवर राज्याचे नियंत्रण आवश्यक आहे. अन्यथा संपत्तीस्वामित्वामुळे सत्तेच्या अभिलाषेला बळी पडून अराजकता माजेल.

संपत्तीचा वैधानिक सिद्धान्त (Legal Theory of Property)

हॉब्जच्या मते, 'सामाजिक कायद्यामुळे खाजगी मालमत्ता निर्माण होते. सामाजिक कायद्याच्या अभावी माझे कोणते व तुझे कोणते, याचा बोध होत नाही.' बेंथॅमच्या मते संपत्ती आणि कायदा यांचा जन्म एकाच वेळी होतो. कायद्याच्या निर्मितीपूर्वी संपत्ती नव्हती. आज कायदा आहे, म्हणूनच संपत्ती टिकून आहे. कायद्याचा अधिकार नष्ट झाला, तर संपत्तीचा अधिकारही नष्ट होतो. कायद्यामुळेच मालमत्ता सुरक्षित राहते, असे रुसोचे मत आहे. सुखाच्या प्राप्तीसाठीच मनुष्य राज्याच्या कायद्याचे पालन करतो. खाजगी मालमत्ता हा राजकीय व्यवस्थेचाच भाग आहे.

कायद्यामुळेच संपत्तीचे रक्षण होते, हे खरे असले, तरी अयोग्य शासनपद्धतीच्या

कायद्यामुळे गरिबांचे हाल होतात; तर श्रीमंत लोक अधिक सुखाचा उपभोग घेतात, ते श्रीमंत होत जातात, असे रुसोचे मत आहे.

संपत्तीचा साम्यवादी सिद्धान्त (Communist Theory of Property)

साम्यवाद खाजगी मालमत्तेला विरोध करतो. साम्यवादी तत्त्वज्ञानानुसार उत्पादन साधने व वाटणी यांच्यावर राज्यसंस्थेचे नियंत्रण असावे. तसेच वस्तूंच्या उपभोगावरही राज्याचे नियंत्रण असावे. प्रत्येकाला त्याच्या गरजेनुसार आणि पात्रतेनुसार वस्तू मिळाली पाहिजे. साम्यवाद संपूर्ण समाजाला एक विशाल कुटुंब मानतो. रशियन क्रांतीनंतर रशियन संविधानाने गरजेसाठी काम (Work for need) आणि राज्याचा अधिकार सर्वच गोष्टींवर असतो, हे तत्त्व मान्य केले. परंतु मिलच्या मतानुसार शारीरिकदृष्ट्या सर्वच माणसे काम करण्यास लायक नसतात. त्यांना सारखेच वेतन देणे अनैतिक आहे. तसेच राज्याचे कार्य जीवनासाठी चांगली परिस्थिती निर्माण करणे, हे आहे. राज्याचे कार्य संपूर्ण नियंत्रणात्मक नाही, असे मत बोझांकेने व्यक्त केले आहे.

संपत्तीचा श्रमसिद्धान्त (Labour Theory of Property)

जॉन लॉक या विचारवंताने संपत्तीचा श्रमसिद्धान्त मांडला. 'ज्या व्यक्तीने वस्तूसाठी श्रम घेतले, ती वस्तू त्या व्यक्तीच्या मालकीची होते.' परंतु अशी मालकी प्रस्थापित करण्यासाठी दोन तत्त्वे पाळली पाहिजेत. (१) व्यक्तीने घेतली तशा प्रकारची व पुरेशी मालमत्ता इतरांसाठी उपभोगार्थ ठेवावी. (२) श्रमानुसार संपत्तीची प्राप्ती असली, तरी संपत्तीचा अधिकार ती संपत्ती उपभोगणाऱ्याच्या शक्तीनुसार ठरवावा.

जॉन लॉकचे पहिले तत्त्व अमेरिकनांनी लागू केले, तर दुसरे तत्त्व हे व्यक्तिवादाचे द्योतक आहे. साम्यवादी विचारवंत कार्ल मार्क्सने संपत्तीच्या श्रमसिद्धान्ताचे तत्त्व साम्यवादासाठी आवश्यक मानले, कारण श्रमाचे महत्त्व प्रत्येकाला समजले पाहिजे व श्रमाची योग्य किंमत प्रत्येकाला मिळाली पाहिजे, हे तत्त्व सर्वमान्य करण्यात आले.

खाजगी मालमत्तेच्या अभिजात संकल्पनेची पुनर्मांडणी (Revisions in Classical Theory)

जे. एस्. मिल या विचारवंताने १८४८ मध्ये आपल्या Principles of Political Economy या पुस्तकात उदारमतवादातील खाजगी मालमत्तेच्या संकल्पनेला कलाटणी दिली. त्याने वारसाहक्काच्या तत्त्वाची पुनर्मांडणी केली, तसेच मोठ्या शेतजमिनीचे लहान-लहान शेतकरी वर्गांत वाटप करून त्यानुसार लहान विभाग सक्तीचे करावे, असे सुचविले. वारसा हक्काने होणारे खाजगी मालमत्तेचे हस्तांतरण हे नुसतेच अकार्यक्षम नसून ते विकासात अडथळा आणणारे आहे, असे मत त्याने मांडले. जॉर्ज बर्नार्ड शॉने हेच मत फेबियन

समाजवादाचा पुरस्कार करताना मांडले होते. लहान-लहान जमिनीचे तुकडे आणि त्यावर काम करणारे शेतकरी ही व्यवस्था लोकशाहीच्या विकासाला पोषक आहे, असे मत त्याने मांडले. उद्योग आणि संचयित संपत्तीवर कर लादण्यापेक्षा वारसाहक्काने हस्तांतरित झालेल्या खाजगी संपत्तीवर कर नसवावा, अशी त्याची शिफारस होती- तो उद्यमशीलतेला पाठिंबा देत होता आणि आळशी शेतीमालकांच्या विरुद्ध होता. एका बाजूने गरीब देशांत जास्तीत जास्त उत्पादन करणे हे महत्त्वाचे आहे. त्याचप्रमाणे सधन देशांत योग्य वितरण महत्त्वाचे आहे. समाजवादातील मानवी सहकाराचे तत्त्व घेऊन ते मिलने भांडवलशाही उत्पादनाला लागू केले, कारण त्याचे मते भांडवलशाही व्यवस्था व्यक्तिस्वातंत्र्य आणि व्यक्तिविकास यांना पोषक असते. उत्पादनाच्या साधनांचे सामाजिकीकरण त्याला मान्य नव्हते. परंतु कामगारांचे कामाचे तास नियंत्रित करणे, मक्तेदारीवर राज्याचे नियंत्रण, औद्योगिक कायदे, कामगारांचा उद्योगांच्या व्यवस्थापनात सहभाग आदि सुधारणा त्याला मान्य होत्या.

थॉमस हिल ग्रीन हा मुक्त अर्थव्यव्थेच्या (Laissez Faire) विरुद्ध होता. नागरी हक्कांचे संरक्षण करण्याकरिता राज्याचा हस्तक्षेप त्याला मान्य होता. या पार्श्वभूमीवर त्याने खाजगी मालमत्तेबाबत आपले विचार मांडले. समाजातील प्रत्येक व्यक्तीला आपल्या इच्छा पूर्ण करण्यासाठी आवश्यक संपत्ती मिळविण्याचा, तसेच संचय करण्याचा हक्क आहे. परंतु अतिरिक्त संपत्तीचा उपयोग सामाजिक हिताकरिताच झाला पाहिजे, असे त्याचे मत होते. खाजगी मालमत्तेचा हक्क प्रत्येकाला आहे, यात शंका नाही. परंतु इतर हक्कांप्रमाणे या खाजगी मालमत्तेच्या हक्कालाही अट आहे व ती म्हणजे अशा खाजगी मालमत्ताधारकांनी इतर खाजगी मालमत्ता मिळविणाऱ्या व्यक्तींना अडथळा पोहोचविता कामा नये. थोडक्यात एखाद्या व्यक्तीचा खाजगी मालमत्तेचा हक्क हा दुसऱ्या व्यक्तीच्या खाजगी मालमत्तेच्या हक्कांत अडथळा निर्माण होणारा असता कामा नये. ग्रीन खाजगी मालमत्तेच्या विरोधात नाही. उलट त्या बाबतीतील कर्तव्ये पार पाडली असता खाजगी मालमत्ता हा नैतिकदृष्ट्या समर्थनीय हक्क आहे, असे त्याचे म्हणणे आहे. खाजगी मालमत्तेमुळे व्यक्तीला नैतिकतेने वागण्याची ताकद मिळते आणि आपले आयुष्य तो विवेकी बनवू शकतो, असे त्याचे मत आहे. ग्रीन मुक्त आर्थिक व्यवस्थेला मान्यता देतो आणि जोपर्यंत खाजगी संपत्ती बाळगण्याच्या, मिळविण्याच्या इतरांच्या हक्काला बाधा येत नाही, तोपर्यंत खाजगी संपत्तीमुळे निर्माण होणारी विषमता अन्याय्य नाही. उलट विषमता ही अपरिहार्य आहे, असेच त्याचे मत होते. खाजगी मालमत्तेचे उत्पादन आणि विभागणी यांचे दोन मार्ग आहेत. पहिला, राज्याने किंवा समाजाने प्रत्येक व्यक्तीच्या निर्णयक्षमतेची काळजी घ्यावी. परंतु अशा व्यवस्थेत व्यक्तीला निर्णयक्षमतेचे कोणतेही काम राहणार नाही. ते एक चाकोरीबद्ध आयुष्य होईल आणि व्यक्ती हा एखाद्या यंत्रामधील

छोट्याशा भागाप्रमाणे असेल. त्याच्या विवेकाला, निर्णयक्षमतेला कोणतेही काम राहणार नाही. दुसरे, म्हणजे व्यक्तिगत श्रम आणि गुणवत्ता यांवर आधारित विभागणी. या व्यवस्थेत विषमता अपरिहार्य आहे. आणि जोपर्यंत खाजगी मालमत्तेच्या तत्त्वाला अनुसरून सामाजिक कर्तव्ये पार पाडली जातात, तोपर्यंत निर्माण होणारी विषमता ही समर्थनीय होय.

हायेक या स्वतंत्रतावादी विचारवंताचे दृष्टिकोनातून भौतिक वस्तूंची मालकी एवढा संकुचित अर्थ खाजगी मालमत्तेचा नाही. प्रत्येक व्यक्तीची श्रमशक्ती हीच त्याची खाजगी मालमत्ता असून, जोपर्यंत तो आपल्या श्रमाचा विनिमय स्वतंत्रपणे करू शकतो, तोपर्यंत ती त्याला स्वातंत्र्य प्राप्त करून देते. व्यक्तीजवळ भौतिक वस्तूंतील खाजगी संपत्ती सीमित असली, तरी व्यक्ती आपल्या श्रमशक्तीचा उपयोग दुसऱ्या कोणाच्या दबावानुरूप करत नाही, हेच त्या व्यक्तीचे स्वातंत्र्य आणि त्याचा तो उपयोग करून घेऊ शकतो. मुक्त बाजारव्यवस्थेमुळे अन्याय होतो, हे त्याला मान्य नाही. मुक्त बाजारव्यवस्थेमुळे समाजातील संपत्तीच्या विभागणीवर परिणाम होतो, हेही त्याला मान्य नाही. कोणतीही गोष्ट जाणून बुजून केली, तर त्यातून अन्याय होऊ शकतो. परंतु बाजारव्यवस्थेत प्रत्येक व्यक्ती आपल्या इच्छेनुरूप व्यवहार करीत असते आणि मागणी आणि पुरवठा यांच्या नियमानुसार हे व्यवहार चालतात, त्यामुळे त्यात अन्याय्य असे काहीही नाही. मुक्त बाजारपेठेमुळे घडणारे नुकसानीचे प्रसंग हे दुर्दैवी असतात आणि ते टाळण्याचे उपाय प्रत्येकाची व्यक्तिगत कृती आणि उदारता ही आहे. ते सुधारण्याकरिता हक्कांची, समतेच्या वागणुकीची उपाययोजना पुरेशी नसते. बाजारपेठेवर कोणतीही नियंत्रणे घातल्यास त्यामुळे व्यवहारातील समतोल बिघडण्याची शक्यता असते, तसेच त्यामुळे कार्यक्षमतेतर परिणाम होतो. मुक्त बाजारव्यवस्था आणि व्यक्तिस्वातंत्र्य याच मूल्यांना तो महत्त्व देतो.

रॉल्स खाजगी संपत्तीचे / मालमत्तेचे समर्थन करतो. व्यक्तिगत स्वातंत्र्य या दृष्टीने खाजगी मालमत्तेला त्याची मान्यता आहे, पण तिचा उपयोग उत्पादनाचे साधन म्हणून करण्यास त्याचा विरोध आहे. खाजगी मालमत्तेचा हक्क व्यक्तीचा विकास, तिची नैतिक जडणघडण, तसेच त्यातून व्यक्तीला प्राप्त होणारा सन्मान आणि स्वतंत्रतेची भावना या दृष्टिकोनातून समर्थनीय आहे.

खाजगी मालमत्तेचे वितरण हे वारसाहक्कावरील कर, तसेच गिफ्ट टॅक्स या मार्गाने नियंत्रित करावे, असे त्याचे म्हणणे आहे. यायोगे खाजगी मालमत्तेचा संचय कमी होऊन तिचे वितरण सुलभ होईल. उद्योगांचे नियमन व संचालन कामगारांच्या गटाकडून सहकारी तत्त्वावर करावे व त्यातील निर्णयप्रक्रिया लोकशाही पद्धतीने व्हावी, असेही तो सुचवितो. मुक्त बाजारपेठ आणि खाजगी मालमत्ता यांमध्ये तसा काही संबंध नाही. उलट उत्पादनाच्या साधनांच्या खाजगी मालमत्तेमुळे कार्यक्षमतेत वाढ होते. त्यामुळे मक्तेदारीला आळा

बसतो आणि आर्थिक विकेंद्रीकरणाला प्रोत्साहन मिळते. अर्थात मुक्त बाजारपेठेवर त्यातील दोषांचे नियंत्रण करण्यासाठी राज्याने हस्तक्षेप करणे आवश्यक आहे. कम्युनिस्ट राष्ट्रातील योजनाबद्ध सरकारी आर्थिक नियंत्रणाला त्याचा विरोध आहे, कारण त्याच्या मते त्या पद्धतीत स्वातंत्र्याचा संकोच होतो आणि स्वातंत्र्याचा संकोच हा केवळ स्वातंत्र्याकरिताच होऊ शकतो आणि भौतिक समृद्धीकरिताही नाही. आर्थिक नियंत्रित व्यवस्थेत जबरदस्ती असते. हुकूमशाही असते आणि त्यामुळे कोणत्याही परिस्थितीत ती समर्थनीय नाही.

मुक्त बाजारपेठ (Free Market)

कम्युनिस्ट राजवटींच्या पडझडीनंतर विद्वानांमध्ये आणि विचारवंतांमध्ये मुक्त बाजारपेठ ही कल्पना, विकास, कार्यक्षमता, उत्पादन क्षमता, स्पर्धात्मकता या सर्वच दृष्टिकोनांतून पाहता समर्थनीय आहे आणि 'राज्यनियंत्रित अर्थव्यवस्था' (command economy) ही अकार्यक्षम, तांत्रिकदृष्ट्या मागासलेली, स्थिर, अप्रवाही, जीवनमान मागास ठेवणारी, व्यक्तीला प्रोत्साहित न करणारी अशी व्यवस्था आहे, असे मत बनले. पाश्चिमात्य जगातच नव्हे, तर विकसनशील देशांत लोकशाही पद्धतीत कामगारांची परिस्थिती सुधारणारे कायदे करून, सामाजिक सुरक्षेचे कायदे करून, कामगारांचे जीवनमान उंचावणारी परिस्थिती निर्माण केली गेली आणि भांडवलशाही व्यवस्थेत काही संघटनात्मक बदल करून मुक्त बाजारव्यवस्था लोकशाही पद्धतीने राबविण्याचा यशस्वी प्रयत्न केला गेला. ही व्यवस्था लोकशाही-भांडवलशाही होती, परंतु ती पूर्णपणे मुक्त अर्थव्यवस्थेवर आधारित नव्हती. त्यात सामाजिक हिताची कल्पना कार्यरत होती. ग्राहक संरक्षणाचे कायदे होते आणि इतरही असे कायदे - तरतुदी होत्या की, ज्यांयोगे सामाजिक न्याय, तसेच किमान जीवनमान यांचे रक्षण केले जाईल. मूळ भांडवलशाही व्यवस्था तग धरणे शक्य नव्हते. त्यामुळे समाजवादातील काही तत्त्वांशी तडजोड करून ही नवी व्यवस्था अस्तित्वात आली. समाजवादी तत्त्वज्ञानातील आडमुठेपणामुळे ती व्यवस्था नष्ट झाली. भांडवलशाहीचे मूळ तत्त्व स्वार्थ, स्वहित यांवर आधारित आर्थिक व्यवस्थाही मूळ स्वरूपात टिकू शकली नाही. परिस्थितीनुरूप लवचीकता दाखविल्यामुळे ती यशस्वी झाली. या सर्वांचा एकत्रित परिणाम म्हणजे खाजगी संपत्ती / मालमत्ता यांवर आधारित भांडवलशाही प्रणीत लोकशाही (Democratic Capitalism) ही व्यवस्था यशस्वी ठरली. भांडवलशाही व्यवस्थेचे यश हे खाजगी मालमत्ता आणि मुक्त बाजारव्यवस्था यांवर अवलंबून असते. परंतु त्यालाही नियंत्रित करण्यासाठी विविध उपायांची आवश्यकता आहे, हे ध्यानात घेणे आवश्यक आहे. आणि या आर्थिक व्यवहारात राजकीय हस्तक्षेप प्रभावी ठरू शकतो.

८ हक्क

(Rights)

सध्याच्या राजकीय विवेचनात, विशेषत: उदारमतवादी विचारांत, हक्क या संकल्पनेला अनन्यसाधारण महत्त्व असल्याचे दिसते. हक्कामुळे व्यक्तीला स्वातंत्र्य मिळते. राज्य या संस्थेपासून, तसेच इतर व्यक्तींच्या जबरदस्तीतून - हुकूमशाहीतून हक्कांमुळे व्यक्तीला संरक्षण मिळते. हक्कांमुळे व्यक्तीच्या खाजगी अवकाशाला संरक्षण मिळते. त्याला अशी खात्री मिळते, की या अवकाशात राज्य किंवा इतर व्यक्ती अगर बहुमत असलेला व्यक्तिसमूहदेखील नैतिकदृष्ट्या प्रवेश करू शकणार नाही. हे हक्क माणसाला त्याच्या माणूस असण्यामुळे बहाल केले जातात. तो राजकीय समुदायाचा सभासद आहे, म्हणून नव्हे. व्यक्तिगत स्वायत्तता, व्यक्तित्व, स्वातंत्र्य आणि मानवी समता या कल्पनांचा हक्कांमध्ये समावेश होतो. हक्क ही संकल्पना मुळात राज्यविरोधी (anti - state) असल्याचे दिसते. विसाव्या शतकाच्या मध्यापासून मानवी हक्क, तसेच इतर मानवी क्षेत्रांतून इतर हक्क यांसंबंधी जोरदार चर्चा सुरू झाली, उदा. ज्येष्ठ नागरिकांचे हक्क, लहान मुलांचे हक्क, स्त्रियांचे हक्क, दैवग्रस्त अपंगांचे हक्क इत्यादी - राजकीय मीमांसेत (Political Theory) हक्काचा अर्थ खालीलप्रमाणे सांगितला जातो.

१) अशी काही संस्थात्मक व्यवस्था, की ज्यायोगे व्यक्तीच्या हितसंबंधांना वैधानिक संरक्षण दिले जाते. व्यक्तीच्या आकांक्षांना वैधानिक स्वरूप दिले जाते आणि व्यक्तीला काही प्रमाणात संधीची हमी दिली जाते.

२) अशा काही संस्थात्मक रचनेची व्यवस्था करावी, त्यांची उभारणी करावी, त्यांना वैधता दिली जावी, अशी रास्त मागणी करणे.

३) समता, स्वायतता यांसारख्या मूलभूत मूल्यांचे समाजात महत्त्व प्रस्थापित व्हावे, म्हणून काही संस्थात्मक रचनेची मागणी करणे व त्या मागणीला पुष्टी देणे.

यातील पहिला अर्थ हक्कांच्या वैधानिकतेत मोडतो, त्यांना कायद्याचा आधार देतो; तर दुसरा आणि तिसरा अर्थ नैतिक आधारावर अवलंबून असतो. कायदेशीर हक्क म्हणजे

ज्यांचा कायद्यात समावेश असतो आणि त्याची अंमलबजावणी कार्यकारी सत्तेकडून न्यायमंडळाकडून केली जाते. त्याला राज्याचे पाठबळ असते. सर्व कायदेशीर हक्कांना समाजाचेही पाठबळ असतेच. नैतिक हक्क मात्र वैधानिकरीत्या अस्तित्वात नसतात. समाजातील रूढीपरंपरांचे सातत्य हेच त्यांचे पाठबळ असते. मात्र त्यांना कायदेशीर पाठबळ मिळावे, अशी रास्त मागणी असते. स्थळ - काळ - परिस्थितीनुसार समाजाची व्यवस्था बदलत असते आणि त्यानुसार हक्कांचे स्वरूपही बदलत असते. या जागतिकतेच्या काळात हक्कांची विशिष्टता हरवली असून, तिला आता मानवी हक्कांचे स्वरूप आले आहे.

कायदेशीर हक्कांच्या बाबतीत होफेल्ड (Hohfeld) या विचारवंताने बारकाईने विश्लेषण केले आहे आणि त्याचा फार मोठा परिणाम अँग्लो अमेरिकन हक्कांच्या मीमांसेवर झाल्याचे दिसते. खालील चारपैकी कोणताही एक घटक हक्क प्रस्थापित करू शकतो. ते म्हणजे याच्या बाबतीत मालकी सांगणे, चे स्वातंत्र्य, ची सत्ता, आणि च्यापासून संरक्षण (a claim, liberty, power and immunity.)

राज्यशास्त्राच्या मीमांसेत व्यक्तीचे हक्क आणि व्यक्तींची कर्तव्ये या बाबतीत विवेचन केल्याचे दिसते. व्यक्तीला हक्क उपभोगता यावेत, म्हणून व्यक्तींची काही कर्तव्ये असतात. बेन आणि पीटर्स हे विचारवंत म्हणतात, की हक्क आणि कर्तव्ये यांचे संबंध असले, तरी काही घटकांना ते लागू करता येत नाहीत. उदा. अपंग व्यक्ती, लहान मुले यांचेकडून आपण कर्तव्याची अपेक्षा करू शकत नाही. त्यांना हक्क मात्र असतात.

हक्कांचा वापर आणि त्याचा अर्थ विविध विचारवंतांनी वेगवेगळ्या तऱ्हेने लावला. काहींना हक्क हे 'सामान्यत: विशिष्ट गुणावगुण' (Normative attributes) असलेल्या व्यक्तीचे संदर्भात वापरतात. अशा व्यक्ती स्व-जाणीव असलेली असतात आणि त्या या हक्कांचा वापर काही सर्जनशील कृतींमधून व्यक्त करतात. काहींना हक्क म्हणजे निवड करण्याचा अधिकार - मॅकक्लोस्की (Mecloskey) म्हणतो, हक्क म्हणजे काही करण्याची, उपभोगण्याची किंवा केलेल्या कृतींचा परिणाम उपभोगण्याची मुभा / परवानगी. मॅक कॉर्मिक (MaCormick) हा विचारवंत म्हणतो, हक्क म्हणजे मानवी हिताचा विचार. याचाच अर्थ सर्वसाधारण परिस्थितीत स्व-हिताचे काय आहे, हे ठरविण्याची परवानगी. फेनबर्ग (Feinberg) म्हणतो हक्क हे उपभोगावयाचे असतात, वापरावयाचे असतात, त्या हक्कांची मागणी करावयाची असते आणि ते राबवायचे असतात.

हार्ट हा सर्वसाधारण हक्क आणि विशेष हक्क अशी विभागणी करतो. विशेष हक्क व्यक्ती-व्यक्तींमधील काही करारान्वये निर्माण होत असतात. उदा. सर्वांना समान स्वातंत्र्य असते. परंतु एखाद्याला एखादी विशिष्ट कृती करण्यापासून नियंत्रित करावयाचे असेल, तर त्याकरिता व्यक्ती - व्यक्तींमध्ये तसे आश्वासन किंवा करार असला पाहिजे. अन्यथा

कोणीही व्यक्ती दुसऱ्या व्यक्तीस रोखू शकत नाही. हक्क हे राजकीय, नागरी, सामाजिक आणि आर्थिक स्वरूपाचे असतात. प्राचीन काळी हक्क आणि स्वातंत्र्ये ही काही धनवान व्यक्ती किंवा शिक्षित व्यक्तीच उपभोगू शकत असत. पण आधुनिक काळातील व्यक्तिकेंद्रित समाजात आणि समानतेच्या युगात हक्क सार्वत्रिकरीत्या सर्वांना उपभोगता येतात. प्रथम केवळ राजकीय आणि नागरी हक्क लागू असत. परंतु विसाव्या शतकात या हक्कांची व्याप्ती वाढून त्यात आता आर्थिक आणि सामाजिक हक्कही समाविष्ट झाले.

मध्ययुगीन काळातील नैसर्गिक हक्क आणि नैसर्गिक कायदा या संकल्पनांत हक्कांचे मूळ शोधता येते. बाराव्या शतकात युरोपमध्ये हक्क ही संकल्पना उदयास आली आणि चौदाव्या शतकापर्यंत ती पूर्णपणे विकसित झाली. इटालियन तत्त्ववेत्ता ॲक्विनॉस याने युरोपियन राजकीय विचारांत 'देवनिर्मित नैसर्गिक कायद्याची' संकल्पना मांडली. यात हक्कांचा अंतर्भाव नव्हता. परंतु कर्तव्याची जाणीव हीच हक्कांची पूर्वतयारी, असे मानण्यास जागा आहे. या मतप्रवाहातून नैसर्गिक हक्कांचा मूलस्रोत असल्याचे प्रतिपादन करता येते. हॉब्ज हा पूर्णत: व्यक्तीवादी. त्याच्या पुढील विचारावरून हक्कांची सूचना मिळते. तो म्हणतो, 'The liberty of each man .... to use his own power, as he will himself, for the preservation of his own Nature, that is to say, his own life.' (आपले स्वत:चे स्वत:ला वाटेल त्या योगे आपल्या शक्तीनुसार संरक्षण करण्याचे व्यक्तीला स्वातंत्र्य असते.) या उद्धृत केलेल्या वाक्यात अनेक प्रकाराचे अर्थ अनुस्यूत आहेत. पहिले, हक्क हा विशिष्ट कारणाकरिता स्वसंरक्षण वापरावयाचा आहे. दुसरे, नैसर्गिक हक्कानुसार प्रत्येक व्यक्ती आपणास वाटेल त्या रीतीने हे संरक्षण करू शकेल. तिसरे काय मार्ग वापरावयाचा, हे सर्वस्वी व्यक्तिसापेक्ष असल्यामुळे हा हक्क अनियंत्रित आहे. चवथे, हक्क म्हणजे स्वातंत्र्य, असा अर्थ असेल आणि त्याचा अर्थ 'अडथळ्यांचा अभाव' (absence of impediments) असा असेल, व्यक्तीला आपल्या क्षमतेचा वापर करतांना इतर कोणताही अडथळा येता कामा नये.

हक्कांची मीमांसा (Theories of Rights)

नैसर्गिक हक्कांची संकल्पना सतराव्या शतकापासून उदयास आली आणि ती अठरावे शतकभर अस्तित्वात होती. या संकल्पनेत राज्याच्या अनियंत्रित सत्तेला नाकारले आहे. ही संकल्पना लॉकने मांडल्याचे दिसते. त्याने राज्याच्या दैवी सिद्धान्तास विरोध केला आणि मानवी समतेचा पुरस्कार केला. व्यक्ती आणि ईश्वर यांच्या स्पष्ट संबंधांवर त्याने आपल्या विचारांची उभारणी केल्याचे दिसते. मानवी जीवन ही परमेश्वराने दिलेली देणगी असल्यामुळे कोणालाही आपले जीवन संपविण्याचा नैतिक अधिकार नाही. तसेच दुसऱ्याला फसविण्याचा किंवा गुलाम करण्याचा अधिकार नाही - कारण देवासमोर

त्याची सर्व लेकरे सारखी आहेत. मानवाची स्वाभाविक नैसर्गिक स्थिती ही समतेवर आधारित होती आणि राज्य-पूर्व काळात मानवी स्वातंत्र्य आणि मानवी समता यांवर आधारित स्वाभाविक नैसर्गिक स्थिती अस्तित्वात होती. मानव हा केवळ समाजशील नव्हे, तर विवेकशील असून, त्यात सर्जनशीलता आहे, असे लॉकचे मत होते. त्याला कृती करण्याचे स्वातंत्र्य होते, पण ही कृती परमेश्वराच्या नीतिनियमांना धरून असली पाहिजे, असे बंधन होते. प्रत्येकाला स्व-संरक्षणाचे स्वातंत्र्य होते.

या निसर्गनियमांतून नैसर्गिक हक्कांची निर्मिती झाली. हे नैसर्गिक हक्क म्हणजे जीवित, स्वातंत्र्य आणि मालमत्ता यांचा हक्क. प्रत्येक व्यक्तीला स्वातंत्र्याचा हक्कही असतो. निसर्गनियमांमधून नैसर्गिक हक्कांची निर्मिती झाली, असे लॉक मानतो. हक्कांप्रमाणेच कर्तव्याची निर्मितीही या निसर्गनियमांमधूनच झाली. जे लोक निसर्गनियम आणि दुसऱ्याचे नैसर्गिक हक्क यांचे उल्लंघन करतील, त्यांना शिक्षा करणे, हे ते कर्तव्य होय. नैसर्गिक परिस्थितीत (State of nature) प्रस्थापित कायदे, त्यांची अंमलबजावणी करणारी यंत्रणा आणि न्याय - अन्यायाचा निवाडा करणारी संस्था अस्तित्वात नव्हती. त्यात उल्लेखिलेल्या हक्कांचे संरक्षण होत नसे. बहुमताच्या अधिकाराच्या आधारे ही व्यवस्था निर्माण झाली. लॉकच्या नैसर्गिक हक्कांचे तीन घटक आहेत. पहिला - नैसर्गिक अवस्थेत सर्व नैसर्गिक हक्क हे समत्तेवर आधारित असल्यामुळे कोणीही कोणाच्याही सत्तेचा त्याच्या इच्छेविरुद्ध वापर करू शकत नाही. दुसरे - या हक्कांचे संरक्षण करणे ही शासनाची महत्त्वाची जबाबदारी आहे. आणि तिसरे - हे हक्क शासनाची सत्ता नियंत्रित करतात.

पितृसत्ताक पद्धतीत पित्याच्या अधिकारालाही नियंत्रण असते, असे लॉकचे म्हणणे आहे. ख्रिश्चन धर्मशास्त्रानुसार मुलाने पित्याच्या आज्ञा पाळल्या पाहिजेत, असे वचन असले, तरी हे आज्ञापालन मुलगा मोठा होईपर्यंत, नैतिकदृष्ट्या जबाबदार होईपर्यंतच निर्बंधित असते. मातापित्यांनी मुलाला जन्म दिला, म्हणून त्यांचा त्याच्यावर नैसर्गिक हक्क असतो, असे नाही; तर मुलांची काळजी घेणे, त्यांचे संगोपन करणे आणि त्यांना शिक्षण देऊन त्याला स्वतंत्रपणे वावरता यावे, म्हणून हा हक्क मातापित्यांना प्रदान केलेला असतो. याबद्दल मात्यापित्यांचा मान राखणे, त्यांचा आदर करणे हे मुलांचे कर्तव्य, आज्ञापालन नव्हे. वारसाहक्क हा मुळात नैसर्गिक हक्क आहे, कारण त्यामुळे काही प्रमाणात सुरक्षा अगर सोय होऊ शकते. पण त्याबद्दल मुलांनी आज्ञापालन केलेच पाहिजे, अशी अट घालता येत नाही. लॉक येथे राजकीय दृष्ट्या स्त्री-पुरुष समतेलाही मान्यता देतो, लग्नाच्या करारात पती सबळ असतो किंवा शारीरिकदृष्ट्या वरचढ असतो, म्हणून पत्नीची भूमिका दुय्यम असते असे नव्हे; तर ती या कराराला संमती देते, म्हणून तिची भूमिका दुय्यम असते. निसर्गनियमानुसार सार्वजनिक आयुष्यातही सर्व व्यक्ती स्वतंत्र आणि समान असतात.

नैसर्गिक हक्कांची संकल्पना सशक्त पायावर आधारलेली असते, कारण मूलत: यात सर्व व्यक्ती स्वतंत्र आणि समान आहेत, असे गृहीत धरलेले असते. कितीही फरक असो, माणसाला ते हक्क जन्मजातच मिळत असतात. गेवार्थ (Gewirth) सारखे विचारवंत ही नैसर्गिक हक्कांची संकल्पना नाकारतात. कारण त्यांच्या मते कोणत्याही हक्काला समाजमान्यता असणे आवश्यक आहे. ही मान्यता केवळ कायदेशीर मान्यता किंवा बहुमताची मान्यता नसून, समाजातील नैतिक आणि विवेकशील व्यक्तींची मान्यता होय. कोणताही हक्क मान्यतेशिवाय अस्तित्वात येऊच शकत नाही. कोणताही हक्क अस्तित्वात येण्यासाठी जो तो हक्क उपभोगणारा असून, त्याशिवाय इतरांनी त्याला मान्यता देणे आवश्यक आहे.

बर्क (Burke) हा विचारवंत काही प्रमाणात लॉकशी सहमती दर्शवितो. राजकीय सत्ता ही विश्वस्त सत्ता असते, या कल्पनेशी तो सहमत आहे. तो आपल्या विचारांत रूढी, परंपरा, स्थिरता, इतिहास यांना महत्त्व देतो. कारण समाजाची उभारणी केवळ दोन किंवा अधिक पक्षांमधील करारावर होऊ शकत नाही. तो काहीसा पुराणमतवादी वाटतो. अमेरिकन कॉलनीत, तसेच भारताविषयीही त्याचे मत चांगले होते. परंतु फ्रान्समधील राज्यक्रांतीबाबत त्याचा पूर्ण विरोध होता, ही गोष्ट त्याच्या पुराणमतवादाचे द्योतक आहे. तो म्हणतो, मानवी मनोव्यवहाराची गुंतागुंत लक्षात घेता समाजाच्या विविधांगांचे सरळ विश्लेषण करणे शक्य नसते. त्याला आर्थिक आणि राजकीय समता मान्य नाही. तो आपल्या हक्कासंबंधी विचारांची मांडणी सातत्याने घडणाऱ्या बदलाच्या आधारे विशद करतो. तो पेन या विचारवंताने मांडलेली 'मानवाचे हक्क' (The Rights of man) ही बुद्धिवादी संकल्पना नाकारतो, कारण त्यामुळे भूतकाळात नसलेली एक नवीच व्यवस्था प्रस्थापित होईल, असे त्याला वाटते. मानवी बुद्धीच्या आधारे नवी व्यवस्था निर्माण करण्याची कल्पना तो नाकारतो. नैसर्गिक हक्कांची कल्पना ही अमूर्त कल्पना असून तिचा वास्तवाशी काहीही संबंध नाही, असे तो मानतो. हक्क हे नैसर्गिक नसून ते रूढी आणि परंपरा यांतून निर्माण होतात आणि म्हणून त्याबद्दल प्रतिवाद करण्याचा संबंध नसतो. प्रत्येक देशाची भौगोलिक परिस्थिती, हवामान आणि इतिहास भिन्न असतात. त्यामुळे त्या त्या देशांची अंतर्गत परिस्थितीही भिन्न असते, सांस्कृतिक दृष्ट्याही ती भिन्न असते. त्यामुळे सार्वत्रिक हक्कांची कल्पना ही त्या त्या देशांतील विभिन्नता लक्षात घेत नाही. मात्र मानवी हक्कांना तो मान्यता देतो.

लॉकच्या तत्त्वज्ञानाच्या आधारे थॉमस पेन हा विचारवंत बर्कचे म्हणणे नाकारतो. माणूस हा जन्मत:च समान असतो आणि तो विवेकशील असतो आणि निसर्गत:च त्याला काही अनुल्लंघनीय (imprescriptible) हक्क मिळत असतात, असे त्याचे म्हणणे आहे. हे हक्क त्याला तो मानवी अस्तित्व म्हणून बहाल केले जातात. स्वातंत्र्य, सुरक्षा, मालमत्ता

आणि दडपशाहीचा विरोध हे ते हक्क होत. याच हक्कांचा समावेश विविध जाहीरनाम्यांत आणि अठराव्या शतकातील 'हक्कांची सनद' (Bill of Rights) यामध्ये समाविष्ट आहेत. व्यक्ती-व्यक्तींच्या करारामधून शासनाचा उदय होतो. त्यामुळे कोणत्याही देशाच्या शासनाची रचना घटनेच्या (Constitution) आधी झालेली असते. अमेरिकन स्वातंत्र्याचा जाहीरनामा आणि हक्काची सनद हे दोन्हीही दस्तावेज लॉकची नैसर्गिक हक्कांची संकल्पना उचलून धरतात. त्यात व्यक्तीचे स्वातंत्र्य, जीवित आणि मालमत्ता यांचे रक्षण करण्याची तरतूद आहे. भाषणस्वातंत्र्य आणि वृत्तपत्र स्वातंत्र्य ही मूलभूत स्वातंत्र्ये नसली, तरी त्यांबाबत तो आग्रही दिसतो. आर्थिक स्वायत्तता, प्रत्येकाच्या क्षमतेनुसार शिक्षण या हक्कांचाही तो पुरस्कार करतो.

स्त्रियांचे हक्क (Rights of Women)

स्त्रीहक्कवादी चळवळीचा उगम अठराव्या शतकात झाला. ऑलिम्पी डी गॉजेस (Olympe de Gouges) या फ्रेंच स्त्रीने आपल्या Proclamation of the Rights of Women and Female citizens आणि वोल्स्टेनक्राफ्ट या ब्रिटिश स्त्रीने आपल्या A Vindication of the Rights for Women या जाहीरनाम्यांद्वारे ही चळवळ सुरू केली. नैसर्गिक हक्कांच्या संकल्पनेत दुजाभाव केला आहे. विवेकशीलता, समता आणि स्वातंत्र्य या मूल्यांना त्यांनी मान्यता दिली असली, तरी ती मूल्ये फक्त पुरुषवर्गासच लागू असल्याचे म्हटले आहे आणि स्त्रियांना त्यांनी 'Others' 'इतर' या वर्गवारीत समाविष्ट करून त्यांचे वैधानिक आणि सार्वजनिक अस्तित्वच नाकारले आहे.

वोल्टेनक्राफ्ट या विचारवंत स्त्रीने आपल्या विचारांत थॉमस पेन यांचे विचारांशी साधर्म्य दाखवीत प्रतिपादन केले आहे की, प्रत्येक व्यक्ती जन्मत:च स्वतंत्र आणि इतर व्यक्तींशी समान असते. फ्रेंच राज्यक्रांतीला पाठिंबा दर्शवीत तिने फ्रेंच राज्यक्रांतीतून निष्पन्न झालेल्या या मूल्यांचे वास्तवात आचरण होईल, अशी आशा व्यक्त केली. लिंगभेदातून निर्माण झालेले पुरुषी श्रेष्ठत्व हे पितृसत्ताक पद्धतीच्या प्रभावामुळे निर्माण झालेले असून, स्त्रियांना शिक्षणाचा हक्क असला पाहिजे. स्त्रिया या बौद्धिकदृष्ट्या पुरुषांपेक्षा मागासलेल्या असतात, असा एक आरोप केला जातो. परंतु त्याचे कारण मात्र लक्षात घेतले जात नाही. स्त्रियांना शिक्षणाचा अभाव, पितृसत्ताक समाजरचना आणि त्यांच्यावर लादल्या गेलेल्या प्रापंचिक जबाबदाऱ्या यांमुळे निर्माण झालेली मानसिकता हेच खरे स्त्रियांच्या बौद्धिक मागासलेपणाचे लक्षण आहे. स्त्रियांचे समान हक्क आणि मालमत्तेतील वारसा हक्क यांबाबत ती आग्रही दिसून येते. राजकीय हक्कांबाबत तिने औदासिन्य दाखविल्याचे दिसते, कारण तो प्रांत पुरुषांचा असल्यामुळे तीव्र विरोध होईल, अशी शंका तिला वाटली. परंतु स्त्रियांना राज्याच्या कारभारात प्रातिनिधिक

सहभाग हवा, त्यांचे म्हणणे मांडणारे प्रतिनिधित्व सरकारी संस्थांत असले पाहिजे, असा दावा ती करते.

हक्कांच्या विविधांगी मीमांसा (Different Theories of Rights)

हक्कांची कायदेशीर मीमांसा (Legal Theory of Rights)

नैसर्गिक हक्कांची संकल्पना ह्यूम नाकारतो; कारण त्याच्या दृष्टीने हक्क, न्याय, उत्तरदायित्व आणि मालमत्ता या परंपरागत चालत आलेल्या रूढींमधून निर्माण होतात. बेंथॅम नैसर्गिक हक्कांची संकल्पना एक मूर्खपणा म्हणून त्याज्य मानतो. तो म्हणतो, नैसर्गिक हक्क आणि नैसर्गिक कायदा यांच्याबद्दल बोलणे म्हणजे दहशतवादी भाषा बोलण्यासारखे आहे. कोणीही उठावे आणि संघर्षाची भाषा करावी, अशा तऱ्हेची सार्वत्रिक संघर्ष आणि सामाजिक दुरवस्थेची बीजे या नैसर्गिक हक्क संकल्पनेत पेरली जातात. बेंथॅम त्याऐवजी हक्क या संकल्पनेला कायद्याचे अधिष्ठान प्राप्त करून देतो. तो नैसर्गिक हक्कांची संकल्पना नाकारतो, कारण त्याची अशी श्रद्धा आहे की, समाजातील प्रत्येक भागाचा, प्रत्येक बाबींचा गणिती पद्धतीने विचार करून त्यानुसार तज्ञविधिज्ञ जास्तीत जास्त लोकांचे जास्तीत जास्त सुख हा विचार डोक्यात ठेवून काही उपाय करू शकतील. बेंथॅमच्या मते प्रचलित कायद्यान्वये सर्व हक्कांचे संरक्षण झाले पाहिजे. कायद्याची रचना लिखित स्वरूपात, सोप्या भाषेत, सुसंबद्धरीत्या आणि अधिकांचे अधिक हित लक्षात घेऊन केली पाहिजे. कायदा करणारा (Law-giver) असल्याशिवाय कायदा अस्तित्वात येऊ शकत नाही. तसेच हक्क आणि कर्तव्येही ठरविली जाऊ शकत नाहीत. हक्कांची उभारणी कायद्याच्या चौकटीतच करावी लागते. त्यामुळे कायदा आणि हक्क हे एकमेकांशी संबंधित असतात. कोणते कायदे असावेत, त्याबरोबरच एखादा कायदा चांगला, हितकारक की अहितकारक, वाईट हे ठरविण्याचे दृष्टीने तो न्यायतत्त्वांचे वर्णणात्मक (Descriptive) आणि 'Sensorial' असे दोन भाग करतो, कारण त्याचे आधारे कोणत्याही हक्कांची वैधता तपासता येते. कोणत्याही व्यक्तीस विशिष्ट अधिकार असले पाहिजेत, हे म्हणणे केवळ मूर्खपणाचे ठरेल. बेंथॅमच्या मते सकारात्मक कायद्यामुळे (Positive law) मानवी जीवन सुखी होते, सुरक्षित राहते आणि विकसित होते. कायदा नसेल, तर सर्वत्र गोंधळ माजेल आणि अनवस्था प्रसंग ओढवेल. तो हक्कांच्या समानतेवरही टीका करतो, कारण त्यामुळे नैसर्गिक मानवी विविधता नाकारली जाते. नैसर्गिक हक्कांच्या संकल्पनेमुळे सामाजिक एकतेचा भंग होईल आणि स्वार्थीपणा वाढेल, असे त्याचे मत होते.

कायद्याच्या दृष्टीने हक्कांबरोबर कर्तव्यही आलेच, कारण कायद्यामुळे व्यक्तीचा जो फायदा होतो, त्याच्या बदल्यात त्याने कर्तव्ये बजावलीच पाहिजेत. हक्क आणि कर्तव्ये या एकाच नाण्याच्या दोन बाजू आहेत.

हक्कांची आदर्शवादी मीमांसा (Idealist Theory of Rights)

हक्क हे व्यक्तिगत नसतात, तर ते समाज किंवा समुदाय यांच्याशी निगडीत असतात, असे मतप्रदर्शन हेगेल करतो. व्यक्तिगत इच्छा आणि गरजा या शेवटी सामाजिक गरजांचेच प्रतिबिंब असते. व्यक्तीचे हित आणि सामाजिक हित यांत संघर्ष किंवा फरक असूच शकत नाही, कारण व्यक्तीव्यक्तींनी आपापसात सौहार्द्राने राहण्यातच त्यांच्या स्वातंत्र्याचे रक्षण होत असते. विवेकशील राज्य हे घटनात्मक राजसत्ताप्रणीत असते आणि त्यामध्ये केल्या जाणाऱ्या कायद्यांत सामाजिक हिताचे प्रतिबिंब पडलेले असते. त्याची अभिव्यक्ति स्वातंत्र्याला मान्य आहे, पण तो मतदानाचा हक्क नाकारतो. ही बाब त्याने आपल्या 'हक्कांच्या सनदे'वरील टीकेत नमूद केलेला आहे.

ग्रीनने हेगेलचे आदर्शवादी विचार घेतले आणि ते ब्रिटिशांच्या उदारमतवादी विचारांशी समन्वयित केले. त्याने नैसर्गिक हक्काच्या संकल्पनेवर टीका केली. कारण, पहिले म्हणजे कोणत्याही तऱ्हेची सामाजिक मान्यता नसताना हे हक्क व्यक्ती उपभोगू शकते. दुसरे, काही नैसर्गिक हक्क हे समाजाच्या विरोधात जाऊ शकतात आणि तिसरे, समाजाप्रती असलेल्या व्यक्तीच्या कर्तव्यांपासून नैसर्गिक हक्कांची फारकत असते. व्यक्तीला हक्क असतात, ते ती समाजाचा सदस्य असते म्हणूनच होय; कारण व्यक्ती आपला विकास समाजातच घडवू शकते आणि आपली उद्दिष्टे समाजात राहूनच साध्य करू शकते. व्यक्तीचे हित आणि समाजाचे हित एकमेकांशी जोडलेले असते. नैसर्गिक म्हणजे नैतिक असा अर्थ घेण्यास ग्रीन मान्यता देतो. पण तरीही हे नैतिक हक्कही समाजाशीच जोडलेले असतात, अशी त्याची भूमिका असते. या नैतिक क्षमतेच्या विकासामुळे व्यक्ती स्वतंत्र कृती करू शकतात. ग्रीनच्या मते हक्कांचे दोन घटक असतात. व्यक्तीच्या विवेकशीलतेतून ही हक्कांची संकल्पना वास्तवात येते. आणि समाज या विवेकशीलतेला मान्यता म्हणून त्या हक्कांना संमती देतो. म्हणजेच स्वतःच्या विकासाकरिता व्यक्ती नैतिक हक्कांचा उपयोग करते आणि त्याच्या विकासातून समाजहिताला मिळणाऱ्या हातभारामुळे समाज त्या हक्कांना मान्यता देतो.

हक्क हे भांडवलशाहीने वैश्विकतेच्या नावाखाली निर्मिलेले थोतांड असून त्यामुळे वर्गहिताला खतपाणी घातले जाते, असे मार्क्सचे म्हणणे दिसते. On the Jewish Question (1844) या पुस्तकांत तो राजकीय मुक्ततेचा ज्यूंचा हक्क याविषयी लिहिताना म्हणतो की, मानवी हक्क हे व्यक्तीला परस्परांपासून अलग करतात. 'मानवी हक्क' म्हणजे स्वार्थी व्यक्ती आणि लालची व्यक्तीचे हक्क. फ्रेंच जाहीरनाम्यावर टीका करताना तो म्हणतो, मालमत्तेचा हक्क म्हणजे मालमत्तेचा लहरी वापर करण्याचा हक्क आणि संरक्षणाचा हक्क (Right to security) म्हणजे भांडवलशाही समाजव्यवस्था सुरक्षित राखणे हा होय. भांडवलशाही व्यवस्थेशी संघर्ष करण्याकरिता 'संघर्षाचा अधिकार' असला पाहिजे.

आर्थिक समतेच्या अभावी स्वातंत्र्याचा हक्क बहुसंख्य लोकांना गुलामगिरीत लोटतो आणि मानवी अस्मितेला काळिमा फासला जातो. बॅबूफ या विचारवंताच्या विचारांना मार्क्स मान्यता देतो. फ्रेंच जाहीरनाम्यावर टीका करताना बॅबूफ म्हणतो, स्वातंत्र्य म्हणजे केवळ वैधानिक आणि नागरी स्वातंत्र्य नव्हे; तर गुलामगिरीपासून स्वातंत्र्य, शोषणापासून मुक्तता, विषमतेचा नाश्ता होय. हे तेव्हाच शक्य होईल; जेव्हा कामाचा हक्क, भूमीचा समान हक्क (equal natural right to earth) आणि त्यापासून मिळणाऱ्या उत्पादनाचे समान वाटपाचा हक्क प्रस्थापित होईल. वैश्विक हक्कांची संकल्पना आणि त्यातून सामाजिक हित साधले जाईल, अशी आशा दाखविणे फोल आहे, कारण यात कोठेही विषमता नष्ट करण्याची ग्वाही नाही. अशा तऱ्हेच्या हक्कांच्या संकल्पनेत प्रत्येक माणूस स्वार्थी दृष्टिकोनातून समाजातील इतर व्यक्तींपासून विलग होत असतो. व्यक्तीचा विकास समाजातच होत असतो, असा मार्क्सचा दृढ विश्वास होता. या विचारांचे आधारेच त्याने नैसर्गिक हक्क आणि वैधानिक हक्क यांच्या संकल्पनेवर टीका केली.

एकोणिसाव्या शतकाच्या अखेरीस आणि विसाव्या शतकात नैसर्गिक हक्कांची संकल्पना बर्क, बेंथॅम आणि मार्क्स यांच्या टीकेमुळे कालबाह्य झाली. वेबर आणि डर्किम या विचारवंतांनीही नैसर्गिक हक्कांची संकल्पना बाजूला सारली. त्यांचे मते व्यक्ती-व्यक्तींतील परस्परसंवादाने, सामाजिक, सांस्कृतिक आणि आर्थिक अभिसरणाने, समाजाची निर्मिती आणि विकास होतो. तसेच बेंथॅम, बर्क आणि मार्क्स यांनी मांडलेल्या विचारांमुळेही नैसर्गिक हक्काच्या संकल्पनेला धक्का बसला.

नॉजिक (१९७४) हा विचारवंत लॉकप्रमाणेच नैसर्गिक हक्काला मान्यता देतो, पण या हक्कांबरोबर काही कर्तव्ये असतात, हे तो मान्य करीत नाही. तसेच व्यक्तीला सामाजिकरीत्या काही हक्क मिळतात, हे त्याला मान्य नाही. तो विशिष्ट परिस्थितीतील, विशिष्ट व्यक्तींमधील विशिष्ट हक्कांना, परस्परांमधून केलेल्या करारातून निर्माण होणाऱ्या हक्कांना मान्यता देतो.

हक्कांचा विविध मूल्यांशी संबंध

हक्क आणि समुदाय (Rights and Community)

वस्तुत: हक्कांची संकल्पना ही व्यक्तिवादातून (individualism) निर्माण झाली. जसजसे व्यक्तिवादाचे स्वरूप व्यापक होऊ लागले, तसतसे व्यक्तीशी निगडीत हक्कांचे स्वरूपही व्यापक होत गेले. त्यातूनच व्यक्तीच्या वैशिष्ट्यांचा विचार पुढे आला. रिची (Ritchie) हा विचारवंत म्हणतो, व्यक्तीच्या या नैसर्गिक वैशिष्ट्यांचा विकास करणे हेच राज्याचे ध्येय आहे. आता तर व्यक्ती वैशिष्ट्यांबरोबरच कुटुंब, ट्रेड युनियन्स, वैशिष्ट्यपूर्ण मानववंशजाती (ethnic) या व्यक्तिगटांचाही विचार हक्कांच्या संदर्भात होऊ लागला.

या सर्व प्रक्रियांतून व्यक्तीची सामाजिकता, एकमेकांशी सौहार्दपूर्ण व सहकार्याने जीवन जगण्याची आवश्यकता अधोरेखित झाली. आणि प्रत्येक व्यक्ती ही समाजाची एक घटक आहे, अशी धारणा दृढ झाली. अर्थात त्यामुळे सामाजिक रूढी, परंपरा यांचे प्राबल्य वाढून हक्कांचे महत्त्व कमी होण्याची शक्यता आहे. परंतु दुसऱ्या बाजूने विचार करता असे सौहार्दपूर्ण सहजीवन व्यक्तीचा विकास घडवून आणण्यास मदतच करेल. एक शक्यता नाकारता येत नाही की, या रूढींचे आणि परंपरांचे प्राबल्य वाढून हक्क या संकल्पनेवर तर गदा येईल. ग्रीन आणि सँडेल (Sandel) यांच्यासारखे आधुनिक विचारवंत व्यक्ती आणि समाजहित यांत फरक करीत नसले, तरी नीट विचार करता प्रत्येक व्यक्तीचे दोन प्रकारचे हितसंबंध असतात. एक त्या व्यक्तीचा व्यक्ती म्हणून वैयक्तिक हितसंबंध आणि समाजाचा घटक या दृष्टीने सामाजिक हितसंबंध - हे दोन्ही हितसंबंध प्रत्येक वेळी सारखे असू शकतील, असे नाही. दुसऱ्या प्रकारांत व्यक्तिगट हा कृतिशील असतो आणि त्या वेळी त्या व्यक्तिगटामार्फत व्यक्तीचे हितसंबंध जपले जातात. अशा वेळी व्यक्तिगटाचे हक्क महत्त्वाची भूमिका बजावतो. रिचीच्या विचारांत या सामाजिक विचारांना नैतिकदृष्ट्या महत्त्वाचे स्थान आहे, कारण त्यामुळेच व्यक्तीचा, तसेच समाजाचाही विकास साधतो. तो आपली 'सामाजिक उपयुक्तते'ची (Social Utility) संकल्पना मांडतो आणि पुढे जाऊन समाजाच्या हक्कांचा पाठपुरावा करतो. हॉबसन म्हणतो, व्यक्तीला जसा मालमत्तेचा हक्क आहे, त्याप्रमाणेच समाजालाही मालमत्तेचा हक्क असला पाहिजे, कारण आपल्याकडच्या समाजपुरुषाप्रमाणे हॉबसनच्या दृष्टिकोनातून समाज हाही एक काम करणाऱ्यांचा व्यक्तिगट आहे, तसेच तो ग्राहकही आहे.

उदारमतवादी-समाजवादी विचारवंत (Communitarians) सामाजिक हक्कांना व्यक्तिगत हक्कांपेक्षा कमी मानीत नाहीत. मॅकआयन्टर (Mac Intyre) हा विचारवंत नैसर्गिक हक्क नाकारतो. तो उदारमतवादी व्यक्तिवादाला (Liberal individualism) विरोध करतो, कारण त्यात व्यक्तीची समाजापासून फारकत केली जाते आणि व्यक्तीच्या हितानुसार राजकीय व्यवस्थेची मांडणी केली जाते. टेलर (Taylor) म्हणतो, मानवी हिताच्या संस्था, स्वातंत्र्य आणि हक्क या संकल्पनांचे सामाजिक संदर्भ सांगतात. तरीही आधुनिक राजकीय मीमांसेत व्यक्तीचे आपापसातील संबंध, तसेच व्यक्तींचे सामाजिक संदर्भ स्पष्ट होत नाहीत. केवळ व्यक्तीचे अस्तित्व हे व्यक्तीव्यक्तींमधील परस्परांमधील व्यवहारातूनच प्रतीत होते, असेच या मानवी संस्था (Human Agency) गृहीत धरतात. परंतु व्यक्तीची ओळख तिच्या ऐतिहासिक, सामाजिक आणि भाषिक (linguistic) अस्तित्वातूनच घडत असते आणि हे अत्यंत महत्त्वाचे आहे. सँडेल (Sandel) हा विचारवंत म्हणतो, समाजातील सहजीवन (Shared life) हे एकमेकांना समजावून

घेण्याच्या कृतीसाठी महत्त्वाचे आहे. त्यामुळे सामाजिक हिताचे सहजच आकलन होते. हे सामाजिक हित बाजूस सारून उदारमतवादी विचारवंत व्यक्तिगत हिताला आणि हक्कालाच जास्त महत्त्व देतात.

हक्कांची सामाजिक कल्याणाची संकल्पना (Social Welfare Theory)

हक्क आणि समाज कल्याणाची संकल्पना ग्रीन, हॉबहाऊस आणि हॉबसन यांचेसारखे विचारवंत मांडतात. या संदर्भात हॅरॉल्ड लास्की याने स्पष्ट कल्पना मांडली आहे. तो म्हणतो, 'हक्कांची संकल्पना व्यक्तीच्या सामाजिक आयुष्याशी निगडीत असते. कारण समाजाशिवाय व्यक्ती स्वत:चा विकास करून घेऊ शकत नाही.' हक्कांचे संरक्षण करणे हेच मुळी राज्याचे कर्तव्य आहे. हक्काची व्याख्या करताना तो म्हणतो, हक्क हे व्यक्तिसापेक्ष असले, तरी त्यांना समाजाची मान्यता असलीच पाहिजे आणि ते समाजातच उपभोगता येतात. समाजातील इतर व्यक्तींच्या समवेत आपला विकास घडून येईल, अशी परिस्थिती राज्याने निर्माण केली पाहिजे. काही सामाजिक आणि आर्थिक हक्कांमध्ये कामाचा हक्क (Right to work), किमान पुरेसे वेतन (minimum adequate wages), कमाल कामांचे तास (reasonable hours of work), मालमत्तेचा नियंत्रित हक्क (limited right to property), शैक्षणिक हक्क या हक्कांचा समावेश असलाच पाहिजे आणि त्याला राज्याने संरक्षण दिले पाहिजे. व्यक्ती हा समाजाचाच एक भाग आहे, अशी कल्पना कोल नावाचा विचारवंत मांडतो. त्यामुळे व्यक्ती आणि समाज यांचा विचार करताना व्यक्तीच्या खाजगी कृती आणि व्यक्तीच्या सामाजिक कृती असा फरक करावा लागतो. त्यामुळे व्यक्तीला व्यक्तीपासून स्वातंत्र्य आणि व्यक्तीचे सामाजिक स्वातंत्र्य हा भेद केला पाहिजे. अर्थात या दोन्ही प्रकारची स्वातंत्र्ये रक्षिली पाहिजेत. कारण ती दोन्हीही एकमेकांशी संलग्न आहेत.

मानवी हक्कांची संकल्पना (Human Rights)

या हक्कांना परंपरागतरीत्या नैसर्गिक हक्क किंवा मूलभूत हक्क असे म्हटले आहे. स्त्री किंवा पुरुष यांच्या जन्माबरोबरच हे हक्क त्यांना बहाल केलेले असतात. हे हक्क नैतिक स्वरूपाचे असतात. हे हक्क वैश्विक असतात, म्हणजेच प्रत्येक व्यक्तीला लागू असतात. ते व्यक्तिगत स्वरूपाचे असतात; कारण त्यांत स्वतंत्र व्यक्ती, मानवी प्रतिष्ठा, (Human dignity) आणि व्यक्तीची नैतिक निवडीची स्वतंत्रता अंतर्भूत असते. हे हक्क सर्वोच्च मानले जातात, कारण त्यांचे उल्लंघन करणे अन्याय्य असते. हे हक्क बजाविता येतात.

मानवी हक्कांचा जागतिक जाहीरनामा (The Universal Declaration of Human Rights) (1948) हा संयुक्त राष्ट्रसंघटनेच्या सर्वसाधारण सभेने समितीने मंजूर केला. त्या अन्वये जीवित, स्वातंत्र्य आणि मालमत्तेचा हक्क, कायद्यासमोरील समानता, गुप्तता,

न्याय, छळणुकीपासून मुक्तता; कुटुंबसंरक्षण आणि अल्पसंख्याकांचे हक्क, अभिव्यक्तिस्वातंत्र्य, माहितीचा अधिकार, संघटनेचा हक्क, धार्मिक स्वातंत्र्य, सांस्कृतिक स्वातंत्र्य, विचार स्वातंत्र्य, सरकारी सहभागाचा अधिकार, तसेच राजकीय आश्रयाचा हक्क इत्यादिंचा समावेश आहे. या हक्कांचे संरक्षण विविध खाजगी संस्था, घटनात्मक सरकारे, लोकशाही संस्था, स्वतंत्र न्यायालये, कामगार हक्क संस्था आणि चौकशीविना होणाऱ्या अटकेपासून संरक्षण यांद्वारे केले जाते. जगातील बहुतेक घटनात्मक सरकारे आणि राजकीय आणि सामाजिक संस्थांनी हे हक्क मान्य केले असून, त्यांचा अंतर्भाव आपल्या घटनेत केलेला आहे. काही रशियासारख्या समाजवादी देशांमुळे विविध कामगार हक्क या जाहीरनाम्यात समाविष्ट झाले.

१९६० सालापासून स्त्रियांच्या हक्कांबद्दल विशेष जागृती निर्माण झाली. एकोणिसाव्या आणि विसाव्या शतकात स्त्री-वादी चळवळींनी समान हक्कांसाठी - म्हणजेच मतदानाचा हक्क, मालमत्तेचा हक्क इत्यादि, जोर धरला. हे हक्क पुरुषांना दिले जात, परंतु स्त्रिया त्यापासून वंचित होत्या. १९८० सालापासून या चळवळींतील मागण्यांचे स्वरूप बदलून स्त्री-पुरुषांच्या समतेबाबत आणि विषमता दूर करण्यासंदर्भात या चळवळी आग्रही झाल्या आणि त्या दृष्टिकोनातून विविध संस्थांचीही उभारणी झाली. विविध राजकीय संस्थांमध्ये स्त्रियांना ठरावीक प्रतिनिधित्व मिळावे, या दृष्टीनेही प्रयत्न सुरू झाले. स्त्री-हक्कांसोबतच मुलांचे हक्क, मुक्या प्राण्यांचे हक्क यांबाबत लोकशाही देशांत जागृती निर्माण झाली.

हक्कांचे मूलाधार (Bases of Rights)

हक्कांच्या आधुनिक मीमांसेमध्ये हक्कांच्या नैसर्गिक किंवा स्वाभाविक मूलाधारापेक्षा नैतिक आणि तात्त्विक मूलाधार असल्याचे दिसते. आधुनिक हक्क हे स्वातंत्र्य, समता आणि स्वायत्तता या मूल्यांच्या आधारे विकसित झालेले असल्यामुळे हक्कांचा त्या मूल्यांशी सबंध असणे अपरिहार्य ठरते.

स्वातंत्र्य आणि हक्क (Liberty and Rights)

भूतकाळात हक्कांची निर्मिती नकाराधिकारावर आधारित होती. व्यक्तीने दुसऱ्याच्या हक्कांत ढवळाढवळ करू नये. हॉब्जची हक्कांची कल्पना नकाराधारित होती. पुढे कांटच्या तत्त्वज्ञानात बदल आढळतो, की व्यक्ती स्वतंत्र असते. तिला आवड-निवड करण्याची बुद्धी असते, म्हणून अनेक पर्यायांमधून निवडीची स्वायत्तता व्यक्तीला बहाल करण्यात आली. त्यामुळे व्यक्तीला आता स्वतंत्र हक्क प्रदान करण्यात आले आणि हे हक्क मिळण्याची हमी दिली गेली. अर्थात दुसऱ्याच्या हक्कांत ढवळाढवळ न करण्याचा हक्क हा यामागे पायाभूत होताच. या संदर्भात हार्ट (Hart) या विचारवंताचे विवरण महत्त्वाचे आहे. मानवी जीवनाची यथार्थता माणूस नैतिक असण्यात आहे. आणि नैतिकता ही स्वायत्तता

आणि निवडीचे स्वातंत्र्य यांतून साधली जाते. म्हणून नैतिक असण्यासाठी आणि त्या दृष्टीने विकास होण्यासाठी प्रत्येक व्यक्ती स्वतंत्र असली पाहिजे. व्यक्तीच्या विविध हितसंबंधांचे रक्षण आणि संवर्धन यांकरिता व्यक्तीला स्वातंत्र्य असले पाहिजे. गेवार्थ (Gewirth) हा विचारवंत स्वातंत्र्याबरोबरच समाधानी आणि शांततामय आयुष्याच्या हक्काची सकल्पना मांडतो, कारण त्यामुळे व्यक्तीला आपला विकास साधण्याची संधी उपलब्ध होते, असे त्याचे मत आहे. जॉन रॉल्स हा आपल्या 'न्याय' विषयक मांडणीमध्ये व्यक्तीच्या समान मूलभूत स्वातंत्र्याच्या हक्कांना प्राधान्य देतो. या सर्व विचारांमधून असे प्रतीत होते की, मानवी विकास आणि नैतिक जीवन यांकरिता स्वातंत्र्याचा हक्क हा महत्त्वाचा मानला गेला पाहिजे.

समता आणि हक्क (Equality and Rights)

आर्थिक - सामाजिक हक्कांचा मानवी हक्कांच्या जाहीरनाम्यात समावेश करण्यास बराच विरोध झाला. कारण जगातील बऱ्याच अविकसित आणि विकसनशील देशांत हे हक्क संरक्षिले जाण्याच्या दृष्टीने भौतिक सुविधा उपलब्ध नाहीत. क्रान्स्टन हा विचारवंत म्हणतो, परंपरागत चाललेले हक्कच समतेने लागू करता येतात. तो म्हणतो, कोणतीही कृती नैसर्गिक आणि नैतिकदृष्ट्या कर्तव्य म्हणून करावयाची असल्यास प्रथम ती कृती करण्याची क्षमता त्या व्यक्तीत आहे की नाही, हे पाहणे आवश्यक आहे. तसेच सामाजिक-आर्थिक हक्कांचा मानवी हक्क जाहीरनाम्यात समावेश करण्यापूर्वी, सर्व देश हे हक्क सर्वांना लागू करू शकतील, अशी क्षमता त्यांच्या सामाजिक - आर्थिक व्यवस्थेत आहे का, हे पाहणे गरजेचे आहे. परंपरागत हक्कांचे तसे नसते. त्यात सरकारच्या सक्षमतेचा प्रश्नच उद्भवत नाही. दुसरे असे की, नकारात्मक हक्क हे व्यक्तीच्या विकासाला चालना देतात आणि त्यामध्ये आर्थिक क्षमतेचा प्रश्न नसतो.

दोन प्रश्न उपस्थित होतात. पहिला, हे मानवी हक्क पाश्चात्त्यांकरिताच आहेत? आणि दुसरे पाश्चात्त्य संस्कृती खरोखरीच व्यक्तिवादी आहे का?

प्रत्यक्षात पाश्चात्त्य काय किंवा पौर्वात्य काय, कोणतीही परंपरा पूर्णत: व्यक्तिवादी असू शकत नाही. गांधीजींनी आपल्या विचारांत काही पाश्चात्त्य बाबींचा समावेश केला आहे. जरी ते पाश्चात्त्य संस्कृतीतील भौतिकवाद आणि तंत्रज्ञानाचा अतिरेक नाकारीत होते, तरीही त्यांनी स्वातंत्र्यासारखी मूल्ये आपल्या विचारांत समाविष्ट केली होती. ग्रीन या ब्रिटिश विचारवंताप्रमाणे त्यांनी सार्वजनिक व्यवहारात नैतिकतेला प्राधान्य दिले, तसेच सामूहिक सामाजिक हिताची संकल्पनाही अंगिकारली. व्यक्तिस्वातंत्र्याची भलामण केली. पण माणूस हा सामाजिक प्राणी आहे, याची जाणीव आपल्या विचारांतून करून दिली. त्यांनी नियंत्रित राजसत्तेचा पाठपुरावा केला आणि

व्यक्ती आणि नागरी समाज यांना प्राधान्य दिले. त्यांनी हक्कांबरोबर कर्तव्याचे पालन केले पाहिजे, ही पारंपरिक कल्पना उचलून धरली, पण असमानतेसारख्या स्वाभाविक मानवी प्रवृत्तीला स्थान दिले नाही. हक्क आणि कर्तव्ये यांचा समन्वय साधला गेला पाहिजे, असे मत मांडले.

साम्यवादी हुकूमशाही सरकारांची पीछेहाट झाल्यानंतर, तसेच एकसत्ताक राजसत्ता नष्ट झाल्यानंतर जगामध्ये उदारमतवादाचे वारे वाहू लागले आहेत. विकसनशील देशांमध्येही लोकशाही व्यवस्था ही स्थिर अर्थव्यवस्था देऊ शकेल, याची खात्री होऊ लागली आहे. लोकशाही व्यवस्थेमधील अनुषंगाने येणारे घटनावाद, कायद्याचे बंधन, व्यक्तिगत हक्क, नि:पक्षपाती न्यायव्यवस्था तसेच बहुपक्षीय पद्धत रूढ होऊ पाहत आहे. राज्याने हक्क आणि स्वातंत्र्य यांच्या रक्षणाची हमी दिली पाहिजे, ही भावना जगभरात निर्माण झाली आहे. जागतिकीकरणाच्या या युगात आता पाश्चिमात्य आणि पौर्वात्य किंवा आशियाई हा भेद विसरून हक्कांना जागतिक परिमाण दिले पाहिजे. या संदर्भात सांस्कृतिक विविधता, स्थलसापेक्षता, आर्थिक परिस्थिती यांचा अडसर येता कामा नये. साक्रोव्ह हा विचारवंत म्हणतो त्याप्रमाणे, 'आता सर्वांची जागतिक स्तरावर अशी जबाबदारी आहे की, जेथे जेथे मानवी दुर्दैव किंवा अन्याय दिसेल, त्यावर सर्वांनी मिळून उपाययोजना केली पाहिजे.'

स्वायत्तता आणि हक्क (Autonomy and Rights)

स्वायत्ततेच्या अंगाने हक्कांचा विचार कांटच्या नैतिक तत्त्वज्ञानात मांडला जातो. नैतिकतेचा विकास होण्याकरिता प्रथम स्वायत्ततेचा हक्क असला पाहिजे, अशी मांडणी या विचारांत केल्याचे दिसते. स्वायत्तता आणि मानवी अस्मिता ही स्वातंत्र्याशी संबंधित मूल्ये केवळ नैसर्गिक नसून, त्यांची समाजात जोपासना झाली पाहिजे, अशी अपेक्षा त्याने व्यक्त केली आहे. रॉल्स आणि व्दोरकीन (Dworkin) यांचे विचार आपल्या 'न्याय्य समाजा'च्या उभारणीत नैतिकता, स्वायत्तता आणि मानवी अस्मिता या मूल्यांना महत्त्वाचे स्थान देतात. याच विचारांना 'हक्काधिष्ठित उदारमतवाद' (Right based liberalism) असे म्हणतात. यामध्ये राज्याची सत्ता आणि दंडसत्ता यांचे विवरण हक्कांच्या नैतिक अधिष्ठानाच्या अंगाने केल्याचे दिसते. हक्क हे या ठिकाणी व्यक्तीचे स्वातंत्र्य आणि समता जोपासण्याचे साधन असल्याचा विचार मांडला जातो. व्दोरकीन हा हक्क हे 'नैतिक हुकमाचे पान' आहे, असे मानतो. उदारमतवादी विचारांत हक्कांना असलेले हे नैतिक स्थान विचारात घेता, राज्याने सामाजिक हक्कांच्या बाबतीत नैतिकतेला स्थान दिले पाहिजे, तसेच राज्याने व्यक्तीचे हक्क नैतिकदृष्ट्या जोपासले पाहिजे, अशी जबाबदारी राज्यावर येते.

पाश्चात्त्य परंपरा ही व्यक्तिवादी आहे का? (Is Western Tradition Individualistic)

आधुनिक काळात आशियाई देशातील काही औद्योगिक दृष्ट्या प्रगत देशांनी असे मत प्रकट केले आहे की, आंतरराष्ट्रीय मानवी हक्कांचा जाहीरनामा हा एकांगी असून, त्यावर पाश्चात्त्य सांस्कृतिक मूल्यांचा जादा प्रभाव आहे. तसेच ही मूल्ये, म्हणजेच पाश्चात्त्य देशातील मूल्ये; ही आशियाई देशातील मूल्यांपेक्षा वेगळी आहेत, सुसंगत नाहीत. याचे महत्त्वाचे कारण म्हणजे पाश्चात्त्य विचारधारा ही व्यक्तिवादी विचारसरणीने प्रभावित झालेली आहे आणि आशियाई देशातील मूल्यव्यवस्था ही समाजकेंद्री, तसेच परंपरावादी आहे. किशोर महबूबानी हा सिंगापूरचा विचारवंत याचे उदाहरण म्हणून आशियाई देशांतील 'परिदृढ कुटुंबव्यवस्था' हे देतो. कुटुंबव्यवस्थेमुळे सामाजिक हित आणि ज्येष्ठांचा मान ठेवण्याची वृत्ती या गोष्टी व्यक्तीच्या मनात उत्पन्न होतात. संघर्षापेक्षा सामंजस्याने कोणतेही प्रश्न सोडविण्याच्या क्षमता निर्माण होतात. या वैशिष्ट्यपूर्ण बाबी आशियाई देशांतच आढळून येतात, प्रकर्षाने दिसून येतात. नागरी स्वातंत्र्ये किंवा राजकीय स्वातंत्र्य यांपेक्षा अन्न, वस्त्र, निवारा, आरोग्य, शिक्षण, नोकरी हे हक्क आशियाई देशांना अधिक महत्त्वाचे वाटतात. विकसनशील देशांचे बाबतीत मानवी हक्कांच्या उपयुक्ततेबाबत महातिद मोहम्मद हे मलेशियाचे पंतप्रधान प्रश्नचिन्ह निर्माण करतात. मानवी हक्कांचे स्वागतच आहे, पण त्यावर पाश्चात्त्य मूल्यव्यवस्थेचा प्रभाव आहे. तो कमी करून आशियाई मूल्यव्यवस्थेचा त्यात अंतर्भाव व्हावा, कारण पाश्चात्त्य देश अल्पसंख्य आहेत.

हक्कांच्या उत्पत्तीचे आधार

काही विशिष्ट हेतूने माणसे एकत्र समुदाय म्हणून राहण्यास उत्सुक असतात व तो हेतु ॲरिस्टॉटल म्हणतो त्याप्रमाणे चांगले जीवन जगता यावे, हा होय. हा हेतू साध्य होण्यासाठी प्रत्येक व्यक्तीस विकासाची संधी मिळाली पाहिजे आणि ती मिळण्यासाठी काही संधी उपलब्ध होण्याची आवश्यकता असते. अशी संधी, विकासाची संधी, व्यक्तित्वाच्या विकासाची संधी उपलब्ध नसेल तर अशा अवस्थेत चांगले राहणीमान हा हेतू पूर्ण होणे शक्य नाही. उदा. प्रत्येक व्यक्तीला अभिव्यक्तिस्वातंत्र्य नसेल, तर एकमेकांचे विचार एकमेकांना कळणार नाहीत व त्यामुळे व्यक्तीच्या विकासात खीळ बसेल. अशा तऱ्हेच्या संधीची उपलब्धता ही चांगल्या जीवनास आवश्यक असते. अशा तऱ्हेच्या संधीची गोळाबेरीज म्हणजे व्यक्तीला स्वत:च्या जीवनातील संधीची अशी उपलब्धता, की जिच्याशिवाय व्यक्ती आपला सर्वात जास्त विकास घडवून आणू शकणार नाही.

हक्कांना राज्याची मान्यता असल्याशिवाय ते खऱ्या अर्थाने फलद्रूप होणार नाहीत,

असे बार्कर या विचारवंताचे मत आहे. राज्य हे सर्व प्रकारच्या हक्कांचा मूलस्त्रोत आहे. अगदी तसे पाहिले, तरी व्यक्तीची नैतिकता हा जरी हक्कांचा मूलस्त्रोत असला, तरी त्याला राज्याची मान्यता आवश्यक आहेच. त्यामुळे व्यक्तीच्या चांगल्या जीवनासाठी कायद्याची अधिमान्यता लागते.

व्यक्तीच्या चांगल्या सामाजिक व्यवहारातून हक्कांची निर्मिती होत असते, चांगल्या प्रवृत्तीतून हक्कांची निर्मिती होते. उदा. कोणीही व्यक्ती दुसऱ्या व्यक्तीला ठार मारण्याचा हक्क मागू शकत नाही, कारण त्यातून समाजात गोंधळ आणि अराजक मानेल. आणि अशा अस्थिर वातावरणात चांगले राहणीमान प्राप्त होणे शक्य नाही. त्यामुळे सामाजिक संकेतांचे आदरयुक्त पालन ही हक्क उपभोगण्यातील मूलभूत अट आहे. हक्कांचा उपभोग घेताना प्रत्येक व्यक्तीच्या असे लक्षात हवे, की इतर सर्वांना हेच हक्क उपभोगण्याचा अधिकार आहे. आपल्या इतर नागरिकांच्या हक्कांबद्दलही व्यक्तीला आदर असला पाहिजे, हे नैतिक बंधन प्रत्येक व्यक्तीने पाळले पाहिजे. दुसरे, आपल्या हक्कांचा उपभोग घेताना प्रत्येकाने ही काळजी घेतली पाहिजे, की त्यामुळे सामाजिक समृद्धीत भर पडली पाहिजे. हॉबहाऊस म्हणतो, खरे हक्क तेच, की जे समाजाच्या कल्याणात भर टाकतात आणि सौहार्द्रपूर्ण सामाजिक संघटन वाढीस लावतात.

सामाजिक कल्याण ही एक निश्चित संकल्पना नाही. ती काळाबरोबर बदलते. औद्योगिक क्रांतीच्या सुरुवातीच्या काळात प्रत्येक व्यक्तीचे आर्थिक स्वातंत्र्य आणि त्याच्याबरोबर येणाऱ्या संपत्तीचा अनिर्बंध उपभोग घेण्याच्या हक्काला मान्यता होती. परंतु औद्योगिक क्रांतीच्या परिपक्व काळानंतर खाजगी मालमत्तेच्या हक्काचे विपरीत परिणाम दिसून आल्यामुळे, अशा तऱ्हेच्या अनिर्बंध आर्थिक उपभोगांना सामाजिक मान्यता मिळणे कठीण झाले. आणि विसाव्या शतकाच्या मध्यावर अनेक देशांत या हक्कांवर निर्बंध घातले गेले. अशा हक्कांमधील सामाजिक परिस्थितीमुळे होणाऱ्या बदलांमुळे कायमस्वरूपी हक्कांची सनद तयार करता येत नाही.

केवळ लोकशाही व्यवस्थांमध्येच जेथे स्वातंत्र्य आणि समता एकसमयावच्छेदेकरून आढळतात, तेथे हक्कांची निर्मिती होऊ शकते. स्वातंत्र्याशिवाय कोणतेही लोक आपले हक्क आणि हितसंबंध यांविषयी जागरूक राहू शकत नाहीत. लोकशाही व्यवस्थेत बहुपक्षीय पद्धत आणि निवडणूक प्रक्रिया यांमुळे जनाधाराची कल्पना अस्तित्वात येते व त्यामुळे लोकांच्या हक्काचे संरक्षण होते. काही प्रमाणात राजकीय समता नसेल, तर विशिष्ट लोकांच्या विशेषधिकारामुळे हक्कांची संकल्पनाच नष्ट होते. त्यामुळे हक्कांचे संरक्षण होण्याचे दृष्टीने समता अस्तित्वात असणेही आवश्यक असते. हुकूमशाही व्यवस्थेत जेथे एकपक्षीय सत्ता असल्यामुळे राज्य आणि प्रशासन यांच्यातील फरकच अस्पष्ट असतो आणि व्यक्तिस्वातंत्र्याची, मतस्वातंत्र्याची पायमल्ली होते, तेथे हक्कांची कल्पनाही करता येत नाही.

हक्कांचे वर्गीकरण (Classification of Rights)

सर्वसामान्यपणे हक्कांचे नैतिक हक्क आणि वैधानिक किंवा कायदेशीर हक्क असे वर्गीकरण करण्यात येते. नैतिक हक्क व्यक्तीची नैतिक जाण आणि विवेक यांवर अवलंबून असतात. समाजाच्या नैतिक परंपरा आणि रूढी यांतून त्याचा उद्गम होतो. उदा. नवऱ्याने आपल्या पत्नीला सन्मानाने वागवावे किंवा विद्यार्थ्यांनी शिक्षकाना मान द्यावा. परंतु या अशा परंपरागत चालत आलेल्या हक्कांना राज्याचे वैधानिक पाठबळ नसते. त्यांना केवळ सामाजिक परंपरा आणि रूढी यांचा आधार असतो. नैतिक तत्त्वांचा पाठिंबा असतो. ज्या वेळी अशा तऱ्हेच्या नैतिक हक्कांना वैधानिक पाठबळ प्राप्त होते, त्या वेळी ते वैधानिक किंवा कायदेशीर हक्क म्हणून समजले जातात.

कायदेशीर हक्क प्रत्येक नागरिक उपभोगू शकतो आणि त्याला राज्य आणि कायदा यांची मान्यता असते. प्रत्येक राज्यात या हक्कांचे उल्लंघन झाले, तर त्यासाठी घटनात्मक तरतुदी असतात. उदा. प्रत्येक नागरिकाला अभिव्यक्तिस्वातंत्र्याचा हक्क प्रदान केलेला असतो. जर एखाद्या नागरिकाकडून या बाबतीत दुसऱ्याच्या हक्कात अडथळा निर्माण केला गेला, तर त्याबाबत कायदेशीर कारवाई करण्याची तरतूद असते व अशा रीतीने राज्य ह्या हक्कांचे संरक्षण करते. भारतीय राज्यघटनेतील ३२ व्या कलमानुसार सर्व नागरिकांना मूलभूत हक्क प्रदान केले आहेत आणि त्यांच्या संरक्षणाची हमीही घेतली आहे.

वैधानिक हक्क हे राजकीय हक्क आणि नागरी हक्क या दोन गटांत विभागले जातात.

१) नागरी हक्क म्हणजे जे हक्क, की ज्यांच्याशिवाय व्यक्ती चांगले नागरी जीवन जगू शकणार नाही. या हक्कांमुळेच व्यक्तीचा बौद्धिक आणि आध्यात्मिक विकास शक्य होतो. बहुतेक राज्यांत त्यांचा समावेश राज्यघटनेमध्ये केलेला असतो आणि अशा हक्कांच्या संरक्षणासाठी काही यंत्रणाही राज्यात उभारलेली असते, जेणेकरून व्यक्ती अगर अगदी प्रशासनही या हक्कांचे उल्लंघन करू शकणार नाही. अभिव्यक्तिस्वातंत्र्य, संघटना स्वातंत्र्य, मालमत्तेचे स्वातंत्र्य, करारस्वातंत्र्य हे यांपैकी काही हक्क होत.

२) सार्वभौम राज्याच्या कारभारामध्ये प्रत्येक नागरिकाने सहभागी व्हावे, या दृष्टीने कायदेशीर रीत्या काही हक्क प्रदान केलेले असतात व त्यांना राज्याची मान्यता असते. कोणत्याही लोकशाही राज्यात प्रत्येक व्यक्तीला राजकीय सत्तेपर्यंत पोहोचण्याचे विविध मार्ग उपलब्ध असतात. म्हणजेच राजसत्तेत सहभागी होण्याचा प्रत्येक व्यक्तीला अधिकार असतो. मतदानाचा हक्क, निवडणूक लढविण्याचा हक्क हे काही महत्त्वाचे राजकीय हक्क आहेत.

या राजकीय हक्कांद्वारे लोक सरकार निवडतात. राजकीय हक्क हा लोकशाही व्यवस्थेचा पायाच आहे. ज्या वेळी हे हक्क मोठ्या जनसमुदायाकडून वापरले जातात, तेव्हा लोकशाही प्रस्थापित होते. आणि म्हणूनच राजकीय हक्क आणि लोकशाही हे समानार्थी समजले जातात.

राजकीय हक्क लोकांकडून कसे वापरले जातात, यावर सरकारची गुणवत्ता अवलंबून असते. राजकीय हक्कांचा विवेकी वापर हा चांगल्या गुणवत्तेचे लोक सरकारमध्ये सत्तेत आणू शकतात आणि त्यामुळे सामाजिक कल्याणाची वृद्धी होते. त्यामुळेच राजकीय हक्क हे ज्यांना आपल्या विवेकशक्तीचा वापर करता येत नाही, अशांना प्रदान केले जात नाहीत. उदा. कायदेशीरदृष्ट्या अज्ञान मुले. त्याचप्रमाणे परकीय नागरिक, ज्यांच्या निष्ठा त्यांच्या देशाला वाहिलेल्या असतात, अशांनाही राजकीय हक्क प्रदान केलेले नसतात.

हक्कांच्या विविध संकल्पना (Theories of Rights)

भिन्न सामाजिक परिस्थिती, तसेच विचारवंतांचे विविध मतप्रवाह यांतून हक्कांच्या विविध संकल्पना उदयास आल्या. त्यांपैकी नैसर्गिक हक्कांची संकल्पना, हक्कांची वैधानिक संकल्पना आणि आर्थिक हक्कांची संकल्पना या प्रमुख होत.

१) नैसर्गिक हक्कांची संकल्पना (Theory of Natural Rights)

सतराव्या आणि अठराव्या शतकात नैसर्गिक हक्कांच्या संकल्पनेला राज्यशास्त्रीय चर्चेत महत्त्वाचे स्थान होते. परंतु ती संकल्पना आता कालबाह्य झाली आहे. ही संकल्पना प्रथम हॉब्ज, लॉक, रुसो यांसारख्या करारवाद्यांनी मांडली. ती संकल्पना नागरी समाजाची उभारणी होण्यापूर्वीच्या मानवी जीवनाची मांडणी करण्यासाठी उपयोगात आणली गेली. या नैसर्गिक हक्कांची मांडणी समाजपूर्व नागरी मानवी स्थितीचे वर्णन करण्यासाठी मांडली असल्यामुळे, तिला कोणतेही वैधानिक पाठबळ असणे शक्य नाही. त्यामुळे ते हक्क राजकीयदृष्ट्या संघटित समाजाला लागू असण्याचा प्रश्न उद्भवत नाही. हे हक्क समाजाच्या उभारणीपूर्वीचे असून, त्यांच्यातील त्रुटीमधूनच संघटित समाजाची उभारणी करावी, असे समुदायास वाटले असावे.

हॉब्ज, लॉक आणि रुसो या तीन करारवादी विचारवंतांना नैसर्गिक अवस्थेतील मानवास हक्क असले पाहिजेत व त्या हक्कांच्या परिपूर्तीसाठी समाजाचे गठन झाले असले पाहिजे, असे वाटले. परंतु हॉब्जचे असे मत आहे की, संघटित समाजाची स्थापना झाल्यावर मानवाचे नैसर्गिक हक्क नष्ट झाले. लॉकच्या म्हणण्यानुसार या नैसर्गिक हक्कांच्या रक्षणासाठी संघटित समाजाची स्थापना झाली, तर रुसोच्या मते नैसर्गिक अवस्थेतून संघटित समाजाच्या स्थापनेपर्यंतच्या स्थित्यंतरात मानवाच्या व्यक्तिगत इच्छांचे सामूहिक

इच्छांत उन्नयनीकरण (sublimation) झाले. लोक आपल्या हक्कांच्या रक्षणासाठी सामूहिक ईहेचा (इच्छेंचा) आधार घेऊ लागले. ह्या सामूहिक ईहेचा नागरी समाज हा पालक असतो (Custodian).

थॉमस पेन याने या नैसर्गिक हक्कांचा पुनर्विचार केला. पण त्याने आपला विचार करारवादी विचारवतासारखा मांडला नाही. तो म्हणतो, प्रत्येक पिढीला आपल्या परिस्थितीबाबत विचार करण्याचे आणि कृती करण्याचे स्वातंत्र्य आहे. परंतु स्वातंत्र्य, मालमत्ता, सुरक्षितता आणि जुलमाशी संघर्ष करणे हे हक्क म्हणजे नैसर्गिक अवस्थेतील मानवापासून चालत आलेली भूषणावह देणगी आहे.

नैसर्गिक हक्कांच्या संकल्पनेचा अमेरिकन आणि फ्रान्सच्या राज्यक्रांतीवर फार मोठा परिणाम दिसून आला. मानवी समतेच्या नैसर्गिक हक्कांतून अमेरिकन लोक एकत्र आले आणि त्यांनी परकीयांविरुद्ध बंड पुकारले. तसेच फ्रेंच राज्यक्रांतीनंतर गठित झालेल्या राष्ट्रीय समितीनेही नमूद केले की, ते मानवाच्या नैसर्गिक अविभाज्य आणि पवित्र हक्कांचे रक्षण करण्यास कटिबद्ध आहेत.

नैसगिक हक्कांच्या संकल्पनेवर टीका करताना बेंथॅम हा विचारवंत म्हणतो, नागरी समाजाच्या गठनापूर्वी अस्तित्वात असलेल्या मानवी समुदायामध्यें नैसर्गिक हक्क असूच शकत नाहीत, कारण कोणत्याही तऱ्हेच्या हक्कांची हमी देण्यासाठी सुसूत्र वैधानिक व्यवस्था अस्तित्वात असावी लागते. त्यामुळे नैसर्गिक हक्क हे एक विशेषधिकारांचे कायमस्वरूपी गाठोडे (bundle) आहे. पण लास्की म्हणतो, अशा तऱ्हेचे कायमस्वरूपी, अपरिवर्तनीय हक्क असूच शकत नाहीत. सामाजिक बदलानुसार हक्कांचे स्वरूपही बदलत असते, हक्क हे परिवर्तनशील आणि गतिमान असतात. तिसरे, हॉब्जने अनियंत्रित राजसत्तेची कल्पना मांडली पण अशा व्यवस्थेत मानवी हक्क जोपासले जात नाहीत. हक्क किंवा स्वातंत्र्याचे रक्षण केवळ नियंत्रित, जबाबदार आणि मर्यादित राज्यव्यवस्थेतच होऊ शकते.

Teleological विचारवंतांच्या म्हणण्यानुसार हक्कांचे नैसर्गिक स्वरूप असते, परंतु ते हक्क सुसंघटित समाजातील मानवाच्या नैतिक प्रेरणेतून अस्तित्वात येतात. त्यांच्या मते, हक्कांना वैधानिक मान्यताच केवळ आवश्यक नसते, तर समाजाच्या नैतिक विवेकाचीही संमती आवश्यक असते. वस्तुत: हक्काची कल्पना ही कायदा आणि नैतिकता या दोहोंनीही बद्ध आहे. हक्कांना राज्य कायदेशीरदृष्ट्या मान्यता देते, कारण हक्क हे व्यक्तीच्या नैतिक विकासाचा महत्त्वाचा आविष्कार आहे.

नागरी हक्क (Civil Rights)

नागरी हक्क हे अत्यंत महत्त्वाचे असतात, कारण त्याशिवाय नागरिक आपली व्यक्तिगत उन्नती / विकास करू शकत नाहीत. आधुनिक व्यवस्थेत हे हक्क जाती, धर्म,

लिंगभेदनिरपेक्ष सर्वांना लागू असतात. लोकशाही व्यवस्थेत खालील हक्क नागरी हक्क म्हणून समजले जातात आणि ते सर्व नागरिकांना लागू असतात.

१) जीविताचा हक्क (Right to Life)

हा सगळ्यांत मूलभूत हक्क मानला जातो, कारण यावरच इतर हक्कांची उभारणी होते. जीविताच्या संरक्षणाशिवाय इतर हक्कांची आपण कल्पनाही करू शकत नाही. जीविताचा हक्क म्हणजे राज्यांतर्गत, तसेच बाह्य आक्रमणापासून व्यक्तीच्या जीविताच्या सुरक्षेचा हक्क. सर्वसाधारणपणे प्रत्येक नागरिकाच्या सुरक्षेची व्यवस्था प्रत्येक राज्य करीत असते. स्वत:च्या जीविताच्या रक्षणासाठी बळाचा वापर करण्याचा हक्कही यात अंतर्भूत असतो.

ह्या हक्काचा प्रभावी वापर व्हावा, म्हणून फाशीची शिक्षा रद्द करणे याबाबतच्या चळवळी अनेक देशात चालू आहेत. शिक्षेच्या आधुनिक संकल्पनेत गुन्हेगार व्यक्तीची सुधारणा व्हावी, हा विचार मांडला जात असल्याने, त्या दृष्टीने सुधारणावादी दृष्टिकोनाचा आग्रह धरला जात आहे. त्याचेच फलित म्हणून रे कॅलव्हर्ट या समाजसुधारकाने असे दाखविले आहे की, स्वित्झर्लंड आणि हॉलंडसारख्या देशांत जेथे फाशीची शिक्षा रद्द केली आहे, तेथे खुनाच्या गुन्ह्याचे प्रमाण घटले आहे. दुसऱ्या बाजूने मानवी जीवन हे मौल्यवान असल्यामुळे राज्यही व्यक्तीची आत्महत्या हा गुन्हा ठरविते आणि अशा अयशस्वी आत्महत्येच्या प्रयत्नाला शिक्षा करते.

२) स्वातंत्र्याचा हक्क (Right to Liberty)

या हक्कान्वये प्रत्येक व्यक्तीला आपल्या क्षमतांचा आपल्या विकासासाठी वापर करण्याचा अधिकार मिळतो. या हक्कांत कोणाही व्यक्तीला पुरेशा कारणाअभावी अटक करता येत नाही किंवा स्थानबद्धही करता येत नाही. व्यक्तीला आपला स्वातंत्र्याचा हक्क डावलला जातो, असे वाटले, तर त्याला न्यायालयात दाद मागता येते. अर्थात युद्धजन्य परिस्थितीत किंवा देशांतर्गत आणीबाणीच्या परिस्थितीत या हक्कावर राज्य बंधन घालू शकते.

३) शिक्षणाचा हक्क (Right to Education)

सध्याच्या अत्यंत गुंतागुंतीच्या सामाजिक परिस्थितीचे आकलन होण्याचे दृष्टीने एक सार्वत्रिक शिक्षणाची योजना असणे आवश्यक असते. अशा शिक्षणाशिवाय कोणत्याही नागरिकाला आपल्या भोवतालच्या परिस्थितीचे आकलन होणार नाही आणि तो आपले म्हणणे सत्ताधिकाऱ्यांपर्यंत पोचवू शकणार नाही. लोकांचे प्रशासनावरील नियंत्रण अस्तित्वात / प्रत्यक्षात आणण्यासाठी प्रत्येक व्यक्तीला शिक्षणाचा हक्क प्रत्येक

सुसंस्कृत राज्याने बहाल केलेला असतो. लास्की म्हणतो, नागरिकाला नागरिक म्हणून आपली कर्तव्ये पार पाडण्याचे दृष्टिकोनातून प्रत्येक व्यक्तीला शिक्षणाचा हक्क असणे आवश्यक आहे.

शिक्षणाचा हक्क म्हणजे किमान शिक्षण मिळण्याचा हक्क. समाजाच्या विविध गरजांनुसार विविध प्रकारचे शिक्षण आवश्यक असते. विविध प्रकारच्या उद्योगांकरिता विविध तंत्रकुशल व्यक्तींची आवश्यकता असते. शिवाय व्यक्तींच्या विविध क्षमतांना व कलांना (aptitude) अनुसरून शिक्षणाची विविध शाखांमध्ये योजना करणे आवश्यक असते.

४) मालमत्तेचा हक्क (Right to property)

आपल्या खाजगी मालकीची मालमत्ता संचयित करण्याचा आणि तिचा उपभोग घेण्याचा अनियंत्रित हक्क म्हणजे मालमत्तेचा हक्क होय. आपल्या संपत्तीची विक्री, हस्तांतरण किंवा बक्षीस देण्याचा हक्कही यात अंतर्भूत असतो. मात्र या हक्कांबाबत आधुनिक राज्यशास्त्रातील विचारवंत मोठ्या प्रमाणावर टीका करीत आहोत. या हक्काच्या निर्मूलनाखेरीज समाजात सामाजिक कल्याण आणि आर्थिक समता निर्माण होणे शक्य नाही, असा विचार मांडला जात आहे. शिवाय मालमत्तेच्या द्वारे येणाऱ्या आर्थिक सुबत्तेद्वारा अशा व्यक्ती राज्याच्या कारभारात हस्तक्षेप करीत असतात, असाही आक्षेप नोंदविला जातो.

परंतु रशिया आणि चीन यांसारखे कम्युनिस्ट देश वगळता, मालमत्तेचा हक्क हा इतर बहुतेक देशांत घटनात्मकदृष्ट्या मान्यता पावलेला आहे. हा हक्क अत्यंत महत्त्वाचा मानला गेला आहे, कारण त्याशिवाय व्यक्तिविकास होणे शक्य नाही, अशी धारणा आहे. व्यक्तीचा विकास होण्याच्या दृष्टीने जर मालमत्तेची आवश्यकता असेल, तर असा हक्क असणे स्वाभाविक आहे, असे लास्की म्हणतो.

मालमत्तेचा हक्क असला पाहिजे, परंतु तो सामाजिक हिताच्या दृष्टिकोनातून नियंत्रित केला गेला पाहिजे, ही योग्य धारणा आहे. हा हक्क पूर्णत: रद्द केल्यास मानवी जीवनातील कृतिशीलतेलाच ओहोटी लागेल व व्यक्तीचा काम करण्यामागील उद्देशच नष्ट होईल. परंतु त्याच्या अनियंत्रित वापरामुळे अर्थसत्ता उदयास येऊन तिचे विपरीत परिणाम समाजास भोगावयास लागतील, कारण त्यातून आर्थिक विषमता आणि वर्गसंघर्ष निर्माण होईल. त्यामुळे मालमत्तेचा हक्क सामाजिक कल्याणाच्या दृष्टिकोनातून नियंत्रित केला पाहिजे.

५) करार-स्वातंत्र्याचा (Right to Contract)

प्रत्येक व्यक्तीला इतर व्यक्तींशी करार करण्याचे स्वातंत्र्य असले पाहिजे आणि तसा हक्कही तिला बहाल केलेला असतो. आधुनिक औद्योगिक समाजाचे करार हे अविभाज्य

अंग झाले आहे. करारातील दोन्ही व्यक्तींना कराराच्या अटी राज्याच्या कायद्यानुसार बंधनकारक असतात. करारान्वये निर्माण होणारे हक्क आणि कर्तव्ये ही दोन्ही बाजूंकडून पाळली जात आहेत अगर कसे, हे राज्याचे कायदे पाहत असतात व त्यांना संरक्षण देत असतात.

परंतु आधुनिक राज्यांत करार करताना त्याची सामाजिक हिताला बाधा पोहोचत नाही ना, असा विचार केला जातो. उदा. ज्या करारान्वये गुलामगिरी किंवा वेठबिगारी अस्तित्वात येत असेल, असे करार बहुतेक देशांत नियमबाह्य ठरविले गेले आहेत. भारतीय राज्यघटनेच्या २३ व्या कलमानुसार कोणाही व्यक्तीच्या शोषणावर बंदी घालण्यात आली आहे.

६) धार्मिक स्वातंत्र्य (Right to Religion)

सध्याच्या भारतासारख्या निधर्मी राज्यातदेखील कोणत्याही धर्माचा अवलंब करून त्या धर्मातील आचारांचे पालन आणि त्यानुसार भक्ती करण्याच्या स्वातंत्र्याचा हक्क हा नागरिकांच्या मूलभूत हक्कांत समाविष्ट केलेला आहे. विविध धर्मांच्या श्रद्धांबाबत राज्य हे तटस्थ असते आणि प्रत्येक व्यक्तीला आपल्या धर्मानुसार श्रद्धा बाळगण्याचा हक्क असतो. भारतीय राज्यघटनेच्या २५ व्या कलमानुसार या मूलभूत हक्कास मान्यता दिलेली आहे. परंतु धर्माच्या नावाखाली कोणीही व्यक्ती समाजद्रोही वर्तन करीत असेल, तर त्यावर नियंत्रण ठेवण्याचा हक्क राज्याने राखून ठेवलेला आहे.

७) विचार आणि अभिव्यक्तिस्वातंत्र्यचा हक्क (Right to Freedom of Thought and Expression)

आपल्या जीविताचा अंत सॉक्रेटिसने ज्या विचार-स्वातंत्र्याकरिता केला, ते विचार स्वातंत्र्य हा लोकशाही व्यवस्थेचा आत्मा आहे. प्रा. बरी (Prof. Bury) यांच्या म्हणण्यानुसार हे स्वातंत्र्य आपल्या बौद्धिक आणि नैतिक विकासासाठी आवश्यक असते. यातच अभिव्यक्तिस्वातंत्र्य आणि मुद्रणस्वातंत्र्य यांचा समावेश होतो.

व्यक्तिविकासाला अभिव्यक्तिस्वातंत्र्य हे आवश्यक असते. प्रत्येक व्यक्तीला आपले विचार व्यक्त करण्याचे स्वातंत्र्य देणे म्हणजे तिला अभिव्यक्त होण्याचा हक्क देणे होय प्रत्येक नागरिकाला आपले विचार व्यक्त करण्याचा हक्क असला पाहिजे. आपली मते, आपल्या इच्छा, आकांक्षा, गरजा आणि अनुभव तो त्याद्वारे इतरांपर्यंत पोहोचवू शकतो. प्रशासनावर योग्य नियंत्रण ठेवण्यासाठी विचारांचे आदान-प्रदान असणे महत्त्वाचे ठरते. त्यामुळे लोकशाही व्यवस्थेच्या सक्षम कारभारासाठी हा हक्क महत्त्वाचा ठरतो. या हक्कात कोणतीही कपात लोकशाही व्यवस्थेस घातकच ठरते. सरकारी योजनांमध्ये नागरिकांचा सहभाग असण्याचे दृष्टीने हा हक्क महत्त्वाचा असतो. विविध व्यक्तींच्या भिन्न मतप्रदर्शनातून सत्य काय, ते कळण्यास मदत होते. त्यामुळे मतस्वातंत्र्यावर म्हणजेच अभिव्यक्ति-

स्वातंत्र्यावर बंधन म्हणजे सत्याची गळचेपीच होय. कोणत्याही परिस्थितीत राज्याने हा हक्क नियंत्रित करता कामा नये. कोणत्याही मताचा प्रतिवाद हा दुसऱ्या मतानेच करावा. त्यातूनच निखळ सत्य बाहेर येईल, असे मत मिलसारख्या राजकीय विचारवंतांनी प्रदर्शित केले आहे.

सॉक्रेटिसने विचारस्वातंत्र्याकरिता प्राणार्पण केले. पण त्याने राज्याशी एकनिष्ठ राहून कोणत्याही तऱ्हेने राज्याविरुद्ध संघर्षाचा विचार मांडला नाही. वैधानिक व्यवस्थेशी संघर्ष करण्याचा विचार त्याने खोडून काढला. राज्यावरील निष्ठा आणि श्रद्धा अढळ असली पाहिजे, असाच विचार त्याने मांडला. लास्कीच्या म्हणण्यानुसार जेथे विचारस्वातंत्र्यावर बंधने येतात आणि अभिव्यक्तिस्वातंत्र्याचा संकोच होतो, त्या वेळी नागरिक खऱ्या अर्थाने आपले नागरिकत्व विसरतात. याबाबत सर्वसाधारण मत असे मांडले जाते की, क्रांतिकारक विचार मांडताना ते समाजात अशांतता किंवा अव्यवस्था तर निर्माण करीत नाहीत, हे पाहणे आवश्यक असते. कोणत्याही तऱ्हेने कायदा मोडणाऱ्या व्यक्तीस शिक्षा करण्याचा अधिकार सरकारकडे राखून ठेवलेला असतो. लास्की म्हणतो, अशा तऱ्हेचे क्रांतिकारक विचार मांडताना निष्पक्ष न्यायासनासमोर त्याचे पुरावे व्यक्तीने सादर केले पाहिजेत.

युद्धजन्य परिस्थितीत किंवा अंतर्गत आणीबाणीच्या प्रसंगी या हक्कावर राज्य नियंत्रण घालू शकते. कारण राज्याच्या युद्धविषयक धोरणांवर मुक्त चर्चेला वाव दिल्यास त्यातून राष्ट्रीय एकात्मतेला धोका पोहोचतो. लास्कीसारखे विचारवंताचे मत मात्र या विरोधी आहे. ते म्हणतात, युद्धजन्य परिस्थितीतही अभिव्यक्तिस्वातंत्र्य नियंत्रित करू नये. कारण त्यामुळे जनमताचा अंदाज येऊन युद्धविषयक धोरणात योग्य ते बदल करता येतील. शेवटी प्रशासनही चुकू शकते. सर्वाधिकारी प्रशासन ही हुकूमशाही व्यवस्थेतील चुका करू शकते.

८) संघटना स्वातंत्र्याचा हक्क (Right to Freedom of Association)

आधुनिक समाज हे संस्थांचे जाळेच असते. सध्याच्या गुंतागुंतीच्या सामाजिक व्यवस्थेत एकाकी व्यक्ती निरनिराळ्या सामाजिक अडचणींना तोंड देऊ शकत नाही. संस्थांच्या संघटित शक्तीची गरज तिला भासतेच. आणि अशा संस्थांमार्फतच व्यक्ती आपल्या गरजा आणि इच्छा - आकांक्षांना वाट करून देऊ शकते. त्यामुळेच आधुनिक समाजव्यवस्थेत संस्था आणि संघटना यांचे अतिशय महत्त्वाचे स्थान आहे. त्यामुळेच संघटना - स्वातंत्र्य हा आधुनिक लोकशाही व्यवस्थेत मूलभूत हक्क म्हणून गणला जातो.

अनेकतावादी विचारवंत संस्थांना आणि संघटनांना स्वायत्तता द्यावी, असे मत मांडताना दिसतात. परंतु बार्कर म्हणतो त्याप्रमाणे, राज्यातील विविध संस्थांचे सौहार्द्रपूर्ण,

परस्परसंबंध राखले पाहिजेत. शिवाय राज्यातील ज्या संस्था घटनाबाह्य कृती करीत असतील, त्यांचेवर तर राज्याचे सक्त नियंत्रण हवे. ज्या संस्था राज्याच्या वैधानिक चौकटीलाच आव्हान देण्याचा प्रयत्न करीत असतील, अशा संस्थांवर नियंत्रण ठेवणे हे राज्याचे कामच आहे. अशा संस्थांवर नियंत्रण ठेवण्यासाठी राज्याने या संस्था अवैधानिक कृती तर करीत नाहीत ना याबाबत खात्री करून घेणे आवश्यक आहे, असे लास्की हा विचारवंत सुचवितो.

युद्धजन्य परिस्थितीत मात्र संस्थांच्या स्वायत्ततेवर सामाजिक हिताच्या दृष्टीने राज्याचे नियंत्रण आणणे आवश्यक आहे. याबाबत मॅक्आयव्हरसारखे विचारवंत वेगळा विचार मांडतात. त्यांच्या मते व्यक्तीच्या निष्ठा केवळ राज्याशीच बांधील नसतात. व्यक्तीच्या निष्ठा त्याच्या कुटुंबाशीही तेवढ्याच प्रमाणात निगडीत असतात. त्यामुळे संस्थांच्या स्थापनेवर युद्धजन्य परिस्थितीतही बंधन घालणे हे नैतिकदृष्ट्या योग्य नाही. तशा राज्याने सर्वश्रेष्ठ सत्ता राबवू नये.

९) समतेचा अधिकार (Right to Equality)

या हक्कानुसार राज्यातील सर्व व्यक्ती कायद्यासमोर समान असतात. कोणाही व्यक्तीवर जात, धर्म, आर्थिक स्थिती, लिंगभेद यांवर आधारित विषमता लादली जाणार नाही. लोकशाही व्यवस्थेचा हा हक्क मूलाधारच आहे. त्यामुळे समतेच्या हक्काची मूलभूत हक्कांत गणना केली जाते. अर्थात समाजातील काही दैववंचितांना (naturally challenged) विशेषाधिकार देण्याचा हक्क राज्य स्वतःकडे राखून ठेवते. आणि ही बाब सामाजिक न्याय आणि कल्याण या दृष्टिकोनातून योग्यही आहे आणि व्यक्तीच्या समतेच्या हक्कावर त्यामुळे बंधनही येत नाही.

आर्थिक हक्क (Economic Rights)

एकोणिसाव्या शतकात व्यक्तीला काम करण्याचा हक्क असला पाहिजे, अशी मागणी करणारा लुई ब्लँक (Louis Blank) हा पहिलाच विचारवंत मानावा लागेल. तेव्हापासून हा हक्क घटनात्मकदृष्ट्या मान्य व्हावा, याबद्दल प्रत्येक राज्य प्रयत्नशील आहे. परंतु तरीही या हक्काला अनेक राज्यात वैधानिक मान्यता मिळालेली नाही.

आधुनिक समाजव्यवस्था ही उद्योगप्रधान व्यवस्था असल्यामुळे प्रत्येक व्यक्तीला आपल्या क्षमतेनुसार काम करून आपल्या जीवन-निर्वाहाची व्यवस्था लावण्याचा हक्क असला पाहिजे. प्रत्येक व्यक्तीला कामाचा हक्क असलाच पाहिजे. याचा अर्थ लास्कीच्या म्हणण्यानुसार उत्पादन किंवा सेवा, या क्षेत्रांत पगारी काम करण्याचा प्रत्येक व्यक्तीला हक्क असला पाहिजे. कामाच्या हक्काबरोबरच त्या कामाच्या मोबदल्यात व्यक्तीला समाधानकारकरीत्या उदरनिर्वाह करता येईल, असा मोबदला मिळण्याचा हक्कही येतोच.

या हक्कामध्येच साधारणत: उचित कामाच्या तासांवर नियंत्रणाचा हक्कही अंतर्भूत असतो. प्रत्येक व्यक्तीला विशिष्ट वेळानंतर विश्रांतीची गरज असते. त्यामुळे प्रत्येक कामगाराला पुरेशी विश्रांती विशिष्ट तासांच्या कामानंतर मिळालीच पाहिजे. या वेळात त्याची मानसिक आणि शारीरिक झीज भरून निघते.

लोकशाही व्यवस्थेत औद्योगिक लोकशाहीची स्थापना व्हावी, असे मतही व्यक्त केले जाते. औद्योगिक क्षेत्रातील प्रत्येक स्तरावरील कामगारांच्या विविध संस्था स्थापन कराव्यात. या संस्थांमार्फत उद्योगाच्या संचालनात कामगारांना सहभाग मिळावा, ही या कल्पनेच्या मागची भूमिका आहे.

अशा विविध नागरी हक्कांमुळे राज्याचे कल्याणकारी राज्यात परिवर्तन होऊ शकेल, असे मानले जाते. आज ना उद्या या उद्यमशील संस्कृतीत हे हक्क मूलभूत हक्क म्हणून मान्य करावेच लागतील, असा आशावाद दर्शविला जातो.

राजकीय हक्क (Political Rights)

लोकशाही व्यवस्थेचा राजकीय हक्क हे मूलाधार असतात. या हक्कांद्वारे जनसामान्यांच्या इच्छाआकांक्षा सत्ताधाऱ्यांपर्यंत पोहोचविल्या जातात. खालीलप्रमाणे काही राजकीय हक्क महत्त्वाचे मानले जातात.

अ) मतदानाचा हक्क (Right to Vote) : स्वत:च्या इच्छेप्रमाणे राज्यकर्त्यांची निवड करणे हा लोकशाही व्यवस्थेतील नागरिकांचा अभिमानास्पद हक्क आहे. या हक्काची बजावणी नागरिक निवडणुकांमध्ये सहभागी होऊन करीत असतात. त्यासाठी प्रत्येक लोकशाही राज्यात नागरिकांना मतदानाचा हक्क असतो. अर्थात हा हक्क अल्पवयीन मुले, मतिमंद / वेडे, काही विशिष्ट गुन्हेगार आणि परकीय नागरिक यांना नसतो. काही विचारवंतांच्या मते हा मतदानाचा हक्क शिक्षण, लिंग किंवा मालमत्ता या घटकांनी नियंत्रित केला पाहिजे. म्हणजेच मतदानाचा हक्क प्राप्त होण्यासाठी किमान शिक्षण, किमान मालमत्ता अगर स्त्री / पुरुष याबाबतीत अटी घातल्या पाहिजेत; म्हणजे सरकारी कारभारात विवेकी व्यक्तींचीच निवड होऊ शकेल. परंतु लास्कीसारख्या विचारवंतांच्या मते अशा तऱ्हेची शैक्षणिक क्षमता किंवा किमान मालमत्ता अथवा स्त्री-पुरुष भेद आणि नागरी सद्गुण आणि विवेक यांचा परस्परसंबंध सिद्ध करणारी कोणतीही परीक्षा अस्तित्वात नाही. शिवाय अशा तऱ्हेने मतदानाच्या हक्कापासून वंचित असलेले लोक हे राज्याच्या कारभारात भाग घेण्यापासूनही वंचित राहतात, हे ऐतिहासिक सत्य आहे. तसेच ते सत्तेत सहभागी होण्यापासूनही वंचित राहतात. अशा लोकांच्या इच्छाआकांक्षा सत्ताकेंद्रापर्यंत पोहोचण्याचा कोणताही मार्ग उपलब्ध नसल्यामुळे, त्यांच्या हितसंबंधाबाबत शासनही उदासीन राहण्याची शक्यता असते. त्यामुळे सार्वत्रिक मतदानाचा हक्क हा प्रत्येक लोकशाही

व्यवस्थेत महत्त्वाचा समजला जातो.

ब) निवडणुकीत उमेदवार म्हणून उभे राहण्याचा हक्क (Right to stand as candidate in Election) : हा हक्क मतदानाच्या हक्काला पूरक आहे. राज्याच्या कामकाजात सहभागी होण्यासाठी नागरिकांना मतदानाचा हक्क आणि सत्तेत सहभागी होण्यासाठी उमेदवार म्हणून उभे राहण्याचा हक्क नागरिकांना प्राप्त होत असतात. परंतु हा हक्क प्रदान करण्यासाठी काही अटी घातल्या पाहिजेत, असे विचारवंतांचे मत दिसते. लास्की म्हणतो, उमेदवार म्हणून उभे राहण्याचा, निवडणूक लढविण्याचा हक्क नागरिकांनी तीन वर्षे स्थानिक सामाजिक अधिकारी म्हणून सेवा केलेल्या व्यक्तींनाच दिला गेला पाहिजे. त्याचे म्हणण्यानुसार केंद्रीय किंवा राज्य स्तरावरील संसद अगर विधानसभा यांत निवडून येणाऱ्या व्यक्तींना सामाजिक कामाची माहिती आणि आवड असणे आवश्यक आहे, कारण ती सत्ताकेंद्रे त्या दृष्टीने महत्त्वाची आहेत.

क) सार्वजनिक सत्तेत सहभागी होण्याचा अधिकार (Right to hold Public Office) : प्रत्येक नागरिकाला सार्वजनिक सत्तेच्या जागी कार्यरत होता येईल. राज्य त्याकरिता कोणतेही निकष लावणार नाही अथवा जाती, लिंग, धर्मभेद करणार नाही. कोणत्याही अटीशिवाय सार्वजनिक क्षेत्रात सत्ता मिळविण्याचा हक्क हा लोकशाहीचा मूळ पायाच आहे.

ड) विनंती करण्याचा हक्क (Right to Petition) : लोकशाहीमध्ये सत्ताधीश हे मोठ्या लोकसंख्येतून निवडणुकीद्वारे मतदान पद्धतीने सत्तेवर येतात. त्यामुळे मतदारांच्या इच्छा-आकांक्षा आणि गरजा सत्ताधाऱ्यापर्यंत पोहोचणे हे फार इष्ट असते. आणि त्यासाठी सुयोग्य मार्गही पाहिजे. लोकशाही व्यवस्थेतील नागरिकांना व्यक्तिश: किंवा गटश: सत्ताधारी वर्गाला आपल्या इच्छा - आकांक्षा, तक्रारी, सूचना लिखित स्वरूपात सादर करण्याचा पूर्ण अधिकार असतो. शासनातील प्रतिनिधी, तसेच अधिकारिवर्गाने या सूचनांची योग्य प्रकारे दखल न घेतल्यास त्याचे परिणाम पुढील निवडीवर होण्याची शक्यता असते.

१ नागरिकत्व

(Citizenship)

नागरिकत्व (Citizenship)

पारिभाषिक दृष्ट्या शहरात (नगरात) निवास करणारा तो नागरिक. परंतु राज्यशास्त्रीय दृष्टिकोनातून नागरिक या शब्दाची व्याप्ती इतक्या सीमित अर्थाने घेता येत नाही. ऐतिहासिक दृष्ट्या पाहता नागरिक ही संज्ञा ग्रीक नगरराज्यांची निर्मिती म्हणावी लागेल. ग्रीक काळातील छोट्या आणि बंदिस्त नगरराज्यात जी व्यक्ती नगर - राज्याच्या प्रशासनात किंवा तत्संबंधी अन्य कामात सहभागी होऊ शकेल, तो नागरिक, असे मानले जाई. ॲरिस्टॉटलच्या मते ज्या व्यक्तीला राज्याच्या प्रशासनात किंवा न्यायसंबंधात भाग घेण्याची क्षमता असेल, तो नागरिक.

विकास प्रक्रियेत नगर - राज्याचे रूपांतर राष्ट्रराज्यांत झाले. प्राकाराने व लोकसंख्येने मोठी राष्ट्र-राज्ये अस्तित्वात आली. प्रत्येक व्यक्तीला या राष्ट्र-राज्याच्या प्रशासनात थेट भाग घेणे अशक्य होऊन बसले. सांप्रत काळात नागरिक म्हणजे प्रशासनातील कामामध्ये थेट सहभाग असा नसून, व्यक्ती ज्या राष्ट्र-राज्यात वास्तव्यास असेल आणि ज्या राष्ट्रराज्यातील हक्क उपभोगीत असेल, त्या राष्ट्राशी त्या व्यक्तीची असलेली निष्ठा म्हणजे नागरिकत्व होय. राष्ट्र-राज्याशी निष्ठा म्हणजे त्या राज्याच्या मागे खंबीरपणे उभी राहील, अशी व्यक्ती. नागरिकाला आपल्या देशातील नागरी हक्क आणि राजकीय हक्क बहाल केलेले असतात आणि त्याला आपल्या देशाप्रती काही कर्तव्यांचे पालन करावे लागते. हक्क बजावण्यासाठी आणि कर्तव्यांचे पालन करण्यासाठी ती व्यक्ती मानसिक आणि नैतिकदृष्ट्या सक्षम पाहिजे. लास्की म्हणतो, नागरिकत्व म्हणजे व्यक्तीच्या क्षमतांचे व निर्णयाचे सामाजिक हिताचे संदर्भातील योगदान होय. (The contribution of one's instructed judgement to the public good) थोडक्यात, जी व्यक्ती आपल्या राष्ट्र - राज्यात निवास करते, जिच्या निष्ठा आपल्या राज्याला वाहिलेल्या आहेत, नागरी आणि राजकीय हक्कांचा उपभोग घेत असताना कर्तव्याचे पालन करीत असते आणि आपल्या

क्षमतेनुसार सामाजिक संस्कृतीच्या विकासास / समृद्धीस हातभार लावीत आहे, ती व्यक्ती त्या राष्ट्र - राज्याची नागरिक असते, अशी व्याख्या नागरिक या संज्ञेची करता येईल.

राज्यशास्त्राच्या परिभाषेत नागरिकत्व ही संकल्पना केवळ कायदेशीर नाही. नागरिक म्हणजे केवळ एखाद्या देशांत राहणारा सदस्य नव्हे, तर नागरिकत्त्व ही एक प्रमाणभूत सर्वमान्य कल्पना आहे आणि तीनुसार कोणत्याही देशाचे नागरिक त्या देशाच्या राजकीय प्रशासनात समानतेने सहभागी होतात. नागरिकत्व ही संकल्पना विशेषकरून लोकशाही व्यवस्थेतच असते. कारण राजेशाही अगर हुकूमशाही या व्यवस्थेत एक व्यक्ती किंवा व्यक्तिगट हा सत्ताधारी असतो आणि बाकी सर्व त्याचे प्रजाजन किंवा अंकित असतात. लोकशाही व्यवस्था ही संस्था आणि पद्धती - राजकीय पक्ष, निवडणूक प्रक्रिया, कायदा, घटनात्मक तरतुदी राबवीत असते आणि त्याद्वारा नागरिक राज्याच्या प्रशासकीय कारभारात सहभागी होत असतात. नागरिकत्वाच्या संकल्पना या व्यक्तिगत नागरिकांच्या विशेष गुणधर्मांशी निगडीत असतात. प्राचीन काळी अथेन्सच्या राज्याचे नागरिकत्व हे कर्तव्याशी निगडीत होते, तर आधुनिक काळात नागरिकांच्या कर्तव्याबरोबरच त्यांना काही हक्क बहाल केलेले असतात. आधुनिक काळात नागरिकांना राजकारणात भाग घेण्याचा हक्क असतो. राजकीय सहभागाबरोबरच खाजगी उद्योगांचा त्यांना अधिकार असतो.

आधुनिक काळात नागरिकत्वाला काही हक्क आणि कर्तव्ये यांची जोड दिलेली असते आणि नागरिकत्व हे व्यक्तीची ओळख म्हणून निर्माण होते. आपल्या देशातील राजकीय समुदायातील एक सदस्य म्हणूनही ही ओळख निर्माण होते. समाजातील विविध गटांमध्ये व्यक्तीची ही ओळख मान्यता पावते आणि त्यामुळे व्यक्ती समाजात नागरिक म्हणून विविध गटांत कार्यरत रहाते. त्यामुळे त्या व्यक्तीला कायद्यापुढे समान वागणूक मिळते. नागरिकत्वाच्या संकल्पनेतून स्त्रिया आणि कामगार या गटांनाही कायद्यापुढे समान वागणूक मिळते. नागरिकत्वाच्या संकल्पनेत स्त्रिया आणि कामगार या गटांचा समावेश झाल्यामुळे त्यांच्या कक्षा रुंदावत गेल्या. नागरिकत्व म्हणजे केवळ निवास नसून, देशातील प्रशासकीय योजनांमध्ये सहभाग. प्राचीन काळी हा सहभाग समाजातील काही व्यक्तीपुरताच मर्यादित होता. परंतु आधुनिक काळात लोकशाही व्यवस्थेच्या विकासामुळे आणि प्रौढ मतदान पद्धतीमुळे, तसेच नागरिकत्वाच्या एका विशिष्ट ओळखीमुळे प्रत्येक नागरिक आपल्या देशाचा सन्मान्य सदस्य म्हणून ओळखला जातो आणि त्यालाही आपण आपल्या देशाचे नागरिक आहोत, याचा अभिमान वाटतो. आधुनिक काळात सर्व नागरिक हे एकाच पातळीवर असल्याचे समजले जाते. त्यांच्यात गरीब-श्रीमंत, उच्च-नीच हा भेद केला जात नाही. ही समानतेची भावना, लोकशाही व्यवस्थेतून निर्माण होत असते. प्राचीन काळी ती अस्तित्वात नव्हती. त्या काळी व्यक्तीचे समाजातील स्थान हे तिच्या वंश, जाती, धर्म, लिंग आदि लक्षणांवरून ठरत असे.

नागरिकत्व या संकल्पनेचा कालानुरुप विकास (Development of Citizenship through the Ages)

प्राचीन ग्रीक आणि रोमन नगर - राज्यांत नागरिकत्व ही संज्ञा फार महत्त्वाची मानली गेली, परंतु मध्ययुगीन कालखंडात ती मागे पडली. पुनरुज्जीवनाच्या (Rennaisance) कालावधीत नागरी मानवतावादाबरोबर (Civis humanlsm) नागरिक या संज्ञेलाही पुन्हा महत्त्व प्राप्त झाले. अथेन्स या नगरराज्यात प्रशासकीय कर्तव्यातील सहभागाच्या आधारे नागरिकत्व ठरत असे - नागरिकांना पाळीपाळीने प्रशासकीय कामात प्रत्यक्ष सहभागी व्हावे लागत होते. परंतु आधुनिक काळातील नागरिकत्व हे कर्तव्यापेक्षा हक्कांवर आधारित असल्याचे दिसते. अथेन्समध्ये संसद, सभा, न्यायदान या प्रशासकीय क्षेत्रांमध्ये नागरिक प्रत्यक्ष काम करीत असत. पेरिक्लस हा जरी लोकशाहीवादी होता, तरी त्याने इ. स. पू. ४५१ मध्ये अथेनियन पती-पत्नीच्या पोटी जन्मलेल्या मुलांनाच नागरिकत्व बहाल केले, कारण त्यायोगे नागरिकत्वाचे फायदे केवळ अथेनियन लोकांनाच मिळू शकतील. ज्या व्यक्तीला आपल्या राज्याच्या राजकारणात किंवा प्रशासकीय कामात रस नाही, त्याला 'मूर्ख' (idiot) ही संज्ञा होती. पेलोपोनिशियन युद्धातील हुतात्म्यांना आदरांजली वाहताना आपल्या (Funeral Oration Speech) (इ. स. पू. ४२९) मध्ये पेरिक्लस अथेनियन नागरिकांची स्तुती करताना म्हणतो:

> 'अथेन्समध्ये प्रत्येक नागरिक केवळ स्वहिताचाच विचार करीत नाही, तर तो राज्याचाही विचार करीत असतो. जे लोक आपल्या उद्योगामध्ये अतिशय व्यग्र असतात, तेही राजकारणात आणि प्रशासनात काय चालले आहे, याबाबत सजग असतात. आणि हीच आपल्या नागरिकांची खासियत आहे. जो मनुष्य राजकारणात रस घेत नाही व केवळ स्वतःच्या उद्योगात रस घेतो, त्याला या भूमीवर थारा नाही.'

पेरिक्लसच्या काळात नागरिकत्व हे सामान्यांच्या हिताशी निगडीत होते. राज्याची घटना हे केवळ वैधानिक दस्तावेज नसून ती जीवनप्रणाली होती आणि अथेन्स नगर-राज्याचा प्रत्येक नागरिक त्याच्याशी निष्ठा बाळगून होता. त्यातून प्रत्येक अथेनियन नागरिकाचे व्यक्तित्व विकसित होत असे आणि त्याची राज्याच्या प्रती असणारी जाणीव प्रगल्भ होत असे. नागरी नीतिमत्तेशी नागरिकांची बांधिलकी होती, कारण सार्वजनिक हितापुढे खाजगी हित हे दुय्यम समजले जाई. तो समाज समानतेचा पुरस्कर्ता होता आणि समान हित हे त्याचे उद्दिष्ट होते.

राज्यशास्त्राच्या अनेक अंगांपैकी नागरिकत्व या बाबतही ॲरिस्टॉटलने चर्चा केली आहे. त्याच्या दृष्टिकोनातून नागरिकत्व महत्त्वाचे होते, कारण त्याच्या आदर्श सुव्यवस्थित

राज्यातील नागरिकही कायद्यानुसार वागणारे हवेत. प्लेटोच्या मताशी हे विसंगत होते, कारण प्लेटोला सामान्य व्यक्तीचा राजकारणातील सहभाग मान्य नव्हता. त्याची कल्पना तत्त्वज्ञ राज्यकर्त्यांनी चालविलेले राज्य अशी होती. परंतु Laws या ग्रंथात तोही आपली भूमिका बदलतो आणि तो कायद्यान्वये चालणाऱ्या राज्याची कल्पना स्वीकारतो. ॲरिस्टॉटलच्या मते माणूस हा राजकीय प्राणी (Political animal) असून, त्याचा विकास नगर - राज्यातच (Polis) शक्य आहे. कारण राज्यातील प्रत्येक नागरिक राजकीय सहभागासाठी उत्सुक असतो. राज्य हे नागरिकांचा समुदाय असतो, अशीच व्याख्या ॲरिस्टॉटल करतो. नागरिकांबरोबरच परकीय लोक आणि गुलाम हे त्याच भूभागावर वास्तव्य करीत असल्याने तो निवास हा निकष नागरिकत्वाला लागू करीत नाही. अर्थात परकीय आणि गुलाम यांना नागरिक हे नामाभिधान मिळण्यास तो पात्र समजत नाही. नागरिक हा प्रशासकीय आणि न्यायालयीन कामकाजात भाग घेऊ शकतो, तसेच तो आपले राजकीय हक्क आणि घटनात्मक हक्क बजावू शकतो. अर्थात हे हक्क सार्वजनिक कायद्यान्वये मिळालेले असतात.

ॲरिस्टॉटलच्या मते जो राज्याच्या (Polis) कारभारात भाग घेतो, तो नागरिक. अगदी लहान मुले आणि वृद्ध माणसे यांना तो नागरिकत्वातून वगळतो, कारण लहान मुले अनभिज्ञ असतात, तर वृद्ध माणसे दुर्बल असतात. स्त्रियांनाही तो नागरिकत्व नाकारतो, कारण त्यांच्यात कोणत्याही विषयाबाबत चिंतन करून चर्चा करण्याची क्षमता नसते आणि त्यांना राजकारण समजावून घेण्याइतका स्वस्थ वेळही नसतो. श्रमिक आणि कामगार यांना काही राज्यांनी नागरिकत्व दिले असले, तरी वास्तवात त्यांची राजकारण किंवा प्रशासकीय काम समजण्याची कुवतही नसतो किंवा त्यांना स्वस्थ वेळही नसतो, आणि नागरी जबाबदाऱ्या पेलण्याची क्षमताही नसते. उत्तम नागरिकांत प्रशासन चालविण्याची, तसेच कायद्यानुसार वागण्याची क्षमता असते. प्रशासनात पूर्ण शक्तीने सहभागी होण्यासाठी नागरिकाने आपल्या छोटेखानी (Compact) राज्यात वास्तव्यास असलेच पाहिजे. ॲरिस्टॉटलच्या दृष्टीने छोट्या भूभागावर वस्ती करणारे एकमेकांस प्रत्यक्ष ओळखणारे नागरिक असलेले कमी लोकसंख्येचे राज्य योग्य आहे. कारण अशा राज्यात नागरिकांमधील तंटे-बखेडे हे सामंजस्याने सोडविले जातात, तसेच प्रशासकीय सहभागही सुलभपणे शक्य होतो. मोठ्या आकारामुळे तसेच जास्त लोकसंख्येमुळे एकमेकांशी परिचयाची शक्यता नसल्याने, अशा राज्यातील नागरिकांची गुणवत्ता कमी होते.

ॲरिस्टॉटलच्या मते उत्तम नागरिक तोच, की जो लोकांशी परस्परसहकार्याने राहू शकतो आणि ज्याला प्रशासकीय कामाबाबत चिंतन करून सहभागी होण्यास पुरेसा वेळ असतो. राज्यातील विविध प्रकारच्या कार्यक्रमांत नागरिकाने सहभागी झाले पाहिजे, कारण या विविध कार्यक्रमांतूनच व्यक्ती विकसित होते आणि तेच उत्तम प्रशासनाला आवश्यक आहे.

नागरिकत्व ठरविण्याच्या कसोट्या या निवास, कुटुंबाची वंशावळ आणि सांस्कृतिक पार्श्वभूमी या असाव्यात, असे ॲरिस्टॉटल मानतो. ॲरिस्टॉटलच्या काळातच स्टॉईक्सपंथीय लोक नागरिकत्व हे वैश्विक असावे, असे मानीत. वैश्विक नागरिकत्वाला डेमोक्रिटस, अँटिफोन यांचा पाठिंबा होता. पाश्चिमात्य जग सोडल्यास चीनमध्ये कन्फ्युशियसने वैश्विक नागरिकत्वाला पाठिंबा दिला. 'वसुधैव कुटुंबकम्' ही भारतीयांची घोषणा वैश्विक नागरिकत्वाचाच पुनरुच्चार करते. डायोजेनिस (Diogenes) यानेही वैश्विक नागरिकत्वाची कल्पना अमान्य करून, माणुसकीचा पुरस्कार करीत मानवी समुदाय आणि त्यातल्या त्यात विवेकी आणि शहाण्या माणसांना नागरिकत्व बहाल केले. सेंट पॉलच्या वैश्विक चर्चची संकल्पना मानवी समतेला प्राधान्य देऊन, व्यक्तीच्या समाजातील स्थानाचा किंवा वंशाचा विचार न करता सर्वांना नागरिकत्व प्रदान करते. सिसेरो, सेनेका, मार्कस ऑरेलियस ते थेट ओखॅम (Ockham) आणि डान्टे (Dante) यांपर्यंत वैश्विक मानवतेचे तत्त्व कायम राहिले.

रोममध्ये प्रागतिक, लवचीक आणि वैधानिक नागरिकत्वाची कल्पना विकसित झाल्याचे दिसते. नागरिकत्वाबरोबर हक्कांची कल्पना विकसित झाली. रोमने जिंकलेल्या किंवा संपादन केलेल्या प्रदेशातील लोकांना रोमन नागरिकत्व दिले जाई. रोमन नागरिक कायद्यासमोर समान असत. मध्ययुगीन काळात ख्रिश्चॅनिटीचा / ख्रिश्चन धर्मपंथाचा प्रभाव होता. त्यामुळे साधी राहणी आणि त्याग या सद्गुणांवर भर होता. व्यक्ती या वैश्विक नागरिक किंवा देवाच्या राज्यातील नागरिक होत्या. आणि भौतिक नागरिकत्व हे फार महत्त्वाचे समजले जात नसे.

मॅकियाव्हेलीने नागरिकत्वाबाबत सखोल विचार केलेला दिसतो. त्याच्या काळातील, त्याच्या फ्लॉरेन्स या राज्यातील अस्थैर्याची आणि अशांततेची तो नेहमी रोमन सत्तेने अनुभविलेल्या स्थिर सत्तेशी तुलना करीत असे आणि त्या दृष्टिकोनातून त्याचे नागरिकत्वाचे विचार बनलेले दिसतात. देशभक्ती, स्वयंशासन, साधी राहणी आणि समाजहिताला स्वहितापेक्षा प्राधान्य हे नागरिकाचे प्रमुख गुण आहेत, अशी त्याची धारणा होती. नागरी - सेना तो अत्यावश्यक मानीत होता, कारण नागरिकांची सेना ही भाडोत्री सैन्यापेक्षा कितीतरी चांगली, असे त्याचे मत होते. बोडीन (Bodin) वैधानिक आणि सामाजिकदृष्ट्या नागरिकत्वाकडे पहातो. जन्मस्थळ, मतदान यांपैकी कोणताही नागरिकत्वाचा निकष होऊ शकतो. तो नागरिकांच्या समानतेची कल्पना नाकारतो, कारण त्याच्या मते नागरिकांचे हक्क आणि विशेषाधिकार यांत फरक असू शकतात. हॉब्ज आणि लॉक यांच्या मते ज्या व्यक्ती राज्याच्या सत्तेला मान्यता देतील, त्या नागरिक असतात. व्यक्तीच्या हक्कांबाबत लॉक विशेष जागरूक होता.

मार्शलचे विश्लेषण (Marshall's Analysis)

दुसऱ्या महायुद्धानंतर मार्शल या लोकशाही - उदारमतवादी विचारवंताने नागरिकत्वाची सखोल चर्चा केल्याचे दिसते. भांडवलशाहीचा उदय आणि त्याचा अपरिहार्य परिणाम हा बाजारव्यवस्था आणि तिला पोषक आर्थिक व्यवस्था यांत झाला. या नव्या वास्तवावर आधारित नागरिकत्वाची संकल्पना त्याने मांडली. त्याचे विश्लेषण काहीसे मार्क्सवादी विचारांच्या अंगाने होते, कारण तो बाजारव्यवस्थेच्या अंगाने निर्माण होणाऱ्या विषमता, वर्गविग्रह या व्यवस्थांचा उल्लेख करतो. परंतु त्याच्या विश्लेषणात तो मार्क्सवादी विचारापासून वेगळी अशी महत्त्वाची भूमिका मांडतो. तो म्हणतो, नागरिकत्वाची संकल्पना ही समताधिष्ठित असल्यामुळे बाजारव्यवस्थेमुळे निर्माण होणाऱ्या विषमता व वर्गविग्रह यांसारख्या अनेक टोकदार कंगोऱ्यांना बोथट करण्याचे काम नागरिकत्व करू शकते. नागरिकत्वाच्या संकल्पनेच्या विकासप्रक्रियेमुळे वर्गपद्धतीतही खूप बदल होत आहेत. अर्थात त्यामुळे वर्गविग्रह नष्ट होतील, असे नव्हे. वर्गपद्धती तशीच आहे, पण नागरिकत्वाशी संबंधित हक्क आणि कर्तव्ये यांमुळे वर्गपद्धतीतील दोषांची, गैरफायद्यांची धार बोथट होण्यास मदत होत आहे. मार्शल या संदर्भात दुसऱ्या महायुद्धानंतर ब्रिटनमध्ये विकसित झालेल्या सामाजिक न्यायावर आधारित राज्याचे उदाहरण देतो. तो या सामाजिक न्यायाच्या संकल्पनेच्या संदर्भात भांडवलशाही व्यवस्था आणि तदनुषंगाने निर्माण झालेल्या सामाजिक संस्थांचा वेध घेतो. बाजारव्यवस्था आणि नागरिकत्व या दोन परस्परविरोधी संकल्पना आहेत. कारण नागरिकत्वात राज्यातील सर्व व्यक्तींचा समावेश होतो आणि ते समान हक्कास पात्र असतात आणि समान कर्तव्ये बजावतात; तर बाजारव्यवस्थेमुळे व्यक्तीचा सामाजिक दर्जा, सत्ता आणि वागणूक यांमध्ये कमालीचा फरक असतो.

मार्शलच्या मते नागरिकत्वाचे तीन भाग पाडता येतील. (१) नागरी (२) राजकीय आणि (३) सामाजिक. नागरी विभागात प्रत्येक व्यक्तीचे हक्क - विशेषत: व्यक्तिस्वातंत्र्य आणि वैधानिक हक्क यांचा समावेश होतो. राजकीय विभागात प्रत्येक व्यक्तीचा राज्याच्या प्रशासनातील सहभागाविषयी हक्क, तसेच राज्याच्या निर्णय - प्रक्रियेतील सहभाग यांचा समावेश होतो. त्याकरिता संसदीय राज्यपद्धतीची कल्पना राबविली गेली आणि त्यासाठी प्रातिनिधिक लोकशाही तत्त्व स्वीकारले गेले. सामाजिक विभागात प्रचलित जीवनमानाचे फायदे व्यक्तीला मिळू लागले, तसेच सामाजिक अभिसरणाचा एक मोठा पाया तयार झाला. याबाबत मार्शल सामाजिक सेवा आणि शिक्षणपद्धती यांचा अंतर्भाव करतो. नागरिकत्वाच्या या विकसित अवस्था अठराव्या व एकोणिसाव्या शतकातील घडामोडींचा आणि संस्थात्मक विकासाचा परिणाम आहे, असे ब्रिटनचे उदाहरण देऊन मार्शल प्रतिपादन करतो.

सरंजामशाही पद्धतीमध्ये नागरिकत्व हे समाजातील प्रतिष्ठितांकरिताच असते की

काय असे वाटते. त्यात अनेक त्रुटी होत्या. तसेच ते वंशपरंपरेने चालत येत असे. पुढील काळात समाजातील विविध वर्गांच्या उदयामुळे, तसेच त्यांच्यातील संघर्षामुळे नागरिकत्वाचे निकष बदलत गेले. बदलती परिस्थिती आणि त्या अनुषंगाने नागरिकत्वाच्या संकल्पनेत घडलेले बदल यांचा अभ्यास हे मार्शलचे नागरिकत्वाच्या विश्लेषणातील महत्त्वाचे योगदान आहे. भांडवलशाहीचा उदय आणि आधुनिक नागरिकत्वाची संकल्पना यांची सांगड मार्शल घालतो. भांडवलशाहीच्या सुरुवातीच्या काळात नागरिकत्वामुळे सरंजामदारांना मिळणारे विशेषाधिकार कमी झाले आणि ते भांडवलशाही व्यवस्थेतील उत्पादन आणि वितरण या प्रक्रियांद्वारे निर्माण झालेल्या संबंधांवर आधारले गेले. आधुनिक नागरिकत्व हे वैधानिक समतेच्या पायावर आधारले गेले. याचाच अर्थ नवीन व्यवस्थेत एका वर्गाचे विशेषाधिकार कमी झाले व ते नवीन वर्गास मिळाले. ही सर्व प्रक्रिया अठराव्या व एकोणिसाव्या शतकातील बदलत्या परिस्थितीचा परिपाक होता. भांडवलशाही व्यवस्थेच्या उदयानंतर नागरिकत्वातील नागरी हक्क सर्वांना प्रदान केले गेले, कारण स्पर्धात्मक बाजारव्यवस्थेची ती आवश्यकता होती. स्पर्धात्मक बाजारपेठेत भाग घेण्यासाठी भांडवलदार व कामगार या दोन्ही वर्गातील लोकांना या नागरी हक्कांची सारखीच गरज होती. भांडवलदार आणि कामगार यांना विनिमय आणि करारस्वातंत्र्य हे दोन हक्क सारखेच आवश्यक होते. त्यामुळे नागरिकत्वात नागरी हक्क सर्वांना प्रदान केले गेले. तरीही नागरिकांत वर्गविग्रह आणि विषमता होतीच. परंतु नागरिकत्वाचे हक्कांत राजकीय आणि सामाजिक हक्कांचा समावेश करण्याची वेळ आली; तेव्हा मात्र भांडवलशाही वर्ग, थोडक्यात मालमत्ताधारक (Propertied) वर्ग आणि कामगारवर्ग यांच्यात संघर्ष सुरू झाला. परंतु त्या संघर्षातून कामगारवर्गाला जरी राजकीय हक्क मिळाले, तरी त्याचा फायदा त्यांना त्यांच्या राजकीय अपरिपक्वतेमुळे घेता आला नाही व भांडवलदार वर्गाचे निदान एकोणिसाव्या शतकात तरी काही विशेष बिघडले नाही. ब्रिटनमधील 'सुधारणा कायदे' केल्यामुळे अपेक्षित बदल घडू शकले नाहीत. अर्थात ही उणीव कामगार संघटनां (Trade Unions) च्या उदयामुळे काही अंशी भरून आली. थोडक्यात राजकीय हक्कांना या कामगार संघटनांद्वारे लाभलेल्या आधारामुळे कामगारांचे राजकीय हक्क काही अंशी फलद्रूप झाले.

कामगार संघटनांनी 'सामूहिक आदान-प्रदाना' (Collective Bargaining) ची एक विशिष्ट पद्धती शोधून काढली. त्यामुळे कामगार शक्तीमध्ये, त्याचप्रमाणे कामगारांच्या समाजातील दर्जा (status) मध्येही फरक पडला. कामगार संघटनांमुळे कामगारांनी सामाजिक हक्क मिळावेत, म्हणून मागणी करण्यास सुरुवात केली. कालांतराने या सामाजिक हक्कांचा नागरिकत्वाच्या कक्षेत समावेश झाला. या सर्व परिस्थितीमुळे नागरिकत्वाचे हक्क मिळाले, तरी दुसऱ्या महायुद्धासारख्या भयप्रद संकटसमयीदेखील वर्गविग्रहावर ना

कोणता परिणाम झाला, ना विषमता कमी झाली. मार्शल म्हणतो त्याप्रमाणे 'citizenship and class system are at war' ही वस्तुस्थिती तशीच राहिली. त्यातून सामाजिक नागरिकत्व (societal citizenship) नावांची नवीन पद्धत अस्तित्वात आली. पण तीही नव्या प्रकारच्या विषमता बरोबर घेऊनच आली. या नव्या नागरिकत्वाच्या पद्धतीने काय साध्य झाले असेल, तर ते म्हणजे नव्या नागरिकत्वात सामाजिक विषमता कमी झाली आणि हे बाजार व्यवस्थेत अपेक्षित होते. बाजारव्यवस्थेत भाग घेणारे लोक एक प्रकारे परस्परावलंबी असतात आणि त्यामुळे त्यांचा सामाजिक दर्जा समान होण्याकडे कल असतो. परंतु बाजारव्यवस्थेतील विषमता पूर्णपणे नाहीशी होत नाही. नागरिकत्वामुळे येणाऱ्या समतेमुळे आर्थिक विषमता नाहीशी होते, असे नाही, उलट तिला मान्यताच मिळत असते. तरीही नागरिकत्वामुळे एक प्रकारची समतेची भावना निर्माण होते. आपण या समुदायाचे एक भाग आहोत, अशी एकात्मतेची भावना निर्माण होते. या समुदायाचा सांस्कृतिक ठेवा आणि मूल्ये ही आपली सामूहिक आहेत, अशी श्रद्धा नागरिकत्वामुळे निर्माण होते. ही भावना समाजाच्या सरंजामशाहीतील ऊर्ध्वविभाजनामुळे अशक्य होती. परंतु नागरिकत्वामुळे, प्रत्येक नागरिकाला समान हक्क मिळून एका पातळीवर येणे शक्य झाले. त्यामुळे वेगवेगळ्या वर्गांचे अलग सामाजिक अस्तित्व नष्ट होण्यास मदत झाली. नागरिकत्वामुळे निर्माण होणारी एकात्मतेची भावना राष्ट्रीय अस्मिता आणि विवेक जागृत करते.

मार्शल म्हणतो, विसाव्या शतकातील मोठ्या प्रमाणावरील उत्पादनपद्धतीमुळे (मार्शल याला fordism हा शब्द वापरतो) सर्वांच्या जीवनमानाचा स्तर उंचावण्यास मदत झाली. याला मार्शल 'concrete substance of civilized life' असे म्हणतो. कारण त्यामुळे जीवनातील अस्थिरता कमी होण्यास मदत झाली, आणि एकूणच सामाजिक वर्तणुकीचा पोत बदलला. जीवनमानाचा स्तर सार्वत्रिकतेने उंचावल्यामुळे एक प्रकारे शांतता प्रस्थापित होऊन, या उत्पादनपद्धतीमुळे वर्गपद्धती आणि त्यातील संघर्ष टळण्यास मदत झाली. सर्वांना समान हक्कांची तरतूद असल्यामुळे नागरिकत्वामुळे ही एकात्मता शक्य झाली.

ही बदललेली भौतिक संस्कृती सामाजिक एकात्मता निर्माण करते आणि आर्थिक फायदे तळागाळातील लोकांपर्यंत पोहोचविते. त्यामुळे एक सामायिक प्रारूप निर्माण होण्यास मदत होते. आर्थिक समृद्धी जसजशी समाजाच्या सर्व स्तरावर निर्माण होते तसतशी एकात्मता वाढत जाते. मार्शलच्या एकात्मतेच्या संकल्पनेचे तीन विभाग आहेत. **एक** - नागरिकत्वामुळे मिळणाऱ्या नागरी हक्कांमुळे विशिष्ट गटांचे अस्तित्व नष्ट होते. **दुसरे** - सामाजिक हक्कामुळे वर्गविग्रह कमी होतो, त्यातून बहुसंख्य लोक मध्यमवर्ग म्हणून प्रतिनिधित्व करतात. **तिसरे** - मोठ्या प्रमाणावरील उत्पादनपद्धतीमुळे एक प्रकारची

सर्वसाधारण भौतिक संस्कृती निर्माण होते आणि त्यातून संघटित (integrative) नागरिकत्वाची कलपना दृढ होते. अर्थात या प्रक्रिया जरी जारी असल्या, तरी बाजार व्यवस्थेमुळे निर्माण होणारी विषमता नाहीशी होत नाही आणि त्याला उपाय नाही. फक्त या विषमतांच्या टोकदार बाजू बोथट करण्याचे काम ही नागरिकत्वामुळे होणारी एकसंधता करू शकते. सामाजिक एकात्मता / एकसंधता ही एक प्रक्रिया आहे. बाजारव्यवस्था आणि नागरिकांचे हक्क यांच्यातील तणाव कायमच राहतो. ब्रिटनमध्ये Beveveridge Report आणि National Service यावर आधारित कल्याणकारी राज्याची कल्पना (Welfare State) दुसऱ्या महायुद्धानंतर मांडली गेली. परंतु १९९० नंतर जसजशी भौतिक समृद्धी वाढू लागली, तसतशी ही कल्पना मागे पडली. कारण कल्याणकारी राज्याच्या कल्पनेस मागे नेणारी परिस्थिती निर्माण झाली. नागरी हक्कांकरिता विविध गटांनी चळवळी सुरू केल्या. त्यातून गटांचे सामर्थ्य वाढत गेले आणि नागरी हक्क त्यामुळे प्रस्थापितही झाले. मार्शलच्या विश्लेषणात नागरिकत्वाच्या संदर्भात या सामाजिक चळवळीचे महत्त्व लक्षात घेतले आहे.

मार्शलच्या विश्लेषणावरील टीका (Marshal's Analys is Criticized)

मार्शलच्या या नागरिकत्वाच्या विश्लेषणावर अनेक विचारवंतांनी टीका केल्याचे दिसते. Dahrendorf हा विचारवंत म्हणतो, नागरिकत्वाच्या विकासाला औद्योगिक हक्कांमुळे चालना मिळाली, असे मार्शलने म्हटले असले; तरी ते हक्क नागरी, राजकीय आणि सामाजिक हक्कांत अंतर्भूत करावेत, असे त्याने म्हटले नाही. मार्शल नागरिकत्वाच्या संकल्पनेमुळे वर्गसंघर्ष कमी होतो, असे म्हणत असला, तरी वर्गसंघर्ष आणि त्यातून निर्माण होणाऱ्या सामाजिक ताणांचे तो विश्लेषण करीत नाही किंवा त्याची कारणमीमांसाही तो देत नाही. टर्नर म्हणतो, मार्शलच्या विश्लेषणात वर्गसंघर्षावर अतिरिक्त भर दिला गेल्यामुळे आधुनिक सामाजिक बदल घडण्यास कारणीभूत ठरलेल्या युद्ध आणि स्थलांतर यांसारख्या घटकांकडे त्याचे दुर्लक्ष झाल्याचे दिसते.

गिडन्स (Giddens) हा विचारवंत मार्शलची संकल्पना नाकारतो आणि त्यावर टीका करताना स्वतंत्र संकल्पना मांडतो. गिडन्सच्या मते मार्शलचे विश्लेषण हे औद्योगिक हक्कांच्या अंगाने केले गेले आहे. वर्गानुरूप हक्कांची मांडणी केली जाते. उदा. व्यक्तिस्वातंत्र्य आणि समानता ही मूल्ये प्रस्थापित करण्यासाठी भांडवलदार वर्गाने सरंजामशाही वर्गाच्या विशेषाधिकारांशी संघर्ष केला. सर्व सरंजामशाही व्यवस्थाच उद्योग आणि व्यापार यांत अडथळा बनून राहिली होती. व्यक्तिस्वातंत्र्य आणि समानता यांमुळे भांडवलदार वर्गाचा इतर वर्गांवर प्रभाव पडण्यास मदत झाली. कारण त्यामुळे कामगारवर्ग आणि उत्पादनाची इतर साधने यांचेवर भांडवलदार वर्गाचे नियंत्रण प्रस्थापित झाले. या उदाहरणावरून असे

दिसून येईल की, कामगार संघटना किंवा संप करण्याचा कामगारांचा हक्क हा केवळ नागरी हक्कांचा विस्तार नसून, ती भांडवलदार किंवा मालकवर्गाच्या विरुद्ध कामगारांनी उभारलेल्या संघर्षाची परिणती होती. गिडन्स म्हणतो, हे औद्योगिक हक्क नागरी हक्कांत समाविष्ट केले पाहिजेत - यास मार्शलचीही अनुमती होती. पण एक गोष्ट लक्षात घेणे आवश्यक आहे; की राजकीय, नागरी आणि सामाजिक हक्क ही प्रदीर्घ काळाच्या संघर्षाचीच फलश्रुती आहे. मार्शलचे - त्रिस्तरीय विश्लेषण - हे नागरिकत्वाची अतिशय सोपी मांडणी करते. त्याबरोबर येणाऱ्या राजकीय सहभागाची व राज्याच्या भूमिकेची तो थेट मांडणी करतो. हक्क बहाल करण्यात नागरिकांना ते देण्यात किंवा नागरिकत्वात ते समाविष्ट करण्यात राज्याचा पाठिंबा लागतो, हे निर्विवाद आहे. पण त्याचसोबत हे हक्क मिळविण्यासाठी लोकांनी प्रदीर्घ काळ संघर्ष केलेला आहे, हे वास्तव आहे.

गिडन्स सोळाव्या शतकातील राज्याच्या सार्वभौमत्वाच्या आधारे आपली संकल्पना मांडतो. तो म्हणतो, जसजशी राज्याची सार्वभौमत्वाची कल्पना स्थिर होत गेली, तसतशी प्रशासकीय सत्ता दृढ झाली आणि राज्यातील नागरिकांची माहिती गोळा करणे, तसेच त्यावर नियंत्रण ठेवणे शक्य होऊ लागले. प्रशासकीय सत्ता दृढ झाल्यामुळे लोकांवर नियंत्रणासाठी बळाचा वापर करण्याची गरजही कमी झाली. समाजात एक प्रकारची सहकार्याची भूमिका प्रस्थापित होऊन सत्ताधीश आणि नागरिक (governors and governed) यांच्यात सुसंवाद निर्माण झाला आणि त्यातूनच समाजातील विविध गटांचा प्रभाव राज्यावर वाढत गेला. गिडन्स म्हणतो, हक्काकरिता जो संघर्ष उभा राहिला, त्याचे विश्लेषण या पार्श्वभूमीवर केले पाहिजे. राज्याचे सार्वभौमत्व वाढत गेले, म्हणजेच हळूहळू नागरिक त्या सार्वभौम राज्याचे सदस्य आहेत, ही भावना दृढ झाली. तसेच ते या राजकीय समुदायाचे एक सदस्य म्हणून त्यांना हक्क प्राप्त झाले आणि कर्तव्ये पाळावी लागली. ही जाणीव प्रत्येकाच्या मनात जागृत झाली - या वातावरणातच राष्ट्रीयत्वाची भावना वाढीस लागते. राज्यातील प्रशासकीय एकात्मता आणि राष्ट्रीयत्व निर्माण होण्यासाठी नागरिकत्व महत्त्वाचे ठरले.

विविध विचारप्रणाली आणि नागरिकत्व (Different Theories and Citizenship)

उदारमतवादी विचारवंतांचे दृष्टिकोनातून नागरिकांचा सार्वजनिक चर्चांमधील सहभाग हा महत्त्वाचा समजला जातो, कारण त्यामुळे सार्वजनिक हिताच्या योजना कार्यान्वित होऊन त्यांची रूपरेषा आखली जाऊ शकते. केवळ सार्वजनिक हिताच्या योजनांच्या आखणीच्या दृष्टीने हा सहभाग महत्त्वाचा नसून, त्यामुळे जनमनाचा कानोसा घेता येतो आणि लोकांच्या विविध मागण्यांचाही अंदाज येतो. निरनिराळ्या लोकांकडून अशा

चर्चाद्वारे सर्वसामान्य मागण्या कळू शकतात. केवळ रूढी, परंपरा किंवा धर्मग्रंथांमधील शिकवणुकीवर अवलंबून राहून चालत नाही. त्याकरिता विविध धर्मांच्या, विविध निष्ठांच्या विचारांचे आदानप्रदान होणे महत्त्वाचे असते व नागरिकांनी परस्परांना समजावून घेणे आवश्यक ठरते. या प्रक्रियेतून उदारमतवादी विचारवंतांच्या दृष्टीने परमतसहिष्णुता शिक्षणातून समजावून घेऊन, परस्परांचे विचार समजावून घेण्याचे शिक्षण दिले जाते. ही सामाजिकी-करणाची प्रक्रिया उदारमतवादात सांगितली जाते. याला काही परंपरावाद्यांनी आक्षेप घेतला, कारण त्यामुळे समाजातील धुरीणांचे आणि धार्मिक श्रेष्ठींचे मत डावलले जाईल, त्यांची अवज्ञा होईल, अशी भीती व्यक्त केली जात होती. काही धर्मगटांना हे सहिष्णुतेचे शिक्षण म्हणजे वास्तवात सहिष्णुतेच्या नावाखाली दिलेले असहिष्णुतेचेचे शिक्षण होय, असे वाटत असे. या वैश्विक तत्त्वाच्या शिकवणुकीबरोबरच सर्व नागरिक कायद्यासमोर समान असतात ही शिकवणही उदारमतवादात दिली जाते. नागरी लोकशाहीवादी विचारांत (Civic Republicanism) कृतिशील, जबाबदार आणि सद्गुणी नागरिकत्वाला महत्त्व दिले जाते. यात व्यक्तिगत हितापेक्षा सार्वजनिक हिताला अधिक प्राधान्य दिले जाते. जो स्वत: आपल्या राजकीय समुदायाशी समरस होतो आणि जो खाजगी हितापेक्षा सार्वजनिक हिताला प्राधान्य देऊन राजकीय कार्यात सहभागी होतो, तो नागरिक.

नागरिक आणि परकीय यांतील भेद (Distinction between citizens and Aliens)

प्रत्येक राष्ट्रराज्यात राहणाऱ्या लोकांचे नागरिक आणि परकीय असे दोन वर्ग करता येतात. ते ज्या देशात राहत असतात, त्या देशाशी नागरिकांच्या निष्ठा असतात. परंतु परकीय व्यक्ती एका देशांत राहत असल्या, तरी त्यांचे नागरिकत्व दुसऱ्या देशांचे असते. पर्यायाने त्यांच्या निष्ठा ते वास्तव्यास असलेला देश सोडून इतर देशांशी असतात. उदा. अमेरिकन व्यक्ती भारतात वास्तव्यास असली, तरी तिच्या निष्ठा अमेरिकेशी निगडीत असतात. दुसरे, प्रत्येक देशातील नागरिक आपल्या देशातील नागरी आणि राजकीय हक्क उपभोगू शकतात. परकीय व्यक्ती राजकीय हक्क उपभोगू शकत नाहीत. ते वास्तव्यास असले, तरी त्या राज्याच्या विविधांगी कार्यक्रमात ते पूर्णपणे सहभागी होत नाहीत. मात्र एकाच राज्यात वास्तव्यास असणाऱ्या नागरिकांना तसेच परकीय व्यक्तींना त्या राज्याचे कायदे पाळणे अनिवार्य असते.

नागरिकत्व मिळविण्याच्या पद्धती (Methods of Acquiring Citizenship) :

नागरिकत्व स्वाभाविक (Natural) आणि स्वीकृत (Naturalized) अशा दोन प्रकारांत विभागता येते. लोक जन्मत:च राज्याचे नागरिक बनतात, पण स्वीकृत नागरिकांना राज्याचे नागरिकत्व मिळवावे लागते. या संदर्भात प्रत्येक देशाचे नियम वेगळे आहेत.

काही देशांत जन्मठिकाण हा नागरिकत्वाचा निकष मानतात. या तत्त्वाप्रमाणे जे मूल ज्या देशाच्या भूभागावर जन्माला आलेले असते, त्या मुलाला त्या देशाचे नागरिकत्व मिळते. जरी त्या मुलाचे माता-पित्याचे नागरिकत्व भिन्न देशाचे असेल, तरी त्या देशाच्या भूभागावर जन्मलेल्या मुलास त्या देशाचे नागरिकत्व आपोआप मिळते. या तत्त्वाला jus soil असे म्हणतात. दुसरा प्रकार jus sanguinis. या तत्त्वात मुलाचा जन्म कोठेही झाला असला, तरी त्या मुलाचे माता-पिता ज्या देशाचे नागरिक असतात, त्या देशाचे नागरिकत्व त्या मुलाला मिळते. ब्रिटन, अमेरिका आणि भारत यांसारख्या देशात या दोन्ही तत्त्वांचे एकत्रीकरण करून ती व्यक्ती नागरिक मानली जाते. ज्याप्रमाणे त्या देशाचे नागरिक असलेल्या माता-पित्याच्या मुलांना नागरिकत्व प्राप्त होते.

या दोन तत्त्वांपैकी jus sanguinis हे तत्त्व जास्त तर्कशुद्ध वाटते. कारण माता-पित्यांचे ज्या देशाचे नागरिकत्व असते, त्या देशाचे नागरिकत्व मुलाला मिळणे हे योग्य आहे. परंतु jus soil हे तत्त्व अतार्किक वाटते, कारण मुलाच्या जन्माची जागा ही अनेक वेळा निश्चित असणे हे मात्या-पित्यांच्या परिस्थितीवर अवलंबून असते. ते आकस्मिकपणे घडत असते. उदा. भारतीय आई काही कारणांनी आपल्या मुलाला ब्रिटनमध्ये जन्म देऊ शकते. अशा वेळी त्या मुलाला ब्रिटनचे नागरिकत्व मिळते, पण ते सर्वथा अतार्किक आहे, असे वाटते.

विविध देशांनी नागरिकत्वाचे विविध नियम लागू केल्यामुळे 'दुहेरी नागरिकत्वाचा' प्रश्न निर्माण झाला आहे. उदा. भारतीय नागरिकत्व असलेल्या मात्या-पित्यांचे ब्रिटनमध्ये जन्माला आलेले मूल. jus soil या तत्त्वानुसार त्या मुलाचे नागरिकत्व ब्रिटन या देशाचे असेल. पण jus sanguinis या तत्त्वानुसार त्या मुलाचे नागरिकत्व भारतीय हे असेल. विशेषत: युद्धकाळात हा दुहेरी नागरिकत्वाचा प्रश्न त्रासदायक ठरू शकतो. जर ब्रिटन आणि भारत यांत युद्ध झाले, तर असे मूल कोणत्या राष्ट्राशी एकनिष्ठ राहील? सर्वसाधारणत: या प्रश्नाचे उत्तर निवडताना त्या व्यक्तीला स्वातंत्र्य दिले जाते. ते मूल प्रौढ वयाचे होईतो हा प्रश्न अनिर्णित ठेवला जातो.

स्वीकृत नागरिकत्व हा नागरिकत्व मिळविण्याचा आणखी एक प्रकार आहे. या प्रकारात परकीय व्यक्ती काही अटींवर ज्या देशाचे नागरिकत्व तिला स्वीकारायचे असेल, ते त्या अटी पाळून मिळवू शकतो. खालील काही प्रक्रियांद्वारे भिन्न देशांत स्वीकृत नागरिकत्व मिळू शकते.

१) एखाद्या परकीय स्त्रीने एखाद्या दुसऱ्या देशातील नागरिकाशी लग्न केले, तर तिला पतीच्या देशाचे स्वाभाविक नागरिकत्व प्राप्त होते.

२) काही देशांतील कायद्यानुसार परकीय व्यक्तीला त्या देशात सार्वजनिक कचेरीत नोकरी (Public servant) मिळाल्यास तिला त्या देशाचे नागरिकत्व प्राप्त होते.

३) बहुतेक सर्व राज्यांत परकीय व्यक्तीने नागरिकत्वासाठी अर्ज केल्यास त्या देशाच्या कायद्यानुसार तिला नागरिकत्व मिळू शकते. मात्र असे नागरिकत्व बहाल करताना त्या देशातील अधिकारी काही अटी बंधनकारक म्हणून घालू शकतील. सर्वसाधारणत: त्या राज्यातील सातत्याने विवक्षित कालावधीचा निवास ही अट घातली जाते. उदा. इंग्लंडमध्ये नागरिकत्व मिळविण्यासाठी पाच वर्षांचे सलग वास्तव्य ही अट आहे.

स्वीकृत नागरिक आणि स्वाभाविक नागरिक यांचे हक्क आणि विशेष अधिकार यांमध्ये कित्येक देशांत फरक केला जातो व त्यामुळे पूर्ण नागरिकत्व आणि आंशिक नागरिकत्व असा फरक आढळतो. इंग्लंडमध्ये स्वीकृत आणि स्वाभाविक नागरिकांचे हक्क आणि विशेषाधिकार यांमध्ये काहीही फरक आढळत नाही. परंतु अमेरिकेत स्वाभाविक नागरिकांना बहाल केलेले काही हक्क व विशेषाधिकार स्वीकृत नागरिकांना नाकारल्याचे आढळते. उदा. स्वीकृत नागरिक अमेरिकेचे अध्यक्षपद भूषवू शकत नाहीत. यामागे असा तर्क केला जातो की, अशा तऱ्हेच्या सर्वोच्च पदावरील व्यक्तीच्या देशाविषयी जाज्वल्य निष्ठा आणि देशभक्ती लागते आणि ती स्वाभाविक नागरिकामध्येच असते. अशा प्रकारच्या नागरिकत्वाला आंशिक (partial naturalization) किंवा स्वीकृत नागरिकत्व असे म्हटले जाते.

याशिवाय नागरिकत्व कायदे आणि तह यांच्या मार्गाने बहाल केले जाते. Puerto Rico च्या लोकांना अमेरिकेचे नागरिकत्व कायद्याने दिलेले आहे. कित्येक वेळा दोन देशांतील तहानुसार एखाद्या देशाला दुसऱ्या देशाचा भूभाग जोडला जातो, त्या वेळी त्या देशाचे नागरिकत्व जोडल्या गेलेल्या भूभागावरील लोकांना मिळते. फ्लोरिडा, अलास्का आणि कॅलिफोर्निया या राज्यातील लोकांना अमेरिकेचे नागरिकत्व या प्रकारे मिळाले आहे.

नागरिकत्व नष्ट होणे (Loss of citizenship) :

नागरिकत्व अनेक कारणांनी नष्ट होऊ शकते. परदेशात नोकरी धरल्यामुळे किंवा देशातील सैनिकी सेवा सोडून दिल्यास काही देशांत व्यक्तींचे नागरिकत्व रद्द केले जाऊ शकते. एखाद्या स्त्रीने परकीय देशातील पुरुषाशी लग्न केल्यास तिला पतीच्या देशाचे नागरिकत्व मिळते आणि तिचे तिच्या मूळ देशाचे नागरिकत्व आपोआप रद्द होते. काही देशांत असा नियम असतो, की परदेशातील मानद पदव्या अगर सन्मानचिन्हे स्वीकारल्यास त्यांचे नागरिकत्व रद्द होऊ शकते. उदा. भारतीय राज्यघटनेनुसार परकीय title स्वीकारल्यास अशा व्यक्तीचे नागरिकत्व रद्द करण्याची तरतूद आहे. तसेच न्यायालयाच्या अवमानाबद्दलही अशी शिक्षा दिली जाऊ शकते. सर्वसाधारणत: आपल्या मूळ देशात

प्रदीर्घ काळ वास्तव्य नसणे या कारणास्तव नागरिकत्व रद्द केले जाऊ शकते.

आपल्या देशाचे नागरिकत्व स्वेच्छेने सोडणे आणि दुसऱ्या देशाचे नागरिकत्व स्वीकारणे ही सर्वसाधारण पद्धत नागरिकत्व रद्द करण्यासाठी अवलंबिली जाऊ शकते. परंतु या संदर्भात निरनिराळ्या देशांत निरनिराळे कायदे आहेत. काही देशांत नागरिकत्व सोडण्याचा हक्क नाही, तर काही देशात हे स्वातंत्र्य आहे - परंतु त्यासाठी काही अटी बंधनकारक असतात. पूर्वीच्या काळी अशा तऱ्हेने नागरिकत्व रद्द करण्याबाबत स्वातंत्र्य नव्हते. परंतु लोकशाही विचारांच्या प्रसारामुळे अशा तऱ्हेने नागरिकत्व बदलण्याचे अधिकार आता दिले जाऊ लागले आहेत.

उत्तम नागरिकत्व (Good Citizenship) :

जसे लोक, तसे त्यांनी शासन असे व्होल्टेअरचे मत होते. नागरिक आणि त्यांचे राज्य यांचा फार जवळचा संबंध आहे. चांगल्या नागरिकांचे राज्य चांगलेच असते. चांगल्या सद्‌गुणांच्या बळावरच चांगले राज्य निर्माण होते. सध्या लोकशाही ही आदर्श समाजव्यवस्था म्हणून गणली जाते. त्यामुळे चांगला नागरिक म्हणजे या व्यवस्थेतील परिस्थितीशी जो प्रामाणिक राहतो, तो होय. लोकशाही व्यवस्थेत नागरिक हे सार्वभौम असल्यामुळे नागरिकांच्या गुणावगुणावर लोकशाहीचे यशापयश अवलंबून असते.

चांगल्या नागरिकांचे निकष लोकशाही पद्धतीच्या संस्थात्मक रचनेतून दिसून येतात. बर्नस् (Burns) म्हणतो, चांगल्या नागरिकाचे दोन निकष असतात. एक, त्याचे स्वातंत्र्य आणि दुसरे त्याची समाजाविषयीची कळकळ. लोकशाही व्यवस्था यशस्वी होण्यासाठी त्यातील नागरिक स्वतंत्र आणि त्याचबरोबर कर्तव्यदक्ष, जबाबदार असले पाहिजेत. लोकशाहीत लास्की म्हणतो त्याप्रमाणे प्रत्येक चांगला नागरिक आपले विवेकी निर्णय (instructed judgement) समाजहिताच्या दृष्टिकोनातून घेत असतो. आपण एका यशस्वी लोकशाहीचे नागरिक आहोत, हा अभिमान बाळगणारे नागरिकच लोकशाही यशस्वी करू शकतात.

लोकशाही व्यवस्थेतील चांगल्या नागरिकाचे महत्त्व लक्षात घेऊन लॉर्ड ब्राईस (Bryce) यांनी चांगल्या नागरिकाचे तीन सांगितले आहेत. चांगला नागरिक तीन गुणविशेषांनी संपन्न हवा. बुद्धिमत्ता (intelligence), **स्व-नियंत्रण** (self-control) आणि **सदसद्‌विवेक** (conscience). बुद्धिमत्ता म्हणजे सामान्य ज्ञान आणि आकलन. लोकशाही व्यवस्थेत नागरिकांचा प्रशासनात सहभाग अपेक्षित असतो. शासकीय प्रश्नांबाबत आणि घडामोडींबाबत त्याला ज्ञान असणे आवश्यक असते. त्यामुळे चांगल्या नागरिकाला याबाबतचे सम्यक ज्ञान आणि जाण असून, त्या दृष्टीने त्याचा सहभाग अपेक्षित असतो. स्वनियंत्रण हाही प्रत्येक नागरिकाचा आवश्यक गुण आहे. याचा अर्थ

सामूहिक हिताशी माझ्या व्यक्तिहिताची मी सांगड घातली पाहिजे. विधायक नागरिकत्वात (constructive citizenship) सामूहिक हितात व्यक्तिगत हिताचे उन्नयन पाहिले जाते. त्यामुळे प्रत्येक बाबीचा विचार करताना चांगला नागरिक समाजहिताचाच विचार करून निर्णय घेतो, आणि तो तसे करीत आहे, याची त्याला जाणीव असते. कोणत्याही गोष्टीत निर्णय घेताना त्याने भावनातिरेकाने किंवा पूर्वग्रहदूषिततेने निर्णय घेता कामा नये - संयम आणि नियंत्रण हे त्याचे मार्गदर्शक असले पाहिजेत. शेवटी चांगल्या नागरिकाने आपल्या विवेकानुसारच निर्णय केले पाहिजेत. कर्तव्यपरायणता आणि समाजहित हे डोळ्यांसमोर ठेऊन आपल्या विवेकबुद्धीनुसार त्याने निर्णय घेतले पाहिजेत.

उत्तम नागरिकत्वातील अडथळे (Hindrances to Good Citizenship)

ज्याप्रमाणे उत्तम नागरिकांमुळे उत्तम राज्य प्रस्थापित होते, त्याचप्रमाणे नागरिकांच्या गुणवत्तेच्या ऱ्हासाबरोबर राज्याचेही पतन / अवमूल्यन होते. आदर्श राज्यातील उत्तम नागरिकत्व असलेली स्थिती क्वचितच प्रत्यक्षात येते. बऱ्याच देशात परिस्थितीनुरूप नागरिक आपली कर्तव्ये पार पाडण्यास असमर्थ असतात. ब्रायसच्या म्हणण्यानुसार उत्तम नागरिकत्वाचे अडथळे (१) निष्क्रियता, (२) अति-स्वार्थीपणा आणि (३) पक्षाभिनिवेश ही होत. हे घटक उत्तम नागरिक बनण्याच्या प्रक्रियेतील प्रमुख अडथळे आहेत.

१) निष्क्रियता (Indolence) : कोणतेही लोकशाही राज्य विवेकी आणि दक्ष नागरिकांच्या आधारावर उभे असते. त्यामुळे निष्क्रियता किंवा अविवेक ही नैतिकदृष्ट्या लोकशाही व्यवस्थेस घातक ठरतात. जर नागरिक आपल्या हक्क आणि कर्तव्ये यांबद्दल अनभिज्ञ असतील किंवा स्वत:चेच हित आणि रक्षण यात गुंतलेले असतील, तर अशी लोकशाही राज्ये ही आज ना उद्या नष्ट होतात, त्यांचा ऱ्हास होतो. निष्क्रिय नागरिक हेच लोकशाही व्यवस्थेचे शत्रू असतात. लास्की म्हणतो, जर नागरिक आपले हक्क आणि कर्तव्ये यांबद्दल उदासीन असतील, राज्याच्या प्रशासनात घडणाऱ्या घटनांबद्दल अनभिज्ञ असतील आणि त्यांचा दैनंदिन प्रशासनातील सहभाग नगण्य असेल; तर अशा राज्यांतील सत्ताधीश आपल्या सत्तेचा दुरुपयोग करण्याची शक्यता असते आणि त्यामुळे अशा राज्यांत हुकूमशाही व्यवस्थेचे प्राबल्य वाढते.

२) खाजगी हितसंबंध (Private Self-interest) : मनुष्य साधारणत: स्वहितप्रेरित कृती करतो. परंतु आपले हित साधत असताना सामाजिक हिताकडे दुर्लक्ष करणे किंवा आपली सार्वजनिक जबाबदारी पार न पाडणे ही उत्तम नागरिक बनण्यातील अडचण आहे. उद्योगांचे मालक केवळ फायद्याच्याच मागे लागलेले असतील, शासकीय अधिकारी भ्रष्ट आणि लाचखाऊ असतील, तसेच सत्तेतील पक्ष केवळ राज्याच्या संपत्तीचे

शोषण करतील, तर अशा परिस्थितीत लोकशाही व्यवस्था टिकून राहणे कठीण जाईल. मॅक्आयव्हर म्हणतो, कोणताही एक गट सत्ताधीश असतो आणि तो गट लोकशाही व्यवस्थेत नेमलेल्या नियमावलीचा भंग करीत असेल आणि त्याला यापासून नियंत्रित करणारी व्यवस्था नसेल; तर तो गट स्वत:चेच हितसंबंध राखील आणि सामाजिक हितसंबंध बाजूस सारील. कोणताही सत्तेतील मक्तेदारी गट लोकशाही व्यवस्थेतील इतर गटांची एकता नाहीशी करतो आणि ही अवस्था लोकशाहीला धोकादायक असते.

३) पक्षीय अस्मिता (Party Identity) : पक्षपद्धती ही लोकशाही व्यवस्थेत अनिवार्य असते. परंतु प्रत्येक पक्षाने राष्ट्रीय हिताचाच पुरस्कार केला पाहिजे. परंतु वास्तवात मात्र - राजकीय पक्ष - हे काही गटांचेच हितसंबंध राखण्याचा प्रयत्न करताना दिसतात. सत्ता मिळविणे व त्याकरिता निवडणुका जिंकणे हेच जणू प्रत्येक पक्षाचे ध्येय असते. पक्षनिष्ठा प्रथम, त्यापुढे बाकी सर्व दुय्यम. पक्षनिष्ठेपुढे राष्ट्रहिताबाबतही पक्षसदस्य आंधळे झालेले असतात. त्यामुळे मॅक्आयव्हर म्हणतो, राजकारण म्हणजे विशिष्ट गटाचे, विशिष्ट पक्षाचे हित साधण्यासाठी चाललेली चढाओढच असते. हा अर्थातच लोकशाही व्यवस्था आणि उत्तम नागरिकत्व या दृष्टिकोनातून मोठाच अडथळा म्हणावा लागेल. कारण हे पक्षहित साधण्यासाठी करावा लागणारा खोटेपणा, अप्रामाणिकपणा आणि स्वार्थीपणा हा नैतिकदृष्ट्या घातक आणि राजकीयदृष्ट्या स्फोटक असतो.

उत्तम नागरिकत्वाच्या आड येणाऱ्या इतर गोष्टी म्हणजे निवडणूक प्रक्रियेतील दोष, सामान्य लोकांचे अज्ञान, दारिद्र्य आणि राष्ट्राच्या मोठ्या प्राकारामुळे व लोकसंख्येमुळे निर्माण होणारा सार्वजनिक संस्थांतील भ्रष्टाचार हे होत. कित्येक वेळा निवडणूक प्रक्रियेतील दोषांमुळे समाजातील मोठ्या गटाचे प्रतिनिधित्व डावलले जाते. आणि त्यामुळे हे गट प्रमुख प्रवाहापासून बाजूला टाकले जातात आणि त्यांना राष्ट्रहिताबाबत काही वाटेनासे होते. शिवाय अविकसित किंवा विकसनशील देशांतील नागरिकांमध्ये मोठ्या प्रमाणावर अशिक्षितता असल्याने राष्ट्रातील प्रश्नांबाबत ते नागरिक अनभिज्ञ असतात आणि त्यांना मतस्वातंत्र्य असले, तरी योग्य प्रतिनिधी निवडीबाबत ते सक्षम नसतात. कित्येक वेळा लोक इतर गोष्टींबाबत जागरूक असतात उदा. खेळ किंवा करमणुकीची इतर साधने. त्यांना सामाजिक प्रश्नांत लक्ष घालण्यास वेळ नसतो किंवा रस नसतो. कित्येक वेळा वर्तमानपत्रे, टी.व्ही. ही माहितीप्रसारणाची माध्यमे योग्य माहिती उपलब्ध करून देत नाहीत. अशा वेळी सामाजिक आणि राजकीय प्रश्नांची योग्य दखल घेतली जात नाही.

प्रचंड लोकसंख्या हा आधुनिक राज्याचा उत्तम नागरिक बनण्यातील मोठा अडथळा आहे. मोठ्या लोकसंख्येमुळे सर्व नागरिकांना शासकीय प्रक्रियेत भाग घेण्याची संधी लाभत नाही. मोठ्या आकारामुळे जे भूप्रदेश केंद्रीय शासनापासून दूर वसलेले असतात, तेथील नागरिकांना राष्ट्रीय प्रश्न किंवा माहिती यांची फार कमी कल्पना असते आणि

त्यामुळे ते बाजूला पडल्यासारखे होऊन त्याची विकासप्रक्रिया थांबते. शिवाय मोठ्या राष्ट्रातील नागरिक कित्येक वेळा चुकीच्या आर्थिक नियोजनामुळे दारिद्र्यातच राहतात, त्यांच्यात त्यामुळे तुटकपणाची भावना वाढीस लागते. त्यातच सामाजिक अन्यायाचा काही भाग असल्यास असे नागरिक राजकीय सहभागापासून अलग पडण्याचा धोका असतो.

उत्तम नागरिक बनण्यातील अडथळे दूर करण्याचे उपाय (Measures for the Removal of the Hindrances to Good Citizenship)

लोकशाही व्यवस्थेचे यश त्या देशातील नागरिकांचे गुणवत्तेवर अवलंबून असल्यामुळे, उत्तम नागरिक बनण्यातील अडथळे दूर करण्याबाबत अनेक उपाय सुचविलेले आहेत. सामाजिक औदासिन्य (Public apathy) हा सर्वात मोठा अडथळा असल्यामुळे लोकांमध्ये चैतन्य निर्माण करण्याचे दृष्टिकोनातून उपाययोजना सुचविली जाते. ब्रायस म्हणतो, हे अडथळे प्रशासकीय मार्गाने अगर नैतिक शिक्षण देऊन दूर करता येतात. प्रशासकीय मार्ग म्हणजे प्रशासकीय संस्था. त्यांची कार्यपद्धती सुधारून किंवा समाजहिताचे कायदे करून लोकांमध्ये जागरूकता निर्माण करता येते. नैतिक शिक्षण म्हणजे लोकांना नीतिमत्तेची शिकवण देऊन त्यांना योग्य मार्ग कोणता याबद्दल माहिती देणे आणि त्याद्वारे त्यांच्या एकंदर व्यवहारात नैतिकतेचा विकास करणे होय.

अ) प्रशासकीय यंत्रणा (System of Governance) : उत्तम नागरिक बनविण्याच्या मार्गातील अडथळे हे प्रशासकीय संस्थाच्या कार्यात योजनाबद्धता आणून दूर करता येतील. कित्येक वेळा नागरिकांचा प्रशासनातील सहभाग वाढावा, या हेतूने referendum, initiative आणि recall हे हक्क नागरिकांना प्रदान केले जातात. बेल्जियम आणि स्वित्झर्लंड या देशात नागरिकांचा प्रशासनात सहभाग असावा, म्हणून सक्तीची मतदानपद्धती अस्तित्वात आहे. (Compulsory Voting) सक्तींची मतदान पद्धती ही काही देशातील नागरिकांचा प्रशासनातील सहभाग वाढावा, म्हणून वापरली जाते. भ्रष्टाचार आणि इतर अनैतिक बाबींबाबत प्रशासकीय नियमांद्वारे नियंत्रण आणले जाते.

ब) नैतिक उपाययोजना (Moral Remedies) : केवळ प्रशासकीय उपाय उत्तम नागरिक बनण्याच्या अडथळ्यावर मात करू शकत नाहीत. कारण, शेवटी नियमांनी सर्व गोष्टी साधल्या जात नाहीत, कारण उत्तम नागरिक बनणे ही सर्वस्वी मानसिक प्रक्रिया असते. बाह्य गोष्टी फार तर उत्तम नागरिक बनण्यासाठीची पार्श्वभूमी तयार करू शकतील, पण उत्तम नागरिक बनण्याच्या प्रक्रियेत व्यक्तीची मानसिक आणि नैतिक उन्नती होणे आवश्यक असते. त्यांच्यात राष्ट्राबद्दल निष्ठा निर्माण झाली पाहिजे, आपण प्रशासनात भाग घ्यावा, ही कळकळ उत्पन्न झाली पाहिजे. त्यांनी समाजहितोपयोगी कार्यात भाग

घेतला पाहिजे आणि त्यांना सामाजिक हिताची जाण निर्माण झाली पाहिजे. मिल म्हणतो, लोक स्वतंत्रता, स्वतंत्र शासन हे कायमच स्वीकारतील; परंतु जर त्याची काळजी घेणे, संरक्षण करणे लोकांना त्यांच्या आळशीपणामुळे, त्यांच्या नाकर्तेपणामुळे शक्य झाले नाही, जेव्हा राष्ट्रावर परचक्र येईल, त्या वेळी ते धैर्याने तोंड देऊ शकले नाहीत, त्याची फसवणूक करणे सहजशक्य होत असेल, तात्कालिक संकटांमुळे त्यांना निराशा प्राप्त होत असेल आणि ते गोंधळून जात असतील आणि अशा परिस्थितीत ते जर आपले हक्क आणि स्वातंत्र्ये, तात्पुरत्या कालापुरती का होईना, एखाद्या प्रभावी व्यक्तिमत्त्वाच्या हाती सूपूर्द करण्यास तयार असतील, तर असे नागरिक हे आपल्या स्वातंत्र्याचा दीर्घ काळ लाभ घेऊ शकणार नाहीत. म्हणजेच नागरिकांच्या मानसिक अवस्थेतूनच ही भीती निर्माण होते आणि त्यावर उपाय हाही नागरिकांना नैतिकतेचे, धैर्याचे, निष्ठेचे महत्त्व समजावून देऊनच केला पाहिजे. लोकांना धैर्याचे महत्त्व, प्रामाणिकपणा, सहिष्णुता, परस्परसहकार्य आणि सौहार्द्रपूर्ण सामाजिक जीवन यांचे महत्त्व पटवून दिले पाहिजे. हे उपाय मोठ्या प्रमाणावर प्रशिक्षण योजनातून करता येतील. त्याच वेळी नागरिकांना राजकीयदृष्ट्या प्रशिक्षित करून लोकशाहीविरोधी भीतीची सार्थ कल्पनाही करून दिली पाहिजे.

या उपायाशिवाय समाजहिताच्या दृष्टिकोनातून कालबद्ध योजना राबविणे हे स्थैर्य आणि शांतता या दृष्टिकोनांतून आवश्यक असते. योजनांची आखणी जरी प्रशासनाच्या उच्च स्तरावर झाली, तरी त्याची अंमलबजावणी तळागाळातील नागरिकापर्यंत पोहोचली पाहिजे. त्याकरिता विविध संस्थात्मक रचनांची, औद्योगिक, प्रादेशिक, विविध विषयांना वाहिलेली, अशी रचनांची भक्कम उभारणी करणे आवश्यक असते. अशा संस्थात्मक सहभागातून नागरिक एकमेकांशी जोडले जातील आणि त्यांच्यात उत्तम नागरिक बनण्यासाठी आवश्यक गुण विकसित होतील.

१० राजकीय उत्तरदायित्व

Political Obligation

राज्यशास्त्राच्या अभ्यासात एक महत्त्वाचा प्रश्न तो म्हणजे आपण राज्याची आज्ञा स्वेच्छेने का पाळावयाची? प्रा. बर्लिन या राज्यशास्त्रज्ञाच्या मते हा प्रश्न अतिशय महत्त्वाचा आहे. प्रत्येक सुजाण नागरिकाने राजसत्तेची आज्ञा पाळलीच पाहिजे, हा दंडक आहे. प्रत्येक माणूस हा कोणत्या ना कोणत्या राज्याचा नागरिक असतोच, कारण राज्याचे अस्तित्व सर्वत्र असते. अर्थात काही निर्वासित, राजदूत आणि त्यासारख्या इतर काही आंतरराष्ट्रीय क्षेत्रातील व्यक्ती असतात, की ज्या त्या त्या राज्यातील आज्ञेपासून मुक्त असतात किंवा ज्यांना त्यापासून मुक्तता असते किंवा माफी मिळते. अर्थात त्या देशाच्या राज्यकारभारात भाग घेण्याची त्यांना मुभा नसते.

राजकीय उत्तरदायित्वाचे तीन भाग असतात. (१) अशी कोणतीतरी सत्ता असते, की ज्या सत्तेचे उत्तरदायित्व आपण मान्य करतो (२) उत्तरदायित्वाची व्याप्ती आणि (३) उत्तरदायित्वाचा पाया. जर माणूस एखादी कृती करीत असेल किंवा ती करण्यापासून अलिप्त राहत असेल, तर त्या व्यक्तीचे संदर्भात कोणतीतरी अशी सत्ता असली पाहिजे की, जी त्या व्यक्तीकडून तसे करवून घेईल. आणि या संदर्भात ती सत्ता म्हणजे राजसत्ता - संसद, प्रशासन किंवा त्यांचे प्रतिनिधी होत. ही उत्तरदायित्वाची संकल्पना नागरिकत्वाशी जोडलेली आहे. कोणतीही परकीय व्यक्ती तात्पुरत्या काळापुरती एखाद्या देशात राहत असेल, तर तिला त्या देशाचे कायदे बंधनकारक आहेत, तसेच ती संरक्षणास पात्र आहे. परंतु त्या व्यक्तीला राजकीय हक्क मिळणार नाहीत. दुसरे म्हणजे राज्याला कायदे करण्याचा पूर्ण अधिकार असतो व नागरिकाचे किमान राजकीय उत्तरदायित्व म्हणजे त्या सर्व कायद्यांचे तंतोतंत पालन करणे होय. कारण त्याबाबत नागरिक निवड करू शकत नाही. केवळ कायदे पाळणे एवढ्यापुरतेच हे उत्तरदायित्व मर्यादित नसते, तर त्याने राज्यकारभारात सहभागी होण्याचीही अपेक्षा असते, उदा. मतदान करणे, न्यायदानाचे कामात मदत करणे, लष्करात सहभागी होणे, इत्यादी. काही देशांत मतदान आणि लष्करी सेवा अनिवार्य मानल्या जातात.

राजकीय उत्तरदायित्व हे व्यक्तीच्या अनेक उत्तरदायित्वांपैकी एक आहे, असे उदारमतवादी विचारवंत मानतात, उदा. कुटुंबाप्रती कर्तव्य, आपल्या उद्योग - व्यवसायांप्रती आपले कर्तव्य किंवा धार्मिक कर्तव्य सोळाव्या शतकापूर्वीपर्यंत ही कर्तव्याची भावना धार्मिक सत्ता / दैवी सत्तेपुरती निगडीत होती. परंतु आधुनिक काळात ती भूमिका नाकारली गेली. सर्व लोक एकत्र येऊन परस्परांप्रती कर्तव्याची भावना जपत असतात, अशी संकल्पना पुढे आली. अशा तऱ्हेची आधुनिक संकल्पना पुढे येण्याची दोन कारणे संभवतात. पहिले कारण - स्वहित. व्यक्तीच्या काही दैनंदिन स्वरूपाच्या गरजा राज्य भागवीत असते आणि त्यामुळेच व्यक्तीला संरक्षण मिळते, मालमत्तेची सुरक्षा प्राप्त होते आणि एकूणच जीवन सुखकारक होते. दुसरे, व्यक्तीला आवश्यक अशा काही मूलभूत नैतिक गरजा राज्याशिवाय भागू शकणार नाहीत. उदा. न्याय मिळणे. व्यक्ती आपणहून स्वेच्छेने राज्याशी कर्तव्यबद्ध राहते, ही उदारमतवाद्यांची संकल्पना सिद्ध होण्यास काही प्रागतिक आणि मूलगामी विचारांची जोड आहे. सत्तेची निर्मिती ही केवळ जनसंमतीतून होत नाही, तर तशी इच्छाशक्ती त्या समुदायाची असते आणि त्यातूनच सत्तेची निर्मिती होते.

राजकीय उत्तरदायित्वाच्या विविध कल्पना (Different Notions of Political Obligation)

विनाअट उत्तरदायित्व (Unconditional Obligation)

जोपर्यंत राजसत्तेची आवश्यकता अनिवार्य आहे, असे गृहीत धरले जाते, तोपर्यंत उत्तरदायित्वाचा प्रश्नच उद्भवू शकत नाही. राजकीय उत्तरदायित्व हे अशा परिस्थितीत गृहीतच असते. सुधारणेच्या चळवळीत या संदर्भात मोठा वैचारिक गोंधळ निर्माण झाला. काही विचारवंतांचे म्हणणे होते की, सर्व बाबतीत निर्णय घेताना माणसाने आपल्या विवेकाचा कौल मानावा आणि तीच गोष्ट राजकीय जबाबदारीबाबतही लागू होतो. त्या वेळी मार्टिन ल्युथर या विचारवंताने सेंट पॉलचा दाखला देत असे मतप्रदर्शन केले की, सत्ताधीशाची आज्ञा मानली पाहिजे. सोळाव्या आणि सतराव्या शतकात दैवी राजसत्तेचा हक्क या तत्त्वानुसार राजाज्ञा पाळणे अनिवार्य होते. 'राजसत्ता आणि तिचे आज्ञापालन या बाबी मानवी इच्छेवर अवलंबून नसून, त्या दैवी कृपेच्या बाबी आहेत आणि त्या राजाच्या द्वारे अमलात येतात.' (Authority and Political obligation to it was not a matter of human will but was divinely ordained through the king). राजा आणि संसदसदस्य यांच्या सतराव्या शतकातील संघर्षात फिल्मर या विचारवंताने अशाच तऱ्हेचे मतप्रदर्शन करत, राजा हा ॲडमचा वारसदार असून त्याला दैवी शक्तीचे अधिष्ठान आहे, असे सांगितले. जेम्स पहिला याने तर दैवी सत्तेचा सिद्धान्त पराकोटीला नेऊन

राजाचे स्थान अत्युच्च कोटीला नेऊन बसविले आणि राजा आणि इतर नागरिक यांच्यात फरक केला. राजाची दैवी सत्ता, त्याचे स्थान आणि त्या स्थानाला असणारे महात्म्य यामुळे राजाज्ञा पाळणे अनिवार्य होते. वेबर म्हणतो, व्यक्तीच्या विशिष्ट गुणांमुळे, त्याच्या शक्तीमुळे लोक इतके प्रभावित होतात की, ते त्याला आपला प्रमुख मानतात आणि आपल्या निष्ठा बहाल करतात. ही गोष्ट स्वेच्छेने केलेली असल्यामुळे त्या प्रमुखाचे बाबतीतील त्यांचे उत्तरदायित्व हे उत्स्फूर्त असते. यात कोणताही स्वहिताचा भाग नसतो किंवा त्या बाबतीत कारणमीमांसाही होऊ शकत नाही. अशा तऱ्हेच्या प्रेरक व्यक्तिमत्त्वाला (Charismatic Leadership) विरोध करताना कार्ल पॉपर म्हणतो, हे दैवी अधिसत्तेच्या सिद्धान्ताचेच वेगळे रूप आहे. अशा तऱ्हेच्या प्रमुखपदाला कित्येक वेळा धार्मिक किंवा आधिदैविक विचारांचे अधिष्ठान असते. दुसऱ्या महायुद्धानंतर मात्र हिटलर आणि मुसोलिनी यांच्या अस्तानंतर ही राजसत्तेच्या अनिवार्य उत्तरदायित्वाची कल्पना मागे पडली.

सशर्त उत्तरदायित्व (Conditional Obligation)

ग्रोशियस, हॉब्ज, लॉक, रुसो या करारवादी विचारवंतांनी सशर्त उत्तरदायित्वाची कल्पना आपल्या राज्याच्या उत्पत्तीविषयक सिद्धान्ताद्वारे मांडली. राज्याची निर्मिती कराराद्वारे झाली, असे मांडताना ते म्हणतात, राज्याच्या सत्तेला तेव्हाच अधिकृत स्थान प्राप्त होते, जेव्हा त्यास जनसामान्यांची मान्यता असते. या कराराचे दोन भाग असतात. एक मानवी समुदाय शांतता आणि सुरक्षा, तसेच सुखी जीवन प्राप्त होण्यासाठी राज्याची संकल्पना साकार करतो आणि राज्यावर काही कामे सोपवितो आणि दुसरे हे की, राज्याची सत्ता त्या हेतुपूर्तीसंदर्भात मर्यादित असली पाहिजे. याचबरोबर जर राज्यावर सोपविलेली कामे होत नसतील किंवा सत्तेचा गैरवापर होत असेल, तर आपली मान्यता काढून घेण्याचेही व्यक्तिसमुदायास स्वातंत्र्य असते. तर अशा परिस्थितीत लोक बंड करू शकतात, असे मत प्रतिपादिताना दिसतो. सार्वभौमत्वाच्या या संकल्पनेत व्यक्तीचे आणि नागरी समाजाचे राज्यावर असलेले नियंत्रण दिसून येते.

सार्वभौमाचे उत्तरदायित्व मान्य करण्याबाबत हॉब्ज अनेक कारणे देतो. पहिले कारण म्हणजे, जर व्यक्तीने आज्ञेचे पालन केले नाही, तर तिला शिक्षा केली जाईल. दुसरे कारण नैतिक आहे. जर सार्वभौमाने आपले कर्तव्य पाळले, तर कराराच्या अटीनुसार लोकांनीही त्याच्या आज्ञा पाळल्या पाहिजेत. अर्थात या अटी पाळल्या जात आहेत, हे पाहण्यासाठी सार्वभौमाची निर्मिती झालेली असते आणि स्वाभाविकपणे त्याच्या आज्ञा पाळणे हे त्यांचे कर्तव्यच ठरते. स्ट्रॉस (१९३६) म्हणतो, शारीरिक सुरक्षेच्या गरजेपोटी लोकांनी निर्मिलेला सार्वभौम हा सर्वशक्तिमान असतो, म्हणून त्याची आज्ञा पाळणे हे लोकांचे कर्तव्यच ठरते. पिटकीन (Pitkin) नावाची विचारवंत म्हणते, हॉब्जच्या

सार्वभौमत्वाची निर्मितीच मुळी शांतता, शारीरिक सुरक्षितता या गरजांमधून झाली आहे. त्यामुळे बंड, गोंधळ, अराजक अशा आपत्तींतून वाचण्यासाठी लोकांनी सार्वभौमाच्या आज्ञा पाळणे हे त्यांचे कर्तव्यच असते. ओकशॉट (Oakshot) हॉब्जच्या कराराचा अर्थ वेगळा लावतो. तो म्हणतो, या करारातून तीन प्रकारची उत्तरदायित्वे / कर्तव्ये निर्माण होतात. पहिले शारीरिक, दुसरे नैतिक आणि तिसरे विवेकाधारित. शारीरिक सुरक्षेच्या दृष्टिकोनातून ही कराराची संकल्पना मांडली गेली असल्याने त्या दृष्टीने सार्वभौमाची आज्ञा पाळणे हे लोकांचे उत्तरदायित्व आहे. दुसरे, सार्वभौमाची उत्पत्तीच मुळी लोकांच्या संमतीने झाली असल्यामुळे त्याची आज्ञा पाळणे हे लोकांचे नैतिक कर्तव्य आहे. आणि तिसरे, शांतता आणि सुव्यवस्थेत राहणे हे स्व-हिताच्या दृष्टीने गरजेचे असल्याने त्याकरिता निर्मिलेल्या सार्वभौमाची आज्ञा पाळणे हे लोकांचे विवेकशीलतेवर आधारित कर्तव्य बनते. 'यांपैकी प्रत्येक कर्तव्यभावना ही विशिष्ट आणि स्वतंत्र हेतुपूर्तीशी निगडीत असते, आणि त्यामुळे शांततामय जीवनासाठी सार्वभौमाच्या आज्ञा पाळणे हे राजकीय कर्तव्य ठरते.'

लॉकने जनसामान्यांच्या संमतीची संकल्पना मांडली. प्रत्येक व्यक्ती स्वतंत्र आणि समान असून ती निसर्गनियमांनी बांधलेली असते आणि ती व्यक्ती आणि समाजातील इतर व्यक्ती यांची संमती हा राज्याचा पाया असतो. संमती दोन प्रकारची एक प्रत्यक्ष आणि दुसरी गर्भित किंवा अध्याहृत. सांप्रत स्थितीतील लोकांनी दिलेली संमती ही प्रत्यक्ष संमती आणि ज्या संमतीमुळे पुढील पिढीतील लोकही बांधले जातात, ती अप्रत्यक्ष संमत्ती होय. कारण पुढील पिढीतील लोक संमती देण्यास सांप्रत काळी अस्तित्वात नसतात. राज्याच्या आज्ञा पाळण्याचे कर्तव्य हे राज्याने लोकांचे 'संरक्षण करणे, शांतता प्रस्थापित करणे आणि जनहिताची कामे करणे,' हे लोकांप्रती त्यांचे असलेले उत्तरदायित्व योग्य रीतीने पार पाडले, तरच पाळले जाते. या कामाकरिता आवश्यक ती सत्ताच लोक राज्याला बहाल करतील, असे लॉक म्हणतो. याचाच अर्थ लोक विनाअट उत्तरदायित्वाने बांधलेले नसतात. हा करार नियंत्रित आणि विवेकाधारित असतो. या करारान्वये लोकांचे जीवित, स्वातंत्र्य आणि मालमता यांची हमी राज्य / सरकार देत असते आणि त्यांच्या सातत्याची हमीही यात अंतर्भूत असते. ही हमी जोपर्यंत अस्तित्वात आणि प्रत्यक्षात आहे, तोपर्यंतच हा करार लोकांवर बंधनकारक असतो. लॉकने जरी लोकांना बंड करण्याचा हक्क दिला असला, तरी अशा कृतींबद्दल सावध राहण्याचा तो सल्ला देतो. या संदर्भात त्याची भूमिका निःसंदिग्ध नाही. तो म्हणतो, बेकायदेशीर आणि अन्याय्य सत्तेविरुद्ध लोकांनी उठाव करण्यास हरकत नाही. फिल्मर अनियंत्रित राजसत्तेचा पुरस्कर्ता असून, तो राज्यातील लोकांवर व मालमत्तेवर राजाला मिळालेली दैवी सत्ता आहे, असे मानतो, तर लॉक मात्र लोकांची कर्तव्ये आणि राजाचे लोकांप्रती असलेले उत्तरदायित्व स्पष्ट

करतो. त्याचबरोबर तो हेही स्पष्ट करतो की, राजकीय सत्ता ही एखाद्या विश्वस्त संस्थेसारखी वापरावयाची असते आणि लोकांच्या इच्छा - आकांक्षांची पूर्तता होत असेल, तर तिची आज्ञा पाळणे हे लोकांचे उत्तरदायित्व असते, असे मत तो मांडतो. राज्यकर्ते हे लोकांचे आणि त्यांच्या मालमत्तेचे मालक नसून ते विश्वस्त आहेत. आधुनिक काळातील घटनात्मक आणि नियंत्रित राजसत्तेचे मूळ लॉकच्या विचारात आढळून येते.

ह्यूम, रुसो आणि पेन यांनी करारवादी संकल्पनाच नाकारली. ह्यूम म्हणतो, प्रचलित सरकारे ही सत्ता, फसवणूक आणि लबाडी यांवर आधारलेली आहेत. तर रुसो आणि पेन यांच्या मते सरकारे समताधिष्ठित असावीत. हॉब्ज आणि लॉक यांच्या मते लोकांचे सत्तेच्या प्रती उत्तरदायित्व हे स्वेच्छेने आणि उत्स्फूर्त असले पाहिजे. परंतु रुसोपासून आधुनिक काळापर्यंत या कर्तव्याला लोकशाही तत्त्वांमध्ये गुंफण्याचा प्रयत्न झाला. सर्व लोकांचा सहभाग हा या लोकशाही विचारांत अनुस्यूत होता. हाच सहभागी लोकशाहीचा (Participatory democracy) विचार. पण यातूनही काही प्रश्न निर्माण झाले. यातून अल्पसंख्य विरोधकांचा, तसेच परकीय लोकांच्या उत्तरदायित्वाचा प्रश्न निर्माण झाला.

आधुनिक विचारांत राज्याच्या मुळाचा विचार (Origin of state) सोडला गेला. प्लामेनाट्झ (Plamenatz) हा आधुनिक काळातील विचारवंत म्हणतो, लोकांनी मतदान केले, की जो कोणी निवडून येईल, त्या प्रतिनिधिसंस्थेने केलेल्या कायद्याला तो मतदार उत्तरदायी असतो. तो कायदा पाळणे हे त्याचे कर्तव्यच बनते. मतदानाची कृती कायद्याचे उत्तरदायित्व मान्य करण्यासारखीच असते. या मतप्रदर्शनावर खूप टीका झाली. पहिले म्हणजे मतदाराने मतदान केले, तरी जे सरकार किंवा प्रतिनिधिसंस्था निवडून येईल, ते आपल्या जाहीरनाम्यातील वचनाप्रमाणे वागतीलच, असे नाही. शिवाय सरकार स्थापन होण्यापूर्वी त्याचे प्रती उत्तरदायित्व स्वीकारणे विसंगत ठरते. शिवाय सर्व नागरिक मतदान करतातच, असे नव्हे. त्यामुळे मतदान केले, की सरकारप्रती उत्तरदायित्व ग्राह्य धरता येणार नाही.

न्याय्य सरकारचे बाबतीतील राजकीय उत्तरदायित्व (Political Obligation to a just government)

कायदे हे पाळले गेलेच पाहिजेत. सरकारला व्यक्तीची संमती असो अगर नसो, पण न्याय्य राज्यातील कायदे पाळणे हे नागरिकांचे स्वयंस्फूर्त कर्तव्य आहे, असे पिटकीन (Pitkin) ही विचारवंत म्हणते. न्याय्य सरकारला संमती देणे भाग आहे आणि त्याच्या आज्ञा पाळणे अनिवार्य आहे. न्याय्य सरकार म्हणजे काय? तर जे सरकार सर्व राजकीय संस्थांविषयी न्यायाने वागते आणि कृती करते, ते न्याय्य सरकार. रॉल्स म्हणतो, जर कायद्यापुढे एखादी अन्याय्य कृती सर्व समाजावर सारखेपणाने लादली गेली असेल, तर

तेही ग्राह्य आहे. कारण लोकशाही प्रक्रियेत असा अन्याय दूर झालेला असतो. परंतु जो कायदा मूलभूत स्वातंत्र्ये नाकारतो, तो पाळलाच पाहिजे, त्याला मान्यता दिलीच पाहिजे, असे नाही. न्याय्य संस्थांची उभारणी आणि त्यांचा विकास हेही एक महत्त्वाचे कर्तव्य रॉल्स मानतो. मात्र रॉल्सच्या विचारात ही कर्तव्ये किंवा उत्तरदायित्वे स्वेच्छेने असली पाहिजेत, असे नमूद केले आहे. त्यामुळे त्याला नैतिकतेची डूब आहे. पुन्हा पिटकीन आणि रॉल्स यांच्या न्याय्य सरकारांमध्येही फरक आहे. लोकशाही पद्धतीच्या सरकारास रॉल्स न्याय्य (just) समजतो, तर पिटकीन लोकशाही नसलेली सरकारेही वैध मानते.

स्वहित आणि कृतज्ञता या भावनांतून निर्माण झालेले राजकीय उत्तरदायित्व (Political Obligation duc to self-interest and Gratitude)

उपयुक्ततावादी विचारवंतांच्या मते सरकार नागरिकांना काही फायदे करून देत असल्यामुळे त्यातून कर्तव्याची भावना निर्माण होते. ह्यूम हा विचारवंत म्हणतो, राज्याने गैरसोयींवर मात करून नागरिकांना सोयी उपलब्ध करून दिल्या, तर त्यातूनही कर्तव्याची भावना आपोआपच निर्माण होते. राज्य आणि लोक यांमध्ये त्यामुळे परस्परविश्वास निर्माण होतो. ह्यूम म्हणतो, राज्याने लोकांना काही वचने दिली आणि ती पाळली, तर त्यातूनच लोकांमध्ये उत्तरदायित्वाची भावना निर्माण होते. सामाजिक कराराचे तत्त्व हे शेवटी उपयुक्ततावादाकडेच बोट दाखविते. करारातील व्यक्तींनी आपली वचने का पाळावीत? असे करारवादी विचारवंतांस विचारल्यास, त्याचे उत्तर स्व-हित असेच येईल. जर एखाद्या व्यक्तीने असे वचन पाळले नाही, तर त्याला समाजाचा विरोध पत्करावा लागेल आणि त्यातून सामूहिक फायदे मिळणेही मुश्कील होईल, असे बेंथॅम म्हणतो. अशा वेळी सामूहिक हिताचा विचार महत्त्वाचा मानून राजकीय उत्तरदायित्वाचे समर्थन करता येईल.

स्व. नियोजित राजकीय उत्तरदायित्व (Political Obedience as Self-determinism)

रुसोने राजकीय उत्तरदायित्वाची कल्पना एका वेगळ्याच पद्धतीने मांडली. रुसोच्या दृष्टिकोनातून व्यक्तिगत इच्छा ही 'सामूहिक ईहे'शी तंतोतंत जुळणारी असल्यामुळे, खरे तर प्रत्येक व्यक्ती ही स्वतःशीच उत्तरदायी असते. त्यामुळे मूळ प्रश्न उद्भवतो, तो हा की, व्यक्तिगत हक्क आणि राजसत्ता यांच्या कक्षा काय असाव्यात, की जेणेकरून व्यक्तीला स्वातंत्र्य प्राप्त होईल आणि व्यक्ती आणि समष्टी यांच्या इच्छा तंतोतंत जुळतील. ग्रीन राजकीय उत्तरदायित्वाची संकल्पना वेगळ्याच तऱ्हेने मांडतो. तो उपयुक्ततावादी किंवा करारवादी विचारवंतांची संकल्पना नाकारतो. तो म्हणतो, व्यक्ती राज्याची आज्ञा भीतिपोटी पाळते ही कल्पनाच चुकीची आहे. लोक स्वेच्छेने राज्याची आज्ञा पाळतात, जबरदस्ती

म्हणून नव्हे. कायदेशीर उत्तरदायित्व आणि नैतिक कर्तव्य यांत ग्रीन फरक करतो. कायदेशीर उत्तरदायित्व हे राज्याने केलेले कायदे पाळण्यातून निर्माण होते आणि लोकांनी कायदे पाळावेत, म्हणून राज्य आपल्या दंडसत्तेचाही उपयोग करू शकते. मात्र नैतिक उत्तरदायित्वाचे तसे नसते. व्यक्तीच्या सदसद्विवेक बुद्धीद्वारा जे स्वत:ला आणि लोकांना उपयोगी आहे, स्वहिताचे त्याचबरोबर लोकहिताचे आहे, असे वाटल्यावरून व्यक्ती काही कृती स्वेच्छेने करते. ते नैतिक कर्तव्य होय - ती कृती करण्यासाठी दंडसत्तेचा अवलंब केला जात नाही. व्यक्तीने अशा कृती केल्या नाहीत, तर तिचे स्वत:चे व समाजातील लोकांचे नुकसान होते. ग्रीन म्हणतो, प्रत्येक व्यक्तीला समाजाचा घटक म्हणून काही नैतिक कर्तव्य असतेच, समाजाप्रती उत्तरदायित्व असतेच आणि त्यामुळे त्या कर्तव्याच्या पूर्ततेच्या दृष्टिकोनातून ती स्वत:च्या स्वातंत्र्यालाही काही प्रमाणात मुरड घालते. कायद्याचे उद्दिष्ट काय, तर लोकांना आपली बुद्धी आणि इच्छा योग्य रीतीने वापरता येईल, अशी परिस्थिती निर्माण करणे होय. ग्रीन म्हणतो, नागरिकांचे हक्क आणि स्वातंत्र्ये यांच्या सुरक्षेसाठी लोकांनी राजसत्तेला उत्तरदायी असले पाहिजे, पण त्यात दंडसत्तेची भीती हा घटक नसतो, तर ती स्वेच्छेने केलेली कृती असते. नैतिक उत्तरदायित्वाचा मूळ पाया सामाजिक हित हा आहे, असे ग्रीन मानतो.

११ लोकशाही

Democracy

'लोकशाही' हा शब्द पाश्चात्त्य राजकीय विचारांत प्राचीन काळापासून वापरात आहे. ग्रीक भाषेत Demos म्हणजे 'लोक' (the peple) आणि Cracy म्हणजे 'सरकार', किंवा 'राज्यकारभार' म्हणजेच लोकांचा राज्यकारभार, अशी त्याची उपपत्ती आहे. अब्राहम लिंकनने केलेली लोकशाहीची व्याख्या या अर्थाजवळ जाते. तो म्हणतो 'लोकशाही म्हणजे लोकांचा, लोकांकरिता आणि लोकांनी चालविलेला राज्यकारभार.' म्हणजेच लोकशाही ही अशी व्यवस्था आहे की, ज्यात अंतिम सत्ता ही सामान्य लोकांचे हाती असते. त्यात सार्वजनिक हित योजनांचे निर्णय लोक घेतात आणि त्या निर्णयात लोकांचे हितसंबंध आणि इच्छा प्रतीत होतात.

लोकशाही व्यवस्थेला प्राचीन परंपरा आहे. ग्रीक नगर राज्य अथेन्समध्ये ती व्यवहार होती. प्लेटो आणि ॲरिस्टॉटल यांनी वर्णिल्याप्रमाणे अथेन्सच्या लोकशाहीत १) नगर - राज्याच्या सार्वजनिक कारभारात, शहर राज्यात स्वतंत्र लोक (All Freemen) भाग घेत. २) सार्वजनिक कारभारातील निर्णय हे मोकळ्या वातावरणातील चर्चेद्वारा घेतले जात आणि ३) सर्व लोक तत्कालीन कायदे आणि परंपरा यांचा आदर करीत.

आधुनिक काळात लोकशाही व्यवस्थेची वैशिष्ट्ये आधुनिक ब्रिटिश राजकीय तत्त्वज्ञ (A.V. Dicey) आणि (James Bryce) यांनी सांगितली आहेत. डायसी आपल्या Law and Opinion in England या पुस्तकात लिहीतो, आधुनिक लोकशाही व्यवस्थेत बहुमतावर आधारित सरकार कायदे करते. परंतु जे कायदे लोकांना मान्य होण्यासारखे नसतील, असे कायदे सरकारने करू नयेत. ब्राईस हा आपल्या The American Commonwealth तसेच Modern Democracies या पुस्तकात लोकशाहीची व्याख्या करतो. तो म्हणतो. 'लोकशाही व्यवस्थेत सामान्य लोकांची सत्ता असून ते आपली सार्वभौम इच्छा मताद्वारे प्रकट करतात.' (The rule of people expressing their sovereign will through the votes). म्हणजेच 'बहुमतांचे राज्य'.

कोणतेही राज्य चांगले किंवा वाईट याचा निकष लोकांच्या हितावर, सुखावर निर्भर असतो. जनसामान्यांचे सुख दुःख हाच सुशासन किंवा दुःशासन यांचा निकष असतो. राज्याची या दृष्टिकोनातून प्रमुख कर्तव्ये, अंतर्गत सुरक्षा आणि परचक्रापासून रक्षण. न्यायी वागणूक, सर्वसाधारणत: उत्तम प्रशासन, नागरिकांना त्यांच्या विविध क्षेत्रातील उद्योगांना प्रोत्साहन देणे, मदत करणे ही होत सर्व प्रकारच्या सरकारांत ही कर्तव्ये कमी-अधिक प्रमाणात पार पाडली जातात. परंतु लोकशाही व्यवस्थेत ही कर्तव्ये पार पाडली जातातच, शिवाय लोकशाही व्यवस्थेत जनसामान्यांचा राजकीय क्षेत्रात सहभाग असल्यामुळे नवनवीन गोष्टी शिकून आपला विकास करण्याकडे व्यक्तीचा कल होतो. लोकशाही व्यवस्थेत जनसामान्यांच्या हिताच्या योजना कशा आखल्या जातील, तसेच त्या कशा राबविल्या जातील, हे लोक पाहत असतात. अर्थात लोकशाही व्यवस्थेत वास्तवात दैनंदिन कामकाजात लोकांचा सहभाग असतोच, असे नाही. लोकशाही व्यवस्थेची ही चांगली बाजू - परंतु ब्राईस म्हणतो, लोकशाहीमुळे समाजातील सर्व प्रश्नांचे निराकरण होईलच, असे नाही.

उदारमतवादी लोकशाही

उदारमतवाद आणि लोकशाही हे विचार एकमेकांपासून वेगळे करता येणार नाहीत. आणि त्यामुळे लोकशाही म्हटले, की ती निर्विवादपणे उदारमतवादी लोकशाहीच असते. परंतु अठराव्या आणि एकोणिसाव्या शतकातील लोकशाही व्यवस्थेत व्यक्तीचे हक्क, तसेच मालमत्तेचे स्वातंत्र्य आणि हक्क या भोवतीच लोकशाहीचा विचार झालेला दिसतो. मालमत्तेच्या हक्काला व मुक्त आर्थिक स्वातंत्र्य या विचारांना लाभलेल्या प्रभावामुळे त्या काळी मतदानाचा हक्क हा मालमत्तेवर अवलंबून होता. अर्थात लोकशाहीच्या मूळ विचारांशी ते विसंगत होते. लोकशाहीत सरकार निवडण्याचा सर्वांना अधिकार असतो आणि समाजातील इतर क्षेत्रांतील समान संधीची तरतूद असते. परंतु काळाच्या ओघात या समन्वय होऊन आता लोकशाही आणि उदारमतवादी विचार हे अविभाज्य झाले आहेत. या विचारांत मुक्त अर्थव्यवस्था, तसेच प्रौढ मतदान या गोष्टींना समान महत्त्व आहे. भांडवलशाही विचारांचा आणि सामान्यांच्या हिताचा समन्वय 'सामाजिक न्याय' या विचारातून साधावयाचा प्रयत्न झाला.

उदारमतवादी लोकशाही कारभारांची काही आधारभूत तत्त्वे आहेत.

१) अधिमान्य शासन (Legitimate Government) : लोकशाही सरकार हे जनसंमतीवर आधारलेले असते. ही संमती मुक्त संवादातून मिळालेली असली पाहिजे. काही वेळा जनसंमती असते, पण ती बळजबरीने मिळविलेली असते. अशा वेळी त्या व्यवस्थेला लोकशाही म्हणता येत नाही. काही वेळा काही तांत्रिक अडचणीमुळे किंवा

सरकारच्या निर्णयप्रक्रियेतील तातडीमुळे सर्वच प्रश्नांवर जनसंमती घेणे शक्य होत नाही. अशा वेळी दोन पातळ्यांवर चर्चा होऊन निर्णय घेतले जातात. १) संसदेतील विरोधी पक्षसदस्यांशी चर्चा केली जाते आणि त्यांचे विचार ऐकले जातात. २) समाजाच्या पातळीवर जर संवादाचे काही मार्ग उपलब्ध असतील, तर समाजाचे नेतृत्वामार्फत सरकारशी संवाद साधला जातो. वृत्तपत्रे रेडिओ, टी. व्ही. ही साधने अशा तऱ्हेचा संवाद साधण्यास उपयोगी पडू शकतात. शासनाला मिळणारी अधिमान्यता ही जनतेच्या पाठिंब्यामुळे आणि जनसंवादातून निर्माण होते.

२) सामाजिक उत्तरदायित्व (Public Accountability) : लोकशाहीतील सरकार, जे जनमान्यताधारित असते, ते समाजाला कायम उत्तरदायी असते. लोकशाहीत सरकार हे जनतेचे विश्वस्त या स्वरूपात काम करते. तरीही त्याच्यावर जनतेचा अंकुश असला पाहिजे व त्या दृष्टीने लोक जागरूक पाहिजेत, असे लॉक म्हणतो. लोकशाहीत सत्ताधारी आणि सामान्य जनता ही शेवटी माणसेच असतात. ज्या लोकांच्या हाती सत्ता असते, ते स्वसुखाकरिता जास्तीत जास्त प्रयत्न करणात. त्यामुळे सत्तेचा दुरुपयोग टळावा, यासाठी सत्ताधारी हे जनतेला उतरदायी असले पाहिजेत, असे बेंथॅमचे म्हणणे आहे. जॉन स्टुअर्ट मिल हा 'व्यक्तिस्वातंत्र्याचा पुरस्कर्ता' ('Champion of Individual Liberty') आपल्या 'On Liberty' या पुस्तकात म्हणतो, व्यक्तीवर असणाऱ्या सरकारी सत्तेला काही नियंत्रणे असलीच पहिजेत. दुसऱ्या व्यक्तीला किंवा तिच्या हितसंबंधांना बाधा येऊ नये, एवढीच नियंत्रणे व्यक्तीच्या स्वातंत्र्यावर असली पाहिजेत. लोकशाही आणि व्यक्तिस्वातंत्र्य ही दोन मूल्ये एकत्रित केल्यास 'मानवी सुखाची परमावधी (human excellence) होऊ शकेल. त्याच्या मते प्रातिनिधिक लोकशाहीत प्रतिनिधी हे जनसामान्यांना उत्तरदायी असतात आणि त्यामुळे या व्यवस्थेत जागरूक नागरिक जे समाजहितासाठी दक्ष असतील, असे घडविण्याची क्षमता असते. रुसोच्या मते प्रातिनिधिक लोकशाही ही पद्धत योग्य नाही. तो म्हणतो, सर्व लोकांनी एकत्र येऊन कायदे करावेत आणि त्या कायद्यांची अंमलबजावणी सरकारने करावी. त्याकरिता सरकारने लोकांच्या सभा भरवाव्यात, सरकार हे जनसंपर्काचे माध्यम व्हावे. या सरकारने जनतेच्या इच्छा ज्यात अभिप्रेत आहेत, अशा कायद्यांची अंमलबजावणी करावी. हे काम करण्यात जर सरकार अयशस्वी झाले, तर ते बदलावे. अर्थात रुसोलाही सरकार या संस्थेची कार्यकारी संस्था म्हणून आवश्यकता वाटते व ती लोकांना उत्तरदायी असली पाहिजे असे तो म्हणतो.

३) बहुमताधारित निर्णय (Majority Rule) : आधुनिक प्रातिनिधिक, लोकशाहीत विविध संस्थात्मक पातळ्यांवर निर्णयप्रक्रिया चालू असते. (उदा. संसद, संसदीय आणि इतर समित्या, मंत्रिमंडळ, कार्यकारी मंडळ अणि इतर संस्था) या संस्थांत

सदस्यांच्या बहुमताच्या आधारे निर्णय केले जातात. काही बाबतीत विविध मुद्यांवरील निर्णय मताद्वारे घेतला जातो आणि 'एक व्यक्ती, एक मत' या आधारेच बहुमताद्वारे हा निर्णय घेतला जातो. हे तत्त्व राजकीय समतेचे द्योतक असून, समाजातील कोणत्याही व्यक्तीला कोणतेही विशेषाधिकार नसतात. तसेच दुर्बल घटकाला किंवा त्याच्या मताला कमी लेखले जात नाही. जाती, धर्म, वंश, मालमत्ता, शैक्षणिक पात्रता यांबाबत कोणताही फरक केला जात नाही. बहुमताचे हे तत्त्व लोकांच्या शहाणपणावर आधारित असून, त्यानुसार लोकशाहीतील निर्णयप्रक्रिया चालते.

४) अल्पसंख्याकांच्या हक्कांचे आदर(Respect for rights of minorities) : बहुमताच्या आधारे निर्णय याचा अर्थ असा नव्हे की, त्यात अल्पमतधारकांचे दमन (Suppression) व्हावे. आधुनिक राष्ट्र-राज्यात विविध वंश, धर्म, भाषा, संस्कृती यांचे लोक राहत असतात. बहुमताच्या राज्यात अल्पमतधारकांचे शोषण होईल, अशी भीती त्यांना वाटत असते. या शोषणाचे स्वरूप विविध प्रकारे असू शकते. निवास, शिक्षण, नोकऱ्या यांमध्ये विषमता निर्माण होण्याची शक्यता असते. लोकशाही व्यवस्थेत होणारी 'बहुमताच्या हुकूमशाही'ची (Tyvanny of Majority) शक्यता टाळण्यासाठी काही कायदेशीर तरतुदी करणे आवश्यक असते. त्यामुळे बहुमत आणि अल्पमतधारकांचे गैरसमज दूर होऊन परस्परातील सलोखा वाढेल.

५) घटनात्मक सरकार (Constitutional Government) : घटनात्मक सरकार म्हणजे 'कायद्याने चालणारे सरकार' (a government by law). जनसामान्यांच्या इच्छा-आकांक्षा फलद्रूप करण्याच्या दृष्टीने लोकशाहीत अनेक व्यक्ती, संस्था, योजना कार्यान्वित असतात. त्या कार्यक्षमतेने व नियमबद्ध, शिस्तशीरपणे चालाव्यात, म्हणून काही कार्यपद्धती अवलंबिली जाते. ती कार्यपद्धती कोणत्याही परिस्थितीत डावलता कामा नये. त्याकरिताच सुसंघटित घटना आणि कायदे यांची लोकशाही व्यवस्था भक्कम पायावर उभी राहण्यासाठी आवश्यकता असते. या कायदे-नियमांचे उल्लंघन केल्यास त्यातून दु:शासन निर्माण होते आणि लोकशाही व्यवस्था खिळखिळी होते.

लोकशाहीची ही पंचसूत्री आहे, असे म्हणता येईल.

एकदा ही तत्त्वे मान्य केली, की ती कशी अमलात आणावयाची, यासंबंधी काही व्यवस्था असते. लोकशाहीत सर्वसामान्यांच्या हिताला प्राधान्य असते. निरनिराळ्या व्यक्ती आणि व्यक्तिगट यांचे विविध हितसंबंध असतात. हे हितसंबंध जपण्यासाठी, साधण्यासाठी काही संघटना कार्यरत असतात. हे हितसंबंध विविध राजकीय पक्षांमार्फत जोपासले जातात. असे विविध पक्ष लोकशाहीत कार्यरत असतात व सत्तेसाठी त्यांच्यात मुक्त स्पर्धा असते. या उलट हुकूमशाही पद्धतीत बहुपक्षीय स्पर्धेला वाव नसतो. तेथे

एकच पक्ष असतो आणि तो सत्ताधारी असतो. चीनसारख्या देशातील व्यवस्थेस लोकशाही म्हणता येणार नाही, कारण तेथेही निवडणुकांचे फार्स केले जात असले, तरी सत्ता ही कम्युनिस्ट पक्षाच्या हातीच एकवटलेली असते.

उदारमतवादी लोकशाहीत कोणत्याही राजकीय सत्तेतील किंवा सार्वजनिक अधिकाराच्या जागा या विशिष्ट वर्गासाठीच असतात, असे नाही. या जागांसाठी काही क्षमता ठरविलेल्या असू शकतात. परंतु जाती, वर्ग, लिंग, प्रांत इत्यादींबाबत भेदभाव केला जात नाही. कोणीही नागरिक सार्वजनिक जागेसाठी स्पर्धा करू शकतो. समाजातील सर्व थरातील लोकांचे प्रतिनिधित्व निर्णय करणाऱ्या संस्थांत असावे, म्हणून काही जागा अल्पमतधारक आणि दुर्बल घटकांसाठी राखून ठेविल्या जातात.

लोकशाही अस्तित्त्वात येण्यासाठी आधुनिक काळात प्रातिनिधिक पद्धतीचे अनुकरण करावे लागते. हे प्रतिनिधी निवडण्यासाठी निवडणुका हाच एक मार्ग असतो. निवडणुकांद्वारे सत्ताधारी पक्ष आणि विरोधी पक्ष सदस्य कोण, हे ठरू शकते. ज्या पक्षाचे जास्तीत जास्त (संसदेच्या जागांपैकी) ५० टक्क्यांहून अधिक उमेदवार निवडून येतात, तो सत्ताधारी पक्ष. या निवडणुका विशिष्ट कालावधीनंतर घेतल्या जातात. त्या प्रौढ मतदान पद्धतीने होतात. आधुनिक काळात मतदारांच्या पात्रतेसाठी कोणतेही शैक्षणिक, मालमत्ताविषयक निकष नसतात. विशिष्ट वय पूर्ण केलेली स्त्री किंवा पुरुष व्यक्ती मतदान करण्यास पात्र असते. हे प्रतिनिधी विशिष्ट कालावधीपुरतेच निवडले जातात. विरोधी पक्ष सत्ताधारी पक्ष देशाहिताच्या व समाजहिताच्या योजना आखून त्या कार्यान्वित करण्यात काही त्रुटी राहिल्या असल्यास, त्या जनतेच्या नजरेला आणून त्यांच्यात काय बदल हवा किंवा सर्वस्वी नवीन योजना हवी काय, याबाबत सत्ताधारी पक्षाच्या निदर्शनास आणणे हे काम असले.

लोकशाहीत लोकांना विचारस्वातंत्र्य, अभिव्यक्तिस्वातंत्र्य, धार्मिक स्वातंत्र्य, संघटनास्वातंत्र्य आणि व्यक्तिगत स्वातंत्र्य अशी स्वातंत्र्ये बहाल केलेली असतात. त्यांना ही स्वातंत्र्ये उपभोगता यावीत, असे वातावरण निर्माण करून त्या स्वातंत्र्यांचे संरक्षण करणे हे सरकारचे कर्तव्य असते.

कोणत्याही विशिष्ट व्यक्तिगटांत सत्ता केंद्रित झाल्यास हे स्वातंत्र्याचे संरक्षण होऊ शकत नाही. त्याकरिता सत्तेचे विकेंद्रीकरण हे तत्त्व लोकशाहीत अवलंबिले जाते. ज्याप्रमाणे कायदेमंडळ व कार्यकारीमंडळ यांच्या कार्यकक्षा स्वतंत्र आहेत, त्याचप्रमाणे लोकशाहीत न्यायसंस्था (Judiciary) ही स्वतंत्र असते. कायदेमंडळात व कार्यकारी मंडळात राजकारणी लोक कार्यरत असतात, तर न्यायसंस्थेतील न्यायाधीश (जज्जेस) हे त्यांच्या शैक्षणिक व व्यक्तिगत क्षमतेवर नेमले जातात आणि सत्ताधारी पक्षांत बदल झाला, तरी त्यांच्या कार्यकक्षेत आकस्मिक बदल संभवत नाहीत. न्यायसंस्थेच्या या

स्वातंत्र्यामुळेच न्यायाधिकारी (judges) आपल्या विवेकास अनुसरून कोणत्याही दबावाशिवाय निर्णय घेऊ शकतो. 'कायद्यासमोर समानता' हे तत्त्वही न्यायसंस्थेच्या स्वतंत्र कार्यक्षमतेला बळकटी आणते.

मतदानाच्या पद्धती (Methods of Voting)

आधुनिक लोकशाही ही प्रातिनिधिक संस्थांच्या मार्फतच कार्यरत असते. परंतु पूर्वी थेट लोकशाही पद्धतही अस्तित्वात होती.

थेट लोकशाही (Direct Democracy) म्हणजे राज्य, शहर अथवा इतर राजकीय संस्था यांचा कारभार लोकांच्या थेट सहभागाने चालविणे. यात लोकांचा राजकीय कारभारात थेट सहभाग अभिप्रेत असतो. ग्रीक नगरराज्ये, काही प्राचीन भारतीय राज्ये ही या प्रकारची उदाहरणे आहेत. ज्या ठिकाणी भू-भाग लहान आहे. लोकवस्ती कमी आहे आणि त्यामुळे सर्व लोक वारंवार एकत्र येऊ शकतील, अशाच ठिकाणी ही पद्धत अस्तित्वात येऊ शकेल. सद्यपरिस्थितील मोठा भू-प्रदेश, मोठी लोकसंख्या अशा राज्यांत ही थेट लोकशाही पद्धत अस्तित्वात येऊ शकत नाही तेथे 'प्रतिनिधिक लोकशाही' किंवा 'Indirect Democracy' अस्तित्वात असते. अशा लोकशाहीत राज्याचा कारभार लोकांच्या प्रतिनिधींमार्फत केला जातो.

सर्वसाधारणत: आधुनिक लोकशाहीत प्रौढ मतदान पद्धतीनेच निवडणुका आयोजित केल्या जातात. या पद्धतीत विशिष्ट वय पूर्ण केलेली व्यक्ती, (१८ वर्षे पूर्ण) स्त्री किंवा पुरुष ही साधारण निवडणुकीत मतदान करण्यास पात्र असते. या पात्रतेव्यतिरिक्त जाती, वंश, भेद, लिंग, भाषा, प्रादेशिकता, मालमत्ता यांबाबतीत कोणतेही बंधन असत नाही. या सर्व पात्र मतदारांचा एकत्रित असा Electorate बनतो. आता प्रश्न उद्भवतो की हे प्रतिनिधी कसे निवडावयाचे? त्याच्या दोन पद्धती आहेत. १) भू-भागाचे विशिष्ट प्रतिनिधित्व (Territorial Representation) व २) उद्योगानुरूप प्रतिनिधित्व (Functional Representation)

भू-भागाधारित प्रतिनिधित्वाच्या पद्धतीत देशाच्या भूभागाचे साधारणत: समान लोकसंख्येचे भाग केले जातात. त्याला मतदारसंघ (Constituency) असे म्हणतात. प्रत्येक मतदार संघातील मतदार आपला प्रतिनिधी निवडतात. या भू-भागामध्ये परिस्थितीनुरूप काही बदल घडू शकतात. पण तसे बदल घडताना ते एका विशिष्ट राजकीय पक्षाला फायदेशीर अगर तोटा होईल, असे नसतात. ही पद्धत तशी सोपी. मतदारांना आपला प्रतिनिधी कोण आहे, याची स्पष्ट कल्पना येते. परंतु या पद्धतीत काही वेळा स्थानिक प्रश्नांना प्राधान्य मिळून राष्ट्रीय पक्षांना प्राधान्य न मिळता मतदान होण्याची शक्यता नाकारता येत नाही.

उद्योगप्रधान प्रतिनिधी निवडपद्धतीत मतदारसंघांची विभागणी उद्योगांवर आधारित असते. त्यामागची भूमिका उद्योगांना प्रतिनिधित्व मिळावे ही असते. पण ही पद्धती अतिशय क्लिष्ट असल्यामुळे प्रचलित नाही. समाजातील शेतकरी, कामगार, व्यापारी, उद्योगपती, शिक्षक, वैद्यकीय व्यावसायिक अशा विविध उद्योगांचे मतदारसंघ स्थापन करतात. या विविध उद्योगांतील व्यक्तींचे हितसंबंध जोपासण्याकरिता त्यांचे प्रतिनिधी सरकारात प्रतिनिधित्व करतात. विशिष्ट उद्योगांच्या हितसंबंधांविषयी या प्रतिनिधींचे मत विचारात घेतले जाते व त्यानुरूप योजना आखल्या जातात. या पद्धतीला मान्यता देणारे लोक म्हणतात, भौगोलिक प्रतिनिधित्वामध्ये सर्वच उद्योगांचे प्रतिनिधित्व केले जाईल, असे नाही. त्यामुळे या उद्योगप्रधान प्रतिनिधित्वाच्या पद्धतीला ब्रिटनमधील श्रेणी समाजवाद (Guild Socialist) चा पाठिंबा होता. कारण विविध उद्योगांच्या गिल्डस अस्तित्वात होत्या. या प्रकाराला हुकूमशाहीत जास्त पाठिंबा मिळतो. लोकशाही पद्धतीत मात्र भौगोलिक प्रतिनिधीत्वाला प्राधान्य दिले जाते. अर्थात विविध उद्योगांच्या हितसंबंधी योजनांबद्दल त्या उद्योगाच्या प्रतिनिधी संस्थांशी सल्लामसलत केली जाते, त्यांचे म्हणणे विचारात घेतले जाते.

या प्रतिनिधींचा निर्णयप्रक्रियेतील सहभाग किती मर्यादेपर्यंत असावा? त्यांचे निर्णयप्रक्रियेवर पूर्णत: नियंत्रण असावे का, याबाबत मतवैविध्य आहे.

१) प्रतिनिधित्वाच्या विचारधारा (Representation Theories) : अभिजनवादी प्रतिनिधित्वाचा विचार या विचारांचा उद्गाते म्हणून थॉमस हॉब्ज व अलेक्झांडर हॅमिल्टन यांची नावे घेता येतील. त्यांचा भर समाजात शांतता व सुव्यवस्था नांदावी, यांवर होता. हॉब्ज तर राजसत्तेची भलामण करीत असे. या विचारात ज्ञानी आणि सद्गुणी माणसांच्या हाती सत्ता असावी असे मत मांडले गेले, कारण असे लोकच सार्वजनिक हिताचे उत्तम रक्षण करू शकतील. लोकांच्या प्रतिनिधींचा सहभाग जनमताचा कानोसा घेऊन त्यांचे मत सरकारपर्यंत पोहोचविणे या मर्यादेतच होता. हा विचार अभिजनवादी (elitist) होता. त्यामुळे निर्णयप्रक्रियेत लोकप्रतिनिधींचा सहभाग नव्हता. या विचाराला लोकशाहीत स्थान आहे, कारण निर्णयप्रक्रियेत जनमत विचारात घेतले जाते.

२) पुराणमतवादी विचार (Conservative Theory of Representation) : या विचाराचे अध्वर्यू एडमंड बर्क आणि जेम्स मॅडिसन हे होते. हे विचार काहीसे प्रागतिक स्वरूपाचे होते. यात निर्णयप्रक्रियेवर लोकांचे काहीसे नियंत्रण होते. परंतु निर्णयप्रक्रियेत थेट सहभाग नव्हता. हा विचारही अभिजनवादीच म्हणायास हवा, कारण यात अभिजनांमधूनच प्रतिनिधी निवडण्याची लोकांना मुभा होती. लोकांनी या प्रतिनिधींना आपले मत कळवावे, पण त्यांना लोक सूचना करू शकत नव्हते. हे प्रतिनिधी शेवटी

त्यांना पटेल ते मत निर्णय प्रक्रियेत व्यक्त करीत. या व्यवस्थेत प्रतिनिधींचे कार्य समाधानकारक नसेल, तर त्याला परत बोलावून त्याच अभिजन गटातील अन्य व्यक्तीस प्रतिनिधित्व देण्याची सोय होती.

३) प्रतिनिधित्वाचा उदारमतवादी विचार (Liberal Theory of Representation) : या विचाराचे समर्थक म्हणून जॉन लॉक आणि थॉमस जेफरसन यांची नावे घेता येतील. हा विचार लोकशाही व्यवस्था खऱ्या अर्थाने अमलात आणतो. देशातील सर्व लोकांना / मतदारांना समान लेखून, 'एक व्यक्ती एक मत'' या पद्धतीने मतदान केले जाते व प्रतिनिधी निवडले जातात. उदारमतवादी विचारात जनतेच्या शहाणपणावर (Wisdom) भरवसा ठेवला जातो. जनतेने निवडून दिलेले प्रतिनिधी हे त्या जनतेमार्फत सरकारात काम करीत असतात. या अर्थाने जनतेने निवडून दिलेले प्रतिनिधी त्यांचे खरेच प्रतिनिधित्व करीत असतात. स्वत:चे व्यक्तिगत मत मांडण्याऐवजी लोकांचे मत सरकारपर्यंत पोहोचविणे त्यांच्याकडून अपेक्षित असते.

४) प्रतिनिधित्वाचा प्रागतिक विचार (Radical Theory) : रुसो आणि डाव्या विचारांचे लोक हा विचार मांडतात. त्यांचा लोकांच्या शहाणपणावर (Wisdom) विश्वास असतो. पण त्यांनी निवडून दिलेले प्रतिनिधी योग्य तऱ्हेने जनमताचे प्रतिनिधित्व करतील, यावर त्यांचा भरवसा नसतो. प्रतिनिधी निवडताना लोकांचा शहाणपणा विविध कारणांमुळे कार्यान्वित होऊ शकणार नाही, अशी त्यांना भीती वाटते. म्हणून ते थेट लोकशाही व्यवस्थेला मान्यता देतात.

मतदान पद्धती :

प्रातिनिधिक लोकशाही पद्धतीत निवडणुकांद्वारे मतदान होऊन त्याद्वारे लोक आपल्या प्रतिनिधीची निवड करतात. अशा प्रतिनिधींचेच सरकार बनते. म्हणजेच या निवडणुकांद्वारा गठित सरकारच्या मागे जनशक्तीची संमती असते. आधुनिक काळात या जनसंमतीला फार महत्त्व आले आहे व त्यामुळे कित्येक बिगरलोकशाही व्यवस्थादेखील निवडणुका आणि मतदानाचा देखावा करून आपल्या सरकारलाही जनसंमती असल्याचा देखावा करतात. निवडणुकीची खरी परीक्षा, खरा निकष म्हणजे मतदान करण्याकरिता मतदारांपुढे काही पर्याय उपलब्ध आहेत का, हा असतो. काही बिगर लोकशाही देशांत निवडणुकांचा देखावा (force) केला जातो. उदा. सोव्हिएट युनियनमध्ये १९८० सालापर्यंत कम्युनिस्ट पक्षच उमेदवार निवडीत असे. पर्यायी उमेदवार नसे. आहे तो उमेदवार मान्य की अमान्य् एवढाच पर्याय मतदारांपुढे होता. परंतु १९८०नंतर जेव्हा स्वतंत्र उमेदवारांना निवडणूक लढण्याची संमती दिली, तेव्हापासून तेथील हुकूमशाही पद्धतीचे विघटन झाले.

लोकशाही व्यवस्थेत गुप्त मतदान पद्धतीने मतदान होते. गुप्त मतदान पद्धतीत मतदार

आपल्या मुक्त इच्छेनुसार कोणत्याही दबावाखाली न येतात मतदान करू शकतो. गुप्त पद्धतीने मतदान झाल्यानंतर मतदान पद्धतीनुसार मतमोजणी होऊन जागा वाटपानुरूप विजयी उमेदवार घोषित होतात. सर्वसाधारणत: तीन मतदानपद्धती अस्तित्वात असतात. १) बहुलता पद्धती (Plurality System) २) बहुमत पद्धती (Majoritarian System) ३) प्रमाणशीर प्रतिनिधित्व (Proportional Representation)

1) बहुलता पद्धती (Plurality System) : या पद्धतीला साधे बहुमत पद्धती (Simple Majority System) असेही म्हणतात. जर जागा एक आणि उमेदवार दोन असतील, तर या पद्धतीत काही अडचण असत नाही. कारण जादा मते मिळविणारा उमेदवार विजयी घोषित केला जातो. परंतु तीन किंवा अधिक उमेदवार एका जागेसाठी स्पर्धक म्हणून असतील, तर ज्या उमेदवाराला जास्तीत जास्त मते मिळतील, तो विजयी. त्याला ५०% हून अधिक मते मिळविण्याची आवश्यकता नसते. ही पद्धती जास्तीत जास्त लोकशाही देशांत प्रचलित आहे. ब्रिटिश हाऊस ऑफ कॉमन्स, अमेरिकन हाऊस ऑफ रिप्रेझेंटेटिव्ह्ज, भारतीय लोकसभा, विधानसभा यांचे प्रतिनिधी या पद्धतीने निवडले जातात. या पद्धतीच्या विरोधकांचे म्हणणे आहे की, अल्पसंख्याक उमेदवार निवडून येण्याची शक्यता या पद्धतीमुळे फार कमी होते व त्यांना योग्य प्रतिनिधित्व मिळत नाही. उलट या पद्धतीचे समर्थक म्हणतात, या पद्धतीमुळे द्वि-पक्ष पद्धती वाढीस लागून सक्षम सत्ताधारी पक्ष आणि कार्यक्षम विपक्ष निर्माण होऊ शकतो.

२) बहुमत पद्धती (Majoritarian System) : या पद्धतीत विजयी उमेदवाराला पूर्ण बहुमत मिळाले पाहिजे. म्हणजे झालेल्या खऱ्या (Valid) मतदानाच्या ५०% मते मिळालीच पाहिजेत. वरील प्रमाणेच एका जागेसाठी दोन उमेदवार असतील, तर काही प्रश्न नाही. पण तीन किंवा जास्त उमेदवार असतील व त्यातील कोणालाही स्पष्ट बहुमत मिळाले नाही, तर विजयी उमेदवार घोषित करण्यासाठी दोन मतमोजणीच्या पद्धती आवश्यक ठरतात.

अ) **एकाआड एक मत (Atternative vote) :** या पद्धतीत मतदाराला आपल्या इच्छेनुसार उमेदवार निवडीचे प्राधान्यक्रमाने मत मतपत्रिकेवर दर्शवावे लागते. म्हणजेच उमेदवाराच्या नावांपुढे १,२,३ असे आकडे लिहावे लागतात. If no candidate gets absolute majority by first preferrence votes, the candidate who gets the least number of first preferrences is eliminated and the next preferrences of his or her voters are added to the first preferrences of those candidates.

ही पद्धत कोणत्याही उमेदवाराला स्पष्ट बहुमत मिळतोपर्यंत पुन:पुन्हा वापरली जाते.

ब) **द्वितीय मतदान पद्धती (Second Ballot System) :** या पद्धतीत मतदार एकाच उमेदवाराला मतदान करतो - जर कोणीही उमेदवार स्पष्ट बहुमत मिळवू शकला नाही, तर विजयी उमेदवार घोषित करण्यासाठी Second Ballat System वापरतात.

लोकशाही संदर्भात विविध विचारप्रणाली

प्राचीन लोकशाही विचारप्रणाली सामान्यत: लोकशाहीकडे एक सरकारचा प्रकार म्हणून पाहत असे. आणि त्या प्रकाराला नैतिक अधिकार देण्याचा प्रयत्न असे. परंतु आधुनिक लोकशाहीला काही सामाजिक अनुभवातून निर्माण झालेल्या संकल्पनांचा आधार असून त्यांचा नैतिक दृष्टिकोनातून विचार केलेला दिसतो.

लोकशाहीबाबत विविध विचारवंतांनी आपले विचार मांडले आहेत.

१) अभिजनवादी लोकशाही विचार (Elitist Theory of Democracy) : समाजात दोन प्रकारचे गट कार्यरत असतात. **एक अभिजन,** हे समाजात अल्पसंख्य असतात. परंतु त्यांचा समाजावर फार मोठा प्रभाव असतो व **दोन जनसामान्य,** सामान्य लोक. हे बहुसंख्य असतात आणि त्यांच्यावर अभिजनांचे नियंत्रण असते, सत्ता चालते. 'अभिजन' (Elite) आणि 'सामान्यजन' (Masses) असे उल्लेख समाजातील श्रेष्ठ व कनिष्ठ गटांचे संदर्भात प्रथम पॅरेटो याने आपल्या The Mind and Society या पुस्तकात केल्याचे आढळते. असाच उल्लेख Gaetano Mosco यानेही केल्याचे दिसते. तो म्हणतो, कोणत्याही प्रकारचे सरकार असो, समाज दोन भागांत विभागलेला असतो. एक अभिजन आणि दुसरे सामान्य जन. अभिजन हे सत्ताधारी असून ते सामान्य जनांवर सत्ता गाजवितात. समाजातील जास्तीत जास्त सत्ता, संपत्ती आणि श्रेष्ठत्व (Prestige) या अभिजनांमध्ये एकवटलेले असते. मिशेल (Michel) आपले विचार हा विचारवंत आपल्या Iron Law of Oligarchy या प्रसिद्ध पुस्तकाद्वारे मांडतो. तो म्हणतो, समाजातील कोणतीही संस्था / संघटना ही समाजातील अभिजनांद्वारेच चालविली जाते, कारण या थोड्या लोकांच्या अंगी बहजुनांना आपल्याबरोबर नेण्याची कला असते. सामान्य लोक हे निरुत्साही, स्थिरवादी, गुलामगिरी वृत्तीचे असतात; तर अभिजन हे उत्साही, उच्चतम क्षमता असणारे व कोणत्याही क्षेत्रांत कार्यक्षम असणारे असे असतात. त्यामुळेच ते सत्ताधारी असतात.

लोकशाहीचे अनेक प्रणेते अभिजनवादी लोकशाहीतील चांगल्या बाबींचा प्रतिवाद करू शकले नाहीत. त्यामुळे त्यांनी लोकशाही तत्त्वांशी अभिजनवादातील चांगल्या गोष्टींचा समन्वय घातला. या नव्या विचाराला त्यांनी अभिजनवादी लोकशाही 'Democratic Elitism' असे नाव दिले. कार्ल मॅनहेम हा विचारवंत या विचाराला पाठिंबा देताना म्हणतो, अभिजनांची सत्ता असली, तरी समाजातील लोकशाहीचे स्वरूप कायम राहू

शकते. अभिजनांनी योजना आखाव्यात आणि त्या कार्यान्वित कराव्यात. या पद्धतीत लोकांचा थेट सहभाग नसला, तरी आपल्या इच्छा-आकांक्षा आणि हितसंबंध अभिजनांपर्यंत ते पोहोचवू शकतात आणि हेच लोकशाही व्यवस्थेचे गमक आहे.

जॉन शुम्पीटर म्हणतो, लोकशाहीत लोकांचे नेतेच सर्व निर्णय घेत असतात. या निर्णयप्रक्रियेत लोकांचा प्रत्यक्ष सहभाग असत नाही. त्यामुळे निर्णय घेणाऱ्या नेत्यांचा एक गट आणि सामान्यांचा दुसरा गट अशी विभागणी होतेच. लोकशाही व्यवस्थेत आपले प्रतिनिधी / नेते निवडून देण्यापर्यंतच लोकांचा सहभाग असतो. लोकशाहीत नेतृत्वाला अनियंत्रित सत्ता लोकांवर चालविता येत नाही, कारण त्यांना लोकोपयोगी योजना राबवून आपल्या नेतृत्वाचा मतदारांवरील प्रभाव कायम राखावयाचा असतो. पण तरीही आपल्या इच्छेनुरूप नेते निवडून देण्याखेरीज सामान्य लोक काहीही करू शकत नाहीत.

रेमंड अरॉन (Raymond Aron) आपल्या Social Structure and Ruling Class या पुस्तकात उदारमतवादी लोकशाहीबद्दल लिहीताना म्हणतो, रशियातील व्यवस्थेमध्ये सत्ताधारी हे समाजातील श्रेष्ठीजनच (Elite) असतात, पण पाश्चात्त्य उदारमतवादी लोकशाहीत हे सत्ताधारी श्रेष्ठीजन बहुविध वर्गातून आलेले असतात. रशियन व्यवस्थेत सत्ताधारी श्रेष्ठीजन हे सर्व कम्युनिस्ट पक्षाचे असतात. पाश्चात्त्य लोकशाहीत समन्वयाचे राजकारण करावे लागते, कारण समाजातील बहुविध वर्गाचे प्रतिनिधींचे हितसंबंध वेगवेगळे असतात. या विचारात कोणतीही व्यवस्था असो, शेवटी सत्ता ही श्रेष्ठीजनांच्याच हाती असते. अर्थात त्यांना आपल्या जबाबदारीची योग्य जाणीव ठेवावी लागते. त्यांना सामान्य जनांच्या मतांची कदर करावीच लागते, कारण विपक्षातील लोक त्यांच्या होणाऱ्या चुकांचे भांडवल करून सत्ताबद्दल करू शकतात.

Giovanni Sartori आपल्या Democratic Theory या पुस्तकात शुम्पीटर याने मांडलेल्या विचारांना अनुमोदन देतो. तो म्हणतो, लोकशाहीतील श्रेष्ठीजनांच्या सत्ताग्रहणामुळे सामाजिक लोकशाहीवर कोणताही परिणाम होत नाही. तो म्हणतो, प्रशासन हा खरोखरीच सक्षम नेतृत्वानेच चालविण्याचा भाग आहे. सामान्य लोकांनी असे सक्षम नेते आपले प्रतिनिधी म्हणून निवडावेत. सारटोरीच्या मते, लोकशाहीला भीती नेतृत्वामुळे नाही, तर नेतृत्वाच्या अभावामुळे असते. कारण त्या वेळी सामान्य जनांचे दुष्प्रवृत्त लोक शोषण करतात.

२) बहुविध गटांचा लोकशाही विचार (Pluralist Theory of Democracy) : लोकशाही समाजव्यवस्थेत बहुविध हितसंबंधीयांचे गट कार्यरत असतात. प्रतिनिधी निवडून सत्तेवर आलेल्या श्रेष्ठीजनांची निर्णयप्रक्रियेत केंद्रित सत्ता असते, असा जरी एक समज असला, तरी विविध हितसंबंधी गटांचा विचार घेऊनच

निर्णयप्रक्रिया राबविली जाते. त्यामुळे सत्ता राबविताना व निर्णय घेताना विविध गटांशी समन्वय साधावा लागतो, हितसंबंधांचे आदान-प्रदान (Bargaining) करावे लागते. शिवाय समाजात इतरही महत्त्वाचे गट कार्यरत असतात. या बहुविध गटांच्या लोकशाही विचारात सामाजिक योजना व कार्यवाही ही केंद्रित पद्धतीने होत नाही, तर नानाविध गटांच्या समन्वयातून होते. या संकल्पनेचे विचारवंत म्हणतात, आता लोकशाही व्यवस्था आणि श्रेष्ठीजनांची लोकशाही व्यवस्था यांत सुधारणा करणे आवश्यक आहे. कारण आता लोकप्रतिनिधी किंवा समाजातील श्रेष्ठीजन हे निर्णय करू शकत नाहीत. तर या निर्णयप्रक्रियेत समाजातील विविध हितसंबंधी गटांचा महत्त्वाचा सहभाग असतो. पुढे जाऊन हे विचारवंत म्हणतात, राज्यव्यवस्थेचा कोणताही प्रकार असो, समाजोपयोगी योजनांमध्ये ज्या गटाचे प्राबल्य असेल, त्यानुसारच योजना आखल्या जातील. उदा. उत्पादकांचे हितसंबंध ग्राहकांच्या हितसंबंधांपेक्षा जास्त जोपासले जातील, कारण उत्पादकांचा गट संघटित, आणि प्रभावी असतो. हा विचार ट्रुमन, रॉबर्ट डाल्ह (Dahi) या विचारवंतांनी आपल्या लिखाणातून मांडला.

३) जनसहभागाचा लोकशाही विचार (Participatory Democracy) : लोकशाही विचारांत जनतेचा राजकीय सहभाग अभिप्रेत असतो. परंतु जेव्हा प्रातिनिधिक लोकशाही व्यवस्था अस्तित्वात आली, तेव्हा एकदा प्रतिनिधी निवडून दिले, की सामान्य लोकांमध्ये एक प्रकारची उदासीनता आढळू लागते. श्रेष्ठीजनांच्या लोकशाहीत (Elitist Theory) लोकांचा सहभाग अपेक्षितच नसतो. परंतु जनसहभागाच्या विचारात जनतेचा राजकीय सक्रिय सहभाग अपेक्षित असतो. ज्या वेळी योजना आखण्यात आणि त्या कार्यान्वित करण्यात जनतेचा सक्रीय सहभाग असतो, त्या वेळी ती जनसहभागाची लोकशाही म्हटली जाते. प्रातिनिधिक लोकशाहीत मतदान करणे, उमेदवार म्हणून उभे राहणे, प्रचार करणे या निवडणुकीशी संलग्न बाबी; तसेच समाजोपयोगी कार्यात सहभाग याला राजकीय सहभाग असे संबोधले जाते. सामान्य लोकही निषेध मोर्चे, विविध चळवळी ज्यांयोगे सरकारचे लक्ष वेधले जाईल अशा चळवळीत भाग घेणे, हेही जनसहभागाचे लक्षण मानले जाते. शांततापूर्ण असहकार, नागरी असहकार आणि सत्याग्रह या गोष्टीही लोकांचा राजकीय सहभाग दर्शविते.

रुसो हा जनसहभागी लोकशाहीचा पहिला पुरस्कर्ता मानला जातो. रुसो म्हणतो, सार्वभौमत्व हे लोकांमध्येच स्थित असते. ते अ - हस्तांतरणीय असते व त्यामुळे जन सार्वभौमत्व हे त्यांच्या प्रतिनिधीत परावर्तित होऊ शकत नाही. ते लोकांचे केवळ प्रतिनिधित्व करतात. लोकांची सामूहिक इच्छा ध्वनित होतील, अशा योजना आखण्यासाठी आणि कार्यान्वित करण्यासाठी हे प्रतिनिधी असतात.

सध्याच्या जनसहभागी लोकशाही संकल्पनेचे विचारवंत म्हणतात, प्रातिनिधिक

लोकशाहीमध्ये जनसहभागाला फारच कमी वाव असतो. त्यांना निर्णयप्रक्रियेत सामावून घेतले जात नाही. त्यांना राजकीय घडामोडी व समाजोपयोगी योजना यांची माहिती असत नाही. त्यामुळे त्यांचा राज्यकारभारावर परिणामकारक वचक राहत नाही. पर्यायाने प्रतिनिधींचे फावते आणि भ्रष्टाचार व इतर अनिष्ट प्रथा प्रशासनांत शिरतात. जागरूक नागरिकांचा राजकीय सहभाग ही सामाजिक हिताचीच बाब आहे.

समाजवादी / साम्यवादी देशांत जनसहभागी लोकशाही ही संकल्पना श्रेष्ठीजनांच्या लोकशाहीचे संकल्पनेचा प्रतिसाद म्हणून अस्तित्वात आली. साम्यवादी देशांत Vanguard of the Proletariat हे लेनिनचे तत्त्वच समाजातील दोन भागांचे महत्त्व सांगून जाते आणि समाजाची श्रेष्ठ / कनिष्ठ ही Elitist Theory तील वर्गवारीवर शिक्कामोर्तब करते. जनसहभागी लोकशाहीमध्ये नेतृत्व आणि सामान्य जन यांच्यातील फरक कमी करण्याचा प्रयत्न असून, नेत्यांनी सामान्य लोकांची इच्छाआकांक्षा जाणून घेऊन, विविध योजना लोकांपर्यंत पोहोचवाव्यात, अशी अपेक्षा असते. साम्यवादी गणराज्य 'People's Repablic' किंवा 'लोकशाही गणराज्य' 'Democratic People's Republic' हा जनसहभागी लोकशाहीचाच एक भाग आहे. चीनमध्ये तर माओत्से तुंग याने लोकहिताच्या चळवळींना मान्यता देऊन 'mass line' ही कल्पना पुढे केली, ज्याअन्वये नेते आणि पक्ष कार्यकर्ते हे लोकांच्या सान्निध्यात यावेत आणि त्यांनी लोकांच्या इच्छा-आकांक्षा माहीत करून घ्याव्यात, असे अभिप्रेत होते.

४) मार्क्सवादी लोकशाहीची संकल्पना / विचार (Marxist Concept of Democracy) : मार्क्सवाद आधुनिक उदारमतवादी लोकशाही विचाराला नकार देतो. कारण उदारमतवादी लोकशाही शेवटी भांडवलशाहीला प्रोत्साहन देते आणि भांडवलशाही व्यवस्थेत समाजातील बहुसंख्य वर्ग म्हणजेच कामगार वर्ग हा सत्तेला वंचित होतो. मार्क्सवादी लोक उदारमतवादी लोकशाहीवर ती 'bourgeois democracy' ('बुर्ज्वा वर्गाची लोकशाही') आहे, अशी टीका करतात. मार्क्स आणि एंजल्स म्हणतो, आधुनिक लोकशाहीतील कार्यकारी मंडळे ही बुर्ज्वा लोकांचे हितसंबंध रक्षण करणाऱ्या कॉर्पोरेट समित्याच आहेत.

जॉन प्लॅमेनात्झ (Plamenatz) याने आपल्या 'Democracy and Illusion' या पुस्तकांत 'लोकशाही' कशी निष्फळ आहे, याची कारणमीमांसा केली आहे. तो चार कारणे देतो की, ज्यामुळे या उदारमतवादी लोकशाहीत / केवळ धनिकांच्याच हिताचे रक्षण होते.

१) ज्या देशांत मोठ्या प्रमाणावर आर्थिक विषमता असते, तेथे सरकारवर धनिकांचाच प्रभाव असतो आणि सत्ता त्यांचेच हाती असते, कारण धनिकच आपल्या मुलांना उत्तम शिक्षण देऊ शकतात आणि त्यांना सत्ता आणि अधिकाराच्या जागा

मिळण्यासाठी सक्षम बनवू शकतात.

२) ज्या राजकीय व्यवस्थेत मोठ्या संघटनांमार्फत कारभार चालतो, त्या वेळी त्या संघटनातील अधिकाराच्या जागा ह्या नेते पुढारी यांनाच मिळतात. त्यातील सामान्य कार्यकर्त्यांच्या वाट्याला सत्ता किंवा अधिकार येत नाही.

३) ज्या वेळी आर्थिक विषमता समाजात असते, तेव्हा सत्तेच्या आणि अधिकाराच्या जागी विराजमान झालेली व्यक्ती कितीही नम्र असो, तळागाळातून आलेली असो, तिच्या आशा-आकांक्षा पल्लवित होतात आणि ती अधिकाधिक व्यक्तिगत उत्कर्षाच्या मागे लागून तिचा जनसंपर्क तुटतो.

४) सत्ता आणि अधिकाराची पदे ही तुम्हाला असलेल्या समाजाच्या आणि एकूणच घडामोडींच्या माहितीवर अवलंबून असतात. धनिकांना हे माहिती तंत्रज्ञान आपल्या मुलांना देणे किंवा त्याच्या वितरणावर नियंत्रण ठेवणे हे शक्य असते.

आर्थिक विषमता नाहीशी करता आली, तर उदारमतवादी लोकशाही विचार हा खरा लोकशाही विचार ठरू शकेल. परंतु मार्क्सवादी विचारवंत ही शक्यता कदापिही मान्य करण्यास तयार नसतात. कारण त्यांचे मते लोकशाही आणि भांडवलशाही हातात हात घालूनच चालत असतात. शिवाय भांडवलशाही उत्पादनपद्धतीत केवळ धनिकांचे आर्थिक हितसंबंध जोपासले जात असल्याने, त्यांना पाठिंबा देणारे लोकशाही व्यवस्थेत हितसंबंधी गट असतात. लोकशाहीत दोन परस्परविरोधी गट कार्यरत असतात. एक - भांडवलदार धनिकांचा 'आहे रे' चा आणि दुसरा कामगार गरीबांचा 'नाही रे' चा. उदारमतवादी लोकशाही व्यवस्थेतील राजकीय सत्ता ही भांडवलदारांच्या हातातील कळसूत्री बाहुली असते. परंतु सामान्य बहुसंख्य जनांचा आपल्या सत्तेला पाठिंबा असावा (legitimacy), म्हणून ते 'सामान्य जनांचे सार्वभौमत्व' असा फसवा, दिखाऊ प्रचार करीत असतात. समाजातील सर्व स्तरांतून आपल्या सत्तेला पाठिंबा असल्याचा आभास निर्माण करीत, प्रत्यक्षात मात्र ही लोकशाही भांडवलदारांचे हितसंबंध जपत असते.

उदारमतवादी लोकशाही राजकीय समतेचा आभास निर्माण करते. आपली सत्ता भांडवलदार आणि कामगार किंवा सामान्य जनांचे समान हितसंबंध राखते. हा आभास निर्माण करण्याकरिता राजकीय समता या तत्त्वाचा उपयोग करते. धनिक आणि गरीब यांना सारखाच मताधिकार असल्याने, गरीब लोकांची अशी समजूत होते की, हे सरकार आपलेही हितसंबंध जोपासते. परंतु मार्क्सवादी लोक म्हणतात, गरीब कामगारांमध्ये हा भ्रम केवळ आपल्या सत्तेला अधिमान्यता (legitimacy) मिळावी, म्हणून निर्माण केला जातो. परंतु वास्तवात तसे नसते. जॉन मॅग्वायर (John Maguire) आपल्या (Marx's Theory of Politics' या ग्रंथात म्हणतो, 'आधुनिक काळातील समाजाचे सर्व वर्गाचे प्रतिनिधित्व करणारे सत्ताधारी, कामगार वर्गाचेही ते प्रतिनिधित्व करतात, असे म्हणतात,

तेव्हा ते लोकांना भ्रमात ठेवतात आणि स्वत:ची फसवणूक करून घेतात.' जोपर्यंत भांडवलशाही उत्पादनपद्धती अस्तित्वात आहे, तोपर्यंत भांडवलदार (Capitalist) आणि कामगार (Proletariat) हे दोन वर्ग समाजात राहतील. भांडवलदारांचा प्रभावी वर्ग आणि कामगारांचा त्यांचेवर अवलंबून असलेला वर्ग. राज्य हे प्रभावी वर्गाचेच हितसंबंधाचे रक्षण करील, हे वास्तव आहे.'

उदारमतवादी लोकशाहीमध्ये प्रौढ मतदान, कालबद्ध निवडणुका, विचारस्वातंत्र्य आणि आविष्कारस्वातंत्र्य इत्यादी राजकीय समतेचा पुरस्कार करणारी व्यवस्था आहे. परंतु समाजातील आर्थिक संबंधांचे परिवर्तन होईल, आर्थिक विषमता कमी होईल किंवा दूर होईल, असे कोणतेही मार्ग या लोकशाहीत अस्तित्वात नाहीत. उलट मतदानाचा सर्वांना अधिकार देण्याची पश्चिमी देशांची कल्पना ही त्यांना जेव्हा खात्री झाली, की प्रौढ मतदानपद्धतीमुळे समाजातील आर्थिक संबंधांमध्ये काहीही फरक होणार नाही, तेव्हाच त्यांनी अस्तित्वात आणली.

आपल्या State and Revolution या पुस्तकात लेनिन म्हणतो.

'ही लोकशाही श्रीमंताची, अल्पसंख्याकांची लोकशाही आहे. ही भांडवलदारांची लोकशाही आहे... ही गोष्ट मार्क्सने आपल्या विचक्षण बुद्धीने जाणली. तो म्हणतो, या लोकशाहीत शोषित वर्गाला आपला प्रतिनिधी निवडण्याची संधी दिली जाते. याचाच अर्थ असा, की शोषितांच्या कोणत्या प्रतिनिधीचे संसदेत शोषण करावयाचे, याची माहिती देणे होय.'

एकूण मार्क्सवादी विचारांप्रमाणे उदारमतवादी लोकशाहीत वर्गसंघर्ष नाहीसे करणे शक्य नाही. ही वर्गव्यवस्था चालू ठेवण्याची रीत आहे. त्यामुळे कायम भांडवलदार वर्गाचाच प्रभाव सत्तेत राहील आणि कामगारांचे शोषण चालूच राहील, असा निष्कर्ष निघतो. मग यातून मार्ग काय?

५) कामगारवर्गाची हुकूमशाही किंवा कामगारांची लोकशाही : कार्ल मार्क्स म्हणतो, राज्याच्या कोणत्याही प्रकारात उघडपणे वा सुप्तपणे हुकूमशाहीची बीजे असतातच. राज्यातील सत्ताधारी वर्गावरून राज्याचा प्रकार ठरतो.

भांडवलदारांच्या सत्तेवरील प्रभावामुळे 'भांडवलदारांची लोकशाही' किंवा 'भांडवलदारांची हुकूमशाही' अस्तित्वात येते. वस्तुत: हे दोन्ही प्रकार एकच! कारण त्यामधून सत्तेवरील विशिष्ट वर्गाच्या प्रभावाची आपणास कल्पना येते. आता ज्या सत्तेवर कामगारांचा प्रभाव असेल, जेथे कामगारांची सत्ता असेल, तो प्रकार, 'कामगारांची लोकशाही' वा 'कामगारांची हुकूमशाही'. या प्रकारात सत्तेवर कामगारांचे प्रभुत्व असते. यशस्वी कामगार क्रांतीनंतर भांडवलशाही व्यवस्था नष्ट करून तेथे कामगारांची हुकूमशाही स्थापन होईल, असे मार्क्सचे भाकित होते. अर्थात समाजवादी समाजव्यवस्था निर्माण

करण्याकरिता, समाजातील वर्गविग्रह दूर करण्यासाठी, तसेच समाजातील सर्व लोक शोषणमुक्त करण्यासाठी व शेवटी समाजातील सर्व घटक एकमेकांच्या सहकार्याने आणि सौहार्दाने सर्व व्यवहार पार पाडतील, अशी समाजस्थिती निर्माण होऊन, 'राज्य विरत जाईल', कारण राज्याचे प्रयोजनच राहणार नाही, ही स्थिती येण्यासाठी 'कामगारांची हुकूमशाही' ही अंतरिम अवस्था मार्क्सला अभिप्रेत होती.

कामगारांची हुकूमशाही ही हुकूमशाहीच्या सर्वसामान्य संकेताहून फारच भिन्न असते. सर्वसाधारणत: हुकूमशाही व्यवस्था म्हटले की; कमालीचा स्वार्थीपणा, अनैतिकता, बेजबाबदार हुकूमशाही आणि मनमानी करून सर्व राजकीय संकेतांना फाटा देऊन, राज्य करणारा सत्ताधारी ही प्रतिमा उभी राहते. परंतु कामगारांच्या हुकूमशाहीतील चित्र वेगळे असते. उत्पादनाच्या साधनांचे सामाजिकीकरण, उत्पादनाचे शास्त्रशुद्ध नियोजन. हे नियोजन लोकांच्या गरजा लक्षात घेऊन केलेले असते. रोजगाराची हमी, शैक्षणिक सुविधा, निवारा आणि आरोग्य सुविधा, सर्वांना पुरविण्यांत येतील याची हमी, शास्त्रीय शोध आणि तंत्रज्ञान यांचा झपाट्याने विकास, की ज्यायोगे उत्पादनक्षमतेत लक्षणीय वाढ होईल या गोष्टींना कामगारांच्या हुकूमशाहीत प्राधान्य दिलेले असते. समाजातील सर्व लोकांचा विचार करून, त्यांना जीवनोपयोगी गोष्टींचा पुरवठा करून त्यांना सुखी जीवन व्यतीत करण्यास साहाय्य करणारी ही व्यवस्था सर्वसामान्यपणे अर्थ असलेल्या 'हुकूमशाही' या सदरात मोडत नाही. ही लोकशाही व्यवस्थाच म्हणावी लागेल, कारण लोकशाही म्हणजे बहुजनांची जनसामान्यांची सत्ता असा अर्थ असेल, तर कामगारांची हुकूमशाही ही व्यवस्था भांडवलशाही राज्यापेक्षा लोकशाहीशी जास्त जवळीक दर्शविते. Henri Lefebure आपल्या Sociology of Marx या पुस्तकांत म्हणतो, 'कामगारांची हुकूमशाही म्हणजे खरी लोकशाही, (Concrete democracy). बहुसंख्याकांचा अल्पसंख्याकांवर प्रभाव. उदारमतवादी लोकशाहीत याच्या नेमका उलट प्रकार असतो. त्यात अल्पसंख्य भांडवलदारांचा बहुसंख्य कामगारांवर प्रभाव असतो. कामगारांच्या हुकूमशाहीला दंडसत्तेचा वापर करावा लागतो, कारण प्रतिक्रांतिकारी शक्तींशी, तसेच अंतर्गत भांडवलदारांशी त्यांना आपली सत्ता स्थिर ठेवून, समाजहिताची कामे करण्याकरिता संघर्ष करावा लागतो. अन्यथा या व्यवस्थेची सर्व लक्षणे लोकशाही पद्धतीचीच आहेत. माओ-त्से - तुंग म्हणूनच चिनी राज्यव्यवस्थेस 'लोकांचे गणराज्य' (People's Republic) असे संबोधितो.

वस्तुत: कामगारांची हुकूमशाही किंवा Dictatorship या शब्दांत मार्क्सला रोमन शब्दाचा अर्थ अपेक्षित आहे. आपत्कालीन परिस्थितीत विशिष्ट उपाययोजना म्हणून एका व्यक्तीच्या हाती सर्व सत्ता काही कालावधीपर्यंत केंद्रित करणे, हा तो अर्थ. या अर्थाला अनुलक्षून कामागरांची हुकूमशाही ही काही कालावधीपुरती विशिष्ट कार्याकरिता

अस्तित्वात आलेली असते. यशस्वी समाजवादी क्रांतीनंतर ज्या वेळी उत्पादनांच्या साधनांचे सामाजिकीकरण होईल, उत्पादनांचे प्रकार, योजना बदलतील, त्या वेळी कामगारांच्या हुकूमशाहीत भांडवलशाही नष्ट होईल. 'नाही रे' वर्गाची सत्ता प्रस्थापित होऊन, आता 'नाही रे' वर्गाचे शोषण थांबून, 'आहे रे' वर्गावर 'नाही रे' वर्गाचे वर्चस्व निर्माण होईल. खाजगी मालमत्ताच नाहीशी झाल्यावर समाज शोषणमुक्त होईल. कारण खाजगी मालमत्ता हाच सर्व प्रकारच्या शोषणाचा पाया आहे. समाजात उच्च दर्जाचे सहकार्याचे संबंध आपापसात निर्माण होतील, अशी अपेक्षा आहे. अर्थात समाज परिवर्तनातील ही मोठी झेप आहे. नव्या समाजव्यवस्थेत वर्गविग्रह संपेल. काही काळ वर्गव्यवस्था संपूर्णपणे नष्ट होण्यास लागेल. पण त्यातील संघर्षाचे स्वरूप नाहीसे होईल.

जोपर्यंत वर्गव्यवस्था पूर्णपणे विलय पावत नाही, तोपर्यंत कामगारांची हुकूमशाही ही कार्यरत राहील. मात्र समाजातील सर्व लोकांना 'कामगार' हाच दर्जा देण्यात येईल. त्यातून समाजातील उच्च-नीच वर्गवारी नाहीशी होईल. सर्व लोकांनावर प्रशासकीय दृष्ट्या नियंत्रणाची व्यवस्था या कामगारांच्या हुकूमशाहीमार्फत बजाविली जाईल.

६) लोकांची लोकशाही संकल्पना (Concept of People's Democracy) : लोकशाही ही लोकांची, लोकांनी चालविलेली व लोकांकरिता कार्यान्वित केलेली व्यवस्था. त्यामुळे 'लोकांची लोकशाही' हा पुनरुक्तीचा दोष वाटतो. पण उदारमतवादी लोकशाही ही भांडवलदारांची लोकशाही असते, तर लोकांची लोकशाही हा शब्दप्रयोग मार्क्सच्या तत्त्वज्ञानात आढळतो. उदारमतवादी लोकशाही किंवा बुर्ज्वा लोकशाही हे खऱ्या लोकशाहीचे भ्रष्ट स्वरूप आहे, असे मार्क्स मानतो. कार्ल मार्क्स खऱ्या लोकशाहीत समान हितसंबंधांची (homogeneous interests) जपणूक झाली पाहिजे, असे मानतो. पण वर्गविग्रह आणि वर्गसंघर्ष असलेल्या समाजात समान हितसंबंध असणे शक्य नाही, असे त्याचे मत होते. त्यामुळे खरी लोकशाही संकल्पना ही एक तर वर्गविरहित समाजव्यवस्थेत अस्तित्वात येऊ शकेल किंवा समाजवादी समाजव्यवस्थेत अस्तित्वात येईल, ज्यात कामगारांचे हितसंबंध जोपासले जातील.

यशस्वी समाजवादी क्रांतीनंतर भांडवलशाहीवादी लोकशाही नष्ट होईल आणि त्या जागी कॅम्प्युन पद्धती निर्माण केली जाईल. कम्युनमधील सभासदांची सर्व बाबतीत सामाईक मालकी असते. प्रचलित पद्धतीत कम्यून म्हणजे छोटे-छोटे गट, जे आपले सर्व व्यवहार स्वतंत्रपणे पाहतील. ते आपले प्रतिनिधी शहर किंवा जिल्हा समितीवर निवडून देतील. या समित्या राज्य, राष्ट्र पातळीवर आपले प्रतिनिधी निवडून देतील. या पद्धतीला 'Pyramidal Structure of Direct democracy' असे म्हटले आहे. या पद्धतीत सर्व प्रतिनिधी आपापल्या कम्युनमधील मतदारांना जबाबदार असतील. आपल्या मतदार-संघांतील मतदारांना प्रतिनिधींना परत बोलाविण्याचा हक्क होता. ही पद्धत रशियामध्ये

सुरुवातीच्या काळात, तसेच चीनमध्येही सुरवातीच्या काळात कार्यान्वित होती. परंतु पुढे ती बंद पडली.

दुसऱ्या महायुद्धानंतर पूर्व युरोपातील अल्बानिया, बल्गेरिया, झेकोस्लोव्हाकिया, पूर्व जर्मनी, हंगेरी इत्यादी देशांनी रशियन प्रारूपात हुमूशाही ही आपली व्यवस्था स्थापन केली. तसेच उत्तर कोरिया, मंगोलिया, व्हिएतनाम, येमेन, युगोस्लाव्हिया या देशांनीही समाजवादी पद्धत अमलात आली. या देशातील कम्युनिस्ट पक्ष तेथील राज्यव्यवस्था पाहत असे. पण हे देश आपली व्यवस्था 'लोकांची लोकशाही' असे संबोधून, ती उदारमतवादी लोकशाहीपेक्षा भिन्न आहे, असे दर्शविते. आणि खरोखरीच या समाजवादी राष्ट्रांत कामगारांचे सामाईक हितसंबंध जोपासले जात. (कामगार या संज्ञेत पुढे शेतकरी कष्टकरी, गरीब आदि शोषित लोक यांचा समावेश झाला व भांडवलदार सोडून इतर सर्व गरीब लोक त्यांत समाविष्ट झाले). समाजवादी सरकारे / कम्युनिस्ट सरकारे समाजातील गरीब वर्गाचे सामाईक हितसंबंध लक्षात ठेवून काम करू लागली. समाजात गरीब वर्ग हा बहुसंख्य, त्यामुळे बहुजनहिताय राबविलेली व्यवस्था ही 'लोकांची लोकशाही' 'People's Democracy' म्हटली जाऊ लागली. उदारमतवादी लोकशाहीत भांडवलदारांचे हितसंबंध जोपासले जातात. पण या समाजवादी व्यवस्थेत लोकशाहीचा खरा अर्थ (लोकांचे लोकांकरिता आणि लोकांनी चालविलेले प्रशासन) वास्तवात आणला जातो. तो फरक स्पष्ट करण्यासाठी या प्रकाराला 'People's democracy' असे म्हटले जाते. लोकांची लोकशाही ही खऱ्या अर्थाने आपले लक्ष लोककल्याणावर केंद्रित करीत असते. हे लक्षात घेऊन याला 'Substantive Democracy' असेही म्हटले जाते. जर उदारमतवादी लोकशाही ही 'आभासी लोकशाही' (Virtual democracy) असेल, तर 'लोकांची लोकशाही ही 'वास्तवातील खरी लोकशाही' (Real Democracy) म्हणावी लागेल.

मार्क्सवादाची लोकशाहीवरील टीका (Marxist Critique of Democracy)

वरील सर्व चर्चा लक्षात घेतली, तर मार्क्सवादी लोकशाही विचारावर सडकून टीका केली जाते. लोकशाहीत 'जनतेचे सार्वभौमत्व' हा घटक पायाभूत असतो. आणि ही गोष्ट मार्क्सवादी, तसेच भांडवलदार यांना मान्य असते. मार्क्सवादी लोकशाहीत 'People's democracy' असा शब्दप्रयोग वापरीत असले, तरी 'लोक' या शब्दात कामगारवर्ग व इतर बहुसंख्य गरीब वर्ग अभिप्रेत असतो. त्यांचे अधिकार त्यात अनुस्यूत असतात, परंतु नवीन उदयास येणारा मध्यम वर्ग किंवा भांडवलदार यांच्याबद्दल विचार केला जात नाही. म्हणजेच खऱ्या अर्थाने ही मार्क्सवादी लोकशाही व्यवस्था लोकांचे सार्वभौमत्व मान्य करीत नाही. तर ही बहुसंख्य कामगार, शेतकरी, गरीब वर्गाची म्हणजेच 'कामगारांची हुकूमशाही' व्यवस्था असते. लोकशाहीत सर्व वर्गांचे हितसंबंध राखले

जातात. तसेच सरकारमध्ये समाजातील सर्व विभागांना प्रतिनिधित्व दिले जाते. पण मार्क्सवादी विचारात कामागारवर्गाचेच हितसंबंध जोपासले जातात आणि त्यामुळे व्यक्तिस्वातंत्र्यावर अनेक नियंत्रणे येतात. एका विशिष्ट पक्षीय व प्रशासकीय शिस्तीत लोकांचे व्यवहार चालत असल्यामुळे, उदारमतवादी लोकशाहीपेक्षा सामाजिक न्यायाच्या दृष्टिकोनातून मार्क्सवादी व्यवस्था उजवी किंवा सरस असली, तरी तिला कोणत्याही निकषावर 'लोकशाही' म्हणता येणार नाही.

भविष्यातील समाज हा वर्गविरहित, संघर्षविरहित आणि राज्यविरहित असेल, असे मार्क्सचे स्वप्न होते व त्या मार्गात कामगारांची हुकूमशाही ही एक अंतरिम योजना आहे, असे त्याचे भाकित होते. विसाव्या शतकात रशिया आणि चीन या दोन देशांत 'कामगारांची हुकूमशाही' स्थापन होईल, हे भाकित खरे ठरले. मार्क्सचे भविष्यातील समाजाचे स्वप्न मानवाच्या सहकारी वृत्तीवर, त्याच्या नैसर्गिक उदारतेवर आधारित होते. परंतु या सौहार्द्रपूर्ण सहकारी तत्त्वावर आधारलेल्या समाजव्यवस्थेच्या निर्माणाकरिता प्रस्थापित अंतरिम 'कामगाराच्या हुकूमशाहीत' एवढ्या मोठ्या प्रमाणावर सत्तास्पर्धा, राजकीय सत्ताधारी आणि भांडवलदार विरोधकांचाच नव्हे, तर पक्षांतर्गत विरोध नाहीसा करण्यासाठी प्रचंड नहसंहार झाला. मार्क्सचे 'राज्य विरून जाईल', हे भाकित मात्र कोठेही दृष्टिपथात नाही. शिवाय १९६० साली रशिया आणि चीन यांच्यात तीव्र वैचारिक मतभेद झाले. या सर्व पार्श्वभूमीवर कामगारांच्या हुकूमशाहीत हुकूमशाहीचीच लक्षणे अधिक दिसतात. लोकशाहीची लक्षणे नाममात्र नाहीत. १९८० सालानंतर Glassnost आणि Perestroika या योजनांद्वारा मार्क्सवादी कम्युनिस्ट पक्षाची मक्तेदारी संपविण्याचा प्रयत्न झाला, पण त्यानंतर लगेचच रशियाचे विघटन झाले. परंतु चीनमधील People's Democracy अद्यापही चिनी कम्युनिस्ट पक्षाची पकड मजबूत ठेवण्यात व त्याच वेळी जागातिक बाजारपेठांतील आपला सहभाग वाढवण्यात यशस्वी झालेली दिसते. पण कोणत्याही परिस्थितीत त्यांचीही पावले राज्यविरहित समाजव्यवस्थेच्या मार्गावर पडताना दिसत नाहीत.

मार्क्सवादी विचारानुसार भांडवलशाहीचा विनाश तिच्यातील अंतर्विरोधामुळे होईल, असे भाकीत होते. परंतु हे घडले नाही आणि मार्क्सवादी क्रांत्या या भांडवलशाही परिपक्व असलेल्या देशात न होता, रशिया व चीन यांसारख्या औद्योगिक दृष्ट्या मागास भागात झाल्या. यावरून असे दिसते की, भांडवलशाही व्यवस्थेला लोकांचा सामाजिक, सांस्कृतिक व नैतिक दृष्ट्या सुप्त पाठिंबा असतो. लोकांचा भांडवलशाही व्यवस्थेतील मूल्यव्यवस्थेवर भरवसा असतो व त्यातून राजसत्ता लोकांचा पाठिंबा मिळवू शकते. एक मार्क्सवादी विचारवंत म्हणतो, मार्क्सवाद्यांनी केवळ क्रांती करून राजसत्ता हातात घेण्याने काहीच साधणार नाही, तर प्रथम ही भांडवलदार वर्गाची समाजातील प्रभावी मूल्यव्यवस्था

बदलली पाहिजे, नष्ट केली पाहिजे व नंतरच राजकीय क्रांती केली पाहिजे; तरच समाजपरिवर्तन होऊ शकेल.

७) लोकशाहीची प्रागतिक संकल्पना : (Radical Theory of Democracy) :

ही लोकशाहीची प्रागतिक कल्पना मॅक्फर्सन या राजकीय विचारवंताने मांडली. कार्यपद्धतीविषयक लोकशाही (Procedural Democracy) आणि वास्तववादी लोकशाही म्हणजेच मार्क्सवादी लोकशाही (Substantive Democracy) यांच्यातील प्रमुख तत्त्वांचा समन्वय साधून हा विचार मांडला गेला असावा.

मॅक्फर्सन लोकशाहीचा एक नवा विचार मांडतो. हा मानवतावादी विचार आहे. मनुष्य प्राण्याला सांप्रतच्या भांडवलशाही स्पर्धेच्या धकाधकीतून मुक्त करून, मानवी सर्जनशीलतेचा विकास होईल, अशा नव्या समाजव्यवस्थेची आवश्यकता तो अधोरेखित करतो. भांडवलाहीचा सम्यक अर्थ सांगताना तो म्हणतो, पाश्चात्त्य लोकशाही व्यवस्थेची दोन महत्त्वाची अंगे आहेत.

१) उच्च उपयुक्तता वापराचे तत्त्व (Utility maximization principle) आणि **२) उच्च सत्तावापराचे तत्त्व** (Power maximization principle)

यातील पहिल्या तत्त्वानुसार मनुष्य हा आपल्या गरजा शमविण्याचा प्रयत्न करणारा ग्राहक, म्हणजे आपल्या इच्छांची पूर्ती व्हावी, म्हणून उत्पादित गोष्टींचा वापर करणारा, असे अमर्याद इच्छांचे एक गाठोडे असतो. त्यामुळे या तत्त्वानुसार जास्तीत जास्त उत्पादन करणाऱ्या स्पर्धात्मक भांडवलशाहीची निर्मिती झाली. कारण या अमर्याद इच्छांची पूर्ती करण्याकरिता अमर्याद उत्पादनाची आवश्यकता भासणार. दुसऱ्या तत्त्वानुसार मनुष्य हा केवळ ग्राहक नसून, तो कृतिप्रवण व सर्जनशील अस्तित्व असतो. मनुष्याच्या या गुणावरून मॅक्फर्सन म्हणतो, मनुष्याचे अंगी दोन प्रकारच्या गुणांचा वास असतो. एक माणसाची स्वत:ची विकासक्षमता व २) माणसाची दुसऱ्या माणसावर सत्ता गाजवून त्याचेकडून काम करून घेण्याची क्षमता.

मॅक्फर्सन म्हणतो, भांडवलशाही व्यवस्थेत अशा तऱ्हेचे सामाजिक वातावरण असते, की ज्यात मालमत्तेची मालकी नसणाऱ्या वर्गाला अत्यंत कमी विकासक्षमता असते, पण जे जमीन आणि भांडवल यांचे मालक असतात, त्यांची दुसऱ्या माणसावर सत्ता गाजवून काम करून घेण्याची क्षमता फार मोठी असते. प्रत्यके व्यक्ती आपल्या क्षमतांची मालक असते व आपल्या क्षमतांचा वापर ती स्वत:करिताच करते आणि त्या स्वत:च्या असल्यामुळे त्याबाबत समाजाचा काहीही प्रश्न नसतो, असे उपयुक्ततावादी किंवा व्यक्तिवादी विचार आणि उदारमतवादात अभिप्रेत असते. हीच कल्पना पुढे व्यक्तिव्यक्तीतील स्पर्धात्मक आर्थिक व्यवस्थेला (Market Economy) जन्म देते.

साध्या व सरळ मालाच्या उत्पादनाकरिता जास्त भांडवल लागत नसल्याने किंवा क्लिष्ट तंत्रज्ञानाची आवश्यकता नसल्याने, प्रत्येक व्यक्ती हा आपल्या मालाचे उत्पादन करणारा कामगार, तसेच उत्पादित मालाचा मालक या दोन्ही भूमिका बजावतो. पण ज्या वेळी मालाच्या उत्पादनासाठी मोठ्या भांडवलाची गरज असते व उत्पादनप्रक्रिया गुंतागुंतीची असते, त्या वेळी उत्पादनाची मालकी आणि श्रमाची मालकी यांत भिन्नता निर्माण होते. भांडवलाचा व उत्पादनांच्या साधनांची मालकी असणारा भांडवलदार हा उत्पादनाचा मालक असतो व मालाचे उत्पादन करणारा श्रमांचा मालक कामगार हा त्या उत्पादनाच्या मालकीपासून वंचित होतो. तो त्यापासून परात्म (alienate) होतो. श्रम हा एक उत्पादनातील घटक (Commodity) होतो. श्रमिकाजवळ श्रमाशिवाय दुसरे काही उपजीविकेचे साधन नसल्यामुळे त्याला आपले श्रम भांडवलदाराला विकावे लागतात. त्यामुळे त्याच्या सर्जनशीलतेला काहीही वाव राहत नाही. मानवाला या सर्जनशीलतेची उपजत देणगी मिळालेली असते. तिचा या भांडवलशाहीवादी लोकशाहीत काहीही उपयोग न होता ती कुजत पडते.

मॅक्फर्सन म्हणतो, उदारमतवादी लोकशाहीत लोकांच्या राजकीय व नागरी हक्कांवर त्याचे रक्षण करण्यावर प्रमुख भर असतो, तसे समाजवादी लोकशाही व्यवस्थेत होत नाही. उत्पादनाच्या साधनांची सामूहिक मालकी, आर्थिक समतेला प्राधान्य देणारी असते. मॅक्फर्सन या दोन्ही प्राधान्यक्रमांना एकत्रित करून एक नवी लोकशाही व्यवस्था स्थापन करावी, असे म्हणतो. समाजवादी लोकशाहीतील उत्पादनाच्या सामूहिक मालकी हक्काचे तत्त्व आणि उदारमतवादी लोकशाहीतील भांडवलदारांच्या शोषणाला अटकाव करून, मानवी सर्जनशीलतेला आविष्कृत होण्यास वाव मिळेल, अशी ही व्यवस्था असेल. सामाजिक न्यायावर आधारित योजनांना या व्यवस्थेत प्राधान्य द्यावे लागेल. उत्पादनाची वितरणव्यवस्था ही व्यक्तींच्या गरजेनुसार केली जाईल. भांडवलशाही व्यवस्थेतील आर्थिक नफ्यावर लक्ष ठेवून नाही. थोडक्यात या नव्या लोकशाहीत समाजवादी लोकशाही व उदारमतवादी लोकशाही व्यवस्थांमधील चांगल्या तत्त्वांचा समन्वय अपेक्षित आहे. हे अर्थातच लोकशाहीचे आदर्श स्वप्न आहे, परंतु ते वास्तवात येणे अतिशय अवघड आहे. नॉर्मन बेरी हा विचारवंत म्हणतो, मॅक्फर्सनच्या विचारांत वास्तवातील अस्तित्वात असणाऱ्या लोकशाही व्यवस्थांशी सांगड घालण्याऐवजी, तो लोकशाहीच्या 'आदर्श विचारां' शी सांगड घालण्याचा प्रयत्न करीत आहे आणि हे अस्तित्वात येणे अशक्य आहे.

आदर्श लोकशाही प्रस्थापित करावयाची असेल, तर ती केवळ राजकीय संस्थांचे स्वरूप बदलण्याने किंवा उत्पादनपद्धतीत बदल करून करता येणार नाही. त्याकरिता समाजातील सर्व क्षेत्रांत सर्वंकष बदलाची आवश्यकता आहे. राजकीय आणि कायदेशीर क्षेत्रांत घटनात्मक संस्थांत परिवर्तन करून, आर्थिक क्षेत्रात समाजवादी लोकशाही

पद्धतीतील उत्पादन नियोजनाद्वारे आणि सांस्कृतिक क्षेत्रात समाजात नव्या मूल्यव्यवस्थेचा प्रसार करून उदा. मानवी समता, इत्यादी नवीन मूल्यांचा प्रसार करून ही व्यवस्था प्रस्थापित करावी असा विचार आहे. अर्थात असा हा विकासाचा मार्ग अत्यंत अवघड आहे.

८) चर्चात्मक पद्धतीची लोकशाही (Deliberative Democracy) : चर्चात्मक पद्धतीच्या लोकशाहीचा विचार मायकेल वॉल्झर, जे. कोहेन, जे रॉजर्झ या व इतर काही आधुनिक राजकीय विचारवंतांनी मांडला. यात लोकशाहीच्या दोन महत्त्वाच्या घटकांवर भर दिला आहे. एक, लोकशाही म्हणजे लोकांची सत्ता (People's rule) आणि दोन, लोकशाही म्हणजे व्यक्तिस्वातंत्र्याचा आधार (Bulwork of Personal Freedom). लोकशाही व्यवस्थेचे काही समर्थक निर्णयप्रक्रियेतील लोकांच्या सहभागाला (लोकांची सत्ता) प्राधान्य देतात, तर इतर काही समर्थक निर्णयप्रक्रियेतील लोकांचा सहभाग हा उत्स्फूर्त असला, तरी त्यात व्यक्तिस्वातंत्र्याला (Personl Freedom) पूर्ण वाव असला पाहिजे, असे मत व्यक्त करतात. या व्यक्तिस्वातंत्र्यामध्ये विचार स्वातंत्र्य, वृत्तपत्र स्वातंत्र्य, संघटना स्वातंत्र्य, धार्मिक स्वातंत्र्य, मालमत्ता स्वातंत्र्य, मतदान स्वातंत्र्य, तसेच शासकीय अधिकार पदासांठी निवडणूक लढण्याचे स्वातंत्र्य इत्यादी स्वातंत्र्ये अभिप्रेत आहेत.

लोकशाहीतील निर्णयप्रक्रियेद्वारा लोकांच्या इच्छा-आकांक्षा ध्वनित होणे अपेक्षित असते. त्या दृष्टिकोनातून संस्थांची उभारणी केली जाते आणि नियमही तयार केले जातात. त्याचबरोबर लोकशाहीत व्यक्तिस्वातंत्र्याला महत्त्व दिले जाते आणि लोकांचे हक्क आणि स्वातंत्र्य यांचे रक्षण केले जाते. या संस्थात्मक उभारणीत आणि कार्यपद्धतीत तसेच निर्णयप्रक्रियेत प्रत्येक व्यक्तीचे स्वतंत्र मतही विचारात घेतले जाते. लोकशाही व्यवस्थेत न्यायदानाचे स्वातंत्र्य, सत्तेचे विकेंद्रीकरण, सत्तानियंत्रण आणि सत्ता समतोल या तत्त्वांचाही आदर केला जातो.

या नव्या चर्चात्मक लोकशाहीच्या विचारांत कोणतेही निर्णय किंवा निर्णयप्रक्रियेत लोकांच्या सहभागाचा प्रामुख्याने विचार झाला पाहिजे. हा सहभाग उत्स्फूर्त असला पाहिजे. यात जास्तीत जास्त लोक सहभागी असले पाहिजेत. हा सहभाग केवळ स्वार्थी हेतूने नसावा, तर तो सामूहिक हित लक्षात घेऊन घेतलेला असावा. यात आपले मत लोकांना सांगून, लोकांचे मत जाणून घेऊन, त्यातून योग्य निर्णय घेण्यास सहकार्य मिळावे, ही अपेक्षा आहे. एकमेकांशी बोलून आपले मत लोकांच्या गळी उतरवून किंवा आपल्या मतात काही चूक असल्यास ती दुरुस्त करून, चर्चेद्वारे योग्य निर्णयाप्रत येण्यास ही चर्चात्मक लोकशाही प्राधान्य देते. या व्यवस्थेत राजकीय नेतृत्वालाही योग्य निर्णय घेण्यास मदत होते, कारण या चर्चेद्वारे लोकांच्या सहभागातून लोकांच्या इच्छा-आकांक्षांचे प्रदर्शन होते व निर्णय त्यानुसार घेतले जातात. शिवाय या चर्चा स्वतंत्र मुक्त वातावरणात होत असल्यामुळे अशा निर्णयात व्यक्तिस्वातंत्र्यही अनुस्यूत राहाते.

१२ | सत्ता आणि अधिकार

Power and Authority

सत्ता म्हणजे काय ?

बट्रांड रसेल हा विचारवंत सत्तेची व्याख्या करताना तो म्हणतो : 'सत्ता म्हणजे आपल्याला पाहिजे तसे परिणाम घडविण्याची / निर्माण करण्याची क्षमता. (Power as the production of intended effects). 'सत्ता' या संकल्पनेत व्यक्ती किंवा व्यक्तिगटाची स्वतःच्या इच्छेनुसार परिणाम घडवून आणण्याची क्षमता अभिप्रेत आहे. 'सत्ता' या शब्दाचा / संकल्पनेचा वापर सर्वसाधारण व्यवहारात अनेक तऱ्हेने केला जातो. उदा. आपण अनेकदा म्हणतो मानवाची नैसर्गिक किंवा भौतिक गोष्टीवरील सत्ता, तसेच एका माणसाची दुसऱ्या माणसावर सत्ता इत्यादी. बहुतेक विचारवंत ही संकल्पना एका मानवाची दुसऱ्या मानवावर सत्ता याच अर्थाने वापरतात. एच्. व्ही. वाईसमन (H. V. Wiseman) सत्तेची व्याख्या करतो : 'एखाद्या व्यक्तीची विरोधाला न जुमानता आपली इच्छा पूर्ण करण्याची क्षमता.' अशीच काहीशी व्याख्या स्टीफन वॉस्बी (Stephen Wasby) हा विचारवंत करतो : 'सत्ता या संकल्पनेत एखाद्या व्यक्तीची दुसऱ्या व्यक्तीच्या इच्छेला न जुमानता कृती करण्याची क्षमता अभिप्रेत असते.''

सत्तेचे हे सर्व अर्थ दुसऱ्या व्यक्ती किंवा व्यक्तिगटाच्या इच्छेविरुद्ध एखाद्या व्यक्ती किंवा व्यक्तिगटाची कृती करण्याची समर्थता दर्शवितो. परंतु ते एकांगी आहे. सत्तेला कायमस्वरूपी आणि परिणामकारक परिमाण लाभावयाचे, तर ते अधिकाराचे (Authority) स्वरूप घेते. अधिकारात वैधानिकता अंतर्भूत असते, किंवा सामावलेली असते (legitimacy). याचाच अर्थ स्वेच्छेने केलेले नियमांचे पालन करणे अभिप्रेत असते. म्हणजेच लोकांकडून स्वेच्छेने नियमांचे पालन करवून घेण्याची क्षमता. सत्तेला अभिप्रेत असणारा हा वैधानिक अधिकार आणि लोकांची मान्यता यातूनच नियमांचे उत्स्फूर्त पालन, योजना आखणे आणि कार्यान्वित करणे या गोष्टी होत असतात. ज्या वेळी या वैधानिक अधिकारांचे उल्लंघन होते, तेव्हाच दंडशक्ती (Power) (सत्ता) वापर

अपरिहार्य ठरतो. त्यामुळे सत्ता, अधिकार आणि वैधानिकता यांचा परस्परसंबंध लक्षात घेतला पाहिजे.

सत्ता, अधिकार आणि वैधानिकता (Power, Authority and Legitimacy) :

अधिकारात दोन घटक असतात. एक सत्ता आणि दोन वैधानिकता. वैधानिकता किंवा वैधानिक मान्यता याचा अर्थ कोणताही नियम, योजना किंवा निर्णय हा समाजातील घटकांना आपल्या हिताचा वाटतो. त्याचबरोबर समाजाच्या हिताचा वाटतो. म्हणून त्याला ते मान्यता देतात व उत्स्फूर्तपणे पालन करतात. सत्ता या संकल्पनेत कोणताही निर्णय किंवा नियमांचे लोकाकडून त्यांच्या इच्छेविरुद्ध पालन करून घेणे अभिप्रेत असते. मॅक् आयव्हर आपल्या The Web of Government या पुस्तकात 'सत्ता' या संकल्पनेची व्याख्या करतो. 'कोणत्याही संबंधांत (relationship) विवक्षित निर्णय अमलात आणवून घेण्याची किंवा सेवा उपलब्ध करून देण्याची क्षमता.' सत्तेमध्ये बळाचा वापर अभिप्रेत असतो. परंतु लोकांची सेवा किंवा निर्णयाचे पालन हे जेव्हा लोकांना पटते, की ती सेवा किंवा निर्णय हा आपल्या हिताचा आहे किंवा बरोबर आहे, तेव्हाच ते शक्य असते. सत्ता ही परिणामकारक आणि स्थिर असण्यासाठी तिला लोकांची उत्स्फूर्त मान्यता मिळविण्याची क्षमता असली पाहिजे. ज्या वेळी वैधानिक मान्यताही डावलली जाते, तेव्हाच बळाचा किंवा दंडसत्तेचा वापर करणे अपेक्षित आहे. जर सत्ता ही भीती किंवा दबावतंत्र यांवर आधारित असेल, तर वैधानिक मान्यता (legitimacy) ही लोकांनी नियम पाळण्यात दिलेला आदर व सकारात्मक इच्छाशक्ती यांवर अवलंबून असते. अधिकार हे सत्तेचा परिणामकारक वापर करण्याचे आधुनिक राजकारणातील शस्त्र आहे. (Authority = Power + legitimacy).

सत्तेचे प्रकार (Types of Power)

सामाजिक विश्लेषणात सत्ता ही केवळ राजकीय सत्ताच असत नाही, तर आर्थिक सत्ता आणि तत्त्वज्ञानाधिष्ठित सत्ता समाजात कार्यरत असतात. त्यामुळे राजकीय, आर्थिक आणि तत्त्वज्ञानाधिष्ठित सत्ता हे सत्तेचे प्रकार विचारात घेता येतात.

१) राजकीय सत्ता (Political Power) : राजकीय सत्तेचे दोन प्रकार कल्पिता येतील. एक, औपचारिक सत्ता आणि दोन, अनौपचारिक सत्ता. विधिमंडळ, कार्यकारी मंडळ आणि न्यायव्यवस्था हे तीन राज्याच्या शासन सत्तेचे महत्त्वाचे प्राचीन काळापासून मान्यता असलेले घटक. ते औपचारिक घटक होत. या घटकांनी केलेल्या नियमांचे पालन हा सत्तेचा महत्त्वाचा भाग आहे. या नियमांना दंडसत्तेचे पाठबळ असते. विधिमंडळ आणि कार्यकारी मंडळ एकत्रितरीत्या कायदे, विविध समाजोपयोगी योजना तयार करतात आणि त्या राबवितात. करप्रणाली तयार करून त्यानुसार लोकांकडून त्या करांची वसुली

करणे, विविध उद्योगांसाठी परवाने देणे आणि एकूणच समाजात शांतता व सुव्यवस्था राखण्यासाठी उपाययोजना करणे, विविध प्रकारचे औद्योगिक क्षेत्रांतील व्यवहारांबाबत नियम करणे व या सर्व नियमांची परिणामकारकपणे नागरिकांकडून अंमलबजावणी करून घेणे हे विधिमंडळ आणि कार्यकारी मंडळ करीत असते. कायदा व सुव्यवस्थेचे नियम राबविण्यासाठी, तसेच नियमांचे काटेकोरपणे पालन करून घेण्यासाठी पोलीस यंत्रणा कार्यरत असते. नियमांचे उल्लंघन टाळण्यासाठी, तसेच समाजातील विविध प्रकारचे वाद सोडविण्यासाठी न्यायसंस्था कार्यरत असते. परकीय आक्रमण झाल्यास त्याचा मुकाबला करण्यासाठी सैन्यदले सज्ज असतात. या सर्व घटकांना दंडसत्तेचे पाठबळ असते. हे घटक राज्यांत फार महत्त्वाची कामगिरी बजावतात.

अनौपचारिक राजकीय सत्तेत विविध राजकीय पक्ष, सामाजिक दबावगट, स्वायत्त खाजगी संस्था, सामाजिक चळवळी कार्यरत असतात. त्यामुळे राज्यातील सत्तेचे औपचारिक घटक हे राजकीय सत्तेचे एकमेव अंग नाही, तर समाजात कार्यरत असलेल्या विविध गटांचे म्हणणे, म्हणजेच 'सामाजिक वातावरण' हाही राजकीय सत्तेचाच प्रकार असतो. उदा. औपचारिक घटकांना निर्णय-प्रक्रियेत या दबाव गटांच्या मताचा विचार करावाच लागतो. तसेच लोकशाहीमध्ये या औपचारिक घटकांना विशिष्ट कालावधीनंतर निवडणुकांना सामोरे जावे लागते. जेथे हुकूमशाही कार्यरत आहे, तेथेही लोकांचे म्हणणे फार काळ डावलता येत नाही. अन्यथा लोकांच्या संतापाचा उद्रेक (सामाजिक वातावरण) हुकूमशाही व्यवस्था उलथून पाडून, तेथे लोकांचे राज्य - लोकशाही - प्रस्थापित करू शकतात. आंतरराष्ट्रीय क्षेत्रांत राष्ट्रांचे समूह अशाच दबावगटांचे कार्य पार पाडतात. 'तिसऱ्या जगातील' राष्ट्रे एकत्र येऊन ती जागतिक अधिसत्ता म्हणून मान्यता पावलेल्या देशांना आपली आर्थिक धोरणे व परराष्ट्रीय धोरणे बदलावयास लावू शकतात, हे याचे उदाहरण आहे.

२) आर्थिक सत्ता (Economic Power) : उत्पादनाच्या साधनांची मालकी व वितरण व्यवस्थेतील प्रभाव यांतून भौतिक वस्तूंची मालकी निर्माण होते व त्यातूनच आर्थिक सत्ता निर्माण होते. उदा. मोठे जमीनदार, उद्योगपती. हे आपल्या आर्थिक सत्तेमुळे सार्वजनिक उत्पादनाच्या प्राथम्यासंबंधीच्या निर्णयाबाबत प्रभाव टाकू शकतात. अर्थात हे उदारमतवादी लोकशाहीतच शक्य होते. उदा. भारताच्या बाबतीत बोलावयाचे झाल्यास आर्थिक प्रभावामुळे चैनीच्या वस्तूंच्या उत्पादनाला ग्रामीण विभागातील पाण्यासारख्या जीवनावश्यक प्रश्नापेक्षाही प्राधान्य मिळते.

उदारमतवादी लोकशाहीत तर आर्थिक सत्ता ही राजकीय क्षेत्रांत विविध प्रकारे प्रभाव टाकू शकते. अशा व्यक्तींचे गट हे सुसंघटित, प्रभावी असतात. भारतासारख्या देशांत चेंबर्स ऑफ कॉमर्स सारख्या संस्था, कामगार संघटना, शेतकरी संघटना किंवा

ग्राहक पंचायती यांच्या तुलनेत कितीतरी प्रभावी आहेत. आर्थिक प्रभावामुळे प्रचाराची साधने हाताशी असतात, मालकीची होतात. त्यामुळे विशिष्ट राजकीय पक्षांचा प्रचार बहुसंख्य लोकांपर्यंत पोहोचतो आणि त्या राजकीय पक्षाला अनुकूल असे जनमत बनू शकते. तसेच निवडणुकांदरम्यान प्रचंड आर्थिक मदत विशिष्ट पक्षांना दिली जाते. अशी आर्थिक मदत मिळविणारे / घेणारे पक्ष जेव्हा सत्तेत येतात, तेव्हा ते दुतोंडी खेळ खेळतात. एका बाजूने सामान्यजनांच्या हिताच्या योजना आखताना ते त्यांना आर्थिक मदत देणाऱ्या धनिकांचे हितसंबंध गुप्तपणे सांभाळतात.

३) तत्त्वज्ञानाधिष्ठित सत्ता (Philosophical Power) : तत्त्वज्ञानाधिष्ठित सत्ता राजकीय सत्तेला सुप्तपणे पाया तयार करून देत असते. समाजातील सत्ताधारी वर्ग हा उत्तम प्रशासन चालविण्याच्या दृष्टिकोनातून काही तत्त्वज्ञानाचा अवलंब करतो व हे तत्त्वज्ञान शेवटी लोकांवर ठसविण्याचा प्रयत्न करताना दिसतो. कारण त्यातूनच त्यांच्या राजकीय सत्तेला अधिमान्यता मिळत असते. तत्त्वज्ञानाधिष्ठित सत्तेचा महत्त्वाचा उपयोग म्हणजे त्यातून सत्ताधारी पक्षाला वैधानिक मान्यता (legitimacy) मिळू शकते आणि त्यातून पक्षाची राजकीय सत्ता बळकट होते. जर विशिष्ट पक्ष हा उत्तम प्रशासन चालवितो, असे लोकांचे मनावर ठसले; तर लोकही त्या पक्षाचा अधिकार बिनबोभाट चालवून घेतील आणि त्यातूनच उत्स्फूर्तपणे कायदे, नियम हे पाळले जाऊन राजकीय सत्तेला दंडसत्तेचा वापर करावा लागणार नाही किंवा दंडसत्तेचा किमान वापर करावा लागेल.

राजकीय तत्त्वज्ञान म्हणजे आदर्श तत्त्वांची मालिका. या तत्त्वज्ञानावर श्रद्धा असलेले लोक केवळ संघर्ष करावयास तयार असतात, असे नसून, ते ती तत्त्वे कृतीत आणण्यासाठी, आचरणात आणण्यासाठी, कोणताही त्याग करण्यास सिद्ध असतात. ॲलन बॉल (Alan Ball) हा विचारवंत म्हणतो, 'तत्त्वांवर श्रद्धा असलेले लोक, ती तत्त्वे वास्तवाच्या निकषावर कुचकामी असली तरी, त्याकरिता संघर्ष करावयास तयार असतात किंवा शारीरिक अथवा मानसिक यातना सोसण्यास तयार असतात. कारण त्यांची श्रद्धा असते की, ती विशिष्ट तत्त्वप्रणाली राजकीय मूल्यांच्या दृष्टीने इतरापेक्षा श्रेष्ठ आहे.' तत्त्वज्ञान कित्येक वेळा विवेकावर टिकणारे नसते. काही अनुभव किंवा निरीक्षणे एका विशिष्ट साच्यात बसवून, जे निर्माण होईल ते तत्त्व म्हणजे 'निखळ सत्य' (absolute truth) आहे, अशी लोकांची भ्रामक समजूत करून देऊन, त्यांच्या भावनांना खोटे आवाहनही काही वेळा केले जाते. त्यामुळे काही व्यक्तिगट एखाद्या तत्त्वज्ञानाने भारलेले असले, तरी इतर लोक त्याकडे दुर्लक्ष करण्याची शक्यता असते.

तत्त्वज्ञानाधिष्ठित सत्ता ही समाजातील प्रभावी गटामध्ये लोकांचे विचार आणि भावना कुशलतेने हाताळू शकणारी प्रभावी क्षमता होय. कित्येक वेळी तत्त्वज्ञानाच्या प्रभावाने लोकांची राजसत्तेला मान्यताही मिळविता येते. तत्त्वज्ञानाच्या सत्तेच्या प्रभावाने

लोक काही व्यक्ती, व्यक्तिगट किंवा त्यांनी आखलेल्या योजनांना उत्स्फूर्त मान्यता देतात, असे भासविले जाते. पण वस्तुत: प्रभावी गटाची लोकांना कुशलतेने हाताळण्याची (manipulative power) ती क्षमता असते. मार्क्स The German Ideology मध्ये म्हणतो, 'कोणत्याही कालखंडात राजकीय सत्तेत असलेल्या लोकांच्या कल्पनाच जनमानसावर राज्य करीत असतात. उत्पादनांच्या साधनांची मालकी असलेला समाजातील प्रभावी वर्ग हा लोकांच्या मानसिकतेवरही प्रभाव टाकत असतो.'

अंतोनियो ग्राम्सी या इटालियन विचारवंताची 'Hegemony' (वर्चस्व) ही आधुनिक भांडवलशाही व्यवस्थेला लागू पडणारी संज्ञा हे तत्त्वज्ञानाधिष्ठित सत्तेचेच उदाहरण आहे. Hegemony या संज्ञेत राजकीय सत्ता ही लोकांच्या संमतीनेच वापरली जाते. तो म्हणतो, भांडवलशाही व्यवस्थेत सत्ताधारी वर्गाने जनसामान्यांच्या नैतिक आणि सांस्कृतिक श्रेष्ठत्वाच्या भावना मोठ्या कुशलतेने हाताळलेल्या असतात. या भावना हाताळण्यासाठी त्यांनी चर्च, शिक्षणसंस्था, समाजातील श्रेष्ठीजन यांचा वापर केलेला असतो. त्यामुळे कामगारांच्या पक्षाला अशा तऱ्हेचा प्रभाव टाकणे शक्य नसल्यामुळे यश येऊ शकत नाही. म्हणून केवळ आर्थिक विषमता नष्ट करून सामाजिक परिवर्तन होणार नाही, तर त्याकरिता नैतिक-सांस्कृतिक विचारांमध्ये परिवर्तन घडविणे आवश्यक आहे. राजकीय आणि आर्थिक सत्ताधारी वर्गाने जो या दृष्टीने प्रभाव टाकला आहे, तो नाहीसा करणे आवश्यक आहे.

सत्ता आणि अधिकार (Power and Authority)

सामाजिक आणि राजकीय संकल्पनांच्या क्षेत्रात 'सत्ता' (Power) म्हणजे एखादी गोष्ट घडवून आणण्याची क्षमता आणि आपल्या त्या कृतीद्वारे सामाजिक / राजकीय क्षेत्रांत एकमेकांवर परिणाम घडवून आणण्याची क्षमता. म्हणजेच 'सत्ता' हा एक व्यक्तिनिष्ठ वर्तणुकीचा प्रकार असून व्यक्ती-व्यक्तींमधील सामाजिक संबंधांमधून किंवा संघटनात्मक संबंधांतून निर्माण होतो. रॉबर्ट डाल (Dahl) 'सत्ता' या शब्दाची व्याख्या करताना म्हणतो. 'अ'ची 'ब' वर इतकी सत्ता आहे, की अ ब कडून अशी कृती करून घेऊ शकतो, की जी कृती ब सामान्यत: करणार नाही.' यावरून दोन गुण स्पष्ट होतात की -

अ) सत्ता हा व्यक्तिगत विशेष गुणधर्म आहे.

ब) सत्ता म्हणजे दुसऱ्या व्यक्तीवरील प्रभुत्व. म्हणजेच सत्तेचा वापर करताना इतर व्यक्ती जी कृती सहसा स्वेच्छेने करणार नाहीत, ती कृती आपल्या त्यांच्यावरील प्रभुत्वातून करून घेण्याची क्षमता.

परंतु या व्याख्येला काही विचारवंत विरोध करतात. काही विचारवंत सत्ता ही संघटित शक्ती किंवा क्षमता आहे असे मानतात आणि ती संघटनात्मक किंवा रचनात्मक

व्यवस्थेत स्थित असते, असे मानतात. मार्क्सवादी विचारवंत सत्ता ही समाजात विषम पद्धतीने विभागलेली असते असे मानतात. भांडवलशाही व्यवस्थेत ती वर्ग-व्यवस्थेद्वारा असमान पद्धतीने विभागलेली असते. या व्यवस्थेत उत्पादनाच्या साधनांचे मालक जे भांडवलदार हे सत्ताधारी असतात आणि ते आपली सत्ता मालमत्तेची मालकी नसलेल्या कामगारांवर गाजवितात. वस्तुत: मूल्याचे उत्पादन सर्वस्वी कामगारांच्या श्रमशक्तीमुळे होत असले, तरी त्यांनी उत्पादित केलेल्या अतिरिक्त मूल्याचा फायदा भांडवलदार घेतात, आणि त्यांचे शोषण करतात. स्त्री-वादी (Feminist) विचारवंत सत्ता ही पुरुषप्रधान संस्कृतीत स्थित असल्याचे सांगून म्हणतात, समाजात पुरुषांचे स्त्रियांवरील वर्चस्व किंवा प्रभुत्व हा सामाजिक रचनात्मक भाग असून, पुरुष व्यक्ती आपले प्रभुत्व त्यातून गाजवून स्त्रियांचे शोषण करतात.

काही विचारवंत वरील संकल्पनेतील 'सत्ता म्हणजे दुसऱ्या व्यक्तीवरील प्रभुत्व' या व्याखेचा विचार करताना म्हणतात, सत्ता म्हणजे केवळ दुसऱ्या व्यक्तीवर प्रभुत्व नसून त्याचे वाढविलेले स्वरूप म्हणजे एखादी कृती घडवून आणण्याची क्षमता किंवा संघटनात्मक प्रभावातर्फे कृतीत आणणे असा अर्थ लावतात. (not only as power over, but power to power as an enhanced capacity). हॅना अरेन्डट (Hannah Arendt) या विचारवंताने सत्तेची ही कल्पना मांडली. ती म्हणते, जेव्हा लोक एकमेकांच्या संपर्कात येतात आणि विशिष्ट गोष्टी साध्य करण्याकरता कृती करण्यास उद्युक्त होतात, तेव्हा ही सत्ता किंवा प्रभुत्वाची क्षमता निर्माण होते. म्हणजेच सत्ता ही संकल्पना सामूहिक किंवा संघटनात्मक स्वरूपाची असून त्यात नैतिकदृष्ट्या संघटित मानवी, जबाबदार कृती अभिप्रेत असते.

तालकोट पार्सन (Talcot Parson) हा सामाजिक विचारवंत 'सत्तेचा' अर्थ आणखी वेगळा लावतो. तो आर्थिक व्यवस्थेत पैशाला जे प्राधान्य किंवा प्राथम्य असते, तसे राजकीय व्यवस्थेत 'सत्ते'ला देतो. तो विचार करतो, ज्याप्रमाणे समाजात पैशाचे अभिसरण होते, तसेच सत्तेचे होत असते. म्हणजेच ज्याप्रमाणे ज्या व्यक्तीकडे पैसा जास्त, ती व्यक्ती भौतिक वस्तू तसेच सेवा स्वत:साठी उपलब्ध करून घेऊ शकते; त्याचप्रमाणे ज्यांचेजवळ सत्ता असते ते लोकांकडून राजकीय कर्तव्य बजावून घेऊ शकतात. पार्सन पैशाप्रमाणेच सत्तेच्या समाजातील अभिसरणाच्या गुणावर भर देतो. त्याचप्रमाणे तो त्याच्या संस्थात्मक गुणधर्मावरही (Systemic Character) भर देतो. म्हणजेच सत्ता ही कोणा एका व्यक्तीच्या मालकीची नसून, ती सर्व समाजाच्या मालकीची असते.

'सत्ता' या संकल्पनेवर अनेक विचारवंतांनी उलटसुलट मते मांडली आहेत. त्यात स्टीव्हन ल्युकास (Steven Lucas) म्हणतो, 'सत्ता' ही वादग्रस्त संकल्पना आहे.

ल्युकासच्या मते राजकीय सत्ता तीन विविध दिशांनी व्यक्त करता येते व त्यातूनच ही संकल्पना वादग्रस्त का आहे, याचा बोध होतो.

१) स्पष्टपणे म्हणावयाचे, तर विशिष्ट हितसंबंधी लोकांच्या हातातील सत्ता ही इतरांवर आपले प्रभुत्व, प्रस्थापित करण्यासाठी तसेच आपले हितसंबंध अबाधित राखण्यासाठी गाजविली जाते. आपले हितसंबंध राखण्याकरिता गाजविली जाते.

२) काही वेळा सत्ता अशी वापरली जाते की, सत्ताधारी लोकांच्या हितसंबंधांच्या आड येतील, अशा चर्चाच घडून येणार नाहीत. म्हणजेच सत्तेचा वापर हा लोकशाही व्यवस्थेतही अमूर्त स्वरूपात करता येतो. हा विचार मॉर्टन बॅराट्झ (Morton Baratz) मांडतो. तो म्हणतो, जे राजकीय विचारवंत सत्तेचा पारदर्शी/स्पष्ट अर्थ सांगतात, ते हे विसरतात की, लोकशाही व्यवस्थेत जेथे राजकीय क्षमता हे मूल्य प्रमुख असते, तेथेही काही गटांची सत्ता आपले विरोधी मुद्दे चर्चेस येणारच नाहीत, याची अदृश्यपणे व्यवस्था करू शकतात. काही मागण्या किंवा विचार यांवर लोकांत चर्चा न होईल, असे ते पाहतात. म्हणजेच काही विषय सामान्य लोकांपर्यंत पोहोचू नयेत, याची ते व्यवस्था करतात. त्यामुळे चर्चेतून होणारे निर्णय हे सामूहिक आणि जनमतानेच झाले आहेत, असा आभास निर्माण केला जातो. हा प्रकार 'अदृश्य सत्तेचे प्रभुत्व' या प्रकारचाच मानावा लागेल.

३) यापुढे जाऊन ल्युकास म्हणतो, सत्तेचे प्रभुत्व आणखी एका मार्गाने राबविले जाते. कित्येक वेळा सत्ताधारी गटाचे हितसंबंध एका विवक्षित प्रकारचे असतात. तेच हितसंबंध लोकांनी आपलेच हितसंबंध आहेत, अशा तऱ्हेचे मत बनविण्यासाठी, लोकांच्या मनावर ते ठसविण्यासाठी, सत्तेचा वापर केला जातो. वारंवार अशा तऱ्हेचा प्रचार केल्यामुळे लोकांनाही आपले तेच हितसंबंध आहेत, असे वाटू लागते. यातही सत्तेचा वापर अदृश्यपणे केलेला असतो. ही पद्धत मार्क्सवादी विचारसरणीत 'सत्ते'च्या विश्लेषणात वापरली जाते.

ल्युकास म्हणतो, या विविध प्रकारच्या 'सत्ते'च्या अर्थाच्या समजामुळे 'सत्ता' ही संकल्पना विवाद्य झाली आहे.

सत्ता हे शोषणाचे साधन (Power as meany of Exploitation)

मार्क्सवादी विचारवंत सत्ता हे शोषणाचे साधन आहे, असे मानतात. ज्या भांडवलशाहीप्रणीत देशांत विकसित तंत्रज्ञानाचे आधारे मोठ्या उद्योगांद्वारे गरजेपेक्षा जास्त उत्पादन होते व परिणामी अतिरिक्त मूल्याचे उत्पादन होते, तेथे हे अतिरिक्त मूल्य कामगारांना न देता त्याचा भांडवलदारांकडून अपहार केला जातो, कारण या व्यवस्थेत भांडवलदार 'सत्ता'धीश असतात आणि ते आपली सत्ता कामगारांचे शोषण करण्यासाठी वापरतात.

मार्क्सवादी विचारांचे सत्ता हे शोषणाचे साधन कसे बनू शकते, हे स्पष्ट विवरण आहे. या पद्धतीत केवळ भांडवलदारच नाही, तर राज्यातील सत्ताधारी नोकरशाहीही सामील असते. परंतु काही घटनांमध्ये वर वर पाहता हे शोषण नसते, तर ते त्या घटनांत अनुस्यूत असते. उदा. करार-स्वातंत्र्यामध्ये करार करणारे दोनही पक्ष समान पातळीवर असतात, असे समजले जाते. परंतु वास्तवात मात्र ही वस्तुस्थिती नसते. भांडवलदार आणि कामगार, शेतमालक आणि शेतमजूर यांच्यात होणारे करार हे सकृत्‌दर्शनी समान व्यक्ती किंवा व्यक्तिगटांमधील करार मानले जातात. पण वास्तवात तसे नसते. भांडवलदार किंवा जमीनदार आपल्या आर्थिक स्थितीमुळे कामगार किंवा शेतमजूराला आपल्या मनाप्रमाणे करार करावयास लावू शकतो आणि हे अदृश्य शोषण असते. हा करार वैधानिकदृष्ट्या योग्य मानला जातो. तात्त्विकदृष्ट्याही तो योग्य मानला जातो. पण केवळ परिस्थितीमुळे कामगार किंवा शेतकरी यांचे शोषण होत असते आणि ते अदृश्य स्वरूपात असते. मार्क्सवादी विचारसरणीत एक महत्त्वाचा विचार मांडला आहे. करार-स्वातंत्र्य, कायद्यासमोर समानता आणि मतदानाचा हक्क ही लोकशाहीतील तत्त्वे आर्थिक विषमतेच्या निकषावर कुचकामी ठरतात.

शेतमजुरांच्या बाबतीतील शोषण हे स्पष्ट स्वरूपात असते, कारण शेतकऱ्याला आपल्या उत्पादनातील काही भाग शेतमालकांस खंड म्हणून द्यावा लागतो किंवा वर्षातील काही दिवस शेतमालकांकडे विनामोबदला मजुरी करावी लागते. जर शेतकऱ्याने हे टाळण्याचा प्रयत्न केला, तर मालक दंडशक्तीचा प्रयोग करू शकतो. हा प्रकार आपल्या देशातील अनेक भागांत प्रचलित आहे.

मात्र भांडवलशाही व्यवस्थेत सकृत्‌दर्शनी हा निखळ व्यवहार - आर्थिक व्यवहार वाटतो. कामगार काम करतो, त्याबद्दल भांडवलदार त्या कामगाराला वेतन देतो. परंतु मार्क्सवादी विचारात कामगाराला दिल्या जाणाऱ्या पगारा किंवा वेतनाहून जास्त उत्पादन घेतले जाते व हे जास्त उत्पादनाचे अतिरिक्त मूल्य कामगाराला न देता ते भांडवलदार गिळंकृत करतो. हेच अदृश्य आर्थिक शोषण होय.

अधिकार, कायदेशीर सत्ता आणि वर्चस्व (Authority, Legitimacy and Hegemony)

ज्या वेळी नियम पाळले जातात किंवा नियमांनुसार वर्तन केले जाते, त्या वेळी त्या नियमांना नागरिकांची मान्यता असते. याचाच अर्थ नागरिकांचा कायदेशीर तत्त्वावर विश्वास असतो. अशा तऱ्हेची व्यवस्था वैध किंवा कायदेशीर मानली जाते आणि त्याद्वारे येणारी सत्ता जिला कायदेशीर मान्यता आहे, तिला 'अधिकार' म्हणतात.

मॅक्स वेबर हा राजकीय विचारवंत 'अधिकारा'चे तीन प्रकार मानतो.

एक, बुद्धिगम्य-वैधानिक अधिकार, दोन, पारंपरिक अधिकार आणि तीन, व्यक्तिमत्त्व- प्रभाव अधिकार.

बुद्धिगम्य - वैधानिक (Rational-legal) अधिकार हे औद्योगिक नोकरशाही राज्यामध्ये पाहावयास मिळतात. या व्यवस्थेत जे अधिकारपदावर असतात, ते आपले अधिकार व्यक्तीनिरपेक्षरीत्या बुद्धिगम्य पद्धतीने आखलेल्या नियमानुसार चालवतात. उदा. ज्या वेळी तुम्ही चौकातील लाल सिग्नलजवळ थांबता, त्या वेळी तुम्ही वाहतुकीच्या नियमांचे पालन करता, तुम्ही कोणा व्यक्तीच्या आज्ञा पाळत नसता. ते नियम पाळले नाहीत, तर वाहतुकीत गोंधळ निर्माण होईल.

पारंपरिक अधिकार (Traditional) हे ऐतिहासिक किंवा सांस्कृतिक कारणांनी प्राप्त होतात. पारंपरिक अधिकाराचे उदाहरण म्हणजे प्राचीन काळचे टोळ्यांचे प्रमुख किंवा धार्मिक नेते.

व्यक्तिमत्त्व विशेषातून (Charismatic) काही अधिकार प्राप्त होतात. व्यक्तीच्या काही गुणविशेषांमुळे त्या व्यक्तीला अधिकार प्राप्त होत असतात आणि त्यांना नोकरशाहीतील पद किंवा पारंपरिक अधिकार नसले, तरी ते जनमानसावर अधिकार गाजवितात. लोक उत्स्फूर्तपणे त्यांच्या म्हणण्याला मान्यता देतात. उदा. हिटलर किंवा महात्मा गांधी.

डेव्हीड हेल्ड हा विचारवंत वेगळाच विचार मांडतो. तो म्हणतो, नियमांचे पालन केवळ त्या नियमांना सामाजिक मान्यता असते, म्हणून होत नसते. नियमांचे पालन हे काही केवळ समाज या सामूहिक गटाने त्यातील व्यक्ती-व्यक्तींमधील केलेल्या सर्वमान्य करारातून होत नसते. त्याला इतरही काही कारणे असू शकतात. लोक काही दबावामुळे, भीतीमुळे, तसेच परंपरांना ते विरोध करू शकत नाहीत म्हणून किंवा उदासीनतेमुळे (apathy) नियमांचे पालन करतात

मार्क्सवादी विश्लेषणांतील 'शोषण' या संकल्पनेद्वारा कोणत्याही व्यवस्थेतील नियम पाळले जातात, म्हणजे ती व्यवस्था वैधानिक आहे किंवा तिला नागरिकांची मान्यता आहे, हा विचार नाकारला आहे. आर्थिक प्रभाव किंवा आर्थिक शोषण यांमुळे समाजातील कामगारांचा बहुसंख्य वर्ग दबावाखालीच नियमांचे पालन करतो. आधुनिक भांडवलशाही जगात तर अशा मालमत्ताविरहित कामगारांची संख्या वाढत आहे.

वैधानिक मान्यता, समाजाची वैधानिक मान्यता (legitimacy) या संकल्पनेचे आणखी एक स्वरूप अँतोनियो ग्राम्सी हा आपल्या 'वर्चस्व' (Hegemony) या संकल्पनेद्वारा मांडतो. 'वर्चस्व' म्हणजे सामाजिक वर्चस्व. ते वर्चस्व समाजातील सांस्कृतिक बाबींमधून निर्माण होते. तसेच ते ऐतिहासिक व पारंपरिक बाबींमधून रुजले जाते. ग्राम्सीच्या मते राज्य ही संस्था 'राजकीय समाज' (Political Society) आणि

'नागरी समाज' (Civil Society) यांत समतोल साधते. यात राजकीय समाज म्हणजे राजकीय संस्था ज्या दंडसत्तेचा वापर करू शकतात आणि 'नागरी समाज' म्हणजे कुटुंब, चर्च, शिक्षणसंस्था इत्यादी. या संस्थांमधून व्यक्तीव्यक्तींत एक सामाजिक संबंधांची घट्ट वीण तयार होते आणि त्यातूनच समाजावर प्रभुत्व असलेले गट निर्माण होतात किंवा ते बदलले जातात. ग्राम्सीच्या मते केवळ विशिष्ट तत्त्वज्ञानातूनच वर्गहित प्रतीत होत नाही, तर समाजावर प्रभुत्व असलेली विचारधारा (hegemonic ideology) सर्व लोकांना एका पद्धतशीर व्यवस्थेचे महत्त्व सांगते. सद्य: परिस्थितीत अशी गुंतागुतीची संस्थात्मक व्यवस्था, सार्वजनिक आणि खाजगी ह्या भांडवलशाही व्यवस्थेचे प्रभुत्व मान्य करते.

वर्चस्व (hegemony) चे ग्राम्सी एक उदाहरण देतो. तो म्हणतो, असे समजले जाते की, जगाच्या नकाशावर दिसणाऱ्या पूर्व-पश्चिम किंवा उत्तर-दक्षिण हे दिशादर्शक तत्त्वे नैसर्गिक आहेत. पण ते तसे नाही. याच्यामागे काही ऐतिहासिक-सांस्कृतिक अर्थ आहे. मनुष्य आहे, म्हणून या दिशादर्शक भागांना किंवा उत्तर ध्रुव - दक्षिण ध्रुव या बिंदूना काही अर्थ आहे. त्यामध्ये काही संबंध आहे व मानवाच्या अस्तित्वाशिवाय त्याला अर्थ नाही. हा परस्परसंबंधांचा अर्थ जागतिक संस्कृतीच्या सहस्र वर्षांच्या विकासातून प्रतीत होतो. वैचारिकदृष्ट्या पूर्व-पश्चिम भाग किंवा बिंदू सातत्याने बदलत असतात. म्हणजेच पृथ्वीवर एकाच वेळी पूर्व आणि पश्चिम बिंदू आपण कल्पू शकतो. परंतु शतकानुशतके जगाच्या नकाशावर आपण हे भाग विशिष्ट ठिकाणीच पाहतो. जरी वास्तवात भारताच्या दृष्टीने पश्चिमी आशियाई देश हे भारताच्या लगेच पश्चिमेला असले, तरी त्यांना 'मध्य-पूर्व' (Middle-east) संबोधिले जाते. ग्राम्सीच्या म्हणण्यानुसार हे नैसर्गिक नसून युरोपियन भांडवलदार राष्ट्रांनी पाठवलेली नावे व कल्पना आहेत. ग्राम्सी म्हणतो, हा विचार युरोपियन भांडवलदारांच्या प्रभावाचा / वर्चस्वाचा (hegemony) परिपाक असून, तो त्यांनी आपल्या ऐतिहासिक-सांस्कृतिक विकासातून सर्व जगावर बिंबवला. त्यामुळे लोकांना हा विचार, पृथ्वीवरील दिशा-दर्शक विभाग, किंवा बिंदू नैसर्गिक सारखे वाटू लागले. इतके की, त्यामागे असला काही युरोपियन भांडवलशाहीचा प्रभाव असेल, हेही लोक विसरले. ग्राम्सी म्हणतो, अशाच तऱ्हेने सामाजिक-राजकीय मान्यता मिळविण्यासाठी सुप्त रीतीने असे वर्चस्व कार्यरत असते, की आपली एखाद्या व्यवस्थेला मान्यता ही नैसर्गिक, उत्स्फूर्त आहे, त्यात कोणताही वर्चस्वाचा किंवा दबावाचा संबंध नाही, असे भासवले जाते.

सत्तेचा स्त्री-वादी विचार (Feminist Theories of Power)

स्त्री-वाद हा एक राजकीय विचार म्हणून आधुनिक काळात प्रसृत झाला आहे. स्त्रियांचे शोषण किंवा त्यांच्यावरील नियंत्रण ही व्यक्तिगत बाब नाही किंवा ती स्त्रियांच्या

दुर्बलतेमधून निर्माण झालेली नाही. तर स्त्रियांचे शोषण हे पुरुषप्रधान संस्कृतीने हेतुपुर:स्सर रीत्या केलेले असून, स्त्रियांना आपल्या वर्चस्वाखाली ठेवून त्यांना समान अधिकारापासून तर वंचित ठेवलेले आहेच, परंतु त्यांना काही सवलतींपासून हेतुपुर:स्सर रीत्या दूर ठेवले आहे. सत्तेचा स्त्री-वादी विचार करावयाचा झाल्यास पुरुषप्रधान संस्कृती आणि पुरुषांचे सर्व क्षेत्रांतील प्रभुत्व लक्षात घ्यावयास हवे.

पुरुषप्रधान संस्कृतीत स्त्रियांच्या क्षमतांवर त्या संस्कृतीने घातलेल्या नियंत्रणांतच स्त्रीला वागावे लागते. व्यक्तिगतरीत्या काही स्त्रियांजवळ विशिष्ट क्षमता असतात, पण त्यांचा उपयोग आणि विकास हा पुरुषप्रधान संस्कृतीतील नियमांना अनुसरूनच त्यांना करावा लागतो.

आधुनिक काळातील स्त्री-वादी विचारवंत पुरुषप्रधान संस्कृती ही विविध प्रकारची आहे, असे मानतात. त्यामध्ये ऐतिहासिक कालखंड, भौगोलिक रचना, तसेच सांस्कृतिक विकास या सर्वांचा परिणाम होतो. पुरुषप्रधान संस्कृती ही जात, धर्म, वंश, साम्राज्यशाही, गुलामगिरी व्यवस्था यांवर अवलंबून असते. त्यामुळे पाश्चात्त्य देशांतील स्त्री व भारतातील दलित-स्त्री यांच्यावरील पुरुषप्रधान संस्कृतीतील बंधने, नियंत्रणे भिन्न असतील.

आणखी एक महत्त्वाचा मुद्दा म्हणजे निरनिराळ्या स्त्री-वादी विचारवंतांनी स्त्रियांवरील प्रभुत्वाचे विश्लेषण विविध प्रकारे केले आहे. उदारमतवादी विचारवंत स्त्री-शोषणाचा विचार स्वातंत्र्य, समता या मूल्यव्यवस्थेतून मांडतील; तर मार्क्सवादी विचारवंत स्त्रियांचा विचार लिंगभेदविरहित (gender-blindness) वर्गविग्रहाच्या विश्लेषणाद्वारे मांडतील. प्रागतिक विचारांचे स्त्री-वादी विचारवंत 'स्त्री' लिंगी व्यक्ती ही केंद्रस्थानी ठेवून स्त्री-पुरुष संबंधांचे विश्लेषण करतील व पुरुषांचे स्त्रीवरील वर्चस्वाबद्दल किंवा प्रभुत्वाबद्दल मते मांडतील. जसजसे स्त्रीवादी विचारांना प्राधान्य मिळत गेले, तसतसे या विषयांवरील विचार अधिकाधिक प्रगत होत गेले.

सत्ता या संकल्पनेवरील फूको (Foucault) याचे विचार

मायकेल फूको हा विचारवंत 'सत्ता' या संकल्पनेची नव्यानेच मांडणी करतो. तो म्हणतो, आधुनिक काळात सत्तेचे स्वरूप केवळ दबाव या एकाच स्वरूपात आविष्कृत होत नाही. सत्ता म्हणजे व्यक्तीला कोणतीही गोष्ट तिच्या इच्छेविरुद्ध करावयास लावणे, एवढाच मर्यादित अर्थ असत नाही, तर सत्तेचा उपयोग सकारात्मक दृष्ट्या उत्पादक ठरू शकतो. शिवाय सत्ता ही केवळ एकाच ठिकाणातून निर्माण होत नाही, उदा. राज्य किंवा सत्ताधारी वर्ग, तर सत्ता ही सर्व समाजव्यवस्थेत अभिसरण पावत असते. (जसे रक्त सर्व शरीरभर अभिसरण पावते). म्हणून तो सत्तेला 'Capillary' ची उपमा देतो.

हे सत्ताभिसरण कसे प्रत्यक्षात येते? फूको म्हणतो, ते 'प्रशासकीय' पद्धतीने

(governmentality) होत असते. आपण प्रशासनाद्वारे निर्मिलेले घटक असतो. 'प्रशासकीय' पद्धतीत आधुनिक काळात आपण एकजिनसीपणातून संघटित समाजाकडे वाटचाल करीत असतो आणि ती प्रचंड नोकरशाहीद्वारा अनेक प्रकारच्या व्यक्तिगटातून निर्माण होत असते. यातून विविध गटांचा एकजिनसीपणा निर्माण होतो आणि या व्यक्तिगटांना निरनिराळी नावे दिली जातात उदा. हिंदू / मुस्लीम, सुशिक्षित / अशिक्षित, भारतीय / पाकिस्तानी, इत्यादी. याशिवाय आपली विभागणी सुदृढ / दुर्बल (वैद्यकीयदृष्ट्या), स्त्री/पुरुष (जीवशास्त्रीय दृष्ट्या) अशा विविध प्रकारे केली जाते आणि या विविध प्रकारातून सत्ता आविष्कृत होत असते. म्हणजेच सत्तेचा मूलस्रोत केवळ राज्य असू शकत नाही, तर या 'प्रशासकीय' तत्त्वाद्वारे झालेल्या विभागणीद्वारा प्रत्येक व्यक्तिगटातून ती निर्माण होत असते. याचाच अर्थ असा की, आपण एकदा का समाजाचे घटक म्हणून वावरू लागले, की 'प्रशासकीय'ते द्वारे आपणास विविध व्यक्तिगटांची बिरुदे चिकटविली जातात आणि आपण त्यानुसार ओळखले जातो. उदा. जेव्हा असे विचारले जाते, 'तू कोण आहेस?', तर त्याचे उत्तर 'मी माणूस आहे' किंवा 'मी स्त्री आहे' असे दिले जाते, तेव्हा त्यात बायो मेडिकल (जैव-वैद्यकीय) विभागणी अभिप्रेत असते. अशाच तऱ्हेने वंश, जाती, धर्म इत्यादी विभागणी आपला सारखेपणा दर्शविते. समाजातील डॉक्टर, मानसशास्त्रज्ञ, वैधानिक क्षेत्रातील लोक यांचे व्यक्तिगट कार्यरत असतात आणि त्या गटातील सत्तेचे मूलस्रोतांनुसार त्यांना वागावे लागते.

ज्ञान हीच सत्ता असे म्हटले जाते. परंतु फूकोच्या म्हणण्यानुसार ज्ञान हे सत्ता मिळविण्याचे साधन आहे. ज्ञान मिळविले जाते, त्याचा वापर केला जातो, ज्ञान त्याचा वापर करण्याकरिताच मिळविले जाते आणि त्यातून सत्तेप्रत पोहोचता येते. तो म्हणतो, 'सत्ता ज्ञानार्जनाला बाजूला ठेवीत नाही, तर सत्तेतूनच ज्ञान प्राप्त होते. सत्ता हे केवळ दबावतंत्राचे साधन आहे, एवढेच मर्यादित उद्दिष्ट सत्तेचे नसते, तर व्यक्तीच्या सर्व व्यवहारांवर त्याचा परिणाम होतो.'

सत्ता ही काही एखादी वस्तू किंवा दृश्यमान अस्तित्व नाही. ते कोणत्याही संस्थेत किंवा व्यक्तिगटात स्थित नसते. जेव्हा एखादी व्यक्ती किंवा व्यक्तिगट दुसऱ्या व्यक्ती किंवा व्यक्तिगटावर आपले उद्दिष्ट साध्य करण्याकरिता त्याच्या / त्यांच्या इच्छेविरुद्ध सत्तेचा वापर करतो, तेव्हा ती आपणास भासते (Perceive). फूको म्हणतो, जेथे सत्तेचा वापर आला, तेथे आपोआपच संघर्ष अनुस्यूत असतो. ज्या वेळी सत्तेचा वापर करण्याची गरज भासते, त्याच वेळी तेथे काही लोकांची आडमुठी इच्छा शक्ती त्या कृतीला विरोध करीत असते. शेवटी जेथे सत्तेचा वापर आला, तेथे संघर्ष आलाच. फूको हे सत्तासंघर्ष तीन प्रकारचे आहेत, असे मानतो :

१) पारंपरिक, सामाजिक, धार्मिक रूढीविरुद्ध संघर्ष, सरंजामशाही व्यवस्थेत असा संघर्ष दिसतो.

२) आर्थिक शोषणाविरुद्ध शोषितांचा संघर्ष. या प्रकारचा संघर्ष एकोणिसाव्या शतकात भांडवलशाही विरुद्ध विरुद्ध दिसून आला.

३) राज्य आणि 'प्रशासकीयता' यांनी निर्माण केलेल्या व्यक्तींच्या किंवा व्यक्तिगटांच्या निर्मितीविरुद्ध संघर्ष.

समाजामध्ये नवनवीन कारणांवरून संघर्ष होतच असतात आणि त्यांचा प्रतिकार करण्यासाठी सत्तेचा वापर होत असतो, हे या ठिकाणी मुद्दाम लक्षात घेतले पाहिजे.

१३ जागतिकीकरण

Globalization

गेल्या काही दशकांपासून महत्त्वाच्या म्हणून गणल्या गेलेल्या संकल्पनांपैकी जागतिकीकरण ही एक आहे. जागतिकीकरणाच्या परिणामांविषयी असे म्हणतात, की आधुनिक जग आक्रसले आहे. भ्रमणध्वनी, संदेशवहनाची साधने, संगणकीय संपर्कव्यवहार, सामाजिक नेटवर्किंग, त्वरित बँकव्यवहार, उपग्रहीय माहितीतंत्रज्ञान, गतिमान वैश्विक संज्ञापनेचे वास्तव स्वरूप या सर्व घटकांचा एकत्रित परिणाम पाहता; जग जवळ आले आहे किंवा आक्रसले आहे, असे म्हटले जाते.

केवळ एक शतकापूर्वी पृथ्वीच्या या टोकापासून त्या टोकापर्यंत जलप्रवास करायचा म्हटले, तर कित्येक आठवडे लागत. तो सर्व प्रवास आता काही तासांत पूर्ण करता येतो. एके काळी महत्त्वाच्या देशांच्या राजधानीच्या शहराला भेट देणे श्रीमंतांनाही दुरापास्त वाटे. ते त्यांचे स्वप्न असे. परंतु आता त्या ठिकाणी लक्षावधी लोक सहज भेट देण्यासाठी जाताना दिसतात. आंतरराष्ट्रीय विमानोड्डाण आणि आकाशमार्गाने प्रवास ही काही फार विशेष बाब राहिली आहे, असे नाही.

सामान्य माणसांची जीवनशैलीदेखील आंतरराष्ट्रीय बनत चालली आहे. कोठेही जा, सारखे कपडे वापरणारे स्त्रीपुरुष आढळतात. एकाच प्रकारच्या अन्नपदार्थांचा आस्वाद घेताना दिसतात. ठरावीक प्रकारचे कार्यक्रम दूरदर्शनवर पाहतात. ही प्रक्रिया आता इतकी पुढे गेली आहे की, जगातील रोगराईदेखील एकसारखी होत चालली आहे, असे वाटते.

हे परिवर्तन व हा विकास काही कारणांमुळे झाला. त्याची काही लक्षणे दिसून येतात. परिवर्तनाची प्रक्रियाच बदलून गेली. त्या प्रक्रियेसाठी अलीकडे वापरली जाणारी संज्ञा किंवा संकल्पना म्हणजे 'जागतिकीकरण'. परंतु कितीही वापरली जात असली, तरी त्या संकल्पनेचा नेमका अर्थ सांगणे अवघड आहे. व्याख्या करणे तर दूरची गोष्ट! अगदी स्पष्टपणे सांगावयाचे, तर जागतिकीकरण ही एक विश्वव्यापी चळवळ आहे. तिच्या परिणामांमुळे व्यक्ती ही एका गावाची, प्रदेशाची किंवा खंडाची न राहता, वैश्विक कुटुंबाचा एक

सदस्य बनून जाते. व्यक्तीचा जगाकडे बघण्याचा दृष्टिकोनच बदलून जातो, व्यापक होतो.

जागतिकीकरणाचा नेमका अर्थ सांगणे कठीण आहे. त्याचे कारण ती संकल्पना केवळ विज्ञानाधिष्ठित, सामाजिक, राजकीय, आर्थिक किंवा सांस्कृतिक स्वरूपाची नाही; तर ती सर्वसमावेशक अशी प्रक्रिया आहे. प्रत्येक देशात तिचा स्वतंत्र व वेगळा संदर्भ दिसून येतो. अनेकदा असेही वाटते, की 'जागतिकीकरण' (Globalization) या संकल्पनेसारख्या ज्या अनेक संकल्पना पाश्चात्त्य संस्कृतींतून विकसित झाल्या, त्यांचा परिपाक म्हणजेच जागतिकीकरण असावे. आधुनिकीकरण, पाश्चात्त्य संस्कृतीचे अनुकरण, विज्ञान-तंत्रज्ञानाचा प्रभाव, आंतरराष्ट्रीय व्यापार हे सगळे घटक जागतिकीकरणाच्या चळवळीला पूरक ठरले असणार! ते काहीही असो, जागतिकीकरणाची प्रक्रिया ही सामाजिक - राजकीय - आर्थिक - सांस्कृतिक घटकांची सरमिसळ असून, तिचा सामान्य माणसांवरदेखील विलक्षण परिणाम झाला आहे.

भारतासारख्या देशात तर जागतिकीकरणाचा अर्थ 'वैश्विकीकरण' असाही घेतला गेला आहे. त्यामुळे त्या प्रक्रियेला आध्यात्मिक सहजीवनाचा नवा पैलू लाभला आहे. भारतीय विचारवंतांना तर असेही वाटू लागले आहे की, प्राचीन भारतीय ऋषिमुनींनी, संतसज्जनांनी जी 'वसुधैव कुटुंबकम्'ची कल्पना केली; ती वैश्विकीकरणाची आध्यात्मिक बाजूच आहे. मानवाचे सर्वसाधारण सामाजिकीकरण होते, ते व्यक्तीकडून समष्टीकडे जाणारे असते. व्यक्ती ही कुटुंबाची सदस्य, अनेक कुटुंबांचे मिळून ग्राम, अनेक ग्रामांचे जनपद, अनेक जनपदांचा मिळून देश आणि अनेक देशांचे मिळून हे जग असे जगाचे नैसर्गिक आणि मानवी संबंधांचे स्वरूप आहे. एक संस्कृत सुभाषितच याची ग्वाही देते.

'त्यजेदेकं कुलस्यार्थे, ग्रामस्यार्थे कुलं त्यजेत्।
ग्रामं जनपदस्यार्थे, ह्यात्मार्थे पृथिवींत्यजेत्॥'

या सुभाषिताचा संदेश आहे, माणसाने लहान कोशातून बाहेर पडून मोठ्या कोशाकडे जावे, व्यापक होत होत, वैश्विक किंवा जागतिक बनावे. 'वसुधैव कुटुंबकम्'चा अनुभव घ्यावा. जागतिकीकरणाचा हा अर्थ त्याच्या प्रक्रियेशी जुळणारा वाटत नाही, हे खरे; परंतु आध्यात्मिक दृष्ट्या निश्चितच जुळणारा वाटायला हरकत नाही. जग जवळ आले आहे, आक्रसले आहे; याचा परिणाम मानवी मने व्यापक बनली आहेत, तसा झाला, तर जागतिकीकरण, वैश्विकीकरण यांचा आध्यात्मिक अर्थ लक्षात येईल.

जागतिकीकरणाशी अनेक संकल्पना जोडल्या जात आहेत. उदा. सार्वभौमत्वाची संकल्पना. आता सार्वभौम देशांच्या सीमा मानदंड म्हणून उरल्या नाहीत. जागतिकीकरणाच्या विकासाबरोबर आंतरराष्ट्रीय सीमा, त्यांचे संरक्षण, शेजारी राष्ट्रांकरवी येणारी घुसखोरी, वस्तु व कल्पना यांचे आदानप्रदान, खुले व्यापारी परवाने, प्रवाशांची ये-जा या सर्वांचा नव्याने विचार होऊ लागला आहे. अगदी सामान्य माणूसदेखील

राष्ट्रराज्यांच्या मर्यादा ओलांडून वैश्विक राज्याचा विचार करू लागला आहे, असे वाटते. जागतिकीकरणामुळे निरनिराळ्या राष्ट्रांतील लोकांना पुरुषार्थ आणि पराक्रम यांच्या नव्या संधी मिळू लागल्या. उद्योगविश्वात बहुराष्ट्रीय कंपन्या निर्माण झाल्या. उत्पादनाचे घटक आणि उत्पादनांचे स्वरूप बदलले. बदलती उत्पादने, त्यांचे बदलते वितरण, बदलता उपभोग यांमुळे उत्पादनाचे प्रकारही बदलले. राजकीय दृष्ट्या म्हणावयाचे झाल्यास, राष्ट्रीय हिताऐवजी आंतरराष्ट्रीय हिताचा विचार येऊ लागला. एक आंतरराष्ट्रीय संघटना म्हणून युनोचे महत्त्व वाढले. जागतिकीकरणाचा खरा परिणाम सामान्य जनतेमध्ये जागृती होऊन नवी आंतरराष्ट्रीय जागतिक - वैश्विक दृष्टी निर्माण झाली.

जागतिकीकरणामुळे सर्व मानववर्गाला नवे आधुनिक वैश्विक जीवन जगण्याची संधी मिळाली, हे तर खरेच, परंतु काही नवे प्रश्नही निर्माण झाले. उदाहरणच द्यावयाचे झाल्यास, एड्ससारख्या रोगाचे देता येईल. कारण तो आजार निरनिराळ्या देशांत निरनिराळ्या प्रकारे उद्भवला. एड्ससारखी अनेक आव्हाने, जी पूर्वी अस्तित्वात होती, ती तशीच राहून त्यात नव्याने वाढ झाली.

विश्वग्रामाची कल्पना : जागतिकीकरणाच्या प्रक्रियेला खरी चालना मिळाली, ती काळ आणि अंतर या भौतिक संकल्पनांत झालेल्या प्रचंड बदलामुळे. काळ आणि अंतर या दोन घटकांमुळे जागतिकीकरणाचे समीकरणच बदलले. तो बदल सर्वात प्रथम मार्शल मॅकलुहान या कॅनडियन शास्त्रज्ञाने निदर्शनास आणला. त्याला वाटले, की विद्युतशास्त्र आणि मुक्त ऋणविद्युतकणशास्त्र (Electricity and Electronics) यांच्यामुळे काळ आणि अवकाश (Space) यांच्या समीकरणात अभूतपूर्व परिवर्तन झाले. माहिती (Data) जमा करणे अतिसुलभ झाले. शिवाय त्यासाठी विनासायास प्रयत्न करता येणे शक्य झाले. विद्युत आणि विद्युतकण शास्त्रातून निर्माण झालेल्या तांत्रिक साधनांचा उपयोग प्रत्येक व्यक्ती करू लागली. अगदी सामान्य माणूसदेखील जगातील कोणत्याही माणसाशी संबंध ठेवू लागला. यामुळे जागतिक पातळीवर वाद-संवाद सुरू झाले. नव्या संदेश - संप्रेषणामुळे जागतिकीकरणाचा खरा संदेश संपूर्ण परिवर्तनाचा आहे, असे दिसून येते. या विज्ञान-तंत्र-प्रक्रियेचा मानसिक, सामाजिक, आर्थिक व राजकीय फरक कमी होत होत इतका संकोच पावला की, अवघे विश्व (Globe) हे जणू एक कुटुंब किंवा काही कुटुंबांचे एक ग्राम (Village) आहे असे भासू लागले. नव्या पिढ्यांतील तरुण-तरुणींना असे वाटू लागले, की आता ते एका नव्या विश्वात राहत असून, त्यांनी विश्वाला गवसणी घालण्याचे स्वप्न साकार केले आहे. त्यांना असे जाणवू लागले, की काळाचा प्रवाह बंद पडला असून, अवकाश तर नाहीसेच झाले आहे. आपण एखाद्या विश्वग्रामात राहू लागलो आहोत! 'कालोह्यनंतम् विपुलाश्च पृथ्वी:' हा विचारच मुळी दोहोंचा संकोच होऊन नाहीसा होऊ लागला.

मॅकलुहानचा हा विचार त्याने १९६० मध्ये मांडला. तेव्हा विद्युतमंडळ हे दूरदर्शन (Television) व दूरभाषच्या (Telephone) पलीकडेदेखील गेले नव्हते. गेल्या केवळ काही दशकांत विद्युतशास्त्र आणि ऋण-कण-विद्युतशास्त्र यांच्या संयोगातून निर्माण झालेली उपकरणे व साधने यांमुळे जगाच्या संपर्क व्यवहारात अभूतपूर्ण आमूलाग्र बदल झाले. दर दिवशी विद्युत आणि ऋण-कण-विद्युतशास्त्र यांतून निर्माण होणारे तंत्रज्ञान (Technology) व उपकरणे नवनव्या आवृत्तीत बाजारात मर्यादित किमतीत उपलब्ध होत आहेत.

मार्शल मॅकलुहान हा सर्वसाधारणपणे विश्वग्रामात माणसाचे काय भवितव्य असेल, यावर चिंतन करणारा एक जबाबदार वैज्ञानिक होता, यात शंका नाही. त्याला उत्सुकतेबरोबर मोठे कुतूहलही होते. मानवजातीच्या भवितव्याविषयी तो कमालीचा आशावादी होता. त्याच्या आशावादामुळे जगातील यच्चयावत शास्त्रज्ञांची उत्कंठा अगदी शिगेला पोहोचली. अमेरिकेतील उजव्या विचारांच्या एका तत्त्वज्ञाने-फ्रांसिस फुकुयामा याने तर शीतयुद्धोत्तर काळात (Post Cold war period) रशियाच्या एकाधिकारशाहीचा अंत होऊन अन्य साम्यवादी राज्यांत वैचारिक उलथापालथ होईल, असे साधार भाकितच केले. हा बदल म्हणजे त्याच्या दृष्टीने मानवी उत्क्रांतीचा आणि वैचारिक विकासाचा अंतिम बिंदूच ठरेल, असेही भाकित त्याने केले. साम्यवादी राज्ये जशी संपुष्टात येतील, तशी पाश्चात्त्य उदारमतवादी लोकशाही राज्ये ही काळाची गरज म्हणून मोठ्या गतीने विकसित होतील, असेही त्याला वाटत होते. साम्यवादाच्या विरोधात उदारमतवादाचा विजय होऊन एक नवी जागतिक संस्कृती उदयाला येईल, असे तो म्हणत राहिला. या नव्या संस्कृतीचा केंद्रबिंदू असेल आर्थिक विकास. तो साधला जाईल नव्या तंत्रज्ञानाच्या विकासामुळे. पुंजीवाद्यांचे फावेल. ते या नव्या संस्कृतीचे जतन-संवर्धन करतील, हे दाखवून द्यायला फुकुयामा विसरला नाही. त्याने असे म्हटले, 'शीतयुद्धानंतर निर्माण झालेल्या नवआशावादाचे स्वागत करा. सोव्हिएट रशिया व पूर्व युरोपातील साम्यवादी राष्ट्रे यांमधील नवीन जडण-घडणीचे स्वागत करा. जागतिकीकरणामुळे निर्माण झालेल्या नव्या विश्वसंस्कृतीचे स्वागत करा. नव्या विज्ञान - तंत्रज्ञानाच्या आधारावर सर्वांचा आर्थिक विकास घडून येत आहे, याकडे लक्ष द्या.'

मॅकलुहानच्या जागतिकीकरणाच्या प्रक्रियेचा अर्थ असा होतो, की ऋण विद्युतकणांच्या परस्परावलंबित्वामुळे संपूर्ण विश्व हे एका विश्वग्रामात नव्याने अवतीर्ण झाले आहे. मॅकलुहानच्या पाठोपाठ फुकुयामाने जागतिकीकरणाविषयी प्रतिपादन केले, की पाश्चात्त्य उदारमतवादी बाजार-अर्थशास्त्र जगभर स्वीकारले जात आहे. पैशाचे चलनवलन, वस्तूंची देवघेव यांत प्रचंड वाढ होऊन जगभर नवी सक्षमता निर्माण होत आहे. उपभोगाच्या गरजा भागविणाऱ्या सोयीच्या आणि ऐषारामाच्या वस्तू स्वस्त दराने

सहज उपलब्ध होत आहेत. रोजगार वाढतो आहे. गरिबी नष्ट होत आहे. नवा, सुखी व समाधानी मानवी समाज निर्माण होत आहे. शिक्षणाचा दर्जा सर्वत्र उंचावतो आहे. राजकीय व्यवस्था सुधारत आहेत. उदारमतवादी लोकशाहीचा नवा इतिहास निर्माण होत आहे. सर्व विश्वाचे परिवर्तन आदर्श अशा वैश्विक ग्रामात होत आहे. तसे झाले नाही, तर मग मात्र जागतिकीकरणाच्या प्रक्रियेचे फासे उलटे पडू लागतील. काळ आणि अंतर यांचा संकोच होऊन विश्वग्राम निर्माण होईल, परंतु माणसे ? त्यांचे काय करायचे ? ती बदलली नाहीत, तर विश्वग्रामात मूर्खांचा बाजार भरेल. ते मूर्खांचे नंदनवन ठरेल. लायकी नसलेल्यांचे फावेल.

एक फ्रेंच विचारवंत अलीकडे म्हणजे १९८८ मध्ये असे लिहितो की, मॅकलुहानचा अंदाज म्हणजे विसाव्या शतकातील 'खात्रीशीर ठोंब्या' म्हणजे हा विश्वग्रामातील वेडपट माणूस समजावा. त्याला उथळ जीवनाचे आकर्षण वाटेल. त्या ग्रामातील त्याचे जीवन त्याला अश्लाध्य वाटेल. आजदेखील नागर जीवनाच्या तुलनेत ग्रामजीवन हे एकाकी, कंटाळवाणे, एकसुरी आणि नावीन्यहीन असते. विश्वग्रामात तर ते कमालीचे कंटाळवाणे बनेल. जागतिकीकरणाचा विचार करणाऱ्या या व अशा जगनिर्मात्यांना विश्वग्रामातील जीवनाविषयी नेमके काय म्हणावयाचे आहे, हे सांगता येत नाही. वैश्विकीकरणाचे विरोधक व टीकाकार मात्र या नव्या वैश्विक जीवनाला कंटाळवाणे व एकसुरी म्हणतील. परंतु मग वैश्विकीकरणामुळे आर्थिक व राजकीय दृष्ट्या वरचढ असलेल्या देशाचा- विशेषत: अमेरिकेसारख्या संस्कृतीचा नव्या विश्वावर प्रभाव पडून, अमेरिकी जीवनशैलीची नक्कल करून, माणसे अभिजात मूल्ये सोडून देत आहेत. त्यामुळे ग्रामीण मानवी जीवनच भ्रष्ट होण्याच्या मार्गावर आहे, अशी भीती व्यक्त केली जात आहे. एक नवा सांस्कृतिक साम्राज्यवाद निर्माण होईल, असेही बोलले जात आहे. वरवरच्या जीवनशैलीचे अनुकरण म्हणजे काही खरी मानवी संस्कृती नव्हे. केवळ उपभोगाच्या देखाव्यामुळे जी जीवनशैली निर्माण होते, ती आत्म्याशिवाय शरीरासारखी असणार! बहुद्देशीय उद्योग - संघटना वाढल्यामुळे पुन्हा पाश्चात्त्यांना लाभ आणि उर्वरित जगाचे दु:खभोग असेच काहीसे चित्र निर्माण होईल. पाश्चात्त्य राष्ट्रातील सुसंस्कृत कामगारांच्या जागी तिसऱ्या जगतातील गुलामगिरीची सवय असलेल्या श्रमिकांमुळे उपभोग्य वस्तू मोठ्या प्रमाणावर निर्माण झाल्या, तरी त्यांचा सुसंस्कृतपणे उपभोग घेणारी माणसे कमी होतील. अशी विपरीत भाकिते केली जात आहेत.

जागतिकीकरणावर भाष्य करणारे हे विद्वान संस्कृती आणि सुसंस्कृतपणा यांचा नेमका काय अर्थ घेतात, हे सांगता येत नाही. जागतिकीकरणाचे असे बरेवाईट परिणाम भारतीय माणसाच्या मनाला पटणे अवघड आहे. मुळातच 'वसुधैव कुटुंबकम्'चा अनुभव श्रेष्ठ मानणारे भारतीय विश्वग्रामाऐवजी विश्वकुटुंबाचा आध्यात्मिक ध्यास घेणारे आहेत.

साधे ज्ञानेश्वरीतले उदाहरण द्यावयाचे झाल्यास, 'विश्वाचे आर्त', 'विश्व मोहरे लावावे' 'विश्वस्वधर्म सूर्ये पाहो', 'अवघे विश्वची माझे घर' असे 'वसुधैव कुटुंबकम्' च्या जवळ जाणारे विचार आध्यात्मिक माणसूच करू शकतो. पाश्चात्त्य जागतिकीकरणाच्या प्रवृत्ती आणि विचार यांवर त्याचा काही अनुकूल परिणाम झाला, तर जागतिकीरणाच्या गाभ्यातील अर्थ सर्व जगासाठी उमटून बाहेर येईल.

जागतिकीकरण या संकल्पनेचा नेमका अर्थ लक्षात घेऊन त्यावर दृढ राहाणे हे ? अवघ्या मानवतेच्या हिताचे ठरेल. सद्य:स्थिती मात्र असे दिसते की, ही संकल्पना तिच्या पाठीराख्यांमुळे, तसेच विरोधकांमुळेही जगभर चांगलीच गाजते आहे. एका बाजूला वैश्विक संस्कृतीचे स्वागत होते आहे, तर दुसऱ्या बाजूला ती खोटी व काल्पनिक ठरविली जाऊन तिचा निषेध केला जातो आहे.

आजवर जागतिकीकरणावर जेवढे म्हणून संशोधन झाले, त्याचा असा निष्कर्ष निघाला की, जागतिकीकरण ही काही एकतर्फी प्रक्रिया नाही. जेव्हा अनेकविध संस्कृती एकमेकांत मिसळतात, तेव्हा एक विशिष्ट संस्कृती आपले वर्चस्व गाजवून आपले श्रेष्ठत्व सिद्ध करू पाहात असेल, तर ते असंभव होईल. तथापि काही काळापुरते असे होऊ शकते की, जागतिकीकरणाचा अर्थ पाश्चात्त्यीकरणातून जातो आहे, असे वाटते. परंतु आवश्यक त्या काळानंतर स्वतंत्र संस्कृतीच्या अस्तित्वामुळे निरनिराळ्या राष्ट्रीय संस्कृती आपापले महत्त्व अखंड व अक्षुण्ण ठेवण्याचा प्रयत्न करतीलच करतील. कारण संस्कृती म्हणजे एखाद्या समाजाची पाळे-मुळे असतात. जागतिकीकरणाच्या प्रक्रियेची खरी कल्पना करायची झाल्यास असे म्हणता येईल की, विश्वग्रामामध्ये गुण्यागोविंदाने नांदायची ती तयारी आहे.

जागतिकीकरणाची वाटचाल सुरू झाली ती १९६२ मध्ये मॅकलुहानच्या 'द गटेनबर्ग गॅलक्सी' या पुस्तकामुळे. त्याच ग्रंथात मॅकलुहानने विश्वग्रामाची कल्पना प्रथम मांडली. इ. स. १९७१ मध्ये जपानमधील टोकियो शहरात पहिले मॅक्डोनल्ड सुरू झाले.

इ. स. १९८८ मध्ये फ्रेंच विचारवंत दीनो याने आपल्या 'कॉमेंटस् ऑन सोसायटी ऑफ द स्पेक्टॅकल' या ग्रंथात मॅकलुहानची निर्भर्त्सना केली. राष्ट्रसंघटनेच्या जागतिक आरोग्य संघटनेने २०१५साठी एक पाहणी केली. त्यात असे नमूद केले आहे की, जागतिकीकरणाच्या परिणामामुळे प्रौढ व लठ्ठ माणसांची संख्या वाढत जाऊन सातशे मिलियन होईल. नवे रोग व आजारदेखील निर्माण होतील.

ग्लोबोसिटी किंवा विश्वनगरी :

जागतिकीकरणाला विरोध करणाऱ्यांचे म्हणणे असे की, मॅक्डॉनल्ड कंपनीसारख्या झटपट अन्नपदार्थ निर्माण करून ते जगभर विकणाऱ्या पाश्चात्त्य कंपन्या या जागतिक

अन्नपदार्थाच्या बिघाडाला कारणीभूत झाल्या आहेत. परिणामत: जागतिक अन्नपदार्थाच्या सवयीमुळे पारंपरिक अन्नपदार्थांची चवच बिघडून गेली आहे. अति मांसाहार, चरबीयुक्त आहार, अन्नप्रक्रियेतील साखरेचे प्रमाण पाहून यूनोच्या जागतिक आरोग्य संघटनेने म्हटले आहे की, २०१५पर्यंत जगात सातशे मिलियन तरुण लठ्ठपणाचे बळी ठरतील. परंतु असा हा अन्नसंस्कृतीचा साम्राज्यवाद सर्वच बाबतीत वाईट आहे, असे नाही, असेही काहींचे म्हणणे आहे. या अन्नचळवळीमुळे कितीतरी नम्र वृत्तीचे वाढपी (Waiters) मॉस्कोमध्ये निर्माण होत असतात. रोजगार मिळण्याचे साधन म्हणूनही जागतिकीकरणाचा सकारात्मक विचार करता येतो.

Globecity आणि Obesity चा खरेच असा संबंध असेल, तर तो जागतिकीकरणाचा फार मोठा दुष्परिणाम म्हणावा लागेल. वैश्विकीकरणाच्या प्रक्रियेतून विश्वमानव निर्माण करण्याच्या नादात आपण जागतिक पातळीवर फार मोठा 'लठ्ठंभारती' समुदाय तर निर्माण करीत नाही ना? या वेगळ्याच काय, भलत्याच प्रश्नाकडे लक्ष देण्याची वेळ निर्माण झाली आहे.

जागतिकीकरण

जागतिकीकरण हा काही सिद्धान्त नव्हे, तर ती आहे संकल्पना. परंतु संकल्पना म्हणूनदेखील ती तितकी स्पष्ट नाही. बहुतेकांना तो एक आर्थिक विचार वाटतो, तर काही त्याचा सामाजिक आणि राजकीय अर्थ काढू पाहतात. नवी 'जागतिक संस्कृती' ज्यांना प्रिय वाटते, ते तर जागतिकीकरणाची प्रक्रिया पूर्णपणे सांस्कृतिक आहे, असे म्हणतात. थोडक्यात काय, तर 'जागतिकीकरण' हा विचार सामाजिक शास्त्रज्ञांना अभ्यासावा लागतो. काहींना तो एक सिद्धान्त वाटेल, तर काहींना ती केवळ एक संकल्पना वाटेल. आंतरज्ञानशाखीयांना (Interdisciplinarians) ती संकल्पना बरीचशी आर्थिक स्वरूपाची वाटेल, तर कमी सामाजिक-सांस्कृतिक स्वरूपाची वाटेल. समाजशास्त्रज्ञ मात्र तिच्या सामाजिक-सांस्कृतिक बाजूवर अधिक लक्ष देतील. राज्यशास्त्र हे बोलून चालून 'मालक विज्ञान' (Master Science) चे सर्व समावेशक, सर्वव्यापक. अर्थातच राज्यशास्त्राचे अभ्यासक जागतिकीकरणाचा राजकीय अर्थ काढतील.

दुसरे महायुद्ध झाल्यावर संयुक्त संघटनेची (UNO) स्थापना झाली. सामाजिक शास्त्रांचे अभ्यासक जगाकडे नव्याने पाहू लागले. त्या विषयांची नव्याने मांडणी केली जाऊ लागली. राष्ट्रसंघटनेची उद्दिष्टे विचारात घेऊन जगाकडे पाहिले जाऊ लागले. डेव्हिड ईस्टन (David Easten) सारख्या सामाजिक शास्त्रांच्या अभ्यासकाने 'राजकीय व्यवस्था' (Political sytem) यासारखा ग्रंथ लिहून राज्यशास्त्राच्या स्वरूपाला वेगळे रूप देण्याचा चांगला प्रयत्न केला. या ग्रंथामुळे जागतिकीकरणाच्या संकल्पनेस चालना मिळाली.

अमेरिकेने तर आर्थिक उदारमतवादाचे धोरण स्वीकारून जगातील निरनिराळया देशांना त्या धोरणाचा अंगीकार करावयास प्रेरणा दिली, प्रसंगी भागही पाडले. त्यानंतरच्या दोन दशकांत निरनिराळ्या देशांच्या अर्थव्यवस्थेत उलथापालथ झाली. कोणी उदारीकरणाचा, तर कोणी खाजगीकरणाचा पाठपुरावा केला. विशेषत्वाने लक्षात आले, ते सोविएट रशियाचे विघटन. गोरबचाव या रशियाच्या नेत्याने Peristroika आणि Glasnosht सारख्या उदारीकरण आणि खाजगीकरण या धोरणाला जाहीर पाठिंबा दर्शवला. तो प्रयत्न म्हणजे जागतिकीकरणाच्या धोरणाला दिलेला अप्रत्यक्ष पाठिंबाच म्हणावा लागेल. तेव्हापासून जागतिकीकरणाची प्रक्रिया, सिद्धान्त व संकल्पना व्यवहारात आंतरराष्ट्रीय राजकारण व देशांतर्गत राजकीय व्यवस्थेशी संबंधित राहिले.

जागतिकीकरणाची प्रक्रिया दिसू लागताच, काही राष्ट्रांनी त्या धोरणास पाठिंबा दिला, तर काहींनी विरोध केला. समर्थकांना जागतिकीकरणाचे लाभ राष्ट्रहिताच्या दृष्टीने महत्त्वाचे वाटू लागले. मात्र पुन्हा एकदा जग वसाहतवादाकडे व नव्या भांडवलशाहीकडे वळेल, अशी भीती काही देशांना वाटू लागली.

जागतिकीकरणाच्या प्रक्रियेला सुरुवात होऊन अर्धे शतक होत आले, तरी जागतिकीकरण म्हणजे काय, त्याची व्याख्या कोणती, त्याचे स्वरूप कसे , या प्रश्नांची समर्पक उत्तरे समाजशास्त्रज्ञांना देता येत नाहीत. तरीही अभ्यासाच्या दृष्टीने आपल्याला या प्रश्नांची उत्तरे शोधावी लागतील.

Globalization या संकल्पनेसाठी जागतिकीकरण, वैश्विकीकरण, सार्वत्रिकीकरण असे विविध शब्दप्रयोग केले जातात. या विचाराला प्रारंभ झाला, तो दुसऱ्या महायुद्धानंतर नव्याने स्वतंत्र झालेल्या राष्ट्रांत. आर्थिक दृष्ट्या गरीब असूनदेखील त्या राष्ट्रांनी लोकशाहीचा अंगीकार केला होता. जागतिकीकरणाच्या प्रक्रियेत राष्ट्राराष्ट्रांमध्ये अधिकाधिक मुक्त व्यापारी संबंध निर्माण व्हावेत, अशी अपेक्षा होती. त्यासाठी उत्पादन-वस्तू, भांडवल पुरवठा, आणि विज्ञान-तंत्रज्ञान यांवरील निर्बंध दूर होऊन त्यांची मुक्त देवाण-घेवाण सुरू होणे आवश्यक होते. तसे होताच जागतिकीकरण म्हणजे मुक्त व्यापार, मुक्त बाजार आणि मुक्त आर्थिक व्यवहार यांचे ऐक्य साधणारी प्रक्रिया असा अर्थ घेतला जाऊ लागला.

एव्हाना जागतिकीकरणाचा अर्थ सांगण्याची आणि व्याख्या करण्याची वेळ आली होती. पहिली व्याख्या एडमन हर्मनची. त्याच्या म्हणण्याप्रमाणे जागतिकीकरण म्हणजे उत्पादने, भांडवल सेवा आणि आर्थिक व्यवहार यांचा देशांबाहेर होणारा वाढता प्रसार निर्माण करणारी प्रक्रिया होय.

एडमंड हर्मन या व्यक्तीपलीकडे काही जागतिक संस्था आणि संघटना यांनीही जागतिकीकरणाच्या व्याख्या केल्या. उदा. जागतिक बँकेला असे वाटले की, उपभोग्य

वस्तूंसह सर्व वस्तूंच्या आयातीवरील निर्बंध टप्प्याटप्प्याने रद्द करून, सार्वजनिक क्षेत्रांतील उद्योगांचे खाजगीकरण करणे म्हणजे जागतिकीकरण होय.

कॉक्स् ॲड कार्टन या बहुराष्ट्रीय कंपन्यांच्या उद्योगसमूहाला वाटते, की आंतरराष्ट्रीय, राजकीय आणि आर्थिक व्यवस्थेवर असलेला प्रभाव या सर्वांतून पुढे येणारी प्रक्रिया म्हणजे जागतिकीकरण होय. कॉक्स् ॲड कार्टन या उद्योगसमूहाला जागतिक भांडवलशाहीचा प्रचंड आधार असल्यामुळे, त्यांची जागतिकीकरणाची दृष्टी विशिष्ट बनली असावी, असे वाटते.

जागतिकीकरणाच्या कितीही व्याख्या केल्या, तरी अखेर या प्रक्रियेची आर्थिक बाजू सांगणाऱ्याच त्या व्याख्या असतील, हे उघड आहे. त्यामुळे काही अभ्यासकांना ही संकल्पना आर्थिक स्वरूपाची असून, ती राजकीय संकल्पना म्हणून स्वीकारताच येणार नाही, असे वाटते. परंतु नीट विचार केला, तर असे लक्षात येईल की, जागतिकीकरणाच्या प्रक्रियेला मुख्य आर्थिक बाजूबरोबर सामाजिक, राजकीय आणि सांस्कृतिक बाजूदेखील आहेत. परंतु जागतिकीकरणाच्या या सर्व बाजू लक्षात घेऊन कोणी व्याख्या केली आहे, असे दिसत नाही. त्यामुळे कारण असे म्हणता येईल की, जागतिकीकरणाच्या मुख्य आर्थिक बाजूचे काही सामाजिक, राजकीय, सांस्कृतिक आणि आध्यात्मिक परिणाम काय ते दिसून येत असले, तरी त्या प्रक्रियेची मुख्य बाजू आर्थिकच आहे.

संयुक्त राष्ट्रसंघटनेच्या सर्वसाधारण विधानसभेत जागतिकीकरणाच्या प्रक्रियेवर चर्चा, विचारविनिमय होत असतो. आधुनिक राज्यसंस्थेची व्याख्या करण्याचे काम या सभेने केले होते. त्या व्याख्येत लोकसंख्या, भूप्रदेश, शासनसंस्था आणि सार्वभौमत्व या चार घटकांचा समावेश होता. राष्ट्रसंघटनेतील चर्चा - विचारविनिमयामध्ये जागतिकीकरणाच्या प्रक्रियेतील काही महत्त्वाच्या घटकांचा विचार केला आहे.

१) जागतिकीकरणाच्या प्रक्रियेत विविध उत्पादने, सेवा, भांडवल, समाज आणि लोकजीवन, माहिती-तंत्रज्ञान आणि संस्कृती यांचा प्रत्येक देशाच्या सीमेबाहेर निर्माण होणारा विचार आणि त्या बरहुकूम कृती असते.

२) राष्ट्राराष्ट्रांतील आंतरक्रिया आणि आंतरसंबंध वाढविणारी मुक्त व्यापाराचे तत्त्व अमलात आणणारी आंतरराष्ट्रीय संघटना, विविध क्षेत्रीय संघटना, बहुराष्ट्रीय मंडळी (Company) व निमशासकीय तसेच बिगरशासकीय संघटना यांची महत्त्वाची भूमिका आणि योगदान यांबरोबर पुढे जाणारी प्रक्रिया म्हणजे जागतिकीकरण म्हणता येईल.

३) जागतिकीकरणाच्या प्रक्रियेतून जगाच्या वेगवेगळ्या भागांत राहणारे मानवी समाज आणि समुदाय यांत जवळीक निर्माण होऊन नवी जागतिक अशी आर्थिक व राजकीय स्वरूपाची व्यवस्था आणि संस्कृती यांची शक्यता निर्माण होते.

जागतिकीकरणाचे विविध स्वरूप (Different Nature of Globalization)

जागतिकीकरणाचे आर्थिक, राजकीय, सामाजिक आणि सांस्कृतिक स्वरूप अभ्यासता येण्यासारखे आहे. जागतिकीकरणाच्या प्रक्रियेचा तितका विकास निश्चितच झाला आहे. जागतिकीकरणाची पाचवी बाजू आध्यात्मिक स्वरूपाची आहे. तिचाही विचार करता येईल. या पाचीही प्रक्रिया स्वतंत्रपणे विचारात घेतल्या, तर जागतिकीकरणाच्या प्रक्रियेचा अधिक अभ्यास शक्य होईल.

१. जागतिकीकरणाचे आर्थिक स्वरूप (Economic Nature of Globalization)

आधुनिक जगाचा आर्थिक इतिहास पाहा. असे दिसते की, १९५० पर्यंत जागतिक बाजारपेठांवर विशिष्ट राष्ट्रांचाच प्रभाव होता. दुसऱ्या महायुद्धानंतर या परिस्थितीत फरक पडू लागला. विज्ञान आणि तंत्रज्ञान यांच्या वाढत्या विकासाबरोबर प्रगत देशांनी आपापला भांडवली आर्थिक विकास झपाट्याने घडवून आणला. १९४४ साली अमेरिकेतील Britain Wood या स्थळी ४४ राष्ट्रांची परिषद भरली. या परिषदेचे महत्त्व असे की, तिने मंजूर केलेल्या ठरावानुसार लवकरच जागतिक बँक (World Bank) व आंतरराष्ट्रीय नाणेनिधी (International Monetary Fund) या संस्था जागतिक स्तरांवर स्थापन झाल्या. नंतर लवकरच GAT करार होऊन आर्थिक क्षेत्रात जागतिकीकरणाच्या प्रक्रियेला प्रारंभ झाला. या कराराचा परिणाम म्हणून लहानमोठ्या सर्व देशांना समान न्यायाची, समान संधीची व मुक्त व्यापाराची सवलत मिळाली. १९४८ साली GAT कराराची प्रत्यक्ष अंमलबजावणी सुरू झाली. रशिया, चीन, भारत, ब्राझील इत्यादी देशांमध्ये नवी औद्योगिक क्रांती म्हणता येईल, असे परिवर्तन झाले. त्याचे काही घटक खालीलप्रमाणे :

१) भांडवलाचे जागतिकीकरण (Globalization of Capital Sources)

गेल्या काही दशकांत दळणवळण साधनांचा विकास झाला. आंतरराष्ट्रीय संपर्कात कमालीची वाढ झाली, गुणवत्ता असलेल्या वस्तूंचे उत्पादन वाढले, त्यांच्या विक्रीत प्रचंड वाढ झाली, जागतिक व्यापार वाढला, बाजारपेठा निर्माण झाल्या. ग्राहकहित आणि ग्राहकहक्क यांना महत्त्व आले. विदेशी गुंतवणुकीत वाढ झाली. विज्ञान, तंत्रज्ञान व आर्थिक विकास या क्षेत्रांत आंतरराष्ट्रीय सहकार निर्माण झाला. गरीब देशांना परदेशी भांडवल उपलब्ध होऊ लागले. उद्योगधंद्यांच्या विकासामुळे आर्थिक भांडवल जगभर खेळते राहू लागले. भांडवलाचेच जागतिकीकरण झाले.

२) जागतिक व्यापार संघटना (International Trade Organization)

जागतिकीकरणाच्या प्रक्रियेला प्रारंभ होण्यापूर्वी इंधन आणि औद्योगिक वस्तू निर्मिती या दोन मुख्य क्षेत्रांवर अमेरिकेचा प्रभाव होता. त्यातील व्यवहाराची मक्तेदारीदेखील

अमेरिकेचीच होती. तिच्यावर जागतिक व्यापार संघटनेने अंकुश ठेवण्याचे अवघड काम केले. हे परिवर्तनदेखील जागतिकीकरणाचे आर्थिक स्वरूप ठरविणारा घटक ठरला. तेवढ्यातच दक्षिण अमेरिकेतील उरुग्वे येथे डंकेल प्रस्ताव मांडला गेला. त्यावर जी चर्चा झाली, तीनुसार जागतिक स्तरावर व्यापारी संघटना प्रस्थापित होऊन एकशे चव्वेचाळीस देश त्या संघटनेचे क्रियाशील सदस्य बनले.

जागतिक व्यापार संघटनेने या क्षेत्रातील अनिष्ट प्रथा दूर केल्या आणि सर्व सदस्य राष्ट्रांना समान दर्जा देऊन गौरविले.

३) अविकसित देशांचा आर्थिक विकास (Economic Development of undeveloped Countries)

दुसऱ्या महायुद्धापूर्वी आणि नंतरही अनेक राष्ट्रे आर्थिक, राजकीय, बौद्धिक व सांस्कृतिक क्षेत्रात मागासलेली होती. युद्धानंतर बदल होऊ लागला. भांडवल, बाजारपेठा आणि तंत्रज्ञान यांच्या जागतिकीकरणाला सुरुवात झाली आणि त्याला जागतिक स्तरावर संबंधित देश सहकार्यही करू लागले. महत्त्वाच्या देशांना, विशेषत: कृतिशील देशांना समान दर्जा व समान प्रतिष्ठा मिळू लागली. आर्थिक दृष्ट्या दुर्बल असलेल्या देशांना भांडवल उपलब्ध होऊ लागले. या सर्व गोष्टींमुळे अविकसित देश झपाट्याने विकसनशील बनले, तर जे विकसनशील होते, त्यांचा गतिमान विकास होऊ लागला आणि आंतरराष्ट्रीय राहणीमानाचा समान दर्जाही निर्माण होऊ लागला. अविकसित व विकसनशील देशांचा गतिमान आर्थिक विकास हे जागतिकीकरणाच्या आर्थिक स्वरूपाचे एक गमक ठरले.

४) संमिश्र अर्थव्यवस्था (Mixed Economy)

युद्धोत्तर जगात भांडवलशाही आणि साम्यवाद अशा दोन परस्परविरोधी वैचारिक गटांत जगाची राज्यव्यवस्था व अर्थव्यवस्था विभागली गेली. जागतिकीकरणाच्या प्रक्रियेमुळे मात्र भांडवलशाहीकडे जाणाऱ्या खुल्या अर्थव्यवस्थेचा विचार केला. साम्यवादी देशांनीही या प्रक्रियेशी जुळवून घेण्याचा प्रयत्न करून भांडवलशाही व साम्यवाद यांच्यामध्ये समन्वय साधण्याचा प्रयत्न केला. थोडक्यात जागतिकीकरणाचे आर्थिक स्वरूप जागतिक भांडवल, जागतिक व्यापार संघटना अविकसित देशांचा आर्थिक विकास आणि संमिश्र अर्थव्यवस्थेचा स्वीकार यातून झाला.

२. जागतिकीकरणाचे राजकीय स्वरूप (Political Nature of Globalization) :

जागतिकीकरणाची प्रक्रिया प्रामुख्याने आर्थिक स्वरूपात सुरू झाली, हे खरेच; परंतु त्या प्रक्रियेची राजकीय बाजूदेखील तितकीच महत्त्वाची म्हटली पाहिजे. दोन महायुद्धांचे जे काही महत्त्वाचे परिणाम झाले, त्यांत राजकीय परिणामांना विशेष स्थान

द्यावे लागेल. एक तर, महायुद्धांचे राजकीय परिणाम हे जागतिक स्वरूपाचे होते. आणि दुसरे म्हणजे, त्या युद्धांमुळे नवे आंतरराष्ट्रीय जागतिक प्रवाह निर्माण झाले. पुढे, त्याचाही परिणाम असा झाला की, पाश्चात्त्य देशांचे जागतिक राजकीय वर्चस्व (Hegemony) कमी होऊ लागले. यालाच काही विचारवंतांनी 'साम्राज्यवादाची पिछेहाट' (Recession of Imperialism) असे म्हटले. याच सुमारास भांडवलशाही लोकसत्ताक राज्ये आणि समताधिष्ठित साम्यवादी राज्ये या दोन परस्परविरोधी सत्तागटांच्या वैचारिक संघर्षातून लोकशाही समाजवाद यासारखे नवे राजकीय तत्त्वज्ञान उदय पावले. राजकीय तत्त्वज्ञानाबरोबर आता आधुनिक राजकीय तत्त्वज्ञानाचे विश्लेषण महत्त्वाचे ठरू लागले. बदलत्या आंतरराष्ट्रीय राजकारणाच्या सामूहिक परिणामातून संमिश्र राजकीय संस्कृती व राजकीय व्यवस्था निर्माण होऊ लागल्या. हे परिवर्तन राजकीय जागतिकीकरणाच्या प्रक्रियेला अनुकूल ठरले.

जागतिकीकरणाचे राजकीय स्वरूप समजावून घेण्यासाठी आपण काही विचार घटकांचा परामर्श घेऊ शकतो.

अ) जागतिक राजकारणाचे विकेंद्रीकरण (Decentralization of world - politics or International politics)

हे अगदी स्पष्ट आहे की, जागतिकीकरणाच्या एकूण प्रक्रियेपूर्वी आंतरराष्ट्रीय राजकारण हे अगदी थोड्या देशांच्या हातात एकवटले होते. ते जागतिकीकरणामुळे बदलले. नवी सत्ताकेंद्रे उदयाला आली. जागतिक सत्तासंघर्ष, जागतिक सत्ता-समतोल या तत्त्वांच्या पुढे जाऊन आता नव्या तत्त्वांवर नवी सत्ताकेंद्रे निर्माण होऊ लागली. पाश्चात्त्य देशांच्या सत्तास्पर्धेला आळा बसून नवे वळण लागले. आशिया - आफ्रिका खंडातील अविकसित व विकसनशील देशांनी तटस्थ अशा राष्ट्रपरिषदा स्थापन केल्या. जागतिक राजकारण विकेंद्रीकरणाकडे झुकू लागले. आंतरराष्ट्रीय राजकारणात स्पर्धेबरोबर सहकार्याची भाषा बोलली जाऊ लागली.

ब) नवे राज्यशास्त्र (New Political Science)

१९५०नंतर जागतिकीकरणाच्या प्रक्रियेला मोठी चालना मिळून सामाजिक शास्त्रांच्या पारंपरिक स्वरूपात मोठा बदल झाला. राज्यशास्त्रात तो बदल विशेषत्वाने झाला. प्लेटो-ॲरिस्टॉटलपासूनचे राजकीय तत्त्वज्ञान नव्या स्वरूपात मांडले गेले. नव्या राज्यशास्त्राचा उल्लेख 'राजकीय व्यवस्था', 'राजकीय विश्लेषण' असा होऊ लागला. इतकेच नाही, तर नव्या राज्यशास्त्रानुसार अनेक देशांनी आपल्या राजकीय व्यवस्था बदलल्या. व्यक्तीचे बदलते राजकीय वर्तन अभ्यासून त्यातून मिळालेल्या माहितीचे विश्लेषण करण्याची पद्धत सुरू झाली.

क) युरोपीय राष्ट्रांच्या राजकीय मक्तेदारीला आळा
(Restriction to Political Monopoly of European Nations)

जागतिकीकरणाची प्रक्रिया सुरू होण्यापूर्वी युरोप खंडातील देशांची आंतरराष्ट्रीय राजकारणात जणू मक्तेदारीच होती. देश स्वतंत्र झाले होते, होत होते हे खरे; परंतु प्रत्यक्षात जुना साम्राज्यवाद जाऊन नवा आर्थिक साम्राज्यवाद सुरू झाला होता, त्याचे काय? अपरिहार्य अशा आर्थिक क्षेत्रातील अनुकरणाबरोबर सामाजिक, सांस्कृतिक, शैक्षणिक व धार्मिक क्षेत्रांतही पाश्चात्त्यांचे अनुकरण होऊ लागले होते. परंतु जागतिकीकरणाच्या नव्या प्रक्रियेमुळे निरनिराळ्या देशांनी नव्या तत्त्वज्ञानाचा स्वीकार, नव्या अर्थव्यवस्थेचा पाठपुरावा आणि नव्या बौद्धिक व्यवस्थांची निर्मिती करून युरोपीय राष्ट्रांना चांगलाच शह दिला. त्यांच्या राजकीय मक्तेदारीला आळा घातला.

ड) नव्या राजकीय व्यवस्थांचा उदय (Rise of New Political Systems)

दोन जागतिक महायुद्धांच्या दरम्यान आणि त्यापूर्वी जगात राजसत्ता, हुकूमशाही आणि साम्यवादी राजकीय व्यवस्था अस्तित्वात होत्या. अमेरिकेसारख्या देशाने मात्र पहिल्यापासूनच लोकशाही राजकीय व्यवस्थेचा स्वीकार करून प्रचारही केला. दुसऱ्या महायुद्धामुळे राजसत्ता आणि निरंकुश-हुकूमशाही सत्ता संपुष्टात आल्या. संयुक्त राष्ट्रसंघटनेच्या प्रयत्नामुळे साम्राज्यवाद व वसाहतवाद संपला. राष्ट्रराज्यांचे स्वातंत्र्य हा दृष्टिकोन मान्य झाला. राजकीय व्यवस्था विश्लेषण (Political Systems Analysis) ही नवी अभ्यासपद्धती आली.

लोकशाहीचे अनेक प्रकार उदय पावले. संपूर्ण जगभर नव्या राजकीय व्यवस्थांचे चित्र दिसून येऊ लागले.

ई) समन्वित राजकीय तत्त्वज्ञान (Reconciled Political Thought)

दुसऱ्या महायुद्धानंतर संपूर्ण जगात नव्या तत्त्वज्ञानाचा उदय झाला. नवे राजकीय तत्त्वज्ञान मांडले जाऊ लागले. लोकशाही व साम्यवादशाही यांच्या समन्वयातून संमिश्र असा जागतिक राजकीय विचार पुढे आला. मुक्त अर्थव्यवस्था लोकशाहीतून, तर नियंत्रित अर्थव्यवस्था साम्यवादातून निर्माण झाली. त्या दोन व्यवस्थांचे समन्वयित स्वरूप म्हणून 'लोकशाही समाजवाद' (Democretic Socialism) उदय पावला.

समन्वयित राजकीय विचार आणि समन्वयित आर्थिक विचार हा जागतिकीकरणाच्या प्रक्रियेचा एक घटक आहे, एवढे लक्षात यायला हरकत नाही.

थोडक्यात, जागतिकीकरणाच्या राजकीय स्वरूपाचा विचार करताना विकेंद्रित जागतिक राजकारण, राज्यशास्त्राचे नवे स्वरूप, युरोपीय देशांच्या राजकीय मक्तेदारीची पिछेहाट, नव्या राजकीय तत्त्वज्ञानाचा उदय आणि समन्वयित जागतिक राजकीय

तत्त्वज्ञानाचा प्रारंभ इत्यादी घटकांचा विचार करावा लागतो.

३. जागतिकीकरणाचे सामाजिक स्वरूप (Social Nature of Globalization)

जागतिकीकरणाची प्रक्रिया सुरू झाली, तसा सामाजिक तत्त्वज्ञान आणि सामाजिक स्तरीकरण यांत महत्त्वाचा बदल होऊ लागला. परिणामत: बौद्धिक क्षेत्र बदलले. सामाजिक तत्त्वज्ञान बदलले. माहिती-तंत्रज्ञानाच्या (Information Technology) विकासामुळे सामाजिक स्वरूपात परिवर्तन झाले. माहिती-तंत्रज्ञान आणि तंत्रज्ञान यांच्या विकासामुळे जागतिक सामाजिक स्वरूप बदलत गेले. अन्न, वस्त्र, निवारा, आरोग्य आणि शिक्षण यांच्या स्वरूपामध्ये जगभर संमिश्र बदल झाले. कोणताही विचार, कोणताही प्रसंग किंवा घटना काही क्षणांत जगभर प्रसारित करण्याच्या सुविधा संपर्कमाध्यमांनी निर्माण केल्या. त्यामुळेही जागतिक सामाजिकीकरण बदलले.

जागतिकीकरणाच्या सामाजिक स्वरूपाचे विश्लेषण पुढील घटकांच्या आधारावर करता येईल.

अ) जागतिक समाजव्यवस्थेतील बदल (Changing World Social Order) : जागतिकीकरणामुळे पारंपरिक समाजव्यवस्था मोडली, नवी सामाजिक मूल्ये निर्माण झाली. मानवनिर्मित विषमतेला धक्का पोहोचला. समताधिष्ठित समाजनिर्मितीचा प्रारंभ झाला. प्रादेशिक आणि राष्ट्रीय समाज आंतरराष्ट्रीय स्वरूप धारण करू लागला.

ब) पारंपरिक वर्गसंघर्षाला विरोध (Oppositiol to traditional class-conflict) : समाजातील वर्गव्यवस्थेला जागतिकीकरणाने आव्हान दिले. आफ्रिका खंडातील वंशवाद, आशिया खंडातील वर्गवाद आणि जातिवाद आणि युरोपातील सरंजामशाही यांमुळे वर्ग अस्तित्वात आले होते. हा झाला जगाचा सामाजिक इतिहास. दुसऱ्या महायुद्धामुळे त्यात परिवर्तन घडून आले. आपल्या सामाजिक इतिहासाकडे पाहण्याचा दृष्टिकोन बदलला. विज्ञानात, समाजात आणि अर्थव्यवस्थेत नव्या विचारांचे वारे वाहू लागले. त्यामुळे व्यक्ती आणि समाज यांच्या नात्यात आणि स्वरूपात बदल झाले.

क) मूल्याधिष्ठित समाजव्यवस्था (Value Based Social System) : पूर्वी निरनिराळ्या समाजांमध्ये पारंपरिक जीवनमूल्यांना विशेष स्थान होते. जागतिकीकरणाच्या प्रक्रियेत मूल्ये आणि विचार यांच्यात संघर्ष सुरू झाला. जी मूल्ये जागतिक स्तरांवर टिकून राहिली, तीच स्वीकारली गेली. सर्वांसाठी अन्न, सर्वांना शिक्षण आणि सर्वांना आरोग्य अशी निरामय जीवनाची उद्दिष्टे ठरली. संयुक्त राष्ट्रसंघटनेने तर या मूल्यांच्या सफलतेला अग्रक्रमाने स्वीकारले. त्या मूल्यांच्या सफलतेमुळेच मानवाची खरी प्रगती होईल, असा विश्वास वाढू लागला. नव्या मूल्यांवर आधारित समाजव्यवस्था निर्माण होऊ लागली.

थोडक्यात, जागतिकीकरणाचे सामाजिक स्वरूप हे जागतिक सामाजिक बदल, पारंपरिक वर्गसंघर्षाचा ऱ्हास आणि मूल्याधिष्ठित समाजव्यवस्था यांमुळे झाला, असे म्हणता येईल.

४. जागतिकीकरणाचे सांस्कृतिक स्वरूप (Cultural Nature of Globalization) :

एक काळ असा होता की, सर्वच समाजांवर धर्मसंस्थेचा कमी-अधिक पगडा होता. प्रत्येक संस्कृतीवर आपापले आचारविचार आणि कार्यकर्म यांचा प्रभाव होता. खऱ्या अर्थाने जागतिकीकरणानंतरच आर्थिक व्यवहार, सामाजिक अभिसरण, राजकीय व्यवस्थापरिवर्तनाबरोबरच सांस्कृतिक देवाणघेवाण वाढली. मूळची संस्कृती आणि तिला मिळालेली पाश्चात्त्य संस्कृतीची जोड यांतून नव्या समन्वयात्मक संस्कृतीचा उदय झाला. किंबहुना, संस्कृतींचेच जागतिकीकरण झाले. सांस्कृतिक जागतिकीकरणाचे दोन घटक म्हणजे :

अ) पाश्चिमात्य संस्कृतीचा पगडा (Impact of Western Culture) : जागतिकीकरणाच्या वाढत्या प्रक्रियेमुळे सर्वच सांस्कृतिक रचनांमध्ये परिवर्तन झाले. काही सांस्कृतिक मूल्ये टिकून राहिली, तर काही नव्याने स्वीकारली गेली. पाश्चात्त्य शिक्षण, पाश्चात्त्य राहणी, पाश्चात्त्यांच्या चालीरीती यांचाही प्रभाव इतर देशांच्या संस्कृतींवर घडला. शिक्षणाच्या माध्यमातून धर्मप्रसाराचा उद्योग एकोणिसाव्या शतकापासून युरोपातील धर्मप्रसारकांनी केल्याचे दिसून येते. धर्मप्रसारासाठी ख्रिश्चन मिशनऱ्यांनी मानवी सेवेचे व्रत घेतल्याचे आढळते. यातूनच जागतिक सांस्कृतिकीकरण किंवा सांस्कृतिक जागतिकीकरण झाले असणार, हे स्पष्ट आहे.

ब) पौर्वात्य व पाश्चिमात्य संस्कृतींचा संगम (Union of East-West Cultures) : दीडशेच वर्षे झाली असतील, भारतात जन्मलेला इंग्रजी कवी रुडयार्ड किपलिंग म्हणाला होता, 'East is East, West is West, Never the train shall meet.' पूर्व ती पूर्व, पश्चिम ती पश्चिमच, दोहोंचा कधीही संगम होणार नाही. किपलिंगचे हे काव्यात्म कथन कसे चुकीचे भाकित ठरले, ते आपण पाहत आहोतच. एकविसाव्या शतकातील चित्र अगदी वेगळे आहे. जागतिकीकरणाच्या प्रवाहप्रक्रियेत संस्कृतीसंस्कृतींचा संगम किंवा मिलाफ होऊन नवी जागतिक संस्कृती उदय पावत आहे. जागतिकीकरणामुळे मानवता, मानवतावाद व मानवी विकास यांना महत्त्व देऊन नव्या प्रकारची नवी जागतिक संस्कृती निर्माण होत आहे. नवी जागतिक सांस्कृतिक मूल्ये जुन्यांची जागा घेत आहेत. जुन्या-नव्या संस्कृतिमूल्यांचा संगम होत आहे. प्रत्यक्ष संयुक्त राष्ट्रसंघटनेने संस्कृती संगमाला चालना देण्याचा प्रयत्न चालविला आहे. आर्थिक, सामाजिक, राजकीय जागतिकीकरणामुळेही सांस्कृतिक पर्यावरण बदलते आहे.

जागतिकीकरणाचा विश्वव्यापी परिणाम (Global Effect of Globalization)

गेल्याच शतकांमध्ये झालेल्या महायुद्धांना आपण जागतिक युद्धे म्हणतो, त्याचे कारणच मुळी ती जगावर परिणाम करून गेली. त्यांचे चांगले, वाईट परिणाम झाले, ते जागतिक स्वरूपाचे होते. युद्धोत्तर जग बदलले गेले. सर्व क्षेत्रात विश्वव्यापी बदल झाले. पहिला बदल झाला, तो दळणवळण आणि संसूचन संज्ञापनाच्या क्षेत्रात. आकाशवाणी माध्यम होतेच. त्यात भर पडली दूरदर्शनची, संगणकाची, इंटरनेट आणि संदेशवहनाच्या यंत्रतंत्राची, माहितितंत्राची आणि त्यातून निर्माण झालेल्या विद्युत आणि अणुविद्युत उपकरणांची. परिणामत: जग जवळ आले. व्यक्तीव्यक्तींतील अंतर कमी झाले. कुटुंब, समूह, समुदाय, समाज आणि राष्ट्रा-राष्ट्रांतील अंतर कमी कमी होत जाऊन जगाचा संकोच झाला व आपण म्हणू लागले, 'जग हे एक विशालकाय खेडे बनले आहे.' तो खरे तर जागतिकीकरणाचा परिणाम होता. त्यामुळे जगाच्या एका ठिकाणची घटना आणि प्रसंग जगातील दुसऱ्या सुदूर ठिकाणी बातमी, माहिती आणि ज्ञान म्हणून पोहोचू लागले. या प्रक्रियेलाच आपण जागतिकीकरणाची संज्ञा, संकल्पना आणि प्रक्रिया असे म्हटले. गेले निदान अर्धे शतक तरी जागतिकीकरणाच्या प्रक्रियेतून जात आहे. ती प्रक्रिया तिच्या विविध अंगांचा विचार करून आपण पाहिली. तिचे आर्थिक, सामाजिक, राजकीय, सांस्कृतिक आणि आध्यात्मिक स्वरूप पाहिले. जागतिकीकरणाची आर्थिक, सामाजिक व राजकीय स्वरूपाची देणगी जगाला पाश्चात्त्यांकडून मिळाली, हे खरे असले, तरी जागतिकीकरणाच्या सांस्कृतिक आणि आध्यात्मिक स्वरूपाची देणगी आपल्या जगाला भारतासारख्या पौर्वात्य देशाने, म्हणजे आपल्या देशाने दिली आहे, हे मुद्दाम लक्षात घ्यावयास हवे.

जागतिकीकरणाची प्रक्रिया व तिचे विविध स्वरूप समजावून घेतल्यावर आपणावर जागतिकीकरणाचे परिणाम समजावून घेणे सोपे, परंतु अगत्याचे आहे. सर्वात प्रथम आपण जागतिकीकरणाचे राजकीय परिणाम पाहू.

आताआत्तापर्यंत जग हे राष्ट्रराज्यांत विभागलेले होते. आजही ते तसेच आहे. राष्ट्रराज्ये सार्वभौम आहेत. जागतिकीकरणाच्या प्रक्रियेमुळे मात्र राष्ट्रराज्यांचे महत्त्व, तसेच त्यांचे सार्वभौमत्व त्यांना गौणत्व येऊ लागले आहे. प्रादेशिक राजकीय सार्वभौमत्व आपले महत्त्व हरवू लागले आहे.

पूर्वी राज्ये आर्थिक दृष्ट्या स्वायत्त होती. इतर राज्यांवर फार अवलंबून नव्हती. राष्ट्रीय अर्थव्यवस्थेवर त्यांचे भागत असे. जागतिकीकरणाच्या प्रक्रियेत राष्ट्रीय अर्थव्यवस्थांची जागा जागतिक किंवा आंतरराष्ट्रीय अर्थव्यवस्थांनी घेतली. परिणामत: वस्तूंचे उत्पादन, विनिमय - वितरण आणि उपभोग जागतिक पातळीवर होऊ लागले. त्यामुळे राष्ट्रराज्यांचे आर्थिक निर्णय घेण्याचे स्वातंत्र्य कमी झाले. आर्थिक देवाणघेवाण

आणि आर्थिक परस्परावलंबित्व वाढल्याने मोठ्या राष्ट्रराज्यांवर - विशेषत: पाश्चात्त्य राष्ट्रराज्यांवर राष्ट्रराज्ये अवलंबून राहिली. आर्थिक निर्णयांच्या स्वातंत्र्याचा संकोच झाल्यामुळे विकसनशील राष्ट्रांचे आर्थिक सार्वभौमत्व गौण ठरू लागले.

विशिष्ट भूप्रदेशात राज्यांना दंडात्म कार्यवाही स्वतंत्रपणे करता येत आहे. जागतिकीकरणाच्या काळात 'इंटरनेट' (माहितीजाल) च्या शोधामुळे संदेशवहनाच्या क्षेत्रात आमूलाग्र बदल झाला आहे. इंटरनेट प्रकरण इतके व्यापक झाले की, कोणाही एका राष्ट्रराज्याला त्यावर नियंत्रण ठेवणे अशक्य होऊ लागले. 'माहितीचा स्फोट' (Explosion of Information) झाल्यामुळे ती माहिती संकलित करणे, तिचे विश्लेषण करणे आणि ती जगभर तत्काल पाठविणे, या गोष्टी माहितीपट व माहितीजाल यांवर प्रसारित करणे प्रचंड सोपे आणि सुलभ झाले. त्यामुळे 'इंटरनेटचे आव्हान' हा मोठाच परिणाम जागतिकीकरणाचा झाला. इंटरनेट एव्हढे स्वायत्त आणि स्वतंत्र आहे की, राष्ट्रराज्यांची दण्डसत्तादेखील त्यावर चालत नाही.

जागतिकीकरणामुळे शासकीय व बिगरशासकीय संस्था व संघटना जागतिक स्तरावर निर्माण झाल्या. त्यामुळे जग जवळ आले. सामान्य माणसाच्या आटोक्यात आले. नागरिक आंतरराष्ट्रीय बनले. त्यातून अनेक गोष्टी सुलभ झाल्या. नवीन संधी निर्माण झाल्या. संधींबरोबर समस्या आल्या. त्या सोडविणे आले. मग त्यासाठी आंतरराष्ट्रीय संघटनांची निर्मिती होणे आवश्यक ठरले. संयुक्त राष्ट्रसंघटना, जागतिक व्यापार संघटना, जागतिक आरोग्य संघटना, आंतरराष्ट्रीय नाणेनिधी, बहुदेशीय व बहुउद्देशीय मंडळ्या निर्माण झाल्या. अशा आंतरराष्ट्रीय किंवा जागतिक संघटना विविध खंडांतील विविध राष्ट्रराज्यांवर आपला वरचष्मा ठेवू लागल्या. राज्यांना आपली धोरणे बदलण्यास त्या भाग पाडू लागल्या. सामान्य नागरिक आपल्या राज्यांना, शासनांचा जेवढा घटक बाळगीत, त्यापेक्षा अधिक घटक या बाह्यशक्तीचा बाळगू लागले. राष्ट्रीय घटनांपेक्षा ते बिगर शासकीय जागतिक संघटनांना महत्त्व देऊ लागले.

दहशतवाद, आतंकवाद यांत वाढ झाली, हा जागतिकीकरणाच्या प्रक्रियेचा एक दुष्टपरिणामच म्हणावा लागेल. दहशतवादी, आतंकवादी संघटना जितक्या मोठ्या, तितकी त्यांची अनेक देशातील नागरिकांच्या साहाय्याने दहशत आणि आतंक माजविण्याची क्षमता मोठी. अशा परिस्थितीत त्यांच्यावर नियंत्रण ठेवणे कोणत्याही एका देशाला शक्य होत नाही. दहशतवादी राज्यांवर दंडात्मक कारवाई करता येणेही अवघड होऊन बसते. भारतात मुंबईमध्ये २००८ साली पाकिस्तानमधील दहशतवाद्यांनी हल्ला केला. या दहशतवाद्यांना आणि त्या हल्ल्यामागील सूत्रधारांना पकडून काही कारवाई करणे किती अवघड होऊन बसले आहे, हे आपणास माहिती आहे.

जागतिकीकरणामुळे दहशतवाद - आतंकवाद वाढला की दहशतवाद, आतंकवादाचे

जागतिकीकरण झाले; याचा शोध घेण्यापूर्वी, तो जागतिक प्रश्न कसा सोडविता येईल, हा यक्षप्रश्न आज जगापुढे उभा आहे.

जागतिकीकरणामुळे उजव्या विचारसरणीला उजाळा मिळून तिचा प्रभाव वाढला, असा जागतिकीकरणाचा एक परिणाम सांगितला जातो. म्हणजे जागतिकीकरणाच्या प्रक्रियेतदेखील दृष्टिकोनाचे 'डावे-उजवे' आहे म्हणायचे! शिवाय, जागतिकीकरणापूर्वी उदारमतवादी लोकशाही आणि साम्यवादी एकपक्षीय अधिकारशाही अस्तित्वात होती, त्या व्यवस्थाही बदलल्या, असेही म्हटले जाते. आता जागतिकीकरणामुळे एखाद्या विचारसरणीचा प्रभाव वाढला किंवा एखादी विचारसरणी मागे पडली, असे कितपत म्हणता येईल, ते सांगणे अवघड आहे. विचारसरणींचे डावी, उजवी, मध्यमगामी असे वर्गीकरण आता कालबाह्य होत चालले आहे. त्यामुळे जागतिकीकरणाबरोबर उजव्या विचारप्रणालीचा प्रभाव वाढला, असे म्हणणे रास्त ठरेल, असे वाटत नाही. मात्र प्रथमदर्शनी तसे वाटणे शक्य आहे, असे फार तर म्हणता येईल.

जागतिकीकरणाच्या राजकीय परिणामांपेक्षा त्या प्रक्रियेचे आर्थिक स्वरूपाचे परिणाम अधिक महत्त्वाचे म्हणावे लागतील. कारण उघड आहे. जागतिकीकरण ही संकल्पनाच मुळी प्राय: आर्थिक स्वरूपाची मानली जाते.

जागतिकीकरणामुळे बहुराष्ट्रीय कंपन्यांची वाढ झाली, हा जागतिकीकरणाचा एक दृश्य परिणाम म्हणता येईल. दळणवळण आणि माहितीवहन सुलभ व गतिमान झाल्यामुळे पाश्चात्त्य देशांना जगभर कोठेही बहुराष्ट्रीय उद्योग मंडळ्या (Multinational Companies) स्थापन करता आल्या. जागतिकीकरणामुळे ते झाले, की त्यांच्यामुळे जागतिकीकरण झाले, हा प्रश्न बाजूला ठेवूनही या परिणामाची चिकित्सा करता येईल. तथापि, बहुराष्ट्रीय कंपन्यांमुळे उद्योगधंद्यांतील गुंतवणूक वाढली, रोजगार वाढला, सर्व प्रकारच्या भौतिक गरजा भागविल्या जाऊ लागल्या, उत्पादनक्षेत्रात सहकार वाढला, हे खरेच!

परकीय गुंतवणूक (Foreign Investment) : ही आधुनिक विकासाकरिता आवश्यक ठरली आहे. जागतिकीकरणाच्या प्रक्रियेत खाजगीकरण, उदारीकरण आणि परकीय गुंतवणुकीद्वारे विकास घडवून आणला जात असल्याचे दिसते. भांडवल आणि प्रगत तंत्रज्ञान हे घटक राज्यांच्या आर्थिक विकासात सर्वात महत्त्वाचे. त्यांची आयात-निर्यात महत्त्वाची. परंतु हे सगळे खरे असले, तरी जागतिकीकरणामुळे परकीय गुंतवणूकीच्या नावाखाली गुंतवणूकदार श्रीमंत राष्ट्रांकडून गरीब, अविकसित राष्ट्रांची पिळवणूक होते आहे, असेही दिसून येते. परकीय गुंतवणूकदारांना अनेक जाचक अटी घालणे, राज्यांचे सहकार्य नसल्यास गुंतविलेले भांडवल काढून घेणे, आर्थिक मंदीचे स्तोम गाजवणे, राज्यांचे सहकार्य नसल्यास गुंतविलेले भांडवल काढून घेणे इत्यादी अनिष्ट परिणामदेखील जागतिकीकरणाच्या प्रक्रियेत होत असतात.

परकीय चलन आणि देशी चलन (Foreign Currency and local currency) : यांच्या सापेक्ष दरात आर्थिक जागतिकीकरणामुळे संबंध निर्माण झाला, ही जमेची बाजू आहे. परंतु चलनसंबंधाचा आयात-निर्यातीवर सतत परिणाम होत असल्यामुळे चलनाचे मूल्य वाढणे व त्याचे अवमूल्यन होणे घडत राहते. त्याचा दुष्परिणाम प्राय: खाजगीकरण यांवर गुंतवणूकदार राज्यांच्या आर्थिक स्थितीवर होत राहतो. तेव्हा जागतिकीकरणामुळे गरीब राष्ट्रे आर्थिक दृष्ट्या असाहाय्य तर होत नाहीत ना, हे पाहावे लागेल.

जागतिकीकरणाचे पुरस्कर्ते उदारीकरण व खाजगीकरण यांवर भर देऊन नव उदारमतवादी आर्थिक धोरण स्वीकारण्याचा आग्रह धरतात. त्यानुसार अर्थव्यवस्थेमध्ये राज्यांनी हस्तक्षेप करू नये, असे सुचवितात. स्वातंत्र्य या संकल्पनेचा गरीब व्यक्तींना काही उपयोग होतो की नाही, याकडे त्यांचे लक्ष नसते. गरीब-श्रीमंतांतील आर्थिक दरी वाढत चालल्याचे त्यांना भान नसते. कल्याणकारी योजनाच बंद करण्याकडे उदारीकरण आणि खाजगीकरण यांच्या पुरस्कर्त्यांचा कल वाढतो. उदारमतवादात व्यक्तिस्वातंत्र्य महत्त्वाचे ठरून समतेच्या तत्त्वाकडे दुर्लक्ष होते. नवउदारमतवादात व्यक्तिमूल्यांची, तसेच सामाजिक मूल्यांचीही हानी होते.

जागतिकीकरणाच्या प्रक्रियेचा आणखी एक परिणाम म्हणजे, राजकीय संस्थांना कमी महत्त्व देऊन आर्थिक संस्थाचा पुरस्कार केला जाणे होय. आज परिस्थिती अशी आहे की, जगावर हुकमत आहे, ती जागतिक बँकेची, आंतरराष्ट्रीय नाणेनिधीची, युरोपीय समुदायाची. जागतिक राजकीय भूमिका बजावल्या जातात, त्यादेखील आंतरराष्ट्रीय आर्थिक संस्थांकडून. संयुक्त राष्ट्र संघटनेचे राजकीय महत्त्व आर्थिक संस्थांच्यापुढे गौण ठरत चालले आहे, याकडे अभ्यासकांचे लक्ष वेधले गेले पाहिजे.

जागतिकीकरणाचे काही परिणाम सामाजिकदेखील आहेत. जागतिकीकरणामुळे जगभर नागर समाजाची सांख्यिकी वृद्धी झाली आहे. नागर समाज सुशिक्षित, सुधारित व आर्थिक दृष्ट्या सुस्थितीत असतो. आधुनिक विज्ञान व तंत्रज्ञान यांचा उपयोग करण्याची त्याची क्षमता वाढते. संपर्क माध्यमांमुळे ज्ञान आणि माहिती यांचे आदानप्रदान वाढून ग्रामीण आणि नगर समाज आणि संस्कृती यांतील फरक कमी झाला आहे. जागतिकीकरणाचा हा सामाजिक परिणाम लक्षात घेण्याजोगा आहे.

जागतिकीकरणामुळे सामाजिक व्यवस्था व सामाजिक संस्था - संघटनांवर बरावाईट परिणाम झाला आहे. त्यांचे परिवर्तन घडून येत आहे. कुटुंबसंस्थेचे परिवर्तन अतिशय झपाट्याने होत आहे. सामाजिक संस्कृती, भाषा, रूढी, रीतिरिवाज व नैतिक मूल्ये यांवर परिणाम झाला आहे. महिला वर्गाचे स्थान आणि प्रतिष्ठा वाढत आहे. त्यांच्या सामाजिकीकरणामुळे सामाजिक न्यायाचा अर्थाचा बदलून गेला आहे. जागतिकीकरण

या प्रक्रियेमुळे 'वैश्विक समाज' (World Society) निर्माण होत आहे.

जागतिकीकरणामुळे समाजांच्या सांस्कृतिक जीवनावरदेखील परिणाम होतो. प्रत्येक देशाची संस्कृती वेगळी असते. संस्कृतीत साधारणपणे सामाजिक, शैक्षणिक, धार्मिक, नैतिक, साहित्य, कला, ज्ञान, तत्त्वज्ञान, शास्त्र इत्यादी विषयक परंपरा, रचना व व्यवस्था असतात. परंपरेचा वारसा, चालीरीती, रीतिभाती, आचार, सुसंस्कृतता, सुधारणा, विकास सभ्यता या आधारांवर संस्कृती टिकत असते. जागतिकरणाच्या प्रक्रियेमुळे देशांच्या संस्कृतीत बदल होत आहेत. रूढी, प्रथा, परंपरा, संकेत, दृष्टिकोन यांमध्ये परिवर्तन घडून येत आहे. साहित्य, नाट्य, चित्रपट, संगीत, अन्नपदार्थ, राहणीमान, जीवनशैली या सर्वांमध्ये बदल झाल्याचे, होत असल्याचे आपण पाहतोच आहोत.

जागतिकीकरणाच्या सांस्कृतिक परिणामांबाबत एक गोष्ट ठळकपणे दिसून येते. ती अशी की, जगातील सर्व देशांच्या संस्कृतींवर पाश्चात्त्य संस्कृतीचा प्रभाव आहे. तो कमी न होता वाढतच चालला आहे. एवढा, की जागतिकीकरणाच्या प्रक्रियेतील विद्यमान जगातील संघर्ष हा राजकीय आणि आर्थिक असण्यापेक्षा तो सांस्कृतिकच आहे की काय, असे वाटावे!

जागतिकीकरणाच्या विविध परिणामांत आणखी एका परिणामाची भर पडू पाहते आहे. तो परिणाम आध्यात्मिक स्वरूपाचा असल्याचे दिसून येत आहे. धर्म हे जसे संस्कृतीचे एक अंग आहे, तसेच अध्यात्म हेदेखील संस्कृतीचे एक महत्त्वाचे अंग आहे. अगदी धर्मनिरपेक्ष राज्यात आणि समाजातदेखील अध्यात्म महत्त्वाचे ठरू शकते. भारतीय संस्कृतीत अध्यात्म म्हणजे ब्रह्मज्ञान, वेदान्त, आत्मज्ञान, पारमार्थिक ज्ञान, अध्यात्म शास्त्र, धर्मशास्त्र, तत्त्वज्ञान, गूढवाद, वस्तुमात्राचा व प्राणीमात्राचा मूळ भाव. या विविध अर्थाने अध्यात्म हे सर्वच संस्कृतींत असते. भारतीय संस्कृतीचा विशेष हा, की ती धार्मिक संस्कृतीबरोबर आध्यात्मिक संस्कृतीदेखील आहे. या संस्कृतीने व्यष्टीबरोबरच समष्टीचाही संबंध जोडला आहे. व्यष्टी म्हणजे व्यक्ती, मानव व समष्टी म्हणजे जीवसृष्टीचे विश्व. मानवाचा संपूर्ण विश्वाशी संबंध येतो. व्यष्टीने समष्टीचे काम करावे. मग ते कर्मकर्तव्य सामाजिक असो की राजकीय, आर्थिक असो की सांस्कृतिक. व्यक्ती आणि वैश्विक समाज यांच्यासंबंधी प्राचीन भारतातील राजा दिलीपचे उदाहरण आढळते. त्याला वर मागून घेण्याची संधी मिळाली. त्याने काय वर मागावा? तो म्हणाला -

न अहं कामये राज्यं न मोक्षं न पुनर्भवम्।
कामये दुःखतप्तानां केवलं आर्तिनाशनम्॥

मला राज्य नको, मोक्ष तसेच पुनर्जन्म ही नको. मला दुःखी जीवांचे अश्रु पुसता यावेत, त्यांच्या वेदना शमवता याव्याते, एव्हढेच!

भारतीय संस्कृती अगदी वेदकाळापासून आध्यात्मिकच आहे. इथे सज्जनांच्या

मनात विश्वाचे आर्त प्रकटत असते. भारतीय संस्कृतीची आध्यात्मिक बाजू जागतिकीकरणाच्या आध्यात्मिक आधाराकडे झुकलेली आहे. भारताची योगविद्या हे जागतिक संस्कृतीला भारताचे फार मोठे योगदान आहे. नुकताच संयुक्त राष्ट्रसंघटनेच्या सर्वसाधारण सभेने (General Assembly) 'एकवीस जून' हा 'जागतिक योगदिन' म्हणून जाहीर केला आहे. सारे जग भारतीय योगविद्येच्या मागे ठाम उभे आहे. जागतिकीकरणाच्या प्रक्रियेचा हा आध्यात्मिक परिणाम महत्त्वाचा आणि सकारात्मक आहे, यात शंका नाही.

संदर्भसूची

- Gauba, D.P., An Introduction to Political Theory MacMillan Publishars India Ltd. Delhi, 2012 (5th Edn)
- Laski, Harold, The Liberty, in the Modern State. George Allen and Linwin, Londan 1961.
- Laski, Harold, A Grammar of Politics. George Allen and Linwin, London, 1975.
- Laski, Harold, The State in Theory and Politics George Allen and Linwin, Landon.
- Nandedkar, V.G. राजकीय विचार आणि विचारवंत Diamond Publications, Poona, (India) 2011.
- Ramaswamy Sushila, Polotical Theory. Ideas & Concepts, MacMillan India Ltd., Delhi. 2001.
- Ray Amit, Mohit Bhattacharya, Political Theory, Ideas & Institutions.
- Sabine, George H. A History of Political Theory, 3rd Edn. George G. Harap & Co. Ltd. 1960.
- Dupre, Ben political Ideas, Quercus, Oxford 2010.
- Heater Derek, Contemporary Political, Ideas Longmans, 1974
- Kuper Adam, Kuper, The Social Science Encyclopedia Routledge, London & New york, 1996
- Kapur, A. C, Principles of Political Science, Chand and Company Ltd. 1999
- Roberts William Clark, Matt Golder, Sona Nadenichek Golder : Principles of Comparative Politics, Copress, A division of Sage, Washington D.C.

मराठी सूची

- देव, विजय : आधुनिक राजकीय विश्लेषण कोश, डायमंड पब्लिकेशन, ऑगस्ट २०१३

- भोळे, भाल. ल., राजकीय सिद्धान्त आणि विश्लेषण, पिंपळापुरे प्रकाशन, नागपूर १९८८

- व्होरा, राजेंद्र, पळशीकर सुहास; राज्यशास्त्र कोश, दास्ताने रामचंद्र प्रकाशन, पुणे १९८७

- जोशी भीमसेन रंगाचार्य, लेखक - संपादक : सामाजिक शास्त्रांमधील संज्ञा - सिद्धान्तांचा स्पष्टीकरणात्मक कोश, राज्यशास्त्र, डायमंड पब्लिकेशन्स, पुणे २००७

संज्ञासूची

लेखक परिचय

डॉ. विजय देव (M.A. Ph.D. राज्यशास्त्र)

पुणे येथील फर्ग्युसन महाविद्यालयातून राज्यशास्त्र विषयाचे अध्ययन. प्राचार्य स. वा. कोगेकर, प्रा. दि. का. गर्दे, प्रा. ना. र. इनामदार, प्रा. वि. मा. व्याचल या नामवंत शिक्षकांचे मार्गदर्शन. पुणे विद्यापीठाच्या पदव्युत्तर राज्यशास्त्र व लोकप्रशासन विभागात 'पदव्युत्तर राज्यशास्त्र संपूर्ण'साठी अध्ययन. १९६६ ते २००१ अशी ३५ वर्षे पुणे येथील स. प. महाविद्यालयात राज्यशास्त्राचा व्याख्याता, प्रपाठक व प्राध्यापक म्हणून सेवा. पी. एच्. डी. प्रबंध : Kautilya In The Comparative Perspective of Machiavelli. १९६३ मध्ये Ph.D पदवी प्राप्त. राज्यशास्त्रांतर्गत काही संदर्भ ग्रंथ व काही पाठ्यपुस्तके यांचे लेखन. वृत्तपत्र व नियतकालिके यांतून सामाजिक - राजकीय विषयांवर लेखन. भारतीय लोकप्रशासन संस्था, दिल्ली, ए. एस्. आर्. सी, हैद्राबाद या राष्ट्रीय संशोधन संस्थांशी निगडित.

निवृत्तीनंतर : 'मृण्मयी प्रकाशन' या प्रकाशन संस्थेची स्थापना, दुर्गजागरण चळवळीत विशेष रुची. दुर्ग साहित्य संमेलनांद्वारे 'दुर्गाश्रये विकास' या विषयावर चिंतन, लेखन.

डॉ. शरद गोसावी (M.A Ph.D. राज्यशास्त्र)

फर्ग्युसन महाविद्यालय, स. प. महाविद्यालय, पुणे येथे शिक्षण-प्रशासक म्हणून दीर्घकाळ सेवा. कल्याणी फोर्ज, एल्प्रो या उद्योग संस्थांमध्ये प्रशासनप्रमुख म्हणून काम.

शालान्त शिक्षणानंतर 'कमवा व शिका' या मार्गाने पदवी व पदव्युत्तर शिक्षण पूर्ण केले. फर्गूसन महाविद्यालयात तत्त्वज्ञानाचे प्राध्यापक दे. द. वाडेकर; तसेच अर्थशास्त्र, राज्यशास्त्राचे प्राध्यापक प्राचार्य स. वा. कोगेकर यांचे सान्निध्य, सहकार्य व सहवास. त्यांचा लेखनिक म्हणून अभ्यास होत गेला. त्यामुळेच राजकीय तत्त्वज्ञान, राजकीय विचारवंत, विचारसरणी अशा विषयांत रुची निर्माण झाली. डेक्कन कॉलेज चे डॉ. ढवळीकर व आय्. एल्. एस्. लॉ कॉलेजचे डॉ. सत्यरंजन साठे, पुणे विद्यापीठातील प्रा. व

मं. सिरसीकर यांचे अध्ययन व संशोधन क्षेत्रात मोलाचे मार्गदर्शन. सेवानिवृत्तीनंतर Ph.D साठी प्रबंध सादर केला. डॉ. विजय देव या मित्रवर्यांचे मार्गदर्शन. विषय Changing Concept of Individual Liberty In the 19th Century England.

वाचन, चिंतन, लेखन यांत 'स्वान्तसुखाय' जीवनक्रम व्यतीत होतो आहे.

डॉ. संज्योत आपटे (M.A. Ph.D.)

शालेय व महाविद्यालयीन शिक्षण राजधानी दिल्ली या शहरात. जीझस् अँड मेरी महाविद्यालयात. प्रा. सुशीला रामस्वामी यांसारख्या कुशल प्राध्यापकांचे मार्गदर्शन. दिल्ली ही राष्ट्रीय राजधानी असलेल्या शहरात सामाजिक शास्त्रांच्या अभ्यासाच्या वातावरणाचा उचित लाभ. पदव्युत्तर शिक्षणासाठी पुणे येथील सावित्रीबाई फुले, पुणे विद्यापीठाच्या राज्यशास्त्र व लोकप्रशासन विभागात अध्ययन - प्रा. क्षीरे, प्रा. राम बापट, प्रा. राजेंद्र व्होरा, प्रा. यशवंत सुमंत, प्रा. सुहास पळशीकर यांचे परोपरीचे मार्गदर्शन - गेली २० वर्षे स. प. महाविद्यालय, पुणे येथे 'राज्यशास्त्र' विषयाचे अध्यापन व संशोधन. पदव्युत्तर राज्यशास्त्र विभागाचे संयोजक म्हणून जबाबदारी. महाविद्यालय विकास समितीवर अनेक वर्षे सक्रिय सदस्य म्हणून काम. पी. एच्. डी. पदवीसाठी संशोधन विषय : 'The Hindu Mahasabha in Maharashtra : A study.' राजकीय तत्त्वज्ञान, राजकीय सिद्धान्त - संकल्पना या विषयांत विशेष रुची. 'पाश्चात्त्य राजकीय विचारवंत', 'आधुनिक भारतीय राजकीय विचारवंत' या विषयात ग्रंथलेखन.' पी. एच्. डी.साठी संशोधन मार्गदर्शक. स. प. महाविद्यालयात सेवा रुजू आहे.

पाश्चात्त्य राजकीय विचारवंत

डॉ. विजय देव
डॉ. शरद गोसावी
डॉ. संज्योत आपटे

पृष्ठसंख्या : ६४२
आकार : १/८ डेमी
किंमत : ₹ ७९५/–

पाश्चात्त्य राजकीय विचारवंत हा महत्त्वाचा अभ्यासविषय जगभरातील सर्वच विद्यापीठांतून शिकविला जातो. हा विषय शेकडो वर्षांपासून सातत्याने विकसित होत आला आहे. विशेष म्हणजे त्याच्या विकासक्रमात कधी खंड पडल्याचे दिसत नाही.

पाश्चिमात्य राजकीय विचारांचा इतिहास, राजकीय विचारप्रणाली, राजकीय विचारवंत आणि राजकीय संस्था यांच्या ऐतिहासिक आढाव्याद्वारे गेल्या अडीच हजार वर्षांच्या राजकीय संस्कृतीचा वेध घेण्याचे महत्त्वाचे काम या विषयाने केले आहे.

सॉक्रेटिस, प्लेटो आणि ऑरिस्टॉटल हे प्राचीन ग्रीक विचारवंत; सेंट ऑगस्टीन, थॉमस ॲक्किनास, मर्सिलिओ ऑफ पदुआ हे मध्ययुगीन राजकीय विचारवंत; मॅकिआव्हेली हा आधुनिक युगाच्या आरंभीचा राजकीय विचारवंत; हॉब्ज, लॉक, रूसो, मिल आणि मार्क्स हे आधुनिक राजकीय विचारवंत; या सर्वांच्या बरोबरच विसाव्या शतकातील समकालीन राजकीय विचारवंतांशिवाय मानवी संस्कृतीच्या राजकीय अंगांचा आपण विचारदेखील करू शकत नाही.

मराठी विचारवंतांनी विसाव्या शतकात या विषयाचे अध्ययन, अध्यापन आणि संशोधन करण्यास प्रारंभ केला. मुंबई, पुणे आणि नागपूर ही विद्यापीठे या बाबतीत अग्रेसर राहिली.

आता महाराष्ट्रातील सर्व विद्यापीठे आणि त्यांच्याशी संलग्न असलेल्या सर्व महाविद्यालयांच्या पदवी व पदव्युत्तर अभ्यासक्रमांत या विषयाचा समावेश केला गेला आहे. त्यामुळे पदवी, पदव्युत्तर वर्गांचे सर्व विद्यार्थी, प्राध्यापक, संशोधक आणि अन्य जिज्ञासू अभ्यासक या ग्रंथाचे सर्वतोपरी स्वागत करतील, असा विश्वास वाटतो.